निवडक डॉ. गिरीश दाबके

भाग पहिला

I0894896

डॉ. गिरीश दाबके

- संपादन -
सुनील जोशी । प्रमोद बापट

#AnyoneCanPublish with
सकाळ प्रकाशन

#AnyoneCanPublish with

सकाळ प्रकाशन

Nivdak Dr. Girish Dabke
© Dr. Girish Dabke, 2023

निवडक डॉ. गिरीश दाबके
© डॉ. गिरीश दाबके, २०२३

प्रथम आवृत्ती	: २८ मे २०२३ (सावरकर जयंती)
प्रकाशक	: सकाळ मीडिया प्रा. लि. ५१५, बुधवार पेठ, पुणे-४११ ००२
मुखपृष्ठ, मांडणी आणि मुद्रितशोधन	: सारद मजकूर, पुणे
ISBN	: ९७८-९३-९५१३९-९१-५
संपर्क	: ०२०-२४४० ५६७८ / ८८८८८४९०५० sakalprakashan@esakal.com

स्वातंत्र्यवीर सावरकर,
श्रद्धेय डॉ. हेडगेवार
आणि परमपूजनीय गोळवलकर गुरुजी,
हिंदुत्वाच्या ह्या त्रिमूर्तीने जे आत्मभान आधुनिक काळात निर्माण केलं,
त्या आत्मभानाला हा संग्रह अर्पण करत आहे.
- डॉ. गिरीश दाबके -

अनुक्रम

मुक्त छंद

कादंबरी

संपादकीय

डॉ. गिरीश दाबके आणि मी, आम्ही बालमित्र. आमची गेल्या ५५ वर्षांची घट्ट मैत्री, त्यामुळे गिरीशला अहो - जाहो संबोधून लिहिणं अशक्यच. संपूर्ण लेखन कृत्रिम होण्याचा धोका, त्यामुळे मी या संपूर्ण लिखाणात गिरीशला प्रेमादराने एकारातच संबोधणार आहे.

गिरीश मूलतः अंत:प्रेरणेने लिहिणारा बहुप्रसवा लेखक. दिसामाजी काहीतरी लिहिल्याशिवाय त्याला चैनच पडत नाही, याचा मी बालपणापासूनच अनुभव घेतला आहे. १७५ पेक्षा जास्त कथा, तेवढेच ललित आणि वैचारिक लेख, सात नाटकं, तीन चरित्र ग्रंथ, मुक्तछंदातील अनेक कविता (यांना कविता म्हणायचं की गद्यकाव्य म्हणायचं हा मला नेहमीच पडणारा संभ्रम.) तर अशा या आमच्या लेखक मित्राची २०१६ साली जूनमध्ये एकसष्ठी होती. मी, प्रमोद बापट, अनिल पाटील अशा गिरीशच्या जवळच्या मित्रांच्या मनात या निमित्ताने गिरीशच्या लेखनाचा सर्वंकष परिचय करून देईल, असा एक ग्रंथ 'निवडक डॉ. गिरीश दाबके' या नावाने प्रसिद्ध करावा, असा विचार आला. विचारापाठोपाठ आचारही आलाच! जानेवारी महिन्यात आम्ही तिघं आणि गिरीश असे चार जण आणि आमचा एक छायाचित्रकार मित्र अजित राऊत असे पाच जण वसईजवळ एका बंगल्यात निवांत गप्पा मारण्यासाठी म्हणून गेलो. तिथे हा विषय निघाला. गिरीशची एक एक कथा घेऊन त्यावर चर्चा करत १७५ मधून १० कथांची निवड केली. त्याचप्रकारे १० वैचारिक लेख आणि १० ललित लेख निवडले. एकंदर काय तर गिरीशच्या संपूर्ण लेखनातून प्रातिनिधिक लिखाण निवडलं. लिखाण निवडताना, त्यातून गिरीशचा संपूर्ण लेखनप्रवास दिसावा या दृष्टीने अगदी सुरुवातीच्या काळातील 'गिरीश तूसुद्धा?', 'चि. राजास...', 'आक्रंदन' ते अगदी ताज्या ताज्या 'षड्ज अनाहताचा'पर्यंतच्या सर्व प्रकारच्या कथांचा समावेश होईल याची काळजी घेतली. गंमत म्हणजे आमच्या या संपूर्ण चर्चेचं ध्वनिचित्रमुद्रण अजितने केलं ते जवळजवळ आठ तासांचं झालं. मग यातून गिरीशच्या लेखनप्रवासाचा परिचय करून देणारा १०-१५ मिनिटांचा एक दृकश्राव्य कार्यक्रम या एकसष्ठीच्या निमित्ताने करावा असं ठरलं. पुढे वाढदिवसाच्या आधी गिरीश अमेरिकेला गेला. तो तीन महिन्यांनी परत भारतात आला, तेव्हा एकसष्ठीचं प्रयोजन संपलं होतं. त्यामुळे हा प्रकल्प मागे पडला. गेल्या तीन वर्षांतल्या लॉकडाऊन परिस्थितीमुळे सर्व

लांबतच गेलं. त्यामुळे आता देश निर्बंधमुक्त होत असताना, आम्ही हा ग्रंथ प्रकाशित करत आहोत.

गिरीश कथालेखक तर आहेच; परंतु त्याहूनही चांगला कथाकथक आहे. गिरीशच्या जवळजवळ सर्व कथा मी प्रथम ऐकल्या आहेत आणि नंतर वाचल्या आहेत. गिरीश जशी कथा सांगतो, तशीच (अगदी ऱ्हस्व दीर्घासकट) लिहितो. गिरीशला कथा एखाद्या चित्रपटाप्रमाणे संपूर्ण दिसते. त्यामुळेच त्याच्या कथा वाचकाला चित्रदर्शी वाटतात. गिरीशला अगदी साध्या साध्या गोष्टीत कथा दिसते. जीएंच्या 'सांजशकून'ची अर्पणपत्रिका वाचून गिरीशला 'चि. राजास' ही कथा सुचली. अवघी तीन पत्र एवढाच कथेचा पसारा; परंतु यातूनही गिरीश इतकी परिणामकारक कथा उभी करतो, की वाचक काही क्षण सुन्न होऊन जातो. 'आक्रंदन' ही गिरीशची लेखनाच्या सुरुवातीच्या काळातली म्हणजे १९७६च्या सुमारास प्रसिद्ध झालेली भयकथा. लौकिकार्थाने भयकथा म्हटलं, की अमानवी अस्तित्व, गूढ प्रयोग असं काही तरी आपल्या डोळ्यासमोर उभं राहातं; परंतु 'आक्रंदन' ही अगदी आगळी भयकथा आहे. म्हणजे 'भय भावना' हाच या कथेचा स्थायीभाव आहे. वाड्यामध्ये कोंडल्या गेलेल्या शंकरच्या बालमनाची भयाने काय अवस्था झाली असावी, या केवळ कल्पनेनेच वाचक अस्वस्थ होतो. कथेच्या शेवटी शंकरवर मातृवत ममता करणारी वहिनी या धक्क्याने उन्मळून पडते आणि वाचक नियतीचा हा खेळ अनुभवताना हतबुद्ध होतो. 'तनया' काय 'तोल' काय किंवा 'षड्ज अनाहताचा' काय, गिरीशची प्रत्येक कथा वाचकाला एका अतिसुंदर कथाविष्काराचा अनुभव देते.

गिरीशची वैचारिक बैठक सावरकरी तत्त्वज्ञानाची आहे. त्यामुळेच त्याच्या लेखनातही 'जे जे उत्तम उदात्त उन्नत' तेच येतं. कुठेही अमंगलाचे उदात्तीकरण होत नाही. गिरीशच्या कथालेखनात तर ते दिसतेच; परंतु त्याच्या वैचारिक आणि ललितलेखनात ते प्रकर्षाने जाणवते. गिरीशच्या वैचारिक लेखनाचं आणखीन एक ठळकपणे लक्षात येणारं वैशिष्ट्य म्हणजे त्याचं लेखन हे त्याच्या स्वतःच्या अभ्यासातून, चिंतनातून आलेलं असतं. त्यावर प्रस्थापित इझम्सचा कोणताही परिणाम झालेला नसतो. कार्ल मार्क्सवरच्या त्याच्या लेखात हे प्रकर्षानं जाणवतं.

युरोपातील अनियंत्रित भांडवलशाहीच्या काळात मार्क्सला भांडवलदार, जमीनदार वर्ग आणि गरीब कामगार कष्टकरी वर्ग यातली दरी जाणवली आणि त्यातून त्याचं वर्गविग्रहाचं तत्त्वज्ञान जन्माला आलं, असं सर्वसाधारणपणे मानलं जातं; परंतु गिरीशला त्यात आणखीन एक पदर जाणवतो. तो म्हणजे, युरोपात त्या काळात असलेल्या ज्यू आणि ख्रिश्चन समाजातील धार्मिक असहिष्णुतेचा. गिरीश आपल्या लेखात या मुद्द्यांचा विचार करतो आणि या लेखाला एक वेगळेच परिमाण प्राप्त होते. 'मन करा रे प्रसन्न' हा लेख

म्हणजे गिरीशने घेतलेला 'कोऽहं?'चा शोध आहे. या विचारमंथनातून गिरीशने भारतीय तत्त्वज्ञानाचं नवनीतच वाचकांसमोर मांडलं आहे. 'शतजन्म शोधताना' हा स्वातंत्र्यवीर सावरकरांवरचा लेख म्हणजे गिरीशने गायलेली तेजाची आरती आहे. 'जगन्नाथाचा रथोत्सव' हा लेख म्हणजे महाकवी सावरकरांच्या अंदमानातील तीन दीर्घकाव्यांचं गिरीशचं आकलन. यात गिरीशने सावरकरांच्या काव्यप्रेरणेचा वेध घेताना एक अतिशय मार्मिक निरीक्षण नोंदवलं आहे. गिरीश म्हणतो, 'जीवनाने कवितेला विषय पुरवावा आणि कवितेने पुन्हा जीवनाला ऊर्जा पुरवावी...'

गिरीशचं हे निरीक्षण वाचकाला सावरकरांच्या कवितेकडे पाहण्याची एक वेगळी दृष्टी देते. 'नवल वर्तले अजि...' या लेखात गिरीशने एक वेगळाच प्रयोग केला आहे. हा लेख गिरीशने औपनिषदिक स्वरूपात मांडला आहे. प्रश्नोत्तरातून उलगडत जाणाऱ्या या लेखात, खंडन-मंडन करत गिरीशने भारताच्या इतिहासाकडे पाहाण्याचा सार्थ आणि सम्यक दृष्टीकोन मांडला आहे.

गिरीशचे वैचारिक लेख त्याच्या अभ्यासातून प्रकटतात, तर ललित लेख त्याचे चिंतनातून, शोधक दृष्टीतून उमलतात. साधा वाडीतला क्रिकेटचा खेळ; परंतु त्या खेळ तून गिरीशच्या नजरेपुढे उलगडतो तो मानवी जीवनाचा खेळ. प्रत्येकाचे यमनियम वेगळे, पण खेळातला रंग मात्र तोच! लहानसहान घटनांतून महान अर्थ शोधण्याची ही वृत्तीच, गिरीशमधल्या लेखकाला सतत लिहीत राहण्यासाठी प्रवृत्त करत असते.

संवेदनशील मनात एखाद्या विषयावर उमटणारे विचार तरंग म्हणजे गिरीशचे मुक्तछंद आहेत. हे म्हटले तर गद्य आहे; परंतु त्याला एक अंगभूत गेयता आहे.

'आपुलाची संवाद असे आपणासी' अशा स्वरूपाचे हे गिरीशचे मुक्तचिंतन. 'द्वारकाधीशास' या मुक्तछंदात गिरीश स्वत:शीच कसा संवाद साधतो, याचे वाचकाला नेमके प्रत्यंतर येते. एका निवांत क्षणी द्वारकेतील द्वारकाधीशाच्या मूर्तीशी सुरू होणारा हा संवाद, बघता बघता आपल्याच हृदयातील हृदयस्थ जनार्दनाशी होऊ लागतो. समोरची साकार मूर्ती निराकार होते आणि अवघं विश्व व्यापून टाकते. पूर्णावतारी कृष्णाच्या ऐहिक लीला मोहवून टाकतात, तर त्याचे गीतेचं तत्त्वज्ञान सर्व प्रश्नांची उत्तरं देता देताच आपल्या पुढे अनेक नवीन प्रश्न उभे करतं. शेवटी या प्रश्नांची उत्तरे शोधण्याचा अधिक प्रयास न करता गिरीश एकच मागणे मागतो,

माझी भूमिका मी नाही ठरवत,
ती ठरवणारा 'तो' कोणी वेगळाच आहे
ही जाणीव माझ्या मनात सदैव राहो.

द्वारकाधीशाशी सश्रद्ध संवाद साधणाऱ्या गिरीशला चार्वाकही मोहून टाकतो.

'चार्वाकाय नमः' म्हणजे गिरीशने केलेली महर्षी चार्वाकांची शब्दारती. प्रज्ञेच्या निकषावर घासूनपुसून घेतलेली व्यवहारी जीवनसूत्र सांगणारा महर्षी चार्वाक. ज्याचे तत्त्वज्ञानदेखील आता केवळ खंडन स्वरूपातच उपलब्ध आहे, असा इतिहासात उपेक्षित राहिलेला थोर इहवादी तत्त्वज्ञ. चार्वाकांची प्रखर बुद्धिवादी ऐहिक भूमिका स्वीकारणं आणि त्याप्रमाणे आचरण करणं केवळ अशक्य. एखादाच सावरकरांसारखा प्रज्ञावंत चार्वाकाच्या मार्गाने जाण्याचा प्रयत्न करतो आणि त्याच्या वाट्यालाही महर्षी चार्वाकांसारखीच उपेक्षा येते. हे दोन्ही मुक्तछंद एकत्र वाचले, तर तत्त्वज्ञानालादेखील व्यवहारवादाचं कोंदण आवश्यक असतं, याची जाणीव वाचकांच्या मनात ठळकपणे ठसते.

निर्मोही निरिच्छ वृत्तीने राजकारण समाजकारण करणाऱ्यांची महत्ता जशी गिरीशला भावते, तशीच अर्थकारण करून सुबत्ता समृद्धी आणू पाहणारांवरदेखील गिरीश त्याच असोशीने लिहितो. 'धीरूभाई अंबानी-पुरुषार्थाची प्रतिमा' या चरित्र ग्रंथासाठी गिरीशने लिहिलेले अर्थसूक्त याची नेमकी साक्ष आहे. आपल्या पाठ्यपुस्तकांतून बालपणापासूनच 'धट्टीकट्टी गरिबी आणि लुळीपांगळी श्रीमंती' असे विचार आपल्या मनावर बिंबवले गेले. त्यामुळे उद्यमशीलतेतून व्यवसाय उभारून सर्व समाजाची उन्नती घडवणारे उद्योगपती महाराष्ट्रात हाताच्या बोटांवर मोजण्याइतकेच झाले. अर्थकारणाचे महत्त्व विषद करताना गिरीश म्हणतो,

"हे अर्था, तुझ्या साहचर्याशिवाय प्रपंचाचा पसारा मांडता येत नाही. पुरुषार्थाची चौकट उभारता येत नाही, की संस्कृतीचे संचितही निर्माण होत नाही. म्हणूनच हे अर्था, तू आमच्या सुखाचे मूळ आहेस, आमच्या धर्माचा उगम आहेस."

सावरकरांच्या 'मूर्ती दुजी ती', 'मरणोन्मुख शय्येवर', 'सायंघंटा', 'माझे मृत्युपत्र' या दीर्घ कवितांचे (प्रत्येक कविता साधारण १६० ते १९० ओळींची) 'तिमिरातील तेजोत्सव' या कार्यक्रमांत रंगमंचीय सादरीकरणासाठी गिरीशने केलेलं 'वामनीकरण' केवळ अप्रतिम (हा वामनीकरण शब्दही गिरीशचीच देणगी). सावरकरांची शब्दकळा अबाधित ठेवून संपूर्ण कवितेचा आशय आणि सौंदर्य केवळ पाच-सहा मिनिटांच्या मुक्तछंदात वाचकांना प्रत्ययास आणून देण्याची किमया गिरीशच करू जाणे.

गिरीशच्या दीर्घ कथा म्हणजे जणू चित्रपट कथाच! वाहते कथानक, सुस्पष्ट व्यक्तिचित्रण, विविधांगी प्रसंग मांडणी आणि या सर्वांतून साधलेला अचूक अपेक्षित परिणाम ही गिरीशच्या दीर्घ कथांची सहज जाणवणारी वैशिष्ट्यं आहेत. आपल्या दीर्घ कथांतून गिरीश वातावरणनिर्मिती इतक्या समर्थपणे करतो, की वाचकाला प्रत्यक्षानुभव यावा. 'अर्थ-अनर्थ' ही दीर्घ कथा साधारण ७०-७५ वर्षांच्या कालखंडात घडत जाते. त्यामुळे कथेत पात्रं भरपूर आहेत; परंतु प्रत्येक पात्राला गिरीशने योग्य न्याय दिला आहे.

या कालखंडात माणसांच्या आचार-विचारांत पडणारे फरक आणि त्यातून निर्माण होणारा संघर्ष गिरीशने रेखाटला आहे.

'क्षण क्षण संघर्षाचा' या कादंबरीत गिरीशने सरकारी नोकरीत असलेल्या आदर्शवादी प्रामाणिक विशेषज्ञ अभियंत्याच्या ससेहोलपटीची कथा मांडली. सत्तेच्या राजकारणात प्रामाणिक सद्चरित्र सामान्य माणूस कसा बुद्धिबळातील प्याद्याप्रमाणे वापरला जातो, भरडला जातो, लढतो, न्याय मिळवतो आणि शेवटी समष्टीच्या कल्याणासाठी आपलं संशोधन 'इदं न मम्' म्हणत शासनाच्या हवाली करून टाकतो, याचं प्रत्ययकारी चित्रण गिरीशने केलं आहे. कादंबरी हातात घेतली, की ती पूर्ण झाल्याशिवाय वाचक खाली ठेवूच शकत नाही. साठे, अरुंधती, मोहनराव, मुख्यमंत्री ही प्रत्येक व्यक्तिचित्रणं एखाद्या रेखाचित्रासारखी झाली आहेत. त्यात काळ्या-पांढऱ्या छटा तर आहेतच; परंतु करड्या छटांमुळे प्रत्येक व्यक्तिरेखा जिवंत झाली आहे. अगदी छोटीशी अशी रहाळकरांची व्यक्तिरेखादेखील मनाला चटका लावून जाते.

गिरीशच्या 'लय-प्रलय' कादंबरीच्या तीन आवृत्त्या आणि एक ई-आवृत्ती निघाली, हे विधानच त्या कादंबरीची वाचकप्रियता सिद्ध करण्यासाठी पुरेसं आहे. फितुरीमुळे होणाऱ्या देवगिरीच्या पतनापासून ते अगदी १९९३ च्या बॉम्बस्फोटापर्यंतचा कालखंड या कादंबरीत गिरीशने चितारला आहे. एवढा मोठा कालखंड चितारताना त्यात अनेक पात्रं येतात; परंतु गिरीशच्या लिखाणाचं वैशिष्ट्य म्हणजे प्रत्येक पात्र माणूस म्हणून आपल्या समोर उभं राहतं. पात्राचं पूर्वायुष्य, त्यातील घटना आणि त्या सर्वांचा पात्राच्या मानसिकतेवर होणारा परिणाम मांडल्यामुळे संपूर्ण कथानक अतिशय विश्वसनीय वाटतं. जवळजवळ ८०० वर्षांच्या कालखंडात हिंदुत्वावर झालेली आक्रमणं, आक्रमकांनी तोडलेले हिंदू समाजाचे लचके आणि तरीही निद्रिस्त राहिलेला हिंदू समाज गिरीशला अस्वस्थ करतो आणि ही कादंबरी लिहिण्यास प्रवृत्त करतो. वास्तविक गिरीश हा हिंदुत्ववादी; परंतु या कथानकाच्या निमित्ताने समाजवाद, साम्यवाद, सावरकरांचे हिंदुत्व, हे सारे विवेचन गिरीशमधला लेखक अगदी तटस्थ मोकळेपणाने मांडतो. त्यामुळेच ही कादंबरी एक प्रचारी साहित्य न होता एक साहित्यिक कलाकृती ठरते.

एकदा संगणकावर 'गूगल अर्थ'मध्ये आपले घर पाहत असताना गिरीशला 'कोडिंग-डिकोडिंग' कादंबरीची कल्पना सुचली. साध्या साध्या रोजच्या वापरातील संगणक प्रणाली वापरून गुप्त माहिती संकलन करणे आणि त्यातून जगावर नियंत्रण ठेवणं या कल्पनेवर आधारित ही कादंबरी आहे. ही कादंबरी गिरीशने २०१२ मध्ये लिहिली; परंतु २०२२ मध्ये जेव्हा राफेल विमाने भारतात आली, तेव्हा भारतीय लष्करी संशोधन केंद्राने राफेल विमानांची संगणक प्रणाली बदलून तेथे संपूर्णपणे भारतीय बनावटीची संगणक प्रणाली

बसविली अशी बातमी आली होती. केवळ या एका महत्त्वपूर्ण घटनेवरून गिरीशमधल्या द्रष्ट्या लेखकाची भविष्यवेधी दृष्टी आपल्याला दिसते.

बालपणापासून अनेक नाटकं पाहिल्यामुळे आणि महाविद्यालयीन जीवनात अनेक एकांकिका आणि नाटकांतून कामं केल्यामुळे कथा-कादंबऱ्यांतून इतकं चित्रदर्शी लिखाण करणारा गिरीश नाट्य लेखनाकडे ओढला जाणं स्वाभाविकच होतं. गिरीशने आतापर्यंत सात नाटकं लिहिली आहेत.

'तनया' हे नाटक म्हणजे गिरीशच्या 'तनया' या कथेचंच नाट्य रूपांतर आहे. नाट्य आणि चित्रपट अभिनेत्री मुलगी आणि तिचे प्राध्यापक वडील यांच्यातल्या संघर्षावर हे नाटक आधारित आहे. कलेच्या नावाखाली स्त्रीदेहाचं उत्तान प्रदर्शन, नाटक आणि चित्रपटासाठी खरोखर आवश्यक असते का? कलात्मकतेच्या नावाखाली निखळ व्यापारी दृष्टीकोनातून असे प्रसंग कथानकाची गरज या नावाखाली चित्रपट नाटकात पेरले जातात आणि कलाकाराचं एका अर्थाने शोषणच केलं जातं. अशा चित्रपट नाटकाचा आस्वाद घेण्यासाठी येणाऱ्या सर्वसामान्य प्रेक्षकाला मात्र त्यातली कलात्मकता न दिसता केवळ उत्तानताच जाणवत असते आणि तो गर्दी त्यासाठी करत असतो. असा गंभीर कथाविषय गिरीशने अतिशय संयमाने हाताळला आहे. विशेषत: मुलीचा नवीन चित्रपट सिनेमागृहात बघून आल्यानंतरचा वडील आणि मुलीचा प्रसंग गिरीशने अप्रतिम रंगविला आहे. गिरीशच्या 'तनया' नाटकाला २०११ सालच्या राज्य नाट्य स्पर्धेत साहित्य संघ केंद्रात प्रथम क्रमांकाचं पारितोषिक मिळालं होतं.

सर्वसामान्यपणे कथालेखक नाटक लिहितो, तेव्हा ते आधी लिहिलेल्या एखाद्या कथेचं किंवा कादंबरीचंच नाट्य रूपांतर असतं; परंतु 'अग्निपरीक्षा' हे नाटक गिरीशने आधी लिहिलं आणि दोन वर्षांनंतर त्यावर 'क्षण क्षण संघर्षाचा' ही कादंबरी लिहिली. या कथानकातील 'साठे' या व्यक्तिरेखेची भुरळ या उलट्या प्रवासाचं कारण असू शकेल का? याचं उत्तर गिरीशच जाणे. हे नाटक म्हणजे सरकारी नोकरीतील एका आदर्शवादी प्रामाणिक आणि विशेषज्ञ अभियंत्याच्या होरपळीची कहाणी आहे. जनकल्याणाचे प्रकल्प राबवितानाही श्रेयवादासाठी राजकारणी एखाद्या निरपराध प्रामाणिक माणसाचा कसा बळी घेतात, याचं विदारक चित्रण गिरीशने रंगवलं आहे. या राजकारणाच्या दलदलीत रुतलेल्या मान्यवर पुढाऱ्यांपेक्षा, हा प्रामाणिक माणूस जनकल्याणासाठी आपले संशोधन सरकार स्वाधीन करून कसा निर्मम वृत्तीने बाजूला होऊन दशांगुळे श्रेष्ठ ठरतो या सकारात्मकतेवर हे नाटक संपतं.

आपल्या ४२ वर्षांच्या आयुष्यात ३९ लढाया मारणाऱ्या आणि छत्रपतींच्या हिंदवी स्वराज्याचं मराठा साम्राज्यात रूपांतर करणाऱ्या बाजीराव पेशव्यांवर एखादं नाटक

लिहावं, असं गेली अनेक वर्षं गिरीशच्या मनात होतं. ते नाटक अखेरीस २०१५ साली लिहून झालं. गिरीशने या नाटकाची मांडणी आगळ्या पद्धतीनं केली आहे. यात बाजीराव पेशव्यांच्या पराक्रमाच्या पार्श्वभूमीवर, मस्तानी प्रकरणाचा उपयोग करून दरबारी राजकारण करत, श्रीमंताना नामोहरम करण्याचा प्रयत्न करणाऱ्यांच्या कारवाया, या महापुरुषाला कसा मानसिक क्लेष देत राहतात, याचं अतिशय प्रत्ययकारी चित्रण गिरीशने केलं आहे. नाटकातला अखेरचा प्रवेश तर गिरीशने इतक्या तरलपणे लिहिला आहे, की नाटक संपल्यावर काही क्षण आपण स्तब्ध होऊन जातो. विशेष म्हणजे या नाटकाचं पहिलं वाचन श्रीमंत बाजीराव पेशव्यांच्या समाधीस्थानी झालं.

धर्म, अर्थ आणि काम हे भारतीय संस्कृतीत तीन पुरुषार्थ मानले गेले आहेत. दुर्दैवाने मराठी समाजात 'धट्टीकट्टी गरिबी आणि लुळीपांगळी श्रीमंती' अशा काही भोंगळ कल्पनांमुळे उद्योगजकतेला पाहिजे तेवढं उत्तेजन मिळालं नाही. नोकरी करून उपजीविका करावी अशीच मानसिकता रुजविली गेली. मराठी समाजाला अर्थ पुरुषार्थाची प्रेरणा देण्यासाठी गिरीशने एका उद्योगपुरुषाचं चरित्र मराठीत आणलं. उद्योग उभारून स्वतःची भरभराट तर करावीच; परंतु त्याबरोबरच हजारो लोकांना रोजगार पुरवून संपूर्ण समाजच समृद्ध करावा या कल्पनेने झपाटलेल्या धीरूभाई अंबानी या अर्थपुरुषाच्या दिनकर पंड्या लिखित चरित्राचा गिरीशने केलेला अनुवाद, म्हणजे धीरूभाईंचं मराठीतलं पहिलं चरित्र. 'पुरुषार्थाची प्रतिमा धीरूभाई अंबानी' या पुस्तकाच्या पाच छापील आवृत्त्या आणि एक ई-आवृत्ती निघाली आहे.

गिरीशच्या लेखन कारकीर्दीचा एक उच्च बिंदू म्हणजे गिरीशने लिहिलेलं नरेंद्र मोदींचं चरित्र 'नरेंद्रायण'. नरेंद्र मोदींच्या भाषणातल्या 'जर माणसाला खरोखरच समाजासाठी काही करण्याची इच्छा असेल आणि ईश्वरकृपेने त्याला सत्ता मिळाली, तर तो माणूस समाजासाठी खूप काही करू शकतो', या एका वाक्याने गिरीशला नरेंद्र मोदींचं चरित्र लिहिण्याची प्रेरणा मिळाली. 'नरेंद्रायण'च्या लेखनाची प्रेरणा मिळाली २००७ साली आणि प्रत्यक्ष लेखन प्रवासास सुरुवात झाली २००८च्या गुढीपाडव्यास. चरित्रलेखनास सुरुवात झाली, तेव्हा मोदीजी केवळ गुजरातचे मुख्यमंत्री होते. २००२च्या गोध्राकांडाचं निमित्त करून मोदींच्या बदनामीची मोहीम देशभरातीलच नव्हे, तर जगभरातील माध्यमांतून आक्रस्ताळेपणाने सुरू होती. तथाकथित खोट्या चकमकींमध्ये गुंतवून मोदींना गुन्हेगार ठरवून राजकारणातून हद्दपार करण्याचा कुटिल डाव खेळला जात होता. कधी काळी मोदी देशाचे पंतप्रधान होतील, याची कोणाला कल्पनादेखील नव्हती; परंतु गिरीशला मात्र मोदीजींच्या चरित्र आणि चारित्र्याची महती मनोमन जाणवली होती. 'नरेंद्रायण'चा संपूर्ण प्रवास मी गिरीशसोबत अनुभवला. गुजरातमधील विविध शहरांतून सामान्य

रिक्षावाला, बस कंडक्टर ते उद्योजक, पत्रकार, लेखक, संपादक आणि राजकारणी असा गुजरातमधील संपूर्ण समाजाचा छेद घेऊन मानस जाणून घेण्याचा प्रयत्न केला. दिल्लीतील काही पत्रकार, संसद सदस्य, पक्षातील श्रेष्ठी अशा अनेक जणांशी केलेल्या संवादातून हळूहळू नरेंद्र मोदींचं व्यक्तिमत्त्व उलगडत गेलं. मातोश्री हिराबेन, पंकजभाई आणि प्रत्यक्ष मोदीजींबरोबर झालेल्या भेटीतून हे चरित्र साकारलं. नरेंद्र मोदींच्या चरित्राच्या निमित्ताने गिरीशने गुजरातच्या सांस्कृतिक, सामाजिक आणि राजकीय प्रवाहांचा आढावा घेतला आहे. गुजरातमधील हिंदुत्वाची वाटचाल कशी होत गेली, याचं सम्यक दर्शन गिरीशने या चरित्रात घडवलं आहे. 'नरेंद्रायण' या पुस्तकाचे हिंदी, इंग्रजी आणि गुजराती अनुवाद प्रसिद्ध झाले आहेत. विशेष म्हणजे अमेरिकेतील 'डोरान्स पब्लिशिंग कं.'ने 'नरेंद्रायण'ची खास अमेरिकन आवृत्ती काढली आहे. 'नरेंद्रायण' ई-आवृत्तीतही उपलब्ध आहे.

भारतीय राजकारणातील काहीसे उपेक्षित राहिलेले राजकीय नेतृत्व म्हणजे डॉ. शामाप्रसाद मुखर्जी. शामाप्रसाद मुखर्जींचा सुरुवातीपासूनच स्वातंत्र्य चळवळीत सक्रिय सहभाग होता. ते प्रांतिक विधिमंडळात निवडूनदेखील आले होते; परंतु बंगालमधील हिंदूंची अवस्था पाहून त्यांनी हिंदू महासभेत प्रवेश केला. १९४३ ते १९४६ ते हिंदू महासभेचे अध्यक्ष होते. स्वातंत्र्यानंतर १९५१ मध्ये त्यांनी भारतीय जनसंघाची स्थापना केली. जम्मू-काश्मीरला विशेष दर्जा देण्यास त्यांचा ठाम विरोध होता आणि त्यासाठी त्यांनी आंदोलन करून तुरुंगवास पत्करला. १९५३ साली जम्मू-काश्मीरच्या तुरुंगातच त्यांचं हृदयविकाराच्या झटक्याने निधन झालं, असं सांगितलं गेलं. अशा या झुंझार व्यक्तिमत्त्वाचं चरित्र गिरीशने २०१९ साली लिहिलं. शामाप्रसादांचे मराठीतलं हे पहिलंच चरित्र आहे. ज्ञानकोषाच्या अखेरच्या खंडात 'हि' या अक्षरांतर्गत 'हिंदू राष्ट्र' ही नोंद गिरीशने लिहिली आहे. हा एक प्रकारे मोठा सन्मानच आहे.

गिरीशच्या जवळजवळ ५० वर्षांच्या कारकीर्दीचा हा धावता आलेख. निवडक म्हटलं, की त्यात निवडीचे निकष आलेच. आम्ही या निवडीत गिरीशच्या संपूर्ण लेखनाची एक झलक मिळेल आणि वाचकांची उत्सुकता वाढून ते गिरीशचं सर्व लेखन वाचतील अशा अपेक्षेने निवड केली आहे; परंतु वैयक्तिक आवड-निवड हा एक भाग प्रत्येक निवडीत अपरिहार्य असतोच. त्यामुळे ज्यांनी गिरीशचं सर्व लेखन वाचलं आहे, त्यांनी या कथेऐवजी ही कथा हवी किंवा हा लेख हवा अथवा हा मुक्तछंद घ्यायला हवा होता, असं म्हटलं तर तेच गिरीशच्या लेखनाचं यश आहे, असं आम्ही समजतो.

सुनील विनायक जोशी

मो. ०९८६९५३०४०४

Email : joshisuvi@gmail.com

प्रस्तावना

शब्द जैसे कल्लोळ!

एखाद्या माणसाने किती लिहावं? आणि तेही अत्यंत असोशीने, अत्यंत समरसतेने! तब्बल पावणेदोनशे कथा, दोनशे ललित, वैचारिक आणि इतर लेख, सात नाटकं आणि तीन चरित्र ग्रंथ लिहिले आहेत. अनेक कविता रचल्या आहेत. साहित्याच्या सगळ्याच प्रांतांत मुशाफिरी करणारे स्वच्छंदी आणि सकस लिखाण केलं आहे. दिसामाजी काहीतरी लिहीत जावं, अशी उक्ती प्रत्यक्ष जगून सार्थ करणारा हा माझा लेखक मित्र.

'निवडक डॉ. गिरीश दावके' हे गिरीशच्या लिखाणाचं सार आहे. त्याच्याकडे लेखक म्हणून देण्यासारखं जे जे काही आहे, त्याचं ते मर्म आहे. मुळात असा एखादा ग्रंथ एखाद्या लेखकाच्या लिखाणाचा होणे, यातच सर्व काही आलं. त्याच्या कामाची पावती, त्याच्या लिखाणाची दाद आणि त्याच्या सर्वगामी चिंतनाचे परीघ. एखाद्याच्या परिघात अशी विविध थरातली माणसं व्यापून असणं हे किती मोलाचं आहे. मला त्याच्या त्याच समृद्ध पसाऱ्याचा हे पुस्तक वाचताना मोह पडला. संपादकीयमध्ये त्याच्या साऱ्याच लिखाणाचा एक सखोल वेध घेतलेला आहे. त्यामुळे तपशिलात जाऊन तशी पुनरुक्ती मी माझ्या मनोगतात करणार नाही. पान-शब्दांशी असलं नातं जोडणाऱ्या आणि शब्दांच्या प्रवाहाला लीलया वाहतं करणाऱ्या या माझ्या लेखक मित्राबद्दल जे वाटतं, ते मात्र लिहिणार आहे. लेखनाच्या एकंदर परीक्षेत्रात गिरीश दावके यांचं स्थान काय आहे, त्यांच्या लेखी नेसकं कसं योगदान आहे, याचा माझ्या मतीने अल्पसा ऊहापोह मी करणार आहे. कारण कोणताही लेखक हा समकालीन राहील की नाही, या प्रश्नाचं लक्षण त्याच्याच लेखनात दडलेलं असतं. इंग्रजीत म्हणतात ना, 'द प्रूफ ऑफ पुडिंग इज इन द पुडिंग इटसेल्फ!' अगदी तसंच आहे हे. कारण गिरीशच्या सर्वंकष लेखनाचा आवाका, पोत आणि परिणाम याचा समग्र विचार व्हावा, इतकं विपुल आणि विविध प्रकारचं लिखाण त्यांनी नक्कीच केलं आहे.

अर्थात हे तितकं मर्यादित नाही. त्यांच्या लेखक म्हणून असण्याचं महत्त्व अजून एका बाबतीत आहे. ते म्हणजे असं त्याच्यासारखं सर्वंकष लिहिणारे लेखक हे, काळाच्या अखंड आणि सगळे मिटून टाकणाऱ्या प्रवाहातल्या एक विवक्षित तुकड्याचं

समकालीनपण नकळत जपत असतात. उद्या काही वर्षांनी जर कोणी मागे फिरत आला, तर त्या संशोधक वृत्तीला असले थांबे फार मोलाचे असतात. कारण हे थांबे त्याच्या वाटाड्याचं काम निश्चितपणे करतात आणि म्हणून ते जपले पाहिजेत. गिरीशच्या सर्वगामी लिखाणाचा वर नमूद केलेला परीघ हा या दृष्टीने महत्त्वाचा ठरतो, तो या संदर्भ जपण्याच्या दर्जासाठी. कारण केवळ असे वस्तुनिष्ठ लिखाणच आपल्याला वाट दाखवायचं काम करतं. बाकी लिखाण हे 'शब्द म्हणजे बापुडे कारा' असेच असते.

गिरीशच्या कथांचं वैशिष्ट्य म्हणजे त्यातील दृश्यात्मकता. कोणत्याही लिखाणात दृश्य कसं येतं? तर ती गोष्ट, त्यातील व्यक्तिचित्रं आणि वातावरण हे लेखकाला दिसत असतं. त्या आकारांना शब्दरूप देणं तेव्हाच शक्य होतं, जेव्हा ते ती गोष्ट सांगणाऱ्याला ते आकार दिसतात. लिखित अक्षरांना चित्रांचं स्वरूप देणं तसं सोपं काम नाही. नुसतं स्वरूप देणं इतकंच नाही, तर त्यात गुंतवून ठेवणं हे तर अधिकच अवघड काम असतं. कथानक आपल्या कक्षेत पुढे पुढे सरकतं आणि वाचक त्यात गुंडाळला जातो आणि अंतिमतः त्या कथावस्तूचाच एक भाग बनतो. लेखक स्वतः आपल्या कथावस्तूशी अगदी निकट आणि घट्ट असल्याशिवाय ही प्रक्रिया घडणंच शक्य नाही. चित्रात्मकता आणि त्यायोगे देता येणारा अनुभव यासाठीचे विणकाम गिरीशच्या कथा चपखलपणे करत जातात. कथेच्या आशयाचं एक आभाळ असतं. आभाळ अशासाठी म्हणायचं, की आभाळ कसं सतत आपल्या जीवनावर सर्वत्र पसरलेलं असतं, तसंच वाचकाच्या मनावर कथेचा आशय सर्वत्र व्यापून असतो. कथा जसजशी पुढे सरकते, तसे या आशयाचे विभ्रम बदलत जातात आणि त्याचं बोट धरून वाचक त्यात अडकत जातो. कथेत रमून जाण्याचं सारं श्रेय त्यामुळे लेखक गिरीशचं आहे.

मुळात कथा ही माणसाइतकीच प्राचीन असली पाहिजे. कारण सांगणं आणि ऐकणं याच नैसर्गिक मूल्यांशी जोडलेली ती गोष्ट आहे. एखाद्या घटनेचं घडणं आणि ते घटित कथन करणं या जशा दोन भिन्न बाबी आहेत. तसंच घटिताची कालसंगती आणि कार्यकारणभावाची भावावस्था अशा दोन बाबी सर्वस्वी वेगळ्या असतात. कादंबरीकार इ एम फॉस्टर सांगतो तसं, 'राजा मेला आणि नंतर राणी मेली' आणि 'राजा मेला आणि त्या दुःखाने राणी मेली', यातली पहिली स्टोरी म्हणजे क्रम आणि दुसरा प्लॉट म्हणजे कार्यकारणभाव. अगदी निरलसपणे बघितलं तर जगातल्या सर्वच कथा इतक्याच अवकाशात प्रवास करतात आणि कथाकार त्यात आपलं स्थान ठरवत असतात. या परिघात त्यांची शैली, आशय आणि परिणाम ठरत जातात आणि असे परिणाम घडवण्यात लेखक या कलावंताची क्षमता सिद्ध होते. एखादा लेखक आपल्याला का आवडतो, याचं कारण या साध्या प्रक्रियेत दडलेलं आहे. कथा हा

साहित्य प्रकार लेखकाची छोट्याशा अवकाशात विलक्षण पट मांडण्याची क्षमता, कसब आणि आवाका अशा त्रिसूत्रीनं घडतो.

वास्तविक आपलं आयुष्य व्यतीत करत असताना आपण नेहमीच विविधांगी अशा समष्टीच्या सावलीत काढत असतो. मग ते लहानपण असो, शैशव असो का प्रौढपण. सातत्याने विविध माणसांच्या संपर्कात आपण येतो. अखंड वाहणारा काळ आणि त्याचं बोट धरून चालत असणारे आपण, या वाटचालीत कधीतरी मन निवांत असतं, तेव्हा अशा आयुष्यात येऊन गेलेल्या माणसांची प्रतिमाचित्रं मनात उमटू लागतात. अशा माणसांच्या साठवणीतून उमटलेले काही प्रसन्न असे अनुभव असतात, ज्यांनी आपलं आयुष्य कळत-नकळत समृद्ध केलेलं असतं. या माणसांचा आणि त्यांच्या अनुभवांचा एक गोफ नकळत मनात आकार घेऊ लागतो आणि त्यातून कथानकाचा जन्म होतो. एखादा जर हे सारे सामोरे येताना त्यात मिसळला गेला असेल, म्हणजे त्याची आकलनशक्ती त्याला या सगळ्यात मिसळून देणारी अशी असेल, तरच या व्यक्ती आणि अनुभवांचे क्षण याचा एक कोलाज तयार होतो. एकदा असा कोलाज मनात उमटत गेला, की मग त्याचे आविष्कार काहीही असोत. म्हणजे कथा, कादंबरी, नाटक किंवा कविता काहीही; पण व्यक्ती, अनुभव, सभोवताल आणि त्यावर सातत्याने चाललेलं चिंतन यांचं ते जमलेलं गणगोत असतं, हे मात्र नक्की. गिरीशसारख्या सतत माणसांमध्ये वावरणाऱ्या आणि तरीही अलिप्त असणाऱ्या, लेखकाला असले गणगोत फार खोलीने लक्षात येते आणि ते व्यक्त करणारी नेमकी शब्दसंपदाही त्याच्याकडे आहे. लेखक म्हणून त्याची जी हुकूमत आहे, त्याचा जो आवाका आहे आणि त्याचं हे सारं चिंतनाचं सार, विविध साहित्य प्रकारात आपल्या अनुभूतीला आविष्कृत करण्याचं सामर्थ्य आहे ते, म्हणूनच नोंद घेण्यासारखं आहे. हे असे असणं हेच मुळी लेखक म्हणून सातत्याने जगण्याचं भान असतं. काही मोजकेच लेखक असले भान बाळगतात. बरेचसे मात्र जनांचा प्रवाह चालला या धबडग्यात कोरडेपणाने पुढे निघून जातात. लेखक गिरीश दाबके या माणसाची ही विस्तृत अशा मराठी साहित्य वर्तुळातील प्लेसमेंट त्यामुळेच मोलाची आहे.

गिरीशच्या कविताही अशाच प्रसन्न मनाच्या अंगणात उगवलेल्या आहेत. त्या लिहिताना गिरीशची लेखणी ऋजुता आणि हळवेपण यांचं एक तलम वस्त्र विणते. कवितेचा मुळात प्राण छोटा असतो. नेमक्या शब्दांत भावार्थाचं आभाळ कविता उभं करते; पण गिरीशची मुक्तछंदातील कविता हे काम करतानाच सहज संवादाचं आगळं माध्यम निवडते आणि एखादा मित्र आपल्याशी बोलत असावा, असं वाटत राहतं. त्याच्या कवितेची तगमग, असोशी अशी थेट मनाला भिडते.

गिरीशने नाटकं पण लिहिली आहेत आणि त्यातल्या संवादाची धार आणि आशयाची धारणा मोठी आहे. नाटक हे मुळात संवादाचं आणि ज्याला 'अबसेन्सचा मीडिया' असं म्हणता येईल त्याचं मर्म आहे. म्हणजे जे रंगमंचावर दिसतं, त्याच्या अबसेन्समध्ये खरे तर नाटक घडत असतं. त्यामुळे साहित्यातील या लोकप्रिय आविष्काराचा नाटककार हा सगळ्यात महत्त्वाचा घटक आहे. नाटककाराला आणि ते बसवणाऱ्या दिग्दर्शकाला हे मर्म कळतं, तेव्हाच नाटक सर्वस्पर्शी होतं. गिरीशच्या नाटकात असं काहीतरी नक्की आहे, जे या माध्यमाचं बलस्थान ठरू शकतं. त्याच्या नाटकांचे विषयसुद्धा आजच्या जमान्यातील लोकप्रिय अशा ओटीटी प्लॅटफॉर्मवरसुद्धा सहजपणे लोकप्रिय होऊ शकतील असे आहेत.

गिरीशचे वैचारिक लेखसुद्धा वेगळे आहेत. अर्थपूर्ण वैचारिक लेखन म्हणजे केवळ आपल्याला माहिती असणाऱ्या गोष्टी वेगळ्या शब्दांत मांडणं नाही. सर्वांना परिचित असलेल्या संकल्पना आणि माहिती पुन्हा पुन्हा मांडल्याने चांगला वैचारिक लेख बनत नाही, तर त्यात विविध मतांचा आणि भूमिकांचा आढावा घेऊन स्वतंत्र वैचारिक मांडणी केलेली असते. तुम्ही कोणत्याही वैचारिक लेखनाला सुरुवात करण्याआधी तुमच्या मतांना अनुसरून तुमची ठरावीक भूमिका असणं आवश्यक आहे. अगदी प्रातिनिधिकच उल्लेख करायचा, तर त्याचा मार्क्सवरचा लेख हा केवळ अद्भुत आहे. ज्याचा वैचारिक वारसा आपल्या वैयक्तिक विचारसरणीच्या अत्यंत वेगळा असताना त्यावर लेख लिहिणं, हेच मुळी आजकाल दुर्मीळ झालं आहे. एखाद्या व्यक्तीकडे तिची विचारसरणी भिन्न असतानाही माणूस म्हणून पाहणं, तिच्या विविध पैलूंचा अभ्यास करणं, त्याबद्दल वस्तुनिष्ठपणे लिहिणं हे केवळ त्यालाच शक्य असतं. जो लेखक पारदर्शी असतो. त्याच्यातील व्यक्तिगत मते तो मार्क्ससारख्या तिसऱ्याच व्यक्तिमत्त्वाबद्दल लिहिताना पाण्यासारखी बाजूला ठेवू शकतो. गिरीशची ही एक विलक्षण ताकद आहे आणि ती दुर्मीळ आहे.

त्याचे लेख वाचताना मरगळ येत नाही. एखादी केवळ तार्किक मांडणी सतत काहीतरी आपल्याला पटवून देतो आहे, असंही वाटत नाही. उलटपक्षी नवीन दृष्टीकोन आणि वेगळी मांडणी असल्याने ते लेख आपल्याला गुंतवून ठेवतात आणि एखाद्या गोष्टीकडे, व्यक्तीकडे बघण्याचे किती वेगवेगळे संदर्भ असू शकतात याची साक्ष देतात.

वैचारिक लिखाणाचा एक आनुषंगिक दोष असा असतो, की त्या लेखकाची भूमिका एकदा समजली किंवा माहीत असली, की मग तो एखादा विषय कसा पुढे नेणार याचे आडाखे आपण बांधू लागतो आणि तिथेच त्यातील नावीन्य संपून जातं, त्या लिखाणातून काहीतरी शोधायची ऊर्मी निघून जाते. मात्र गिरीशचा कोणताही

वैचारिक लेख वाचताना तसं होत नाही. त्याचा कल माहीत असूनही तसं अजिबात होत नाही. याचं कारण त्याने जपलेलं त्यातील समग्रतेचं भान असतं आणि हेसुद्धा फार कमी वैचारिक लेखन करणाऱ्या लेखकांना जमतं. असंही जाणवतं की कदाचित काही ठिकाणी तो आपलं परखड मत त्यात अजिबात मांडत नाही, आपली बाजू अगदी ठासून सांगत नाही आणि हे त्याने सांभाळलेलं भान असावं. सावरकर यांच्या राष्ट्रीय एकात्मतेचं भान सांगताना गिरीश तत्कालीन हिंदुत्व-दमनाचे सारे मर्म सांगून जातो. त्या काळातील राजकीय आणि सामाजिक प्रवासाचे संदर्भ उलगडायला लागतात. आपलं मन कळवळत राहतं. राजकारण कसं सगळ्यांवर मात करतं, याची सुरुवात नेम्की भारताच्या बालवयात व्हावी, या दुर्दैवाचे दशावतार आपण अजूनही भोगतो आहोत. एखाद्या महापुरुषाच्या अकारण प्रतिमाहननाची प्रक्रिया आपल्याला असं कळवळायला भाग पाडते, याचं कारण गिरीशच्या त्या लिखाणाची धार आहे.

गिरीशच्या वरील चारही प्रकारच्या लिखाणाचं बलस्थान हे त्याच्या मूळच्या गोष्ट सांगण्याच्या, म्हणजेच श्रुतीशी जोडलेल्या कसबात आहे असं मला वाटतं.

गिरीशच्या आवाक्याचा पटही मोठा आहे. त्याला काळाचे प्रदीर्घ असे संदर्भ आहेत. एकीकडे चाणक्य तर दुसरीकडे अंबानी असा धोरणात्मक व्यवहार आणि त्यातील यशस्वितेचा विस्तृत कॅनव्हास सावरकर ते शामाप्रसाद मुखर्जी ते पंतप्रधान नरेंद्र मोदी असा राजकारणाचा व्यापक पट. इतिहासातील अनेक संदर्भ त्याच्या लिखाणात सहजपणे येतात. याचाच अर्थ त्याला जेव्हा तो इतिहास समजला असेल, तेव्हा त्याचं मूळ शोधण्याचा कष्टशून्य असा आणि सहज वकूब त्याच्याकडे असणार हे नक्की. कारण इतिहास ही एक वादग्रस्त आणि एकमतावर सहजी न येणारी बाब आहे; पण इतिहासाचे गिरीश देत असलेले दाखले हे आपल्याला अंतर्मुख करतात. कारण यापूर्वी कधीही न ऐकलेलं असं काहीतरी आपण वाचलेलं असतं. गिरीशचा संत विचारांचा नेमका असा अभ्यास आहे, त्यातलं सार त्याला कालसंदर्भासहित समजतं, असं म्हणायला वाव आहे. त्यामुळे तो नुसते निरूपण न करता त्यातलं आजच्या जीवनातल्या संदर्भाशी असणारं नातं विशद करतो. कोणतीही मूलभूत बाब कधीच काळाच्या प्रवाहात नष्ट होत नसते. गरज असते ती त्याच्या आशयाचे आपल्या वर्तमानाशी नाते जोडून देणाऱ्या जोडारीची. गिरीश असाच प्रभावी जोडारी लेखक आहे.

गंमत अशी की हे सारं त्याच्या सहजसुंदर आणि ओघवत्या अशा कथेतून, ललित लेखनातून आणि वैचारिक मीमांसेतून येतं. त्यामुळे ते आपल्याला रूक्ष वाटत नाही. आपले त्यातून आत्ममग्न असे संवाद सुरू होतात. कोणत्याही लेखनातून असा स्वत:शी संवाद सुरू होणं, हे त्या लेखनकर्त्याचं श्रेय म्हटलं पाहिजे. मुळात तो वाचकाला

वाचायला भाग पाडतो, गुंतवून ठेवतो आणि यानंतर आत्ममग्न करतो. मग वाचक यातून स्वत:शी बोलायला लागतो. यापलीकडे अजून साहित्याचं मोल ते काय?

संत रामदासांना आपल्या आयुष्याच्या सार्थकीपणाची साद ऐकू आली होती. म्हणून 'सावधान' या संसाराच्या अक्षरमंत्राला ते सावध झाले, सावरले आणि निघून गेले. अशा हाका खरं तर प्रत्येकाला ऐकू येत असतात; पण त्याकडे दुर्लक्ष करायला लावणाऱ्या ध्वनिप्रहराची पातळी मोठी असते किंवा ती मोठी असावी अशीच आपल्या आसपासची रचना असते. कारण माणसाला आत्ममग्न करणं यातच त्याच्या हरवून जाण्याची बीजे असतात आणि असा हरवलेला माणूस समाजाला आवडत नाही. कारण मग तो त्या झुंडीचा भाग बनू शकत नाही. रामदास अशा हाका ऐकू शकले, यात त्यांचं संतपण आहे आणि असं संतपण आजच्या काळात गवसायला हवं असेल, तर निदान चांगलं वाचत राहिलं पाहिजे. म्हणून तर गिरीशसारख्या लेखकांनी लिहितं राहणं ही काळाची गरज आहे. समाजाच्या डबक्यात त्यामुळे तुरटी फिरू शकते. ते साचलेपण स्वच्छ होण्याची शक्यता त्यामुळे निर्माण होते आणि ते करत राहणं हा प्रवाहपतित न होण्याचा एकमेव मार्ग आहे. **गिरीशसारख्या विलक्षण लेखकाचं महत्त्व असलेच तर ते त्याचं आहे.**

गिरीशने आपल्या कथा, कविता आणि लेखांतून असंच झिरपत राहावं. जे पाणी झिरपत जातं, ते स्वच्छ आणि नितळ असतं. साचलेल्या पाण्याचं मात्र डबकं होतं. अशी डबकी जागोजागी निर्माण झाली, की मग समाजाच्या बकालपणाचं भविष्य उजळतं. तसं होऊ द्यायचं नसेल, तर गिरीशने खूप लिहावं आणि आपल्या समर्थ लेखणीने हा जागर चालूच ठेवावा, अशा विनंतीने थांबतो.

ज्ञानेश्वरीची उसनवारी करायची, तर या समग्र लिखाणाला 'शब्द जैसे कल्लोळ' असं म्हणता येईल आणि ते सार्थ ठरावे असे त्याचे लेखनसामर्थ्य आहे. कोणीतरी हे रोपटं त्याच्या मनाच्या भूमीत लावून दिलं आहे आणि ते रुजलं आहे, त्याचं देवदार होत जावं इतुकीच प्रार्थना.

इति अलम्!

दीपक करंजीकर

मुंबई -२६ जुलै २०२२

कथा

॥ गिरीश तू सुद्धा ?

सारंग बँकेत येणार आहे, अशी बातमी कोणीतरी घेऊन आला आणि एकच खळबळ माजली. सगळे जण अचानक सारंगला पाहायला, भेटायला आतुर झाले. यशस्वी माणसाप्रमाणे अयशस्वी माणसालादेखील पाहायला सगळेच उत्सुक असतात. होय. आज सारंग अयशस्वीच आहे.

जे होईल अशी मला भीती वाटत होती, तेच झालं शेवटी. सारंगच्या सस्पेन्शनचा मेमो नीच टाईप केला. मेमोवर सही झाली आणि ती बातमी वाऱ्यासारखी बँकेत पसरली. म्हणूनच त्याला पाहायला आज लोकांमध्ये उत्सुकता होती.

अनेकांना वाटत होतं, की सारंग हादरलेला भेदरलेला असेल. कोणी म्हणालं की,

"तो येणारच नाही, त्याचा वकीलच येऊन मेमो घेईल."

कोणी म्हणालं,

"निर्लज्ज सदा सुखी... त्याला काय फरक पडतोय, येईल तो मेमो घ्यायला."

मी गप्प बसून ऐकत होतो.

मलादेखील वाटत होतं, की सारंगने येऊ नये. पण तेवढ्यात...

"हॅलो फ्रेंड्स!"

सारंगचा खणखणीत आवाज आला.

"काय किशोर, भावाचा इंटरव्ह्यू कसा झाला? मी त्या साहेबांना फोन केला होता. झालं का काम?"

"अं... अं झालं ना."

"मग हे मला कधी कळवणार?"

"आज-उद्या कळवणारच होतो."

"काही अडचण आली तर मात्र नक्की कळव."

"काय सुनील, मागच्या शनिवारी पार्टी झाली म्हणे. माझे पेग ठेवले आहेस ना बाजूला?"

सुनीलने आवंढा गिळला.

"चालेल. चालेल."

पण त्याचा आवाज काही फुटला नाही.

"छोड दो यार! फिर कभी."

"बिलिमोरीया, साला सिगारेट काड. अहिं आवीने तारी सिगारेट न पिऊ ए वातमां कांई माल नथी."

बिलिमोरीयाने मुकाट्याने सिगारेट दिली. सारंगने रुबाबात सिगारेट पेटवली आणि धुराचा फवारा सोडला.

"काय कुळकर्णी? आज गुरुवार, उपास असेल ना?"

"हो. हो. आहे ना."

"मरा लेको, तुम्ही उपाशीच मरा."

प्रत्येकाबरोबर काही ना काहीतरी बोलत, हसत सारंग पुढे सरकत होता. पाच मिनिटं तरी सहज गेली. आता शेवटचा मी. सारंग माझ्या शेजारून अनोळखी होऊन पुढे सरकला. जणू माझा आणि त्याचा परिचय सोडा... साधी ओळखदेखील नव्हती.

सारंग केबिनमध्ये गेला. मेमो घेऊन काही क्षणातच बाहेर आला. क्षणभर सारंग केबिनच्या चौकटीत उभा होता. समोर मी. मधे कोणीही नाही. त्याच्या नजरेत संतापाचा आक्रोश असता, तरी मला चालले असते. मला जाळणारी आग त्याच्या नजरेत असती, तरी मला चालली असती; पण सारंग जखमी नजरेनं माझ्याकडे पाहात होता. त्याच्या त्या जखमी नजरेनं मीच जास्त केविलवाणा झालो. सारंगच्या आणि माझ्या मैत्रीची क्षणचित्रे त्या दृष्टीत मी पुन्हा पाहात होतो.

*****

सारंग माझा कॉलेजपासूनचा मित्र. खरं म्हणजे त्याचा स्वभाव वेगळा, माझा स्वभाव वेगळा. त्याची वृत्ती वेगळी, माझी वेगळी; पण केवळ योगायोगाने पहिल्या दिवशी एकाच बाकावर बसलो आणि मित्र झालो. परिचय ते मैत्री हा प्रवास सारंगच्या बोलक्या स्वभावामुळे लवकर आणि झपाट्याने पार पडला.

सारंगच्या स्वभावातली बेदरकारी आणि कोणालाही भिडण्यातला त्याचा धाडसी स्वभाव कॅरमप्रकरणी उफाळून आला. कॉलेजच्या जिमखान्याने जुन्या वस्तूंचा लिलाव जाहीर केला होता. त्यात एक अप्रतिम कॅरमबोर्ड होता. मला जाम आवडला होता. पण एका सीनियर ग्रुपला तो बोर्ड हवा होता. त्या ग्रुपने सगळ्या नवीन मुलांना धमकी देऊन ठेवली होती. मी नादच सोडून दिला.

पण लिलावाच्या दिवशी सारंग शांतपणे बोली वाढवत राहिला. शेवटी तो कॅरमबोर्ड तीनशे रुपयांत पदरात पडला. मी आणि सारंग कॅरमबोर्ड घेऊन बाहेर पडलो.

कॉलेजच्या बाहेर त्या सीनियर ग्रुपने आम्हाला घेरलं. माझी तर बोबडी वळायची पाळी आली होती. कोणी तरी शिवी दिली आणि दुसऱ्याच क्षणी त्या मुलाचं थोबाड फुटलं. त्याची कॉलर धरून सारंग म्हणाला,

"या देहाला सारंग पटवर्धन म्हणतात. धमक्याबिमक्या मला नाही द्यायच्या. इतर पोरांना द्या. लिलाव जाहीर होता. आमची ऐपत होती. आम्ही भाग घेतला. संपलं. ह्या गिरीशकडे नुसतं रोखून जरी पाहिलंत ना... राडा करून टाकीन."

राडा हा शब्द मी त्या दिवशी प्रथमच ऐकला.

"पुन्हा सांगतोय मला सारंग पटवर्धन म्हणतात."

ह्या एकाच प्रसंगाने सारंग कॉलेजमध्ये प्रसिद्ध झाला.

सारंगने आयुष्यातली प्रत्येक गोष्ट अशीच बेदरकारीने आणि एका मस्तीत केली. आम्ही तेव्हा सीनियरला होतो. फर्स्ट इयरला कोणी कमल गोखले नावाची मुलगी आली होती. सारंगच्या रुबाबदार व्यक्तिमत्त्वाला साजेल आणि शोभेल अशीच होती कमल.

एका दुपारी कॉरीडोरमध्ये सारंग कमलला म्हणाला,

"नमस्कार. तू कमल गोखले ना? मी सारंग पटवर्धन. आज पहिल्या पीरियडनंतर मला हायवेवरच्या 'आदर'मध्ये भेट."

ती दुपार मला आजही अगदी जशीच्या तशी आठवते. आठवणींचे फोटो काढण्याची काही सोय असती, तर त्या दुपारचे आदरमधले फोटो मला आजही काढता आले असते.

आदरमध्ये मी आणि सारंग.

मुलींबरोबर कसं बोलायचं, ते मला आजही जमलेलं नाही आणि त्यात परत कमलसारख्या सुंदर मुलीबरोबर अशा हुकमी आवाजात बोलण्याची कल्पनादेखील मला करवत नाही.

"सारंग, कमल कदाचित येणार नाही."

सारंग हसला आणि म्हणाला,

"ते नाही चालणार. मी बोलावलंय. कमल येतेय."

"सारंग, मी निघतो."

"निघालास कुठे? बस इथे."

सारंगच्या आवाजात विनंती आणि आज्ञेचं विलक्षण मिश्रण. मी साहजिकच खाली बसलो.

"गिरीश, समोर बघ. कमल येतेय."

सारंगबरोबर मला पाहून कमलला थोडा धीर आला.

"कमल, कॉलेजच्या एकांकिकेत तुला पाहिली. मला आवडलीस तू. तुझ्याबरोबर लग्न

करावं असं अगदी मनापासून वाटतं. तू हो म्हणालीस, तर आनंद होईल. मी बँकेत आहे. इतर काही उद्योग आहेत. आपला संसार अगदी व्यवस्थित होईल."

"प... पण... बाबांना..."

"सरांना भेटायला मी येईन ना."

आश्चर्याची गोष्ट म्हणजे ह्या भेटीनंतर फक्त पंधरा दिवसांनी कमल गोखले सौ. सुहासिनी पटवर्धन झाली.

ओळखी काढणं, त्या टिकवणं आणि वाढवणं याबाबतीत सारंगचं कौशल्य केवळ अभूतपूर्व आहे. कुठे कुठे आणि कोणकोणत्या व्यक्तींबरोबर त्याची केवळ ओळख नाही, तर घनिष्ट परिचय असतो, ते त्याचं त्यालाच ठाऊक. त्याच्याच ओळखीने मलादेखील नोकरी लागली. आणि केवळ दोन वर्षांच्या आत सारंगने पहिली को-ऑपरेटिव्ह सोसायटी बांधून पूर्ण केली. बांधकाम केवळ दोन वर्षांत पूर्ण झालं होतं. मुहूर्ताच्या दिवशीच सारंगने ताबा कधी मिळेल ते वर्ष आणि महिना जाहीर केला होता. तो महिना त्याने कसोशीने पाळला. सभासद खूऽऽष. पुढील सात वर्षांत सारंगने पाच सोसायटीज पूर्ण केल्या.

एक दिवस अचानक सारंगचा फोन आला.

"साल्या, इतके दिवस होतास कुठे?"

"संध्याकाळी भेटलो, की हव्या तेवढ्या शिव्या घाल."

"तू येणार आहेस संध्याकाळी?"

"मी नाही, तुम्ही उभयता माझ्या घरी येणार आहात?"

"हे कधी ठरलं?"

"आठ दिवसांपूर्वी ठरलं?"

"कोणी ठरवलं?"

"मी ठरवलं."

"मला न विचारताच?"

"आता सांगतोय ना पण. चल, चल. फोन ठेवतो. घाईत आहे."

फोन बंद झाला. मी हसलो. सारंग असाच आहे. हुकमत गाजवणारा. आर्जवी बोलणारा.

संध्याकाळी आम्ही उभयता सारंगच्या घरी.

दारात नवी कोरी चकचकीत ॲम्बसॅडर उभी होती.

"गिरीश, ही 'की'. तुझ्या हस्ते नवीन कारचे उद्घाटन कर."

आम्ही नवीन कारने लांबलचक फेरफटका मारून आलो.

रात्री मी सारंगला विचारलं,

"सारंग, एक विचारू?"

"विचार की. परवानग्या कसल्या मागतोस?"

"केवळ पाच-सात वर्षात तुझ्या घरी कार आली. कसं शक्य झालं?"

सारंग मोकळेपणाने हसला.

"ह्या सात वर्षात मी पाच सोसायट्या बांधल्या. आपल्या बँकेच्या स्टाफच्याच सोसायट्या बांधल्या. काही कोटींची उलाढाल झाली. एवढ्या मोठ्या उलाढालीतून मला जर एक ब्लॉक आणि एक कार माझ्यासाठी काढता येत नसेल, तर माझ्यासारखा मूर्ख मीच!"

"यात काही चुकतंय असं नाही वाटत तुला?"

"अजिबात नाही. नीतिनियमांचे पुस्तकी धडे तू मला ऐकवू नकोस. माझं काम चोख आहे. कुठल्याही सोसायटीच्या बांधकामात कोणीही एका पैशाचीही चूक दाखवावी, मी त्या ब्लॉकचे सगळे पैसे परत करीन. हे बघ, माझं बांधकाम चोख आहे, सभासदांचे पैसे मी वर्षानुवर्ष कुजत तर ठेवले नाहीत ना? माझं मन स्वच्छ आहे, काम चोख आहे आणि या जगात कुणाचे हात स्वच्छ आहेत रे?"

"सारंग, तुझ्या बोलण्याने माझं समाधान झालं. सगळ्यांचं होईल?"

"तुझं झालं ना? बस. मला पुरेसं आहे."

"सारंग, एक करशील?"

"काय?"

"बँकेत कारने येऊ नकोस."

"का?"

"का? काय? अरे, साध्या क्लार्कने बँकेत कारने येणं हे काही बरं नाही बघ."

"का?"

"अरे बाबा, सगळ्यांच्या नजरा स्वच्छ नसतात. ऐक माझं."

पण दुसऱ्याच दिवशी मला ज्याची धास्ती होती तेच सारंगने केलं. रुबाबात कारने बँकेत आला आणि त्याच्या विरोधात संशयाचा आणि द्वेषाचा एकच आगडोंब उसळला.

"साल्याने पैसे खाल्ले असतील."

कोणीतरी सूर लावला.

"मी पहिल्यापासून हेच सांगत होतो, पण कोणी ऐकलं नाही माझं. मी नाही झालो त्याच्या सोसायटीचा मेंबर."

आणखी एकाला उबळ आली.

मी गप्प राहिलो.

सारंगच्या मागे त्याच्या पिण्याची, उधळ्या स्वभावाची, पैशाचा माज दाखविण्याच्या त्याच्या सवयींची निंदा करणारे महाभाग निर्लज्जपणे लिफ्ट मागत असत आणि सारंगच्याच

पैशाने पार्ट्या झोडत असत.

सारंगचा आणि माझ्या जाण्यायेण्याचा रस्ता एकच होता; पण मी कधीही त्याला लिफ्ट मागितली नाही, त्यानेही कधी विचारले नाही. ही लक्ष्मणरेषा आम्ही दोघांनीही काही न बोलता अथवा याविषयी काही बोलणं न होता मनापासून पाळली.

मग सारंगची त्याला सोयीस्कर अशा उपनगरातल्या एका लहानशा ब्रांचमध्ये बदली झाली. मी सेंट्रल ऑफिसलाच राहिलो.

खूप दिवसांत सारंगची आणि माझी भेट झाली नव्हती. मीच एक दिवस त्याच्या घरी धडकलो.

"वा वाह, क्या बात है! किती दिवसांनी भेटलास."

सारंगने कडकडून मिठी मारली. संगीत, साहित्य आणि गप्पांनी रंगलेल्या अशा आमच्या त्या बैठकीत मी सारंगला विचारलं,

"सारंग, मी तुझ्या खास ग्रुपमधला नाही. आपल्या भेटीही तशा कमीच होतात; पण कारचं उद्‌घाटन करायला तू मलाच का बोलावलंस?"

सारंग अचानक गंभीर झाला आणि म्हणाला,

"गिरीश, ते माझे कलीग्ज आहेत. तू माझा मित्र आहेस. माझा पैसा, हा त्यांच्या आणि माझ्या संबंधांचा पाया आहे. पण मला वाटतं, की आपली मैत्री एका वेगळ्या अशा आंतरिक संबंधांवर आधारित आहे."

मी जेव्हा जेव्हा सारंगचा विचार करतो, तेव्हा मला वाटतं की त्याच्याजवळ पैसा आहे, म्हणून तो पैसे उडवतो. एका टेचात आणि रुबाबात राहतो. पण त्याच्या मनाच्या खूप मोठ्या प्रदेशावर एका जातीवंत रसिकाचे साम्राज्य आहे. सारंगाचे हे दुसरे रूप त्याच्या ग्रुपमध्ये कोणालाही माहीत नाही. ह्या रूपाचा आणि त्यांचा काही संबंधच नाही. मला माहीत असलेला सारंग संगीताचा खूप खोल आणि चतुरस्त्र असा जाणकार आहे. ज्ञानेश्वरीतील सौंदर्यस्थळं यावर मला माहीत असलेला सारंग तासन्‌तास बोलू शकतो. ज्या सारंगच्या मोहात मी आहे, तो सारंग सावरकरांच्या कवितेवर हेवा वाटावा इतकं सुंदर भाष्य करतो. कुमार गंधर्व, रवी शंकर, ही परमेश्वराची सगुण रूपे आहेत, असा त्याचा ठाम विश्वास आहे. भगवद्गीतेवर खऱ्या अर्थाने भाळलेला सारंग फक्त मलाच माहीत आहे.

सारंगच्या एकाच देहात एक बेदरकार सारंग आणि दुसरा रसिक सारंग अशी दोन व्यक्तिमत्त्वं राहातात. त्या रसिक सारंगला माझ्याकडून प्रतिसाद मिळतो, म्हणून आमची मैत्री आहे. हे असंच असलं पाहिजे, म्हणून तर सारंग म्हणाला, "ते बास्टर्ड्‌स माझे कलीग्ज आहेत; पण गिरीश तू माझा मित्र आहेस."

*****

"हॅलो, कोण गिरीश का?"

"बोलतोय. कोण बोलतंय?"

"सारंग. काल कार विकली."

"काय?"

"अरे, त्या भांडुपच्या सोसायटीत काही कायदेशीर खरकटी उपटली. कार विकावी लागली."

माझ्याच हस्ते सारंगने कारचं उद्घाटन केलं होतं, ते मला आठवलं.

मीच गंभीर झालो.

सारंगबद्दलच्या विपरीत बातम्या कानावर येत होत्या. खरं म्हणजे आदळत होत्या. आनचा पण पूर्वीसारखा संवाद होत नव्हता.

ज्या सोसायटीत कायदेशीर अडचणी उपटल्या, त्या सोसायटीत सारंगच्या दुर्दैवाने सगळे उच्चपदस्थ बँक अधिकारी होते. सारंगला सस्पेन्ड करतील अशा वावड्या होत्या; पण मी त्या फार गंभीरपणे नाही घेतल्या.

सारंगचं पिणं बेसुमार वाढू लागलं होतं. सारंगने वरिष्ठांचे इगो कधी गांभीर्याने सांभाळले नव्हते. तो एक सूक्ष्म राग वरिष्ठांच्या मनात होताच. सारंग सस्पेन्ड होईल, असं एकंदरीत वातावरण होतं.

"सस्पेन्ड कशाला? डिसमिसच करून टाका."

माझ्या डोक्यात संतापाची तिडीक गेली,

"सारंगच्या पैशावर मजा करताना लाजा नाही वाटल्या ना, मग आता किमान गप्प बसा ना! शाप कशाला देता? सारंगसाठी काही करता येत नसेल तर करू नका, पण निदान त्याच्या सर्वनाशासाठी तरी प्रार्थना करू नका."

कार विकावी लागली. जुहूचा शानदार फ्लॅट गेला. सारंग आता बोरिवलीला, स्टेशनपासून खूप दूर कुठेतरी देवीपाडा वगैरे अशा ठिकाणी सिंगल रूममध्ये राहू लागला. त्या खोलीवर मी त्याला भेटायला गेलो. मला वाटत होतं, की सारंग खचला असेल, पण तो तसाच पूर्वीसारखाच बेपर्वा आणि बेदरकार होता. त्याला तसा पूर्ववत पाहून मला खूप बरं वाटलं.

"गिरीश, तू आलास खूप बरं वाटलं. आताशी कोणी येत नाही. कधी फोन केला तरी टाळतात. जेवढ्यास तेवढंच बोलतात. उंदीर साले सगळे! जहाज बुडतंय अशी जरा शंका येताच पळाले साले."

"सारंग, असा धीर सोडू नकोस. हेही दिवस जातील."

'हेही दिवस जातील' ही माझी आशा निष्फळच झाली. सारंगचं नाव बदनाम होत गेलं आणि उधारी मात्र वाढू लागली.

सुनील मला म्हणालादेखील,

"गिरीश तुझे आणि सारंगचे संबंध आहेत म्हणून सांगतो, हल्ली सारंग सगळ्यांजवळ पैसे मागतो आणि परत करण्याचे नावच घेत नाही. जरा सावध राहा."

*****

"हॅलो, कोण गिरीश का? मी सारंग. दहा हजार रुपये हवे आहेत."

"कशासाठी?"

"सुहासिनीला नोकरी करायची आहे."

"काय? सुहासिनी नोकरी करणार आहे? तिने नोकरी करू नये हा तुझाच हट्ट होता ना?"

"हो, होता. पण आता नाही. टाईम हॅज चेंज्ड."

"ठीक आहे. करतो व्यवस्था."

सारंगला पैसे दिले. एवढी मोठी रक्कम उभी करण्यासाठी मी काय काय केलं, ते माझं मला माहीत. पण सारंगची विनंती होती, त्याने केलेली विनंती नाकारणं शक्यच नव्हतं.

जवळपास दोन वर्षं उलटून गेली. सारंगच्या संदर्भात काही विपरीत कानावर आलं नव्हतं. सारंगचं गाडं आता सावरलंदेखील असेल. आमची भेटही झाली नव्हती. मला पैशांची फारच निकड होती. दुसरा कोणताही मार्ग दिसत नव्हता.

"हॅलो... सारंग, गिरीश. पैशांची खूपच अडचण आहे. काही सोय होईल का?"

"त्या रकमेवरच तुझं अडलं आहे का?"

सारंग एकदम ओरडला.

"नाही दिले पैसे तर काय मरणार का आहेस?"

फोन धाडकन बंदच झाला.

माझ्या डोक्यात संतापाच्या ठिणग्या पडल्या. वेल्डिंग करताना चकचकाट होतो, तसं काहीतरी डोक्यात झालं. पैसे माझे. गरज होती तेव्हा मी दिले. सगळे जेव्हा तोंडं फिरवून चालते झाले, तेव्हा मी मदत केली. आणि माझ्याशीसुद्धा अशी बेपर्वाई! म्हणे काय, तर याच रकमेवर तुझं अडलं आहे का? हो. अडलंय. माझे पैसे मला परत हवेत. आता ह्या क्षणी.

संध्याकाळी मी सारंगच्या घरी.

"सारंग, माझे पैसे हवेत. आत्ता ह्या क्षणी."

"पैसे न्यायलाच आला आहेस ना?"

"हो. माझे पैसे."

"घेऊन जा. हा सोफा आहे, शिसवी आहे. टेबल आणि चार खुर्च्या आहेत. सगळं फर्निचर शिसवी आहे. एक मोठा टेबल फॅन आहे. जा घेऊन जा. तुझे पैसे वसूल कर."

सारंगचा मुलगा सोफ्यावर बसून अभ्यास करत होता.

"केदार, बाळा काकांना हा सोफा हवा आहे. तू बाहेर बसून अभ्यास कर. जा. हे टेबल आणि खुर्च्यादेखील काका नेणार आहेत."

"मग मी अभ्यास कुठे करू?"

"अरे, आपण नवीन आणू ना. हे जगातलं शेवटचं फर्निचर आहे का? नाही ना?"

"मग ते दुसरं टेबल आणि सोफा काकांना द्या ना?"

"केदार उतर खाली! थोबाड फोडीन जास्त बोललास तर."

*****

'त्या रकमेवरच तुझं अडलं आहे का?' ह्या शब्दांच्या तिरीमिरीत मी फर्निचर घेऊन घरी आलो खरा. पण रात्री काही झोपू शकलो नाही. आख्खी रात्र तळमळत काढली. मी सारंगच्या घरी गेलो, तेव्हा मला सुहासिनी दिसली नव्हती. ती आता दिसू लागली.

"ते दुसरं नवीन फर्निचर काकांना द्याना. हा माझा सोफा आहे, माझं टेबल आहे. मी अभ्यास कुठे करू?" असं केविलवाणा होऊन विचारणारा केदार मला रात्री दिसू लागला.

"मी वापरलेल्या उष्ट्या गोष्टींचा एवढा मोह असेल, तर घेऊन जाऊदेत त्या गोष्टी."

सारंग सर्वांसमोर म्हणाला होता. मी पैशांचा विषय काढला तेव्हा सारंग सिगारेट पीत होता. अचानक म्हणाला,

"च्यायला, डोळ्यात राख उडाली, पाणी आलं."

सगळ्यांसमोर बेपर्वा असणारा सारंग माझ्यासमोर मात्र 'डोळ्यात राख उडाली पाणी आलं...' असं म्हणून स्वत:चं सनर्थन करत होता. हे सगळं मला संध्याकाळी दिसलं नव्हतं. ते रात्री मात्र दिसू लागलं. 'बाकी सगळे माझे कलीग्ज आहेत, पण तू माझा मित्र आहेस', असं म्हणणारा सारंग मला संध्याकाळी का नाही आठवला? का नाही दिसला? काही दिवसांपूर्वी मी जेव्हा सारंगच्या घरी गेलो होतो, तेव्हा त्याला झालेला आनंद मला संध्याकाळी का नाही आठवला? का नाही दिसला? विपरीत काळात माणसाचा विवेक त्याला सर्वात आधी सोडून जातो, हे साधं सत्य मला संध्याकाळी का नाही आठवलं? का नाही दिसलं? माझ्यात आणि इतरांच्यात फरक तो काय राहिला? इतर सगळे सारंगच्या दृष्टीने केवळ 'कलीग्ज' होते; पण... पण... मी तर मित्र होतो ना! मी असा अगदी पठाण का झालो? रात्र पश्चातापात आणि तळमळण्यात गेली.

दुसऱ्या दिवशी सकाळी...

"सुहासिनी, मी गिरीश."

सुहासिनीने मुकाट्याने दार उघडले.

'या' असं स्वागत काही केलं नाही.

अपराध्यासारखा मी घरात गेलो. केदार टेबलाच्या जागेवरच झोपला होता.

"केदार असा का झोपला आहे?"

"अरे त्याची सवयच आहे, टेबलावर बसून अभ्यास करतो आणि तिथेच झोपतो. आम्ही मोठ्या फ्लॅटमध्ये होतो ना, तेव्हाही असाच झोपायचा."

सकाळी सकाळी मनस्वी उकडत होतं. केदार झोपेत चळवळत होता. वरचा सिलिंग फॅन काल मीच नेला होता. मला मेल्याहून मेल्यासारखं झालं.

"सुहासिनी, काल माझ्या हातून अक्षम्य अपराध झाला आहे. क्षमा मागायला आलो आहे. सामान घेऊन आलोय."

"सॉरी, सामान नाही घेणार."

"सुहासिनी, हा वेडा हट्ट कशासाठी? मी आधीच शरमिंदा झालो आहे. मला आणखी मारू नकोस."

"आम्हाला भीक नकोय."

"ही भीक नाहीये. हे परिमार्जन आहे."

"नाही गिरीश, ज्यावेळी आपल्याच माणसांमुळे डोळ्यातून पाणी वाहतं ना, त्यावेळी त्या घावाला परिमार्जन नसतं. पश्चाताप नसतो. ते मनातल्या मनातच भोगावं लागतं."

"म्हणजे? मला कळलं नाही."

"हे मी केवळ तुलाच सांगू शकते. घरातलं सगळं वैभव गेलं, पण सारंग कधी रडला नव्हता. तो पूर्वीसारखाच बेदरकार होता. कधी कधी त्याच्या ह्या बेपर्वाईचीच मला भीती वाटायची. 'आपण वापरलेल्या उष्ट्या गोष्टींबद्दल एवढं आकर्षण असेल, तर घेऊन जाऊ देत त्या गोष्टी,' असं तो म्हणायचा. पण काल रात्री तू सामान घेऊन गेलास, एखाद्या पठाणाप्रमाणे वागलास, तुला म्हणून सांगत्ये, काल रात्री सारंग एखाद्या लहान मुलासारखा हुंदके देऊन रडला. म्हणाला, गिरीशदेखील असं वागेल याची मी कल्पनाही केली नव्हती."

मला आठवलं, सारंग म्हणाला होता, "च्यायला, डोळ्यात राख गेली. पाणी आलं."

"पण सुहासिनी, सारंग मला म्हणाला, त्याच रकमेवर तुझं अडलं आहे का? आणि ...आणि माझ्या डोक्यात संतापाची तिडीक गेली."

"गिरीश, अरे हे शब्द सारंगने नाही, पण त्याच्या परिस्थितीने उच्चारले होते, हे तू तरी समजून घ्यायला हवं होतं."

मी वर्मी घाव बसावा तशागत स्तब्ध झालो. सारंगच्या घराच्या प्रत्येक कोपऱ्यांतून 'पठाण', 'पठाण' असे शब्द माझ्या कानावर आदळत होते.

"हल्ली सारंग अनेकदा लहानसहान कारणांवरून चिडतो. आदळआपट करतो. कधी

मारहाणही करतो.

"आणि तू ते सहन करतेस?"

सुहासिनी दुःखगर्भित हसली. अशीच एखादी सुहासिनी 'एकच प्याला' लिहिताना गडकऱ्यांच्या डोळ्यांसमोर तरळत असेल.

"गिरीश, तुला माहीत आहे, होळीच्या दिवशी अगदी सभ्य माणसंदेखील बोंबा मारतात. आज सारंगच्या स्वप्नांची आणि महत्त्वाकांक्षांची होळी झाली आहे. म्हणून केवळ सारंग असा विचित्र वागतोय. ह्या अपयशाला तो नाही, तर केवळ नशीब कारणीभूत आहे, हे मला माहीत आहे. मी सहन केलंच पाहिजे. मी बायको आहे त्याची. माझं प्रेम आहे त्याच्यावर. गिरीश, प्रेम नेहमी सहनशीलच असतं रे. एकदा प्रेम असलं, की क्षमा ह्या शब्दाला काही अर्थ नसतो बघ. क्षमा आहे तिथे परकेपणा आहेच ना! तू सामान घेऊन जा परत. तुला आलेला संताप, तुझा संपलेला संयम मी समजू शकते; पण मला आत्ता सारंगला सांभाळलं पाहिजे. गिरीश आला तर त्याला दारात उभा करू नकोस, असं म्हणाला आहे तो. आता सामान तू परत आणलंस तर ती भीक आहे, असंच सारंगला वाटेल. जा तू. सामान घेऊन जा."

"तुम्हाला नाही, पण केदारला हवं असेल सामान."

"तू त्याला विचारून बघ."

मी केदारला विचारलं.

आठ वर्षांचं ते मूल माझ्याकडे अबोल नजरेनं पाहात राहिलं. त्याच्या ओठांनी काय पण त्याच्या डोळ्यांनीदेखील अस्पष्ट असा होकार दर्शवला नाही.

सामान परत नेण्याची माझ्यात हिम्मतच नव्हती. सामान तसंच अंगणातच ठेवून मी घरी आलो. वाटलं, हा क्षणिक राग आहे. निवळेल थोड्या वेळाने.

दोन दिवसांनंतर सारंगच्या घरावरून जाण्याचा योग आला. पाऊस पडत होता आणि घराच्या अंगणात सामान पावसात भिजत होतं. ती क्षणिक चीड नव्हती. तो भयानक प्रहार होता आणि सर्वात दुर्दैवाची गोष्ट म्हणजे तो प्रहार मी केला होता. तो वर्मी प्रहार एका मित्राने केला होता. माझ्या मित्रावर तो घाव मी घातला होता. जखमेतून रक्त गळावं तशागत पाऊस पडत होता.

*****

सारंग केबिनच्या चौकटीत उभा होता. त्याने माझ्याकडे क्षणभर रोखून पाहिलं. सारंगच्या विद्ध नजरेत ही सगळी क्षणचित्रे मला पुनःपुन्हा दिसून गेली. म्हणूनच मला वाटलं, की त्याच्या दृष्टीत मला जाळून टाकणारा संताप असता तरी मला चालले असते; पण त्याची नजर विद्ध होती.

सारंग जणू नजरेनं मला विचारत होता,

"गिरीश, माझ्यावर सगळ्यांनी घाव घातलेच; पण तूही घातलासच ना? अरे, इतरांच्या घावांची मला पर्वा नव्हतीच. ते मी सहज सहन केले. पण गिरीश तू... तूसुद्धा? तुझा घाव मात्र नाही सहन झाला माझ्याने."

सारंगच्या ह्या मूक आक्रोशाने मी घायाळ झालो.

सारंगने एक क्षणभर माझ्याकडे रोखून पाहिले. त्या एका क्षणात एवढं काही सलल, कोसळलं. दुसऱ्याच क्षणी चौकट रिकामी झाली. सारंग नजर फिरवून, एकही अक्षर न बोलता निघून गेला.

सारंग गेला. पण त्याने फिरवलेल्या पाठीवर मला मात्र 'इतर सगळे माझे कलीग्ज आहेत, पण तू माझा मित्र आहेस', असं म्हणणारा सारंग, कारचं उद्घाटन माझ्या हस्ते करणारा सारंग, डोळ्यात राख गेली, पाणी आलं सालं, असं म्हणून स्वतःच्या अश्रूंचं दुबळं समर्थन करणारा सारंग, ज्या संध्याकाळी मी निव्वळ पठाण झालो, त्या रात्री हुंदके देऊन रडणारा सारंग आणि भर पावसात भिजत असलेलं फर्निचर एवढीच चित्रं दिसत राहिली.

मी सुन्न आणि शून्य होऊन बसून राहिलो.

*****

॥ आक्रंदन...

समोरचं ते घर! लहानशा आखीव अंगणाचं. माणसाचं व्यक्तिमत्त्व त्याच्या हसण्यातून दिसावं, तसं घराचं व्यक्तिमत्त्व त्याच्या अंगणातून दिसतं. समोरच्या अंगणाच्या रेखीवपणातूनच घराचा मोकळेपणा आणि खानदानीपणा व्यक्त होतो. भरपूर प्रकाश आणणाऱ्या मोठ्या खिडक्या, प्रशस्त खोल्या, पडवीत सतत डोलणारा झोपाळा आणि या मोकळ्या, स्वच्छ घराला शोभणारी प्रसन्न आणि हसऱ्या स्वभावाची माणसं! वास्तविक वास्तूला असं वेगळं व्यक्तिमत्त्व नसतंच. वास्तूसारख्या वास्तू! दगडांच्या आणि विटांच्या! पण वास्तूला आपण आपापला सुगंध आणि कैकवेळा दुर्गंधसुद्धा अर्पण करतो. मग मात्र प्रत्येक वास्तू वेगळाच आकार आणि व्यक्तिमत्त्व घेऊन आपल्यासमोर साकारते.

स्वच्छ आरसा मधेच कुठंतरी धुरकट व्हावा, त्याच्या धुरकटण्याला कोणतंही कारण नसावं आणि असलंच तरी आपल्या मानवी मनाला अनाकलनीय असं असावं, तसंच या घराच्या एकंदर स्वभावाला आणि प्रकृतीला न शोभणारी अशी शंकराची खोली! सतत बंद आणि अंधारलेली! कुबट! या खोलीच्यासमोर एक मोठा वड पसरलेला आहे. अजस्र फांद्यांचं आणि असंख्य पानांचं हिरवं पटल त्या खोलीसमोर पसरवून तो वड खोलीला अधिकच अंधारून टाकतो. आकाशाचं दर्शनसुद्धा या खोलीला अशक्य आहे. बंद खोली, कुबट वातावरण आणि समोरचा आकाशाला झाकून टाकणारा वड - एवढंच विश्व आहे शंकरचं! त्या विश्वात इतर कुणालाच प्रवेश नाही. वास्तविक या कुंद आणि उद्ध्वस्त विश्वात प्रवेश करण्याची शंकरची तरी कुठं इच्छा होती! पण कुण्यातरी अज्ञात शक्तीची तशी इच्छा होती. त्या इच्छेसमोर शंकर दुबळा ठरला. त्याच्या हातात फक्त तिचा दास होणं एवढंच उरलं! आणि ही खोली त्या घरावर आरशावरच्या धुवटाप्रमाणं चिकटून बसली.

खोलीच्या या धुवटावर मात करणं त्या घरच्या प्रसन्न वृत्तीलाही शक्य झालं नाही. मग त्या खोलीकडे जाणीवपूर्वक दुर्लक्ष करणं एवढंच त्या घराच्या हातात उरलं; पण प्रत्येक

वेळीच दुर्लक्ष करणं शक्य होत नसे. एखादी दिवाळी, रंगलेली पंचमी किंवा गणपती, त्या घराची एक अबोल वेदना जागवून जायचे. सारं घरच उदास, सुनंसुनं आणि खचल्यासारखं केविलवाणं दिसू लागे.

अशा प्रसंगी थोरली खूपच उदास आणि अबोल होई. तासन्‌तास खिडकीत बसून राही. खळूनखळून तिचे डोळे कोरडे झाले होते. ते कोरडे डोळे पाणी नसलेल्या विहिरीप्रमाणं भयाण आणि भकास दिसतं. तिचा अबोलपणा घरात पसरत जाई आणि साऱ्या घरालाच सुन्न करी. या तिच्या अबोलपणाचा परिणाम मधलीवर आणि धाकटीवर व्हायचा. या दोघीही उदास होत. औदासीन्यसुद्धा संसर्गजन्य असतं.

अशाच एका गणपतीच्या दिवशी थोरलीचा उदासपणा पाहून धाकटी हिरमुसली होती. नवीन लग्न झालेलं. गणपतीचा दिवस. धाकटी सुखावली होती; पण तिच्या सुखाचं प्रतिबिंब तिला थोरलीच्या चेहेऱ्यावर आढळलं नाही. माणसाला आपल्या सुखाचा प्रत्यय आणि प्रतिसाद दुसऱ्याकडून हवा असतो. धाकटीला प्रतिसाद मिळाला नाही आणि ती खट्टू झाली; पण हळूहळू तिला शंकरबद्दल समजलं. ती व्यथित झाली. थोरलीचं दुःख ती समजू शकत होती, पण त्यात पूर्णार्थानं सहभागी होऊ शकत नव्हती. थोरलीच्या औदासीन्याची धग सर्वांनाच अस्वस्थ करत असे.

थोरली अस्वस्थपणे घरात वावरत होती. दोर कापलेल्या पतंगाप्रमाणे निर्हेतुकपणे घरात भिरभिरत होती. दूरवर कुठंतरी वरात वाजत होती. वाद्यांचे सूर तरंगत-तरंगत येऊन लाटांप्रमाणे तिच्यावर आदळत होते. त्या लाटा थोरलीला दूर कुठंतरी भूतकाळात नेत होत्या.

वरात कडाडत होती. ताशांच्या नादात डोलणारे लेझीम खळखळत होते आणि प्रत्येक आवाजाबरोबर थोरलीला आठवणींच्या खोल गर्तेत ढकलत होते. त्या आठवणी अप्रिय होत्या, नकोशा होत्या; पण त्या चक्रात फिरल्यावाचून थोरलीला गत्यंतरच नव्हतं. दुःखद आठवणी असाध्य दुखण्याप्रमाणं असतात. दुखण्याप्रमाणंच नकोशा, हानिकारक; पण तरीदेखील स्वतःच्या अस्तित्वाची सतत जाणीव करून देणाऱ्या... ठुसठुसणाऱ्या... हतबल आणि हताश करणाऱ्या! थोरली घरात भिरभिरत होती आणि आठवणीमुळं हळवी होत होती.

वरात! दोन शरीरांना, मनांना आणि घराण्यांना जोडणारा हसरा, नाचरा पण तितकाच हळवा पूल! या पुलावरून प्रवास करणारे सारेच मोहरलेले असतात. पण एक अशी वरात निघाली, की त्या वरातीनं सारं मोहरणंच हरवून टाकलं आणि थोरलीच्या जीवनात हाती राहिलं फक्त त्या आठवणींच्या आघातांपुढं हरणं, हतबल होणं आणि नकोशा अशा आठवणींनासुद्धा कवटाळत आयुष्यातल्या अनेक सुरम्य अशा संध्याकाळी आणि दिवस

उद्‌ध्वस्त करणं!

पाहता-पाहता बारा वर्षं उलटून गेली. कोणत्याही दुःखावर काळ हे औषध असतं म्हणतात; पण ते तितकंसं खरं नाही. काही दुःखं अशी असतात, की त्याच्या जखमा बुजवण्याचं सामर्थ्य काळातदेखील नसतं. काळाला व्यापूनदेखील ते दुःख दशांगुळं शिल्लकच राहातं. अशा दुःखापुढं शरण जाऊन खचत जाणं एवढंच थोरलीच्या नशिबी होतं.

*****

बारा वर्षांपूर्वीची अशीच एक संध्याकाळ. घर नुसतं गजबजून गेलं होतं. थोरली तिच्या भावाच्या लग्नाला जायला निघाली होती. थोरली निघाल्यामुळं शंकरनंदेखील तिच्याबरोबर जाण्याचा हट्ट धरला. थोरलीशिवाय शंकर पंधरा-वीस दिवस राहाणार नाही, याची सगळ्यांना कल्पना होतीच. त्यामुळे थोरलीबरोबर शंकरदेखील निघाला. लांबचा मोठा प्रवास, तोही कधीही न पाहिलेल्या आगगाडीचा, खूप वेळाचा प्रवास. शंकर वारा प्यायलेल्या वासरासारखा हुंदडत होता. सामानाची बांधाबांध झाली. 'हे घेतलंस का, ते विसरलीस तर नाही ना' याची सर्वांच्या स्मरणानं जंत्री झाली. वडील मंडळींना नमस्कार करून थोरली बैलगाडीत बसली. शंकर तर आधीपासून गाडीत बसलेलाच होता. बैलगाडी सुसाटली. पाहता-पाहता दिसेनाशी झाली. शंकरला आणि थोरलीला अनोळखी प्रदेशात घेऊन गेली. काही काळ बैलांच्या घुंगरांचा आवाज आणि उडालेला धुरळा वातावरणात मिसळत राहिला.

*****

थोरली आणि शंकर भिरभिरल्या नजरेनं पाहात होते. नवीन प्रदेश, नवीन माणसं. विविध चालीरीती. लांबच लांब, दृष्टी पोचणार नाही तिथपर्यंत पसरलेली काळीभोर सपाट जमीन. मधूनच कुठंतरी वरच्या कडक उन्हाला प्रतिकार करत जिद्दीनं उभी राहिलेली, गारवा जिवंत ठेवणारी हिरविगार झाडी. शंकरच्या निरनिराळ्या शंकांना उत्तरं देता देता थोरली थकत होती; पण कंटाळत मात्र नव्हती. शेवटी एकदाचा प्रवास संपला. खिलारी बैलांची गाडी एका भव्य वाड्यासमोर थांबली. तो प्रचंड वाडा त्याच्या इवल्याशा नजरेत मावत नव्हता.

शंकरनं कधीतरी एका किल्ल्याचं चित्र पाहिलं होतं. ते चित्र आणि समोरचा वाडा जणू एकच होता. वाड्यासमोरची तटबंदी, शंकरच्या घरापेक्षादेखील उंच दरवाजा, त्याला ठोकलेले पितळी खिळे आणि त्या मोठ्या दरवाजातला लहानसा दरवाजा! शंकर पाहातच राहिला. मग त्यानं वाड्याच्या खोल्या मोजण्याचा प्रयत्न केला. शंकरची अंकसंपत्ती

संपली, पण वाड्याच्या खोल्या काही संपल्या नाहीत. अशा वाड्यात चार दिवस का होईना; पण राहायला मिळणार या कल्पनेनंच शंकर हरखून गेला.

एक दिवस शंकर नुसता वाडाभर धावत होता. निरनिराळ्या पोटमाळ्यांवर जाऊन, उड्या मारून 'धुबधुब' असे आवाज त्याने काढले. तक्तपोशींवरची कमळं मोजून झाली. सगळ्या पितळी कड्या मोठ्यामोठ्यानं वाजवून झाल्या. त्याला ओरडणारं, त्याच्या धावपळीकडे पाहून डोळे वटारणारं असं कुणीच नव्हतं! थोरली कामात मग्न होती. शंकर वाड्यात इतका रमला, की पाचपाच मिनिटांनी थोरलीच्या मागं खाऊसाठी भुणभुण करणारा शंकर आणि वाड्यात मनसोक्त हुंदडणारा शंकर - या दोन व्यक्ती जणू वेगळ्याच होत्या. थोरलीसुद्धा लग्नाच्या गोंधळात अशी विरघळून गेली, की तिलादेखील शंकरचा विसर पडला होता. सगळी माहेरची माणसं भेटली होती. थोरली सुखात होती.

पंगतीवर पंगती उठत होत्या. शंकरनं कुठल्यातरी एका पंगतीत जेवून घेतलं आणि तो पुन्हा वाडाभर धावपळ करायला मोकळा झाला.

थोरलीची नवीन वहिनी बड्या घरची होती. संध्याकाळचा स्वागतसमारंभ धामधुमीचा झाला. वरातीची तयारी झाली. उमदा पांढरास्वच्छ घोडा आणला. लेझीम पथक नाचायला उत्सुक झालं. दारूकाम सुरू होतं, ताशे कडाडत होते. रोषणाईनं वाडा झगमगत होता! नमस्कार-चमत्कार झाले, हसऱ्या, अश्रूपूर्ण नयनांनी नवीन वहिनीनं सर्वांचा निरोप घेतला. एकदा वाड्याकडे डोळे भरून पाहून नवीन वहिनी वरातीबरोबर निघाली. वरात वाजत गाजत निघाली. मिट्ट काळोखात जणू चांदण्यांचा थवा पृथ्वीवर उतरला होता. गावाच्या वेशीवर पुन्हा नमस्कार झाले, निरोप झाले. वरात तिथंच थांबली आणि वऱ्हाड मोटारीत बसून निघालं. थकलेल्या आणि आंबलेल्या थोरलीला प्रवासाची रात्र कशी उलटून गेली ती समजलीच नाही. पण...

सकाळी मात्र विंचू डसावा तशी थोरली ताडकन् जागी झाली आणि तिनं पहिलाच प्रश्न केला. त्या प्रश्नाच्या रूपानं दैवानं फोडलेला टाहोच होता तो.

"दादा, शंकर कुठाय?"

शांत जलाशयात अनपेक्षितपणे दगड पडावा, तशी अस्वस्थता माजली. थोरली तर खचूनच गेली. वऱ्हाड उलटं फिरलं आणि पुन्हा त्याच वाड्यासमोर येऊन थांबलं. पहिल्या वेळी या वाड्याकडे आश्चर्यचकित नजरेनं पाहणारी थोरली आता त्याच वाड्याकडे भयचकित नजरेनं पाहात होती. वाड्यात एकच धावपळ आणि शोधाशोध सुरू झाली. एकेक मजला शोधता-शोधता थोरलीचं त्राण नाहीसं होत होतं. सगळे मजले शोधून झाले. फक्त शेवटच्या मजल्याचा पोटमाळा बघायचा बाकी होता. या पोटमाळ्याला बाहेर पडायला एकच दरवाजा होता आणि आत सहा खोल्या होत्या. त्या खोल्या एकमेकांना

जोडलेल्या होत्या; पण पोटमाळ्याच्या बाहेर पडायला मात्र एकच मार्ग होता आणि त्याच दारावर भलंमोठं कुलूप मग्रुरीत लटकत होतं.

कुलूप उघडण्यात आलं. सगळे जण एका भयांकित उत्सुकतेनं आत डोकावले. थोरली पहिलीच होती. प्रकाशाला सरावलेल्या थोरलीच्या डोळ्यांना, आतल्या अंधाराशी जमवून घ्यायला काही क्षण लागले; पण हे काही क्षणच थोरलीला युगांप्रमाणे भासले. पोटमाळ्याच्या छप्पराला काही भोकं पडली होती. त्यातून प्रकाशाचे झोत खोलीत शिरत होते. माणसाच्या चेहेऱ्यावरच्या कोडांच्या पांढऱ्या फटफटीत डागांप्रमाणे ते कवडसे भयानक दिसत होते. उत्सुकता, भय, शंका, काळजी, धडधड, कमालीचा थकवा - यांची अनेक आवर्तनं त्या काही क्षणांतच गरगरून गेली. थोरलीचे डोळे अंधाराला सरावले आणि मग थोरली किंचाळलीच!

दारातच शंकर वेडावाकडा पडला होता. एक कवडसा त्याच्या चेहेऱ्यावर पडून त्याला भेसूर करत होता. हवा नसलेल्या फुग्याप्रमाणं लोळागोळा होऊन पडलेल्या शंकरला देहधर्माचीदेखील शुद्ध नव्हती, तोंडातून लाळ गळत होती. थोरलीनं त्याला एकदम कवटाळलं.

"शंकर! शंकर, जागा हो! बघ, मी आलेय."

थोरली किंचाळत होती. सगळे स्तब्ध आणि हतबुद्ध झाले होते.

"आई!"

शंकर थोरलीला बिलगला. एक क्षणभरच शंकरच्या डोळ्यात ओळखीचं प्रतिबिंब दिसलं. तो क्षण लांबवण्याचा थोरलीनं प्रयत्न केला. तिनं त्याला आणखीनच कवटाळलं. पटापट त्याचे मुके घेतले; पण व्यर्थ! काजव्याप्रमाणं ते प्रतिबिंब क्षणातच विझून गेलं

शंकरचे डोळे निर्जीव, निष्प्राण आणि निर्भाव बनले. गारगोट्यांप्रमाणं! गारगोट्यांमध्ये अग्निकण सुप्तावस्थेत असतात. गारगोटीतील अग्निकणांप्रमाणेच शंकरच्या डोळ्यांतील कण कुठंतरी हरवले होते; पण ते कण जागृत करण्याचं सामर्थ्य थोरलीच्या प्रेमात नव्हतं.

*****

शंकरला मुंबईला आणण्यात आलं. निरनिराळ्या डॉक्टरांच्या भेटीगाठी झाल्या. विविध प्रकारची आयुधं शंकरच्या इवल्याशा देहावर काम करत होती. त्याचं काम काय चाललंय हे थोरलीला समजत नव्हतं; पण शंकरचे धिंडवडे चालले आहेत हे मात्र तिला जाणवत होतं.

शंकरच्या दुखण्यापुढं डॉक्टरांनी हात टेकले. त्याचा शारीरिक दुबळेपणा खूपसा कमी झाला, पण त्याच्या डोळ्यांतलं तेज, जिवंतपणा हरवला ते हरवलाच! एका दिवसाच्या

भयानक एकांतवासानं शंकरमधलं मनुष्यत्व गिळून टाकलं. शंकरच्या भकास आणि भावशून्य नजरेकडे पाहून थोरलीला वाटायचं, नुसतं असणं आणि जगणं यात खूप फरक आहे. दगडसुद्धा असतोच की! पण नुसतं अस्तित्व म्हणजे जीवन नव्हे. जीवनासाठी प्रवाह हवा! गती हवी! तीच गती, तोच प्रवाह शंकरच्या दृष्टीनं आटला होता. सरस्वती नदी अशीच कुठंतरी वाळवंटात लुप्त झाल्याचं थोरलीला माहीत होतं. शंकरचं जीवनसुद्धा सरस्वतीप्रमाणं त्या वाड्यातल्या एका रात्रीच्या एकांतवासात कुठंतरी लुप्त झालं.

शंकर ग्लानीत काहीतरी बडबडत असे. एका मानसोपचारतज्ज्ञानं त्याची संगती लावून दाखवली. त्या संगतीच्या ज्ञानामुळेच थोरलीला समजून चुकलं की, शंकरच्या जीवनातली सुसंगती संपली आहे. आता भोगायची आहे फक्त विसंगती! आयुष्यातलं उपभोगणं संपलं आहे, उरलं आहे फक्त भोगणं!

शंकर बडबडत होता. थोरली सुन्नपणे ऐकत होती.

"वहिनी, तो कोपऱ्यातला, हिरवा सिंह... तो बघ बैल मला तुडवून टाकील! आई गंऽ!... वहिनी, ही गर्दी... आपण चिरडून जाऊ!... वारा... भणभणतोय!... वहिनी, लोंबणारे साप!... कडकडणारी झाडं!... ती बघ, मोटार!... मी पळू... कसा... वहिनी..."

शंकर असंच काहीतरी बडबडत असे. एक एका शब्दामुळं थोरली अधिकच व्याकूळ होत जाई. हा अस्पष्टसा येणारा एकेक शब्द म्हणजे शंकरनं भोगलेल्या पराकोटीच्या भयावस्थेचं प्रतीक होतं. एकसप्तमांशच भागावर दाखवून बाकीचा सारा भाग पाण्याच्या आत दडवणाऱ्या बर्फाप्रमाणं! तितकाच थंड! गोठवणारा! जीवनातलं सारं चैतन्य गारठवून टाकणारा!

"त्या वाड्याच्या वरच्या पोटमाळ्यावर शंकर खेळत खेळत गेला आणि दिवसभराच्या धावपळीमुळं आणि जास्त झालेल्या जेवणामुळं त्या पोटमाळ्यावरच त्याला झोप लागली."

डॉक्टर आपल्या सरावलेल्या भाषेत वास्तवाचं भीषण चित्र थोरलीसमोर उभं करत होते,

"या रिकाम्या पोटमाळ्यावर कोण कशाला येतंय, असा विचार करत कुणीतरी त्या पोटमाळ्याला कुलूप ठोकलं. शंकर आतच राहिला. खोलीतल्या मिट्ट अंधारात भयभीत होत गेला. त्यानं आजपर्यंत अनुभवलेले भीतीचे क्षण त्याच्याभोवती फेर धरून धिंगाणा घालीत राहिले आणि कणाकणानं त्याला झिजवित राहिले. मनुष्य हा मूलतः सहवासप्रिय प्राणी आहे. एकांतवास सहन करण्याचं सामर्थ्य फारच थोड्या माणसांच्यात असतं. साधुसंतांच्या गोष्टी सोडून द्या! एक तर हा लहान पोर आणि त्यात कल्पना नसताना अकस्मात कोसळलेला अंधारमय एकांतवास आणि सुटकेची कोणतीच आशा नाही. शंकरच्या मनात सैतानानं थैमान मांडलं!"

डॉक्टरांनी सांगितलेल्या ह्या संगतीने थोरली शहारली. एक रात्र शंकरनं त्या अंधारानं माखलेल्या खोल्यांत कशी काढली असेल या कल्पनेनंच ती हादरून गेली. पाहता-पाहता तिची शुद्ध हरपली.

*****

लग्नाचा दिवस. गडबडीचा, गोंधळाचा आणि आनंदाचा! शंकरचं हुंदडणं चालूच होतं. तो वाड्यातल्या मुक्कामाच शेवटचा दिवस होता. शंकर डोळे भरून वाडा पाहात होता, डोळ्यांत साठवून ठेवत होता. घरी गेल्यावर मित्रांना सांगण्यासाठी अनेक गोष्टींचा खजिनाच जणू त्याच्या हाती लागला होता.

शंकरनं जेवून घेतलं. अभावितपणे पंगतीच्या हसत्याखेळत्या वातावरणात जेवण जास्त झालं. तो जडावला होता. एक एक खोली करता करता तो त्या पोटमाळ्याजवळ आला. गेले तीन दिवस त्या माळ्याकडे त्याचं लक्ष नव्हतं. माळा पाहून तो वेगानं आत शिरला. माळ्याच्या छतातून सूर्यप्रकाशाचे स्तंभ खोलीत शिरले होते. त्या स्तंभावर विविध नक्षींची आभूषणं चढवीत होते. शंकर त्या स्तंभांच्या दाटीतून धावत होता. कवडसे हातानं पकडण्याचा प्रयत्न करत होता. त्यानं सर्व खोल्या पाहिल्या. एका खिडकीतून दूरवर पसरलेली काळीभोर जमीन दिसत होती. पांढऱ्या स्वच्छ निरभ्र आकाशात एकच काळा ढग तरंगत होता. पांढऱ्यावरचा हा काळेपणा शंकरला रूचला नाही. अशुभ वाटला. गोऱ्यापान माणसाच्या चेहेऱ्यावरच्या जखमेच्या व्रणाप्रमाणं तो ढग साऱ्या आकाशालाच विद्रूप करत होता. शंकर क्षणभर चरकला. या खोलीतून नव्हे, या माळ्यावरूनच निघून जावं. पुन्हा कधीच इथं पाऊल टाकू नये, या विचारानं एक मिनिटभर त्याच्या मनात उचल खाल्ली. तो जायला निघाला. उंबरठ्याशी आला. तिथून तो ढग दिसत नव्हता, पण तो आहे हे शंकरला माहीत होतं. त्याचं अस्तित्वसुद्धा त्याला नकोसं वाटत होतं. अशुभ गोष्टी नुसत्या दृष्टीआड जाऊन भागत नसतं, तर त्या आहेत ही जाणीवसुद्धा क्लेषकारक असते. त्या गोष्टीच्या नाशानंच जाणिवेतला क्लेष थंडावत असतो; पण तो ढग नाहीसं करणं शंकरच्या हातात नव्हतं. तो ढगाला फक्त दृष्टीआड करू शकत होता. तेच करण्याचं त्यानं ठरवलं. जरा रागानंच तो दरवाजा बंद करू लागला. पण तो जड दरवाजा शंकरच्यानं झटकन बंद होईना. सहजच त्याची दृष्टी समोर गेली. मघाचे सूर्यप्रकाशाचे सोनेरी स्तंभ अधिकच आकर्षक रीतीनं चमकत होते. कुण्या एका अज्ञात अनाकलनीय ओढीनं शंकरनं त्या खोलीत पुन्हा पाऊल टाकलं. अज्ञात नियती खदाखदा हसत होती; पण ते खदखदणं शंकरला समजत नव्हतं. त्यानं त्याच्या मानस सुवर्णविश्वात पाऊल टाकलं होतं. परीकथेतला एखादा देवदूत विशिष्ट क्षणापर्यंत देवदूताप्रमाणं वागून, नंतर अकस्मात राक्षसाप्रमाणं वागावा तसा

आत्तापर्यंत गमतीची, औत्सुक्याची आणि भव्यतेची दालन शंकरसमोर उघडणारा हा वाडा आपल्या जीवावर उठेल, सारं जीवन नासवून टाकील, जीवनातला प्रवाहीपणा घालवून त्याच डबक्यात रूपांतर करील, याची शंकरला कुठं कल्पना होती? तो सुवर्णाच्या विश्वात शिरला. थोडा वेळ खेळला. मग दमला आणि शांतपणे झोपला.

संध्याकाळ कधी झाली ते शंकरला समजलंच नाही. कडक उन्हाचा दाहकपणा नष्ट झाला होता. काळ्याभोर जमिनीला सुवर्णाचा साज चढला होता. खालच्या मजल्यावर कुठंतरी अस्पष्टपणे हालचाल जाणवत होती. पांढऱ्या निरभ्र आकाशात तो काळा ढग अजूनही तरंगत होता. खोलीतले सुवर्णाचे स्तंभ नाहीसे झाले होते. स्तंभावर नक्षी बहाल करणाऱ्या धूलिकणांचा कुठं पत्ताच नव्हता. खालच्या मजल्यावरची अस्पष्टपणे जाणवणारी हालचाल सोडल्यास सर्वत्र नुसती शांतता माजली होती. त्या काळ्या ढगाला, त्या जीवघेण्या शांततेला आणि सुवर्णस्तंभ नाहीसे झाल्यामुळं रिक्त दिसणाऱ्या खोलीत शंकर बावचळला आणि झपाट्यानं खाली निघाला. तो मोठा दरवाजा त्यानं खेचला. पुनःपुन्हा खेचून पाहिला. तो जडशीळ दरवाजा हलायला कबूल नव्हता. शाळांच्या बाहेरच्या खिडक्यासुद्धा बंद होत्या.

शंकर हादरला. त्यानं मोठमोठ्यानं हाका मारायला सुरुवात केली; पण त्याच्या हाकांना उत्तर मिळत नव्हतं. बंद दार-खिडक्यांवर आदळून त्याचा आवाज त्याच्याच कानावर आदळत होता. त्या बंद खोलीत त्याच्या हाका घुमत होत्या. गवताच्या गंजीत सुई हरवून जावी, तसा त्याच्या हाकांना प्रतिध्वनी मिळत होता; पण प्रतिसाद मात्र मिळत नव्हता. शंकरचा धीर सुटत होता. तरीसुद्धा तो निर्धास्त होता. वहिनी आपल्याला विसरणार नाही, याची त्याला खात्री होती. कितीही उशीर झाला, तरी वहिनी शोधत येईल असा त्याचा विश्वास होता.

''सोन्या, राजा, कुठं आहेस तू?''

वहिनीच्या हाकेची तो वाट पाहात होता. वहिनीची वाट पाहाण्यात संध्याकाळची कातर संध्याकाळ आणि कातर संध्याकाळची रात्र कधी झाली हे शंकरला समजलं नाही. खिडकीतून समोर पसरलेला काळोखाचा समुद्र दिसत होता. एकही चांदणी नसलेली ती रात्र उदास आणि भेसूर दिसत होती. तो काळा ढग अधिकच जवळ आला होता. वाड्यावर आपली भेसूर छाया टाकत तो ढग उभाच होता. त्या ढगाचा काळेपणा लपवणं त्या रात्रीलाही जमलं नाही. चांदणं नसलेली रात्र, जवळ आलेला काळा ढग, साऱ्या हाकांना गिळून टाकणारी शांतता, खोलीत पसरलेल्या काळोखाच्या लाटा आणि रात्र होऊनही शोध घेत न आलेली वहिनी, बंद दरवाजा आणि खिडक्या! शंकर केविलवाणा उभा होता. त्याला उगीच खाऊच्या बाटलीत भरलेलं फुलपाखरू आठवत होतं. त्याचा तडफडाट आठवून तो मनाशी पुन्हा तसं कधीही करायचं नाही असं ठरवीत होता.

खालच्या मजल्यावरचा वाढणारा गोंधळ शंकरला जाणवत होता. त्यानं पुन्हा हाकांचा सपाटा सुरू केला, पण त्याच्या रडक्या हाका अनुत्तरितच राहिल्या.

"धप धप!"

- कसलातरी आवाज आला. कुणीतरी वर येत होतं. वहिनीच ती!

"सोन्या, माझ्या राजा, कुठं होतास रे तू? इथं वर काय करत होतास? चल, वरातीची वेळ झाली. घरी चलायचं ना? की वाड्यातच मुक्काम करायचाय?"

वहिनीच्या कोऱ्या पातळाचा वास जाणवत होता. मिट्ट काळोखात चांदण्यासारखी वहिनी हसत होती. शंकर रुसला.

''हे काय गं वहिनी! मला वरच कोंडलंस ना? राहिलो असतो ना वर मी एकटाच? या माळ्यावर मला काही झालं असतं तर?''

वहिनीनं त्याच्या तोंडावर हात ठेवला.

''वेडा कुठला! असं बोलायचंसुद्धा नाही. मी असताना कोण तुला काय करणार आहे? चल लवकर, खाली सगळे वाट पाहात आहेत.''

उघडलेलं दार, दारात सस्मित वहिनी, शंकर धावत सुटला. वहिनीला बिलगायची अनिवार ओढ त्याला लागली. चार दिवसांत त्याला वहिनी भेटलीसुद्धा नव्हती. शंकर एकदम धावत निघाला आणि बंद दारावर धाडकन आपटला.

शंकरनं डोळे उघडले. पाहावं तिथं काळोखच साचला होता. एका कोपऱ्यात शंकर डोळे फाडून पाहू लागला. काहीतरी खरखरलं, कसलीतरी हालचाल होत होती. शंकर श्वास रोखून पाहात होता. हळूहळू चित्र स्पष्ट व्हायला लागलं. एक प्रचंड महाकाय सिंह कोपऱ्यात बसलेला होता. सिंहाचा हिरवा रंग पाहून शंकर शहारत होता. मागं सरकण्याचा प्रयत्न करणाऱ्या शंकरला बंद दरवाजानं विरोध केला. शंकर खिळल्यागत तिथंच पडून राहिला. अंगाला दरदरून घाम सुटला. हातपाय लटलटत होते. पळण्याचा विचार होता; पण विचाराप्रमाणं आचार करायला त्याचं शरीर धजलं नाही. शरीरानं त्याच्याशीच असहकार पुकारला. स्वतःच स्वतःशी असं वैर होईल असं शंकरला कधी वाटलंसुद्धा नव्हतं. शंकर सिंहाकडे पाहात होता. सिंह गालातल्या गालात हसत होता.

''आता माझ्या तावडीतून कुठे आणि कसा जाशील? हिंमत असेल तर तसा प्रयत्न करून बघ. तू स्वतःशीच वैर मांडशील.''

हे सारं चित्र शंकरला सिंहाच्या हसण्यात दिसत होतं. हिरवा सिंह, त्याचं ते क्रौर्य वक्तवणारं हास्य, मानेवरची सोनेरी आयाळ आणि आग ओकणारे डोळे! शंकर हताश झाला. सुटकेचा कोणताच मार्ग नव्हता.

''वहिनी गं!''

त्याच्या गळ्यातून क्षीण आवाज उमटला. सिंहाला कोणतीच घाई नव्हती. शंकर जाऊन-जाऊन जाणार तरी कुठं? तो इथून हलूच शकणार नाही याची सिंहाला खात्री होती. आपण सिंहाच्या तावडीतून सुटणार नाही याची शंकरलाही जाणीव होती. कुठंही गेलो तरी सिंहाचे हे आग ओकणारे डोळे आपल्याला इथंच परत खेचून आणतील. शंकर सुन्न झाला.

कोणत्याही रंगाचा अतिपणा काळेपणावर जावा तसा भावनेचा अतिरेक सुन्नपणातच विलीन होत असतो. शंकर सुन्नपणे सिंहाकडे पाहात होता. सिंह कणाकणानं पुढं सरकत होता. एक क्षण युगाप्रमाणं आणि क्षण कोसाप्रमाणं भासत होता. शंकर सिंहाच्या झडपेची वाटच पाहात होता. दुसरं काही करणं शक्यच नव्हतं. तो डोळे मिटून सिंहाकडे पाठ फिरकून मनातल्या मनात 'राम राम' म्हणत होता; पण त्या 'राम राम'चं 'मरा मरा'च होत होतं. खूप वेळ उलटून गेला. सिंह जवळ का येत नाही, हे पाहण्यासाठी शंकरनं मागं वळून पाहिलं. कोपरा रिकामा होता. तिथं पूर्ववत काळोख साचला होता. शंकर थरथरत होता. ती खोली, तो कोपरा शंकरला नकोसा होता. शंकर अंदाजानं सरपटत दुसऱ्या खोलीत गेला. हिरवा सिंह, त्याची सोनेरी आयाळ, आग ओकणारे डोळे, कौर्य व्यक्त करणारं हास्य... सारं सारं मागं पडलं. शंकरला क्षणभर हायसं वाटलं. पण...

समोरचा काळोख तसाच होता. तिथं समोर एक वेगळंच दृश्य साकारत होतं. आपण पाहातो आहोत ते स्वप्न आहे, भास आहे की सत्य आहे, हेच शंकरला समजत नव्हतं. समोरचं दृश्य खरं की खोटं याची छाननी करण्याची शंकरला गरज नव्हती. खरं की खोटं हा मुद्दा गौण असतो, शेवटी खरा असतो तो अनुभव! सिंहाचा अनुभव अजून ओसरला नव्हता. आता आपल्यासमोर दुसरं ताट काय वाढलेलं आहे? शंकर हताशपणे पाहात होता.

समोर हिरवंगार रान पसरलं होतं. दूरवर सोनेरी मुलामा लेवून झाडं डौलात डुलत होती. पाखरांची किलबिल आणि बैलांना दिलेले हाकारे ऐकू येत होते. विटी-दांडूचा रंगलेला डाव आणि खिदळणारी, उंडारलेली शंकरची मित्रमंडळी! शंकरचा डाव रंगात आला होता. शंकरनं टोलवलेली विटी उंच दूर आभाळात उडाली. सगळी पोरं तिच्या मागं उधळत सुटली. पाहता पाहता शंकर सर्वांच्या पुढं धावत निघाला. सगळी मुलं मागं पडली. लहानशा पायवाटेवरून शंकर धावत होता. दोन्ही बाजूंना काटेरी झाडांची कुंपणं आणि मधून धावणारा शंकर! इतर मुलं कधीच मागं राहिली होती. अचानक माणसांचा गलका ऐकू आला. शंकर थबकला आणि भयचकित नजरेनं पाषाणाची मूर्ती होऊन पाहातच राहिला. अरुंद रस्ता, दोन्ही बाजूंची काटेरी झाडांची कुंपणं आणि समोरून उधळत येणारा काळा माजलेला बैल! नाकातली वेसण तुटलेली, खाली रोखलेली मान, तोंडाशी आलेला फेस, लालभडक झालेले डोळे, वेगात धावत आल्यामुळं पाठोपाठ उडणारी लाल धूळ...

शंकरला पळायचं होतं; पण पाय जणू दगडाचे झाले होते. शंकर नुसता उभा राहिला. बैल भयानक वेगान पुढे सरकत होता. कणाकणानं अंतर कमी होत होतं. पन्नास फूट... चाळीस फूट... वीस फूट... दहा फूट... पाच फूट... दोन फूट... काही इंच! या काही क्षणांतच वहिनी, आई, बाबा, भाऊ, सुबक अंगणाचं घर, कुरकुरणारा झोपाळा - सारी चित्रं भराभर त्याच्या डोळ्यांसमोर झरझरून गेली. आपली विटी आपल्याला परत सापडेल का? हा एक विचार मनात चमकून गेला. दोन्ही बाजूंची काटेरी कुंपणं, समोरचा उधळलेला बैल आणि दगडाचे पाय... शंकर अंग चोरण्याचा प्रयत्न करत होता. काही इंचाचं अंतर क्षणापेक्षाही क्षणात कापलं गेलं. अंगाला भिडलेला बैल. एक भयानक किंकाळी आणि मग सर्वत्र अंधार!

शंकर खुरडत खुरडत दुसऱ्या खोलीत गेला. त्या माळ्यावर सगळीकडे उसळलेल्या अंधाराच्या लाटा आणि खुरडणारा एकटा शंकर!

पुन्हा दुसरी खोली. खिडकीतून दिसणारा तो काळा ढग आणि चांदणी नसलेली काळोखी रात्र आणि भेदरलेला शंकर! समोरचा काळोख पुन्हा एकदा सजीव होऊ लागला. शंकर श्वास रोखून पाहात होता. गाडीचा प्रवास. एकच उसळलेली गर्दी! माणसांनी चेंगरला गेलेला शंकर! गुदमरलेले श्वास आणि गर्दीमुळं दूर गेलेली वहिनी! या प्रवासाला अंतच नव्हता; पण एकदाचा प्रवास संपला. पोत्यातून वाळू ओतली जावी, तशी गाडी स्टेशन्वर रिकामी झाली आणि गाडी गोंगाट करत निघून गेली. सर्वत्र पसरलेली माणसंच माणसं! वहिनी पण बावरली होती. स्टेशनवर घ्यायला कुणीच आलं नव्हतं. सभोवार पसरलेला गर्दीचा सागर! उन्हात तळपणारे रूळ! अतिशय तापलेल्या लोखंडाप्रमाणं पांढरं झालेलं छप्पर! उन्हाळ्याच्या झळा! उष्ण श्वास! सारा आसमंत जणू फुत्कारत होता. बरोबर बावरलेली वहिनी आणि घ्यायला कुणीच न आल्यामुळं घाबरलेला शंकर.

एकेक दृश्य टाळण्यासाठी त्या अंधारात प्रत्येक खोलीत फिरत राहिला; पण प्रत्येक खोलीत तो भयाचाच पुनः प्रत्यय घेत राहिला. भयाचा काय किंवा कोणत्याच भावनेचा काय, पुनःप्रत्यय हा नेहमीच द्विगुणित होऊन साकारतो. आरशामुळं पडणारा कवडसा सूर्य प्रकाशापेक्षा नेहमीच प्रखर असतो.

शंकर त्या बंद खोल्यांत सुटकेच्या सर्व आशा गमावून खुरडत राहिला. कुठं हिरवा सिंह त्याच्याकडे हास्यानं पाहात होता, कुठं अंगावर उधळत आलेल्या बैलाला शंकर चुकवू शकत नव्हता, तर कुठं गर्दीतलं गुदमरणं तो टाळू शकत नव्हता!

शंकरच्या घरी एक महारोगी भिकारी नेहमी यायचा. शंकर त्याच्या चेहऱ्याकडे कधीच पाहात नसे. त्याच्या विद्रूप चेहऱ्याचा शंकरनं धसका घेतला होता. तो भिकारीच आता शंकरला मारायला धावत येत होता. शंकर अंग चोरत होता.

पण... पुन्हा एक धडपड, असह्य तडफडाट! शंकरला कधीतरी बघितलेल्या लेणी आठवत होत्या. लेण्यांमधला कुबट अंधार आठवत होता. नाक नि तोंड छिन्नविछिन्न झालेल्या मूर्ती, त्या भिकाऱ्याप्रमाणंच त्याच्यावर कोसळत होत्या. खाऊच्या बाटलीतलं तडफडणारं फुलपाखरू, उंदराशी जीवघेणा खेळ करणारी मांजर, पोहायला शिकताना चुकून डबा सुटल्यावर अंगाभोवती पडलेला गार पाण्याचा विळखा... शंकर खोल्या बदलत राहिला; पण काही उपयोग नव्हता. त्याच त्या भयप्रद अनुभवांचा पुनःप्रत्यय घेतच राहिला आणि शेवटी असह्य झालं, तेव्हा कोसळून पडला. शरीराचं भान केव्हाच सुटलं होतं; पण आता मनावरचाही ताबासुद्धा सुटला.

किती काळ उलटून गेला, याची त्याला जाणीव नव्हती. परत पावलांचा धबधब आवाज येऊ लागला. शंकरला तो जाणवत नव्हता. दरवाजा उघडला. शंकरच्या अंगावर मोकळा प्रकाश पडला; पण शंकरला जिवंतपणा अर्पण करण्याचं सामर्थ्य त्या प्रकाशात नव्हतं. खूप उशीर झाला होता. एक रात्रीच्या अंधारानं होत्याचं नव्हतं करून टाकलं होतं. सारीच परिमाणं शंकरच्या दृष्टीनं बदलली होती. सारी मानवी परिमाणं त्याच्या दृष्टीनं शून्यवत झाली होती. मनातच शून्य निर्माण झालं, की ते मोठं होतं आणि अवघ्या विश्वाला व्यापून उरतं. शंकरचं मन आता सुन्न, भयाणतेचं विश्व बनलं. एकाएकी त्याच्या समोरचं दार उघडलं. सिंह, उधळलेला बैल, उसळलेली गर्दी, महारोगी, भग्न मूर्ती, पाण्याचा विळखा - हे सारे अनुभव पुन्हा एकदा गरगरून गेले; पण या सगळ्यांवर मात करणारा वहिनीचा चेहरा शंकरसमोर तरळला. 'आई' म्हणून शंकर थोरलीला बिलगला; पण तो एकच क्षण! पुन्हा केव्हाही शंकरच्या डोळ्यांत ओळखीचं कोणतंही चिन्ह उमटलं नाही. त्याचं सारं अनुभवविश्व आणि भावनांची प्रतिक्रिया वक्तवण्याची शक्ती जणू एकाच रात्रीत संपून गेली. उरलं फक्त शंकरचं कोणताच जिवंतपणा नसलेलं जिणं!

दूरवर कुठंतरी वरात वाजत होती. बारा वर्षांपूर्वीचा प्रसंग जसाच्या तसा थोरलीच्या मनासमोर तरळत होता. या कवडशाच्या दाहक आगीत थोरली असाहाय्य होत होती. या प्रसंगाचा पुनःप्रत्यय वारंवार येऊनदेखील त्यातला दाहकपणा ओसरत नव्हता! कवडसाच सूर्यापेक्षा दाहक असतो हेच खरं!

थोरली घरात भिरभिरत होती. मनात प्रश्नांची भेंडोळी उलगडत होती. असंख्य प्रश्न पण सारेच अनुत्तरित. प्रश्न - सलणारे, छळणारे, रुतणारे, हतबल करणारे आणि उत्तर न मिळाल्यामुळं अस्वस्थ करणारे.

शंकर वास्तविक आपला दीर; पण मुलाप्रमाणं आपला लळा त्याला लागलाच का? आपणच मुळात लग्नाला गेलो नसतो तर? शंकर तरी त्या वाड्यात इतका का रमला? परक्या घरी जाताच घरी येण्याचा टुकळा घेणारा शंकर त्या वाड्याकर इतका खूश का

झाला? वाड्याचा आणि त्याचा पूर्वजन्मीचा संबंध काही होता का? केवळ एका रात्रीत माणूस इतका उद्ध्वस्त होऊ शकतो? आपलं त्याच्याकडे एवढं दुर्लक्ष कसं झालं? माहेरच्या माणसांत आपण इतके कसे रमलो? शंकर माझा मुलगा असता, तर असा विसर पडला असता का? आपण एकदा एका लहान मुलाकडे दुर्लक्ष केलं नि त्याच्या जिवाचं वैराण वाळवंट झालं म्हणूनच का आपली कूस उजवली नाही? आपण मातृत्वाला नालायक आहोत असं देवाला वाटतं का?

आपण एकदाच, नकळत का होईना पण शंकरकडे दुर्लक्ष केलं आणि त्यामुळंच शंकर त्या भयाण रात्रीचा आणि अंधारलेल्या वाड्याचा लक्ष्य ठरला, भक्ष्य ठरला.

येणाऱ्या लहानग्या जिवाच्या प्रतीक्षेत अनेक वर्षं उलटून गेली; पण प्रतीक्षा ही केवळ प्रतीक्षाच राहिली. आपली प्रतीक्षा केवळ प्रतीक्षाच राहणार; ती कधीच सफल होणार नाही, याची थोरलीला खात्री पटली होती. मुलाप्रमाणं असणाऱ्या शंकरकडे दुर्लक्ष करणारी थोरली कधीच आई होणार नव्हती. सुसाटत धावत येणारा घोडा विशिष्ट ठिकाणी येऊन बुजावा, दोन पायांवर उभं राहून त्यानं थयथयाट करावा, तसं थोरलीच्या मनातील प्रश्न वर्त सुसाटत उधळे आणि शेवटी आपण अशाच मातृत्वहीन राहणार या विफल निष्कर्षापर्यंत येऊन थयथयाट करत राही. या थयथयाटानं थोरली उद्ध्वस्त होई. भयाचं परमावधीचं टोक गाठल्याकर शंकरच्या डोळ्यांत एकदा केवळ एकदाच ओळखीची प्रतिबिंबं तरळली. शंकर थोरलीला 'आई' म्हणून बिलगला. त्यानंतर पुन्हा थोरलीला 'आई' म्हणणारं, कुणी झालंच नाही. थोरलीनं सगळी नाती भूषवली; पण आई या हाकेकरता तडफडणारं तिचं मन आणि कान अतृप्तच राहिले. शंकरची 'आई' ही हाक थोरलीच्या कानात सतत घुमत राही. त्या प्रसंगाचा तिनं अनेक वेळ पुन:प्रत्यय घेतला होता.

दरवाजा उघडला गेला. माणसाच्या चेहऱ्यावरच्या पांढऱ्या फटफटीत कोडाप्रमाणं कवडसे खोलीत पसरले होते. एक कवडसा शंकरच्या चेहऱ्याला अधिकच भेसूर करत होता. शंकर लोळागोळा होऊन पडला होता. थोरलीने त्याला कवटाळलं. क्षणभरच त्याच्या डोळ्यांत ओळख उमटली. 'आई!' शंकर थोरलीला बिलगला. पण नंतर अनंत शून्य पसरलं दोघांच्याही जीवनात.

थोरली हताशपणं पाहात होती. श्वापदाच्या जाणिवेनं बुजणाऱ्या ढोराप्रमाणं थोरली मनातल्या मनात बुजली. तिला आत कुठंतरी जाणवलं, की केवळ हाच क्षण नव्हे, तर मागील साऱ्या सुखाच्या आठवणी आणि भविष्यकाळ संपला आहे. काळ्या काळरात्रीत गडप झाला आहे. या रात्रीला उष:काल नाही.

थोरली माळ्याकडे पाहात होती. या माळ्यानं अनेक लहान शंकरांचा बळी घेतला होता. आयुष्य म्हणजे तरी काय असतं? माणसाच्या शरीरात असंख्य लहान-लहान जिवंत पेशी

असतात. तशाच असंख्य लहान-लहान जिवंत प्रसंगांनी एक अखंड आयुष्य घडतं. पण या माळ्यानं असे अनेक शंकर गिळंकृत केले.

पाच-पाच मिनिटांनी खाऊसाठी भुणभुण करणारा शंकर! झोपाळ्यावर नजर ठरू नये अशा वेगानं झोका घेणारा शंकर! थोरलीशिवाय कुणाच्याही कुशीत न झोपणारा शंकर! थोरली माहेरी निघाली, की आकांडतांडव करणारा शंकर! सुरुवातीच्या काळात सासरलासुद्धा माहेरचाच सुगंध अर्पण करणारा शंकर! संध्याकाळी मळलेल्या कपड्यांनी थोरलीला बिलगणारा शंकर! महिन्यातले अडचणीचे चार दिवससुद्धा थोरलीची पाठ न सोडणारा, थोरलीची 'सीतास्वयंवरा'ची एकमेव गोष्ट रोज रात्री नव्या उत्सकुतेनं ऐकणारा शंकर! हे सारे मोहक, हवेहवेसे वाटणारे शंकर त्या माळ्यानं नष्ट केले! आणि थोरलीच्या हातात आला लोळागोळा झालेला शंकर! मागे कुठलाही अंक नसलेलं एक शून्य!

अभावितपणे का होईना, थोरलीला तिच्या लाडक्या शंकरने 'आई' म्हणून हाक मारली होती. थोरली 'आई' या हाकेसाठी आसुसलेली होती; पण त्या एका हाकेनंतर पुन्हा ती हाक तिच्या कानांनी ऐकली नाही. 'आई' म्हणून आपल्याला बिलगलेल्या शंकरला अंतर द्यायचं नाही, हा निश्चय थोरलीनं त्याच क्षणी केला होता.

शंकरची सुन्न आणि शून्य नजर... आयुष्यात एकदा घडलेल्या दुर्लक्षाबद्दल दैवानं वांझपणाची दिलेली शिक्षा... शंकरची अवस्था पाहून बेशुद्ध होणाऱ्या सासूबाई... 'आपण पामर, देवाच्या इच्छेसमोर काय करणार' असे हताश उद्गार काढून गप्प बसलेले सासरे... 'शंकरची मी काळजी घेईन' असं थोरलीनं म्हटल्यानंतर सासूबाईच्या पिंडाला शिवलेला कावळा... 'वांझ मेली! स्वत:चा नव्हता ना मुलगा; मग कशाला ठेवील ती लक्ष! रांडेचीमुळं पोराच्या जिवाचं वाट्टोळं झालं हो', असे बोचरे उद्गार काढणाऱ्या गावातल्या बायका... ही सारी चित्रं थोरलीच्या मनात थैमान घालीत होती.

दूरवर कुठंतरी वरात कडाडत होती. ताशे आणि लेझीम एकमेकांत मिसळून गेले होते. थोरली घरात भिरभिरत होती. तिच्या भिरभिरण्याला आणि मनात उसळणाऱ्या अनावर प्रश्नांच्या आवर्तांना जणू अंतच नव्हता.

*****

॥ गोल्डस्पॉट...!

“गुड न्यूज फॉर यू!”

“गुड न्यूज? का, काय झालं?”

“अगोदर पेढे काढा. चहा मागवा. मग सांगतो.”

साहेबांच्या चेहऱ्यावर मिस्कील हास्य.

“पण...”

मला धड काहीच कळेना. माझं प्रमोशन ड्यू आहे, हे मला माहीत होतंच. माझे सगळेच सी. आर. चांगले होते. याची मला कल्पना होती. प्रमोशनच्या यादीत माझं नाव सातवं होतं, हे मला आतून कळलेलं होतं; पण माझी जात प्रमोशनच्या आड येईल, ही धास्ती माझ्या मनात होती.

“जातीभेदनिरपेक्ष अशी लोकशाही आपण निर्माण करावयाची आहे. कारण आता भारताला एकविसाव्या शतकाचे वेध लागले आहेत,” असे परवाच्या भाषणात पंतप्रधान म्हणाले, तेव्हा टाळ्यांचा कडकडाट झाला. कॅमेऱ्याचे शेकडो फ्लॅश चकचकले. पंतप्रधानांनी विजयी आणि समाधानी हास्य केले.

समारंभ पार पडला.

रिपोर्टर्सच्या कुरकुरणाऱ्या लेखण्या थांबल्या, घोषणांचा जयजयकार झाला. समारंभ संपला. टीव्ही बंद झाला.

दुसऱ्या दिवशी मला समजलं की, ‘तुमचा नंबर सातवा आहे; पण... तुम्हाला कल्पना आहेच की... मग कोणकोणत्या जातीचा’ याची कुजबुजत्या आवाजात चर्चा झाली. ‘आम्हाला जातीभेदनिरपेक्ष लोकशाही निर्माण करायची आहे.’ ‘जय हो, जय हो.’ ‘एकविसाव्या शतकाचे आम्हाला वेध लागले आहेत’ ‘जय हो एकविसावं शतक.’

ती चर्चा झाली.

मग मी प्रमोशनची आशा सोडून दिली. माझा नंबर सातवा आहे. सी. आर. चांगले आहेत. व्हेकन्सीज नऊ आहेत; पण... पण माझी जात? 'माझ्या मना बन दगड!' आणि आज साहेब म्हणाले,

"गुड न्यूज फॉर यू!"

माझी छाती क्षणभर धडधडली. आत कुठंतरी आनंदाच्या उकळ्या फुटल्या; पण चेहरा शक्यतो निर्विकार ठेवला. तरी ओठांच्या कडेवर समाधानाच्या वळ्या पडल्याच. त्या लपविण्यासाठी मग मी विल्स पेटवली. ओरडून चहा सांगितला.

कोठे कोणत्या चाव्या फिरल्या ते मला माहीत नाही. कोणी शिफारस केली, ते त्या घटकेला मला कळलं नाही. नंतर कळेल कधीतरी; पण प्रमोशन मिळालं. आनंद झाला. बरं वाटलं.

पगार थोडासा वाढेल. त्या प्रमाणात जबाबदाऱ्या जास्त वाढतील; पण ओळखी होतील. शब्दाला वजन येईल. सरकारदरबारी पत वाढेल. अधिकाराचे म्हणून जे काही अप्रत्यक्ष फायदे असतात, ते मिळतील. मी मिळवीन. याहीपेक्षा महत्त्वाचं म्हणजे मी कोणीतरी आहे, केवळ सांगकाम्या नाही. ही भावना मला सुखावू लागली.

प्रमोशन... एक साधा मेमो! पिवळसर कागदावर टाईप झालेला; पण केवढी अचिव्हमेंट!

प्रमोशन म्हणजे बदली. त्याला माझी तयारी होतीच. बायको नोकरी करते. थोडीफार जमीन आहे. शंभरेक कलमं आहेत. बायको दक्ष आणि कर्ती आहे. त्यामुळे एका पगारात एक घर भागविण्याची वेळ येणार नाही. एका पगारात एक घर भागविताना नाकीनऊ येतात. तिथं एका पगारात दोन घरं भागविण्याची कल्पनाही मी करू शकत नाही. बदलीसाठी माझी मानसिक तयारी होतीच; पण ती त्यातल्या त्यात जवळ असावी, एवढीच अपेक्षा होती. पण मी बोललो नाही. अवाजवी उत्सुकता दाखवली नाही. माझं पोस्टिंग कुठं होणार आहे, हे मला कळणार होतंच. ते आधीच विचारून, साहेबांच्या दृष्टीने पोरकट ठरण्याची माझी अजिबात इच्छा नव्हती. मी गप्प बसलो. मुकाट्याने चहाचे घोट घेत राहिलो.

साहेब धुराचे लोट सोडत म्हणाले,

"तुमचं पोस्टिंग जित्याला झालं आहे."

"जित्याला?"

"हो. डहाणूला एसटी पकडायची. कोसबाड गाठायचं. कोसबाडपासून तीन मैल पायवाट. ती पायवाट संपते तीच मुळी आपल्या ऑफिसच्या अंगणात. डोंगरी गाव आहे. तिथे दिवे दोन वर्षांपूर्वी पोचले आहेत. एक शाळा आहे. मध गोळा करण्यासाठी

आपली दोन केंद्रं आहेत."

"मी राहायचं कुठे?"

"यू आर डॅम लकी."

"का बरं?"

"कधी नव्हे ते आपलं ऑफिस फार प्रशस्त बांधलं आहे. पहिल्या मजल्यावर तुम्ही राहू शकाल. आसपासची वस्ती सगळी वारल्यांची आहे. घरकाम करायला माणसं सहज मिळू शकतात. अगदी घरच्यासारखं नाही; पण जेवणाचा प्रश्न सुटेल."

साहेब क्षणभर गप्प बसले आणि मग डोळे मिचकावत म्हणाले,

"आणखीही सगळ्या सोयी होऊ शकतात."

"म्हणजे?"

"तिथं गेलात की समजेल सगळं, बेस्ट ऑफ लक!"

"थँक यू."

"आणखी एक सांगायचं राहून गेलं. फार महत्त्वाचं आहे ते."

"काय?"

"जित्याला गेल्यानंतर एक काम तुम्हाला जाणीवपूर्वक करावं लागेल."

"कोणतं?"

"सांगतो, या विविध सोयी केवळ काँग्रेस पक्ष सत्तेवर आहे म्हणूनच तुम्हाला मिळताहेत. हे तिथल्या लोकांना पटवून देण्याचं काम तुम्हाला करावं लागेल."

"पण..."

"तुमची मतं बाजूला ठेवा. बॉस म्हणून नव्हे, मित्रत्वाचा सल्ला देतोय."

"पण साहेब, मी सरकारी अधिकारी आहे याचा अर्थ असा नव्हे की सत्तारूढ पक्षाचा मी प्रचार करावा."

"शांत व्हा. थंड डोक्यानं विचार करा. सरकारी यंत्रणा वेगळी आणि सत्तारूढ पक्ष वेगळा. शासकीय यंत्रणा पक्षानं स्वतःसाठी वापरू नये हे बरोबरच आहे; पण तो आदर्श झाला, व्यवहार नव्हे. व्यवहारात पक्ष आणि सरकारी यंत्रणा कोणत्या क्षणी एकमेकांत मिसळतात हे ठरवणे कठीण असते. नव्हे, अशक्य असते; पण याचा विचार आपण करायचा नाही. आपण फक्त आपली नोकरी सांभाळायची. स्वतःची मतं बाजूला सारायची. लक्षात ठेवा, चाकरला मतं नसतात, इच्छा नसते."

"साहेब, स्वतःची मतं मी नोकरीला लागलो, तेव्हा दहा वर्षांपूर्वीच बाजूला सारली आहेत."

"हसलात का?"

पाडगावकरांची एक कविता आठवली,
"सलाम, सबको सलाम, ज्याच्या हातात दंडा त्याला सलाम,
वटारलेल्या प्रत्येक डोळ्याला सलाम,
उगारलेल्या प्रत्येक हाताला सलाम!"

आम्ही दोघंही हसलो.

साहेबांनी घसा खाकरला आणि ते म्हणाले,

"तीन महिन्यांनंतर त्या विभागात निवडणुका आहेत. त्या विभागातून जो निवडून येईल तो सरळ मंत्रिमंडळात जाईल. मंत्रिमंडळाचा विस्तार तेवढ्यासाठीच खोळंबला आहे. म्हणूनच ही निवडणूक फार महत्त्वाची आहे, प्रतिष्ठेची आहे."

"पण तिचा आणि माझ्या प्रमोशनचा काय संबंध?"

"आहे. फार जवळचा आहे, म्हणून तर एवढ्या विस्ताराने बोललो. निवडणुकांसाठी आवश्यक असणारं पिच तुम्हाला तयार करावं लागेल. प्रचार करतोय असं न जाणवू देता प्रचार करावा लागेल. हे जमलं तर पुढची प्रगती... बेस्ट ऑफ लक."

*****

विरार-डहाणू-कोसबाड-जीतागाव - प्रवास संपला. ऑफिस प्रशस्त होतं. दिवे मुबलक होते. जागा हवेशीर होती, भरपूर होती, जीव सुखावला. तीन मैल चालीने मात्र थकून गेलो. चालण्याचीदेखील सवय असावी लागते. दहा वर्षांच्या नोकरीत ती पूर्णपणे सुटली होती. पोचेपर्यंत दिवस मावळला. जंगलातला काळोख वेगळाच असतो. जास्त घनदाट असतो. जास्त गडद असतो. जास्त एकटा असतो. क्षणभर जीव बावचळला; पण निर्धाराने मरगळ झटकून टाकली. आज पहिला दिवस. आज पहिली रात्र. आतापासूनच हबकून चालणार नाही.

पहिला दिवस ऑफिसात सर्वांच्या ओळखी करून घेतल्या. ऑफिस तसं लहानसंच होतं. सध्या तरी मी तिथं इन्चार्ज होतो. दिवस झपकन् संपला. बरं वाटलं.

संध्याकाळी गावात फेरफटका मारला. हबकून गेलो.

लहान लहान झोपड्या. जेमतेम पुरुष उंचीच्या. तेलाचे दिवे भगभगत होते. धुराचे काळसर लोट. ठिकठिकाणी भट्ट्या लागलेल्या. सर्वत्र कोंदटलेला विचित्र वास. मांस-मच्छीचा दर्प सर्वत्र भरलेला. झोपडी झोपडीतून दारूची बरळ ऐकू येत होती. सगळ्या गावावरच दारिद्र्याचा आणि बकालपणाचा थर साचला होता.

भारतातील सत्तर टक्के लोक दारिद्र्यरेषेच्या खाली राहातात, हे वाक्य खूप वेळा

वाचलं होतं. ते स्टॅटिस्टिक मला तोंडपाठ होतं. ते रिपोर्ट अनेकवेळा मीच सही करून पाठवले होते; पण ते आकडे निर्जीव होते. त्यातून खरा अर्थ कळत नव्हता. तो आज कळला.

आजपर्यंत सही केलेले आकडे मुकाटपणे पिवळ्या कागदावर पडून राहायचे; पण आज मात्र ते आकडे जित्रंत होऊन, माणसांची रूपं घेऊन माझ्यासमोर अचकट-विचकट हसत थयथयाट करू लागले.

मी घरी आलो. भीखीने झाटलोट करून ठेवली होती. ती यंत्रासारखी वावरत होती. तिचा चेहरा कळाहीन होता आणि विलक्षण शुष्क होता. मी तिची चौकशी केली. ती दबकत चाचरत उत्तरं देत होती. तिचा धीर अजून चेपत नव्हता. तिचा दादला दारू ढोसून पडला होता आणि पोरगा खेळून दमून पेज पिऊन कधीचाच झोपला होता. जेवण झालं. ती निघून गेली.

या वातावरणात मी सुखी आहे, सुरक्षित आहे, याचं चोरटं समाधान वाटलं, बोचरी लाज वाटली आणि जीवघेणी खंत वाटली. तळमळत पडून राहिलो. कधीतरी झोप लागली.

महिना उलटला. मी पण त्या वातावरणात मुरलो. भीखी पण मोकळेपणाने बोलू लागली. उरपूर झाली तर माझ्या जागेत बसूनच खाऊ लागली. तिच्या चेहऱ्यावर खूप टुकटुकी आली. तिचा काळा रापलेला चेहरा सावळा आणि तेजस्वी दिसू लागला. तिच्या डोळ्यात अथांग कृतज्ञता ओसंडून वाहात असे. सगळं गाव सुधारणं मला शक्यच नव्हतं; पण माझ्यामुळं एक तरी घर थोडंफार हसू लागलं होतं. तेवढं समाधान मला पुरेसं होतं.

*****

निवडणूक दोन महिन्यांवर आली.

वातावरण झपाट्यानं बदलू लागलं. तापू लागलं.

आजपर्यंत या भागाकडे कधीही न वळलेली पावलं इकडं वळू लागली. नित्यनत्रोन चेहरे जीता गावात चमकू लागले. सत्तारूढ पक्षातले वेगवेगळे अधिकारी दौरे काढू लागले. त्यांची सरबराई करता करता दिवस झपाट्यानं मावळू लागले आणि रात्री जागू लागल्या. आमच्या ऑफिसातून हाकेच्या अंतरावर तीन खोल्यांचा एक फ्लॅट केवळ दोन दिवसांत उभा राहिला. प्रचारासाठी येणाऱ्या अधिकाऱ्यांची सरबराई करता करता शासकीय यंत्रणा आणि सत्तारूढ पक्ष यातला फरक पार पुसला गेला. एकच रणधुमाळी माजली. आश्वासनांची खैरात झाली. टाळ्यांच्या सरी पडल्या. घोषणांनी

आणि जयजयकारांनी ते जंगल आणि तो काळोख वेळी-अवेळी दमदमू लागला. माझ्या कामावर जिल्हा काँग्रेसचे सचिव खूश होते. सचिव नेहमी गोड आवाजात बोलत आणि कमावलेलं हुकमी हास्य त्यांच्या चेहऱ्यावर नेहमीच असे. बोलण्यात खुबी अशी, की प्रत्येकाला वाटायचे की आपणच सचिवांच्या सर्वात जवळचे आहोत, ते असं सगळ्यांनाच भासवीत. ते साऱ्यांनाच विशिष्ट अंतरावर ठेवीत. मी आपणहून फारसा बोलत नसे. एक दिवस सचिव म्हणाले,

"एक कल्पना सुचली आहे, तुम्हाला कशी वाटते बघा!"

"कोणती कल्पना?"

"शाळेत एक रंगीत टीव्ही बसवून टाकू."

"पण एवढं मोठं सँक्शन मला कठीण दिसतेय."

"मी आहे ना. तुम्ही प्रपोजल आत्ताच ड्राफ्ट करा. आठ दिवसांत टीव्ही हजर होईल. ती जबाबदारी माझी."

"पण... इथे टीव्हीचा उपयोग काय?"

"उपयोग काहीच नाही; पण शो. केवळ शो. प्रचाराचा एक भाग, मोठी सभा घेऊ. मी बोलेन. तुम्ही बोला. उमेदवारांच्या हस्ते टीव्हीचं उद्घाटन करू."

मी प्रपोजल ड्राफ्ट केलं. मनात शंका होती. पण बोललो नाही. चाकराला वेगळी मतं नसतात हेच खरं.

गंमत म्हणजे मोजून सातव्या दिवशी रंगीत टीव्ही आला. अगदी रिमोट कंट्रोलसह आला. मनात आलं, की इच्छा असेल तर अनेक कामं शासनाला किती झटपट करता येतात; पण त्या इच्छेचा उपयोग फक्त प्रचारासाठी होतो आहे. पण आपण बोलायचं नाही. असं का म्हणून विचारायचं नाही. फक्त नोकरी सांभाळायची. प्रमोशनवर नजर ठेवायची, तिथून ती नजर हलवायची नाही. म्हणजे मग असले प्रकार दिसेनासे होतात. दिसले तरी बोचत नाहीत आणि बोचले तरी डोळ्यावर कातडं ओढण्याची सवय होते.

*****

समारंभ पार पडला.

सचिवांचं भाषण झोकात झालं. भाषणाच्या शेवटी ते म्हणाले,

"ज्यांनी तुम्हाला रंगीत टीव्ही दिला, त्यांना तुम्ही साधं मत देणार नाही का?"

टाळ्यांचा एकच कडकडाट झाला. घोषणा झाल्या. सचिवांच्या चेहऱ्यावर समाधानाची आणि आनंदाची रंगीत कारंजी थुईथुईली. नवीन बांधलेल्या फ्लॅटवर रात्री पार्टी झाली.

*****

रंगीत टीव्हीवर नजर ठेवणं ही आणखी एक जबाबदारी वाढली. टीव्ही सुरू झाल्यापासून लोकांना एक नवीन खेळणंच मिळालं.

सात वाजल्यापासूनच टीव्हीसमोर गर्दी व्हायची.

कार्यक्रम समजो अथवा न समजो - कार्यक्रम कोणत्याही भाषेतला असो - टीव्हीसमोर सतत गर्दी होऊ लागली.

हलती-बोलती रंगीत दृश्यं, हीच मुळी केवढ्यातरी आनंदाची आणि नवलाची बाब होती. डोळ्यात अप्रूपाची इंद्रधनुष्य घेऊन ही अर्धपोटी आणि अर्धनग्न माणसं टीव्हीवर उलगडत असलेले रंगाचे पट पाहाण्यासाठी उत्सुक होऊन बसत असत. जाहिरातींचा घणाघात चालू होई. सतत एकच आक्रोश 'हे घ्या आणि ते घ्या.' 'हे प्या, ते प्या.' जाहिरातीतले भडक आविर्भाव, कर्कश सुरावटी आणि चकचकते रंग, सगळंच कसं एक भयानक मायाजाल होतं. ते पाहता पाहता या वनवासी लोकांच्या डोळ्यात आशांची आणि अपेक्षांची शुष्क कारंजी उमलत असत आणि क्षणात विझून जात.

जीता गावच्या त्या जंगलात टीव्ही पाहाताना मला अगदी प्रथमच जाणवलं, की टीव्हीचे कार्यक्रम आणि हे जग यात काहीही संबंध नाही. इथले प्रश्नच वेगळे आहेत. या भागात टीव्ही आणणं ही मलमपट्टी नसून भांगेची गोळी आहे.

पण बोलायचं नाही...

एकविसाव्या शतकाकडे वाटचाल करत असताना, असल्या कर्मदरिद्री शंका उपस्थित करायच्या नाहीत.

*****

दिवस कलला होता. ऑफिसमधील कामं संपत आली होती. सतत केलेल्या कामामुळं अंग आंबलं होतं आणि मन अगदी गळून गेलं होतं. दिवस कलला आहे, हे मला माहीत होतं; पण सात वाजले असतील असं मात्र वाटलं नव्हतं. अचानक बाहेर गलका झाला, कोणीतरी जोराजोरात ओरडत होतं. मी बाहेर आलो.

धावत आल्यामुळं त्याची छाती धपापत होती आणि शब्द नीट उमटत नव्हते. तो आवेगाने भडाभडा बोलत होता. त्याची 'बहासा' मला कळली नाही. थोड्या वेळात तो शांत झाला आणि म्हणाला...

ते ऐकून माझ्या मनावरची मरगळ झटक्यात निघून गेली आणि आळसटलेल्या वृत्ती झपाट्यानं विचार करू लागल्या.

*****

मी सुन्न होऊन पाहात होतो.

माझ्याभोवती एकच कालवा माजला होता. कलकलाट चालला होता. प्रत्येक जण तार स्वरात बोलत होता; पण एवढ्या जलद गतीने बोललेली वनवासी भाषा मला समजत नव्हती. नुसता गोंधळ माजला होता; मनात आणि बाहेरही.

तेवढ्यात गर्दी बाजूला सारत पोलीस इन्स्पेक्टर आले. मला पण थोडा धीर आला.

पोलीस खात्यातल्या माणसालाच सुचू शकते आणि शोभू शकते अशी शिवी इन्स्पेक्टर साहेबांनी हासडली. गोंधळ एकदम शांत झाला.

त्या रात्री फ्लॅटवर मीटिंग झाली.

इन्स्पेक्टर होते, सचिव होते आणि मी होतो.

संध्याकाळी जो प्रकार घडला त्याची कारणपरंपराच मला समजत नव्हती. तो प्रकार कोणी केला असेल, मला तर काहीच सुचत नव्हतं.

मी गप्प बसून होतो.

इन्स्पेक्टर म्हणाले,

"साहेब, मी सांगतो. हे घातपाती कृत्य कम्युनिस्टांनीच केले असणार."

"हं."

"त्यांच्या हाडातच घातपात मुरलेला आहे. सरकारने चांगलं केलेलं त्यांना पाहावत नाही. स्वतःला काही करायचं नाही. सत्ता तर यांना कधी मिळणारच नाही. मग काय? चांगलं दिसेल त्याचा फक्त विध्वंस करायचा बस्स! दुसरं येतं काय यांना? तुम्हाला सांगतो साहेब, देशात कम्युनिस्टांचं राज्य आलं ना, तर देशाचा रशिया होईल रशिया!"

"हं." सचिव हुंकारले.

इथं घडलेला उत्पात आणि रशियाचा काय संबंध हेच मला कळेना.

"साहेब, मागच्या वेळी आपला उमेदवार जेमतेम जिंकला होता."

"आपला उमेदवार!"

पोलिसांचा आणि पक्षाचा काय संबंध? तीन महिन्यांच्या इथल्या बदलीत, मी बहिरा आणि आंधळा व्हायला शिकलो होतो.

"आता काय करायचं?" सचिव.

"माझं लक्ष आहे. मी चार संशयित पकडले आहेत."

"संशयित? तुम्ही शोध तरी घेतलात?"

इच्छा नसूनही अनवधानाने मी प्रश्न विचारला.

"साहेब तुम्ही नवीन आहात. (इन्स्पेक्टर हसत म्हणाले.) मी कोणताही आरोप ठेवणार नाही अथवा केस स्टँड करणार नाही. फक्त संशय आहे आणि मला संशय

कोणाचाही येऊ शकतो. त्यासाठी कोणताही नियम नाही.”

“चिअर्स!” सचिवांनी ग्लास उंचावला.

*****

रात्री उशिरापर्यंत केविलवाण्या किंकाळ्या त्या काळोख्या जंगलात उमटत राहिल्या. मारझोडीचे आवाज त्या भयाण अंधारात धुमसत राहिले. निष्फळ विनवण्या उमटत राहिल्या.

तो सुन्न काळोख सन्नाट झाला.

मी हबकलो. हादरलो.

काय झालं असेल याची मला कल्पना आली.

संशयित म्हणून विरोधी पक्षाच्या प्रचारकांना पकडण्यात आले. घातपाताच्या संशयावरून मारझोड... ढोरासारखं बडवणं... म्हणूनच या किंकाळ्या... वेदना... विनवण्या... आणि शेवट? उद्या सकाळी संशयितांची सुटका. ती पुन्हा सचिवांच्या शब्दामुळं. सचिव येतील. आरडा-ओरड करतील. पोलीस दिलगिरी व्यक्त करतील. सुटका होईल; पण चार जणांनी विनाकारण मार खाल्ला. त्या वेदनांचे पुढे काय होईल? काही नाही!

सचिवांच्या शब्दामुळं आपण सुटलो या भावनेमुळं या कार्यकर्त्यांच्या विरोधाची धार कमी होईल. किमानपक्षी या निवडणुकीतला तरी त्यांचा आवेश संपेल. चार विरोधक प्रथम धाकामुळे आणि नंतर दयेमुळे पार नेस्तनाबूत झाले.

“आम्हाला निरोगी लोकशाही निर्माण करावयाची आहे!” कोणत्याशा भाषणात घोषणा झाली.

“विरोधी मत म्हणजे शत्रुत्व नव्हे!” कोण्या राजतज्ज्ञाने मत व्यक्त केले; पण अशी मतं पुस्तकात लिहायची असतात आणि ती पुस्तकं कपाटात ठेवून त्याला भक्कम कुलुपं लावायची असतात.

लोकशाहीचा जयजयकार असो!

एकविसाव्या शतकाचे स्वागत असो!

वाटलं की झक मारली आणि प्रमोशन स्विकारलं.

हे दारिद्र्य, हे अन्याय, हे अत्याचार तरी पाहावे लागले नसते. अन्याय समोर दिसतोय, काहीतरी करावं असं वाटतंय; पण काय करावं ते समजत नाही. ऐनवेळी मन कच खाईल की काय अशी भीती वाटते. नुसता तडफडाट आणि वांझोटी कळकळ! निवडणुकीचं ‘पिच’ करण्यासाठी माझ्या मनावरून हेवीवेट रोल फिरतोय त्याचं काय!

विचारांच्या वावटळीत झोप कधी लागली ते कळलंच नाही.

*****

जाग आली तेव्हा बाहेर चांगलंच भगभगलं होतं. तोंडाला चव नव्हती. डोळे चुरचुरत होते. राहून राहून कालच्या किंकाळ्या आठवत होत्या.

दार उघडलं. दारातच भीखी बसली होती.

"कधी आलीस गं?"

भीखी विलक्षण दचकली. रडतच आत आली.

"काय झालं भीखी? रडत्येस का?"

पण तिला बोलताच येईना. ती फक्त रडत राहिली. मी गप्प बसलो. तिचा आवेग ओसरू दिला. थोड्या वेळानं तुटक तुटक आवाजात ती बोलू लागली,

"साहेब, सोमूला त्या सोद्यानं पकडलं."

"सोद्यानं?"

"त्या पोलिसानं!"

"पण का!"

"उगाचच, तो म्हणतो कालचा राडा सोमूनं केला; पण साहेब सोमूनं काय बी केलं नाय. तो राडा कोणी केला ते मला माहीत आहे. या सोद्याला पण ठाव आहे."

"कोणी केला तो राडा?"

"साहेब सोमूनं नाय केला."

"राडा कोणी केला?"

"साहेब"

भीखी दचकली. घाबरली. उमळून उमळून रडू लागली. मी नुसता पाहात राहिलो.

क्षणात मला कालचा गोंधळ आठवून गेला.

मी धावतच शाळेजवळ पोचलो.

शाळेजवळ हीऽ गर्दी. एकच गोंधळ.

मला पाहताच माणसं झपाझप बाजू झाली. मी पुढे झालो आणि पाहातच राहिलो.

नवीन कोरा टीव्ही सेट कोणीतरी फोडलेला होता. काचा विखुरल्या होत्या. फुटका टीव्ही किती विद्रूप दिसत होता. रंगीत टीव्ही पाहायला जमत नसतील तेवढी माणसं हा फुटका टीव्ही सेट बघण्यासाठी जमली होती. क्षणाक्षणाला गर्दी वाढत होती. मी हतबुद्ध होऊन पाहात होतो. त्यावरून चौघांना मारहाण झाली आणि भीखी म्हणत होती, की तो घातपात सोमूनं नाही केला. कोणी केला ते तिला माहीत होतं; पण तिच्या तोंडातून शब्द

उमटत नव्हते. ती फक्त उमळून रडत होती. पुनःपुन्हा म्हणत होती,

"साहेब सोमूला वाचवा. त्या सोद्यानं त्याला ढोरावानी मारलंय. त्याला वाचव."

तिचा उमाळा ओसरला. ती संथपणे बोलू लागली.

तिचे सगळे शब्द मला समजत नव्हते; पण ती वेदना कुठंतरी माझ्या मनात कारुण्याचा कळवळा उमटवीत होती.

*****

दोन महिन्यांपूर्वी टीव्ही सुरू झाला आणि गावाला एक नवीन खेळणंच मिळालं. बारक्या सतत टीव्हीसमोर बसून असायचा. त्याच्या बालमनासमोर रंगांची उधळण व्हायची. तो हरखून जायचा. आसासून पाहात राहायचा. त्याला काही कळत नसे; पण बघताना बरं वाटायचं.

त्या खोक्यातलं समदंच कसं छान होतं, चकचकीत होतं! खोक्यातल्या मुलांना भरपूर खायला मिळायचं आणि मग ती खदखदा हसायची. खोक्यातल्या मुलांजवळ चांगले कपडे होते, झुळझुळीत कपडे होते आणि बारकूला चड्डीच नव्हती. तो लंगोटीच नेसायचा. खोक्यातली मुलं वाटलीतून पिवळं पिवळं काहीतरी प्यायची आणि नाचायची. ती बाटली कशी छान होती. बिल्ला किती चकचकीत होता. बारकूला वाटायचं ते पिवळं पिवळं पितच राहावं. त्या पिवळ्यानं आंघोळ करावी आणि खूप हसावं. गावातल्या कोणाजवळ ती पिवळी बाटली नसावी, फक्त माझ्याजवळच असावी. मग मी सगळ्यांना चिडवीन. सगळी चिडतील, रुसतील. मी हसेन मोठ्यानं. खूप जोरात हसतच राहीन. बारकू खूप रडला. हातपाय आपटलं, तेव्हा आई कोसबाडला गेली; पण बाटली मिळाली नाही. पिवळं पिवळं मिळालं नाही. मग आई म्हणाली, 'ते खरं नाहीये, ते फक्त चित्र आहे.' बारकू झोपेत कळवळत होता. गालावर ओघळ सुकले होते. डोळ्यासमोर पिवळी बाटली दिसत होती. मुलं हसत होती, नाचत होती, बारकू रडत होता. ती बाटली मिळवलीच पाहिजे, मिळवलीच पाहिजे. बाटली मिळवणं किती सोपं आहे. खोका सुरू झाला की हात जोरात खोक्यात घालायचा, चित्र काढून घ्यायचे आणि पळून जायचं. मग खूप हसायचं. ती बाटली, ते चित्र सारखं पाहायचं, सगळ्यांना दाखवायचं आणि लपवून ठेवायचं. मग ते फक्त माझंच, मग मी पण हसेन, मी पण नाचेन. दिवसभर बारकू वाट पाहात होता. हळूहळू संध्याकाळ झाली. सात वाजले. रंगीत खोका सुरू झाला.

जाहिराती सुरू झाल्या.

'गोल्डस्पॉट, गोल्डस्पॉट' तारस्वरात घोषणा झाली. मुलं हसू लागली. बाटली जवळ

आली, आणखी जवळ. खूप जवळ. पिवळं पेय अगदी डोळ्यासमोर दिसलं. बिल्ला दिसला. बारकूनं जोरात हात घुसवला. खळकन् आवाज झाला. काळोख झाला. खोका रिकामा झाला. बारकू घाबरला, पळत सुटला. घरात जाऊन चिपकन झोपून राहिला. इन्स्पेक्टरनं हे पाहिलं.

इन्स्पेक्टरनं पाहिलं हे भीखीनं पाहिलं. भीखी घाबरली; पण गप्प बसली.

पण त्या सोद्यानं सोमूला पकडलं.

भीखी रडत होती. मग म्हणाली,

"साहेब, पोराला पिवळी बाटली हवी म्हणून मी डहाणूपर्यंत जाऊन आले; पण साहेब, बाटलीचे चार रुपये सांगितले. मग काय करणार साहेब! पोरगं रातच्याला रडत रडत झोपलं आणि काल सांच्याला... साहेब, सोमूला वाचवा."

"मला सोमूला बघायचंय."

मी भीखीच्या घरी गेलो.

सोमू लंगोटी लावून झोपला होता. झोपेत कण्हत होता. पोलिसी माराची वर्णनं मी ऐकली होती, वाचली होती; पण आज प्रथमच पाहात होतो. अंगावर पंचाही सहन होऊ नये एवढं अंग हुळहुळत होतं. प्रत्येक कण अन् कण चेचला गेला होता. तुडवला होता. या मारातलं राक्षसी कसब असं की अंगावर एकही जखम नव्हती, की माराची निशाणी नव्हती. माझं मन घृणेनं आणि विषादानं भरून गेलं. पाकिटातले सगळे पैसे भीखीला दिले आणि म्हटलं,

"डॉक्टरांकडे ने."

भीखी कोसळली. रडत म्हणाली,

"तो सोद्या म्हणाला, की आज रातच्याला घरी ये. नायतर बारक्याची पण वाट लावीन."

"काय?"

भीखीनं हताशपणे पाहिलं. मी बाहेर पडलो.

काय करावं, काय करू नये, मी विरोध करू शकतो का? करावा का? विरोध केला तर प्रमोशन जाणार! नाही केला, तर निवडणुकीचं पिच करता करता माझ्या मनाचं 'पिच' पार उखडलं जाईल, त्याचं काय करायचं? काय करू? का करू? दिवसभर मनात नसता कल्लोळ! माझ्या डोळ्यांसमोर अनेक थंड पेयांचे बिल्ले खणखणत उडाले. थंड पेयं फसफसून वाहू लागली. त्यात निरनिराळी चॉकलेट्स मिसळली. त्यातच मॅगीच्या शेवया वळवळू लागल्या. त्यात कोणीतरी सामोसे टाकले, वडे भिरकावले. एकच नुसता चिखल झाला. साबणाच्या वड्या सरपटू लागल्या. टूथपेस्ट पचकन् बाहेर

आली. चकचकीत दातांचे तृप्त चेहरे प्रसन्न हसले. रुबाबदार पुरुष देखण्या स्त्रियांना कवटाळू लागले. रंगाचे झोत झपकन् पेटले. आकर्षणांची मायाजालं त्यांच्यासमोर फेकण्यात आली. मन त्यातच गुंतलं. पेजदेखील वेळेवर न मिळणाऱ्या बारकूला आम्ही चॉकलेट्स दाखवली, मॅगी दाखवली. मग कोण्या एका बारकूचं मन तडफडलं. बालमनाने ध्यास घेतला आणि सहजसुलभ निष्कर्ष काढला. जी गोष्ट आपल्यासमोर दिसते, ती खोक्यात असलीच पाहिजे. त्याने जोरात हात घातला; पण... खोकाच मोडला, रंगच संपले आणि स्वप्नं विझून गेली.

मनोरंजन समजण्यासाठीसुद्धा ज्ञान असावं लागतं. ज्ञान मिळवण्यासाठीसुद्धा पोट तृप्त असावं लागतं. पण आम्ही! आम्ही या असंख्य बारकूंपुढं मनोरंजनाचे आणि हव्यासाचे फक्त रंगीबेरंगी फुगे फुगवले. ते फुगे कधी त्यांना मिळणार आहेत की... ते फुगे पण या टीव्हीप्रमाणेच फुटणार आहेत? पण विचार कोण करणार!

आम्हाला निवडणुका जिंकायच्या आहेत. एककिसाव्या शतकाचे वांझ वेध लागले आहेत. मी काय करू?

गप्प बसण्यात फायदा आहे. शहाणपणा आहे. पण मी...

रात्री मीटिंग झाली. इन्स्पेक्टर म्हणाले,

"गुन्हेगार मला माहीत आहे."

"कोण?"

"बारक्या! आज टीव्ही फोडतोय, उद्या घरं फोडील. आपण कठोर असलंच पाहिजे."

सचिव गूढ हसले.

मी संतापलो. मनात काही तरी घडलं. सललं, कोसळलं. साहेब म्हणाले होते, तिथे सगळी सोय होते. 'सगळी' या शब्दात ही सोय गृहीत होती का? माझं मन घृणेनं गिळगिळले आणि मी निर्धारानं म्हटलं,

"म्हणून तुम्ही कठोर झालात! बारक्याच्या आईला घरी बोलावलत. हा तुमचा कठोरपणा! लाज नाही वाटत? हे पाहा टीव्ही माझ्या अधिकारातला आहे. फुटला असेल तर मी पाहून घेईन. तुम्ही लक्ष घालण्याची जरुरी नाही. टीव्ही प्रकरण फाईल झालं आहे. योग्य तो रिपोर्ट मी वर पाठवला आहे. समजलं? इज इट क्लिअर? काम संपलं असेल, तर मी निघतो."

मी बाहेर पडलो.

थंड पेय न घेताही कसं गार वाटत होतं, मन शांत शांत झालं होतं आणि तृप्तीची ढेकर घशात घुटमळत होती.

*****

॥ चि. राजास...

सौ. वहिनीस,

आज जवळजवळ पाच-सहा वर्षांनंतर आणि आयुष्यात प्रथमच मी तुला हे पत्र लिहितोय. म्हणूनच काय लिहावं आणि माझे विचार कसे व्यक्त करावेत या गोंधळात पडलोय. कारण पुष्कळदा होतं असं, की काय सांगितलं आहे याहीपेक्षा कसं सांगितलं आहे, हेच महत्त्वाचं होऊन बसतं. आणि नेमकं तेच मला जमत नाही. माझ्या स्वभावाला सभ्य भाषेची मर्यादा सहसा आणि पुष्कळदा मानवत नाही. मला स्वत:लाच अनेकदा वाटतं, की एवढं 'रफ' बोलणं मी टाळलं पाहिजे; पण... जाऊ दे. मी हे अभिमानाने किंवा आनंदाने सांगतोय असं नाही; पण आहे हे असंच आहे, त्याला काय करणार?

माझ्याबद्दल तुझ्या मनात जो सूक्ष्म आकस होता (मी 'आहे' असं म्हणू, की होता असंच म्हणू? पण जाऊ दे त्याविषयी मी आत्ता काहीच बोलत नाही.) त्याला माझी शिवराळ भाषा आणि आकांडतांडव करणारा माझा स्वभाव ही प्रमुख कारणं होती, हे मला माहीत आहे.

पंधरा दिवस झाले असतील. दवाखाना बंद करायला बऱ्यापैकी उशीर झाला होता. कार सर्व्हिसिंगला गेली होती. रिम झिम पाऊस होता. मी चालतच निघालो. एक वळण पार पडलं आणि समोरच दवाखाना दिसला. डॉ. रमेश साने दरवाजातच उभा होता. त्याला असा अचानक पाहून मला खूप आनंद झाला. आम्ही एकमेकांना अक्षरश: कडकडून मिठी मारली. "साल्या, तू इथे असतोस आणि मला भेटलादेखील नाहीस?"

रमेश त्याच्या शांत स्वभानुसार सौम्य हसला; पण मला भेटून झालेला आनंद त्याच्या चेहऱ्यावर पसरला होता.

"एक-दोन दिवसांत तुला भेटायला येणारच होतो."

"लग्न झालं का?"

"हो. ह्याच वर्षी."

"बायको कुठली आहे?"

"मुंबईची."

"मुंबईला कधी गेला होतास? आमच्या घरी गेला होतास का? दादा कसा आहे? त्याचं पोट कसं आहे? त्याच्या पोटानं त्याला खूप छळलं आहे. काही उपाय सापडला का?"

"अरे, हळू हळू. किती प्रश्न विचारशील? जरा धीर धर. अं... हे बघ तसं पाहिलं तर घरगुती प्रश्न विचारण्याचा मला अधिकार नाही. पण..."

"एक मिनिट. तू माझा मित्र आहेस आणि आपलं नातंही आहे. वहिनीचा तू भाऊ. आपण एकाच कॉलेजात होतो. विचारायचं असेल तर मोकळ्या मनाने विचार; पण... मला विचारायचा अधिकार नाही; पण तरी विचारतोय... अशी प्रस्तावना करून एक अक्षरही विचारू नकोस. का हसलास का?"

"डॉक्टर होऊनही तू जराही बदलला नाहीस."

"मी का बदलू? विचार काय विचारायचं आहे ते."

"राजा, दवाखाना सुरू करायला तुला दादांनी किती पैसे दिले होते?"

"रमेश, अरे किती पैसे दिले याहीपेक्षा, कशा परिस्थितीत दिले हे अधिक महत्त्वाचं आहे ना?"

"ते खरं आहेच. पण माझ्या कानावर आलं, की एक लाख रुपये..."

"कोण म्हणालं?"

"पुढं मी असंही ऐकलं, की हा व्यवहार झाला तेव्हा दादा तुझ्यावर खूप नाराज होते. अगदी स्वच्छ भाषेत सांगायचं म्हणजे, तेव्हा तुमच्यात संवाददेखील नव्हता."

"कुठल्या हरामखोराने तुला हे सांगितलं?"

"कूल डाऊन. ही फक्त चर्चा आहे. मला असंही कळलं, की ताईने शब्द टाकला म्हणून केवळ दादांनी तुला मदत केली. ताईने शब्द टाकला नसता, तर दादांनी तुला मदत केलीच नसती."

"च्यायला... कोण सांगतं रे असल्या मूर्ख गोष्टी?"

"तुझी वहिनी, माझी ताई. दुसरं कोण सांगणार?"

वहिनी, माझा आणि रमेशचा झालेला संवाद मी अक्षरशः कळवला आहे. 'तू शब्द टाकला म्हणून दादाने मला मदत केली' असा टेंभा जर तू मिरवला नसतास, तर हे पत्र लिहिण्याचा प्रसंगच आला नसता; पण तुझे शब्द ऐकले आणि सारा भूतकाळ मनात झपकन जागा झाला.

वहिनी, मला एक प्रसंग आठवतोय. तेव्हा मी असेन दहा-बारा वर्षांचा. खूप लहान होतो. अवखळ होतो. अगदी लहान नव्हतो; पण पोर होतो. नवीन आणलेलं खेळणं मी मोडून टाकलं. विनाकारण आरडाओरड केली. गोंधळच घातला नुसता. प्रकरण फारच वाढलं, तेव्हा आईनं काठी काढली. तेव्हा दादानं मला कवटाळून घेतलं. आईच्या हातातली काठी दूर केली आणि म्हणाला, "राजाला समजत नाही, हे आपल्याला तर कळतं ना!"

त्याच संध्याकाळी दादा अगदी तसंच खेळणं घेऊन आला. माझ्या चेहऱ्यावर कोण आनंद! आई दादाला म्हणाली,

"तू असं करशील हे मला ठाऊकच होतं."

पण वहिनी, तुझा चेहरा कोरडा ठक्क. तुझा तो कोरडा चेहरा माझ्या आजही नीट लक्षात आहे.

तुमचं लग्न झालं आणि दोन-तीन वर्षांतच आई-बाबा गेले; पण... मी पोरका झालो आहे, असं मला कधीच वाटलं नव्हतं. वाटायचं, काहीही झालं असेल, काहीही होऊ शकतं... पण दादा आहे ना, मग मी पोरका कसा? असं म्हणताना माझ्या ओठांवर तुझं नाव काही येत नाही. असं का झालं वहिनी? तुझ्या कोरड्या स्वभावामुळं? की अलिप्त वृत्तीमुळं? मला काहीच कळत नाही. काहीच सुचत नाही. माझ्यात दोष नव्हते असं नाही; पण तू कधी माझ्या वयाचा विचारच केला नाहीस. तू मन मोठं केलं असतंस... तर... माझं सोड; पण तुला दादाचं वात्सल्यदेखील कधी समजलंच नाही. तुझ्या कोरड्या वागण्यामुळं दादाला किती मनस्ताप होत असेल, त्याचा तू कधी विचारच केला नाहीस. दादा दिवसभर बाहेर असायचा. घरात तू आणि मी दोघंच. आणि सोबतीला दिवसेंदिवस टिकणारं मौन. आपल्या घरात असं अवदशी वातावरण का निर्माण झालं?

माझं कॉलेज सुरू झालं आणि ते रागिणीचं प्रकरण उद्भवलं. रागिणी आणि दादा यांचं प्रेम कुठं आणि कसं जमलं? दादा आणि रागिणी एकमेकांवर का भाळले? कसे भाळले? मला खरंच माहीत नाही; पण त्याही वेळी तुझा रोष माझ्यावरच होता. त्या प्रकरणात माझा दोष काय? तर... एकदा, फक्त एकदाच मी रागिणीची चिठ्ठी दादाला आणून दिली होती आणि रागिणी माझ्याच कॉलेजात लेक्चरर होती. पुढे ते प्रकरण खूप वाढलं. अगदी मर्यादा ओलांडून वाढलं.

तुझ्या माहेरची माणसं आपल्या घरी येऊन दादाला अद्वातद्वा बोलू लागली, तेव्हा मात्र माझा तोल सुटला. मी ओरडलो,

"दादासारख्या मोठ्या कलाकाराच्या वर्तनाची शहानिशा करण्याचा तुमच्यासारख्या

क्षुद्रांना अधिकारच नाही. आधी घराबाहेर व्हा.”

माझा आवेश, माझा संताप पाहून तुझ्या माहेरची माणसं पुटपुटत बाहेर पडली आणि घरात शांतता माजली.

तीन-चार महिन्यांनी रागिणीने आत्महत्या केली आणि त्या प्रकरणावर मरणाचा काळाकुट्ट पडदा पडला. आता इतक्या वर्षांनंतर मी तुला एकच सांगतो, तू जर कधी रागिणीला भेटली असतीस, ती किती रसिक होती आणि दादाच्या सुरांवर कशी मनापासून उधळून आसक्त होती, हे तुझ्या लक्षात आलं असतं. (मी खूपच आशावादी आहे का?)

रागिणीने आत्महत्या केली, हे आपल्याला दोन दिवसांनंतर कळलं; पण तिच्या मरणाच्या दिवशीच, रात्री दादाने त्याची नंतर खूप प्रसिद्ध झालेली ‘नीसदिन बरसत नयन हमारे तोरे दरस को’ ही अभूतपूर्व बंदीश रचली (खरं म्हणजे त्या बंदिशीतून दादाने आपला आक्रोशच अभावितपणे व्यक्त केला.), हे तरी तुला माहीत आहे का? सोड ही चर्चा. पण एक सांग वहिनी, दादा किती थोर कलाकार आहे, केवढं मोठं कलाधन तुझ्या अधीन आहे, याची तुला कधी जाणीव तरी झाली आहे का? मला माहीत आहे, दादाला नवीन काही सुचत असताना त्याच्या चेहऱ्यावर आनंद आणि अस्वस्थता यांचं एक विलक्षण मिश्रण नांदत असतं; पण यावर तुझी प्रतिक्रिया काय? तर ‘तानसेन जरा जमिनीवर या.’

तुला दादाच्या गाण्यात खरंच यत्किंचितही रुची नव्हती? कणभरही आदर नव्हता? आणि पुढचा व्याकूळ करणारा प्रश्न. का? का तुला दादाचं वात्सल्य कधी दिसलं नाही?

माझं शिक्षण झालं.

प्रॅक्टिस कुठं सुरू करायची, हा प्रश्नच होता. मुंबईत जागांचे भाव आकाशाला भिडलेले होते, तेव्हा पुण्यातच प्रॅक्टिस सुरू करावी असा विचार मी केला.

एक दिवस संध्याकाळी तू तुझ्या खास कोरड्या आणि शुष्क आवाजात म्हणालीस,

“राजा, तुझं शिक्षण आम्ही केलं. आता प्रॅक्टिसची व्यवस्था तुझी तू बघ बाबा.”

पण त्या वेळी दादा मात्र पैशांची जुळवाजुळव करण्यासाठी जिवाचं रान करत होता. सोय झाली आणि त्याच रात्री मी दादाशी माझ्या मनात नसताना आणि कोणतंही कारण नसताना काळजावर दगड ठेवून भांडलो आणि म्हटलं,

“दादा तुझे पैसे, तुझी मदत, मी कर्ज मानीन.”

हे असले भिकारचोट शब्द उच्चारताना माझी काय अवस्था झाली होती, ती माझी मलाच माहीत. तेव्हा दादाच्या चेहऱ्यावर ‘राजा, अरे तूसुद्धा?’ असे विकल भाव होते.

त्याचा तो चेहरा आठवून मी आजही अस्वस्थ होतो. चालताना अचानक पायाखालची जमीन हरवावी, अशी माझी अवस्था होते.

वहिनी, माझी प्रॅक्टिस हा फार फार महत्त्वाचा प्रश्न होता; पण त्याच ऐन वेळी तू असहकार पुकारलास. ही गोष्ट दादाला कळली असती, तर त्याच्यावर केवढा दारुण आघात झाला असता? तुम्हा दोघांच्यात सामंजस्य राहावं, दादाला तेवढं तरी समाधान मिळावं, म्हणून... म्हणून केवळ मी, 'दादा, तुझे पैसे मी उसने मानीन, ते कर्ज मानीन' असे दळभद्री शब्द उच्चारले. पण तू भलताच टेंभा मिरवायला सुरुवात केलीस. म्हणून केवळ हे पत्र लिहीत आहे. तुला माहीत आहे, की मला गोड बोलता येत नाही; पण मला खोटं तर बोलताच येत नाही. ह्या पत्रात तरी मी सभ्य भाषेची मर्यादा पाळली आहे. म्हणून असेल कदाचित, हे एवढंसं पत्र मी गेले चार दिवस लिहीत आहे.

आपलं घर असे शब्द माझ्या मनात येतात, तेव्हा एक चित्र माझ्या मनात नेहमी येतं. पाऊस पडत असतो. चारही दिशांना केवळ पावसाचाच आवाज असतो. दादा तंबोरा घेऊन त्याच्या अतुलनीय आवाजात गात असतो. मी तबल्यावर असतो. वडील समाधानाने ऐकत असतात; पण तू मात्र ह्या सुंदर चित्रात, एखाद्या सुंदर जमलेल्या चित्रावर चित्रकाराने असमंजसपणे बटबटीत अशी सही करून ठेवावी, त्याप्रमाणे झोपलेली असतेस. ह्या चित्रातूनच दिवसेंदिवस गपगार असणारे आपले घर आणि 'तुझे पैसे मी उसने मानीन, ते माझ्यावरचे कर्ज असेल' असे शब्द मला उच्चारायला लागावेत असे घर निर्माण झाले.

असं का झालं ग वहिनी?
तुझ्या कोरड्या स्वभावामुळं?
की आपलं नशीबच तसं होतं?
मला काही सुचत नाही, मला काही समजत नाही.
हे पत्र दादाला दाखवू नकोस.
त्याला विनाकारण क्लेश होतील.

कळावे,
राजा.

******

रमेश,

तू सात-आठ दिवसांपूर्वी मुंबईला येऊन गेलास, त्यानंतर राजा भाऊजींचे लांबलचक पत्र आले आहे. तू पण कहरच करतोस रमेश, खासगी म्हणून मी तुला सांगितलेल्या

सगळ्या गोष्टी तू त्यांना सांगितल्यास? भाऊजींचा स्वभाव कसा आहे, ते तुला माहीत आहे ना? एवढं सगळं सांगण्याची काहीच गरज नव्हती.

राजाने त्या पत्रात मोठ्या मोठ्या गोष्टी लिहिल्या आहेत. म्हणे, माझ्या मनात त्यांच्याबद्दल आकस होता, मी मन विशाल करायला हवं होतं, मला संगीतात रुची नाही, मला वात्सल्य समजत नाही. मी त्यांच्याबरोबर तुटकपणे आणि कोरडं वागलेय... वगैरे वगैरे...

फक्त मी मन विशाल करायचं म्हणजे नक्की काय करायचं, याबद्दल त्याने एक अक्षरही उच्चारलेलं नाही. आणि उच्चारणार तरी कोणत्या तोंडानं? मी मन विशाल करायचं म्हणजे त्यांनी दिलेल्या शिव्या सहन करायच्या? की 'वहिनी जरा कानसेन व्हायला शिक', हे शब्द विसरून जायचे? की रागिणीच्या प्रकरणाच्या वेळी, 'दादासारख्या महान कलाकाराच्या वर्तनाची शहानिशा करण्याचा तुमच्यासारख्या क्षुद्रांना अधिकारच नाही. आधी घराच्या बाहेर व्हा.' हे शब्द सहन करायचे?

पाहिलंस, मी आणि माझ्या माहेरची माणसं क्षुद्र आणि राजा आणि दादा मात्र जणू आकाशातून पडलेले! असे अगणित किस्से मला माहीत आहेत; पण मी बोलणार नाही. काय फायदा आहे बोलून? बोलू तरी कोणाशी? राजाला काहीही न बोलण्याचा यांनी जणू पणच केला आहे.

मला आठवतंय, आमच्या लग्नाला एखादं वर्ष झालं असेल, आपलं असं लहानसं घर असावं, असं मला वाटणं स्वाभाविक आहे ना रे? मी ह्यांच्याजवळ विषय काढला. ह्यांचा चेहरा क्षुब्ध प्रक्षुब्ध झाला आणि ते मला म्हणाले,

"असा विचार तुझ्या मनात आलाच कसा? येताच कामा नये. हे घर केवळ मृत्यूमुळेच तुटू शकते, अन्यथा नाही. हं, आणखी एक सांगून ठेवतो, मनावर अगदी कोरून ठेव. एखादी गोष्ट मी एकवेळ तुला नाही म्हणू शकेन; पण मी राजाला नाही म्हणू शकत."

या तुटक संवादानंतर, वेगळं घर घेण्याचा विषयच मी कधी काढला नाही. माझं धाडसच झालं नाही.

रमेश, तुला ह्यांचा स्वभाव माहीत आहेच. आरडाओरड करणं, संतापणं, आदळआपट करणं अशा गोष्टी ह्यांच्या स्वभावात नाहीत; पण त्यांच्या शांत स्वभावात एक कठीण आणि फार पक्का असा पीळ आहे. विशिष्ट विषयात त्यांचे निर्णय अगदी ठाम असतात. मग त्या निर्णयांत बदल घडवून आणणं कोणालाही शक्य नसतं. अगदी मलासुद्धा.

घरातले सगळे व्यवहार माझ्याच हातात असतात; पण राजाला दिलेल्या पैशांचं पुढं

काय झालं, ते मला आजतागायत कळलेलं नाही. आम्ही इथं कर्ज फेडत होतो, तेव्हा भाऊजी तिकडे सुखातच होते ना? भाऊजींनी कार घेतली, हे आम्हाला तिसरीकडूनच कळलं ना? मला बाजूला ठेव; पण नवीन कार दादाला दाखवावी, असं राजाला नाही ना वाटलं? स्वत:च्या पायाखाली काय जळतंय ते आधी पाहावं माणसानं आणि मग मला वात्सल्याचा उपदेश करावा! राजा तरी ह्यांना काय मान देतो रे? जाऊ दे. सोड. कोळसा उगाळावा तेवढा काळाच.

या वर्षी उन्हाळ्याची काहीच कामं केलेली नाहीत. पापड, लोणची, कुरडया, मेतकूट काही म्हणजे काही केलेलं नाही. माझ्या वासनाच मरून गेल्या आहेत आणि ह्यांची पथ्यं असतात. कोणासाठी करायचं? दोघांनाच असं काय लागतं? असो.

पुढं कधीतरी कानावर आलं, की रागिणीला दिवस गेले होते म्हणून तिने आत्महत्या केली. राहून राहून एकच विचार मनात येतो, रागिणीला दिवस जाऊ शकतात; मग मीच असं काय पाप केलं आहे?

मेहरबानी करून हे पत्र तरी राजाला दाखवू नकोस.

तुझी ताई,
मनीषा.

*****

प्रिय राजास,

तू रमेशबरोबर पाठवलेलं आणि मनीषासाठी लिहिलेलं पत्र मी वाचलं. तू रमेशवर चिडू नकोस, कारण हे भांडण लावणं नाही, तर दुवे जोडण्याचं काम आहे. अशा माणसांची जगात आवश्यकता असते.

प्रेम आंधळं असतं असं आपण म्हणतो, ते केवळ प्रेमीजनांच्या बाबतीतच खरं असतं असं नव्हे, तर एकंदर प्रेमदृष्टीच आंधळी असते. ज्या व्यक्तीवर आपण प्रेम करतो, तीदेखील मोठी होत असते, तिच्यातदेखील अहंकार निर्माण होत असतो, स्वाभिमान पोसला जात असतो, याची प्रेम करणाऱ्या व्यक्तीला जाणीवच नसते. मग अशा प्रेमातून नकळतपणे जबरदस्ती निर्माण होते. आपण दुसऱ्यावर काही लादतो आहोत, याची कल्पनाच त्या प्रेम करणाऱ्या व्यक्तीला होत नाही.

त्या रात्री... राजा तू म्हणालास,

"दादा, ते पैसे मी उसने मानीन, ते माझ्यावर कर्ज असेल."

हे शब्द ऐकून क्षणभर मला त्यांचा अर्थच कळला नाही. मी तुझ्यावर असं जबरदस्ती करणारं प्रेम केलं की काय? माझा जीव क्षणभर घाबरा झाला आणि मग एक विचार

सोसाट्याने एखाद्या वादळासारखा माझ्या मनात आला, की मनीषाला माझी कला कधी कळली नाही आणि तुला माझे वात्सल्य. आत्ता आत्ता माझ्याजवळ खेळण्यासाठी हट्ट करणारा हा राजा, 'तुझे पैसे मी उसने मानीन, कर्ज असेल ते माझ्यावरचं', असं म्हणण्याएवढा मोठा कधी झाला? माझ्या दृष्टीने तू अजूनही हट्ट करणारा, गोंधळ घालणारा राजाच आहेस.

पण तुझं पत्र वाचलं आणि एक जीवजाळी वेदना निघाली. एक भळभळती भगभग थांबली. काही दिवसांपूर्वी तू पैसे परत पाठवलेस. अरे वेड्या, त्यांचा मी स्वीकार करीन असं तुला वाटलं तरी कसं? ती रक्कम तुझ्याच नावे वेगळी ठेवली आहे. तुझ्यासाठी मुंबईत जागा शोधतोय. तू इथं मुंबईला माझ्याजवळ राहून प्रॅक्टिस करावीस, असं मला वाटतं. ही कणभरही जबरदस्ती नाही किंवा तुझ्यावर काही लादणं नाही; पण तू ये. मी खूप एकटा आहे.

तुझा नवीन दवाखाना सुरू व्हायला तीन-चार महिने तरी लागतीलच. तोपर्यंत राजा, नवीन माणसं घरात येण्यापूर्वीचे जुने प्रेमाचे दिवस आपण आठवत बसू या.

कळावे,
दादा.

॥ स्क्रीन प्ले...!

चित्रपटाचं सगळं शूटिंग संपलं होतं. गाणीही संपली होती. चित्रपटाच्या रशेस पाहून सगळ्यांनीच समाधान व्यक्त केलं होतं. फक्त क्लायमॅक्सचे तीन-चार सीन्स बाकी होते. झाल्या भागाचे एडिटिंग आणि पार्श्वसंगीतही पूर्ण झालं होतं. चित्रपट प्रकाशित व्हायला तीन-चार महिन्यांचा अवधी होता; पण आत्तापासूनच चित्रपटाची हवा निर्माण झाली होती. बहुतेक सर्व पत्रकारांनी चित्रपट पाहिला होता.

नवीन विषय...

नवीन मांडणी...

लेखकही नवीनच... माझ्या मुलाखती, फोटो पाहून बरं वाटत होतं. ग्लॅमरचे रंगीत झोत. त्या आधीचे चार महिने कसे झपकन गेले. शूटिंग... लोकेशन्स... कसलेले, नामवंत कलाकार, गप्पा-गोष्टी, जागलेल्या दिवस-रात्री, धावपळीचे दिवस, आळसावलेल्या निवांत संध्याकाळी, एका धुंदीतच चार महिने संपले. मी लिहिलेले शब्द नामवंत कलावंतांच्या तोंडून निघताना किती बरं वाटत होतं. नुसते शब्द...! आणि अभिनयांकित शब्द... किती जमीन-अस्मानाचा फरक असतो! एखादा सुस्कारा, एखादं स्फुट अस्फुट स्मित हास्य, क्लोजअप्स, झूमइन झूमआऊट, लाँग शॉट, मिड शॉट, हाफ शॉट... प्रसंग किती जिवंत होत होते! शब्द किती प्रवाही होत होते, प्रभावी होत होते. पानंच्या पानं लिहूनसुद्धा नीटपणे सांगता येत नाहीत, असे अनेक आविष्कार एखाद्या क्लोजअपने चपखलपणे व्यक्त होत होते.

एका कुठल्याशा सभेत माझी आणि या निर्मात्याची भेट झाली होती. विजयने माझा परिचय करून दिला. मग सभा विसरून आमच्याच गप्पा रंगल्या. रस्त्यावर उभं राहून चहा घेता घेता मी एक कल्पना त्यांना सांगितली. ती अस्पष्ट होती; पण त्यांना त्यात अख्खा चित्रपट दिसला. मला नव्हता दिसला. मला त्या कल्पनेत कथा दिसत होती.

कलकत्ता एकसोबीस पान तोंडात ठेवीत गुबगुबीत गालाने ते म्हणाले,

"आज रात्री विचार करून ठेवा. उद्या सकाळी नऊ वाजता फोन करतो."

मी आणि विजय निघालो.

विजय म्हणाला,

"ही संधी सोडू नकोस. सामंतांबरोबर काम करायला मिळणं ही मोठी संधी आहे."

मी 'बरं' म्हटलं; पण मनोमन मला वाटत होतं, की तो प्रसंग तेवढ्यावरच संपला. पण दुसऱ्या दिवशी खरोखरच नऊच्या ठोक्याला फोन आला.

"हॅलो. मी सामंत. विचार केलात का?"

क्षणभर बावचळलो; पण क्षणभरच. नंतर झटकन म्हटलं,

"हो, पण मला स्क्रीन प्ले लिहायची सवय नाही. सिनेमातले शब्द मला ऐकूनच माहीत आहेत."

"त्याची काळजी नको. कामाला कंटाळणार नाही ना?"

"अजिबात नाही."

"वा! कधी भेटायचं?"

"आज संध्याकाळी."

भेट झाली आणि एखादं स्वप्न सुरू व्हावं तशागत अकस्मात... अकल्पितपणे...

पहिली भेट मी, सामंत आणि राजाभाऊ दिग्दर्शक. मी पाहात होतो.

राजाभाऊ, पांढरं स्वच्छ धोतर, काळेपणाकडे झुकणारा सावळा वर्ण. खांद्यावर पिशवी. राजाभाऊ फक्त ऐकत होते. तेदेखील किंचित त्रयस्थपणे. तटस्थपणे. त्यांना ऐकू येतंय की नाही, त्यांचं लक्ष आहे की नाही, याचा संशय यावा इतक्या थंडपणे ते ऐकत होते. सामंत सिगारेट पेटवून, मला राजाभाऊंच्या तोंडी देऊन स्वस्थ होते. मराठी न कळणाऱ्या माणसाशी बोलण्याची पाळी यावी, तसा मी हैराण. तब्बल तासाभराने राजाभाऊ म्हणाले,

"विषय चांगला आहे; पण खूप पेपरवर्क करावं लागेल आणि तुम्हाला एक सूचना आहे... आता कथेवर विचार करताना प्रत्येक प्रसंग पडद्यावर पाहायला शिका. तसा प्रयत्न करा. कॅमेऱ्याची शक्ती फार मोठी असते. तांत्रिक शब्दांच्या जाळ्यात गुरफटू नका. ते तुम्ही माझ्यावर सोपवा. आणखी एक लक्षात ठेवा, चित्रपट हा मास मीडिया आहे. फार सूक्ष्म आणि सूचक होऊन चालत नाही. ते कथेत-कादंबरीत चांगलं वाटतं; आवश्यकही असतं; पण चित्रपटात नाही."

"हो पण..."

"पण नाही. हे माध्यमच असं आहे. त्याला तुमचा इलाज नाही, की माझा इलाज

नाही. एक लक्षात ठेवा, समुद्रावर प्रवास करताना जमिनीचे नियम चालत नाहीत आणि जमिनीवर चालताना आकाशाचे नियम लागू होत नाहीत. बाय द वे, तुमची कथाकल्पना ज्या प्रकरणावर आधारित आहे, ते सगळं प्रकरण मलादेखील मुळापासून नीट माहीत आहे.”

ती भेट तेवढ्यावरच संपली.

चित्रपट झपाट्याने सुरू झाला. पूर्णही झाला जवळजवळ, फक्त क्लायमॅक्स झाला की...

पण तिथेच नेमका घोळ झाला. चित्रपटाचा शेवटच मला सुचत नव्हता. आजपर्यंत असं कधी झालं नव्हतं. शेवट मनात निश्चित झाल्याशिवाय मी लिहायला मुळी सुरुवातच करत नाही. शेवट ठाम असला, की मी निश्चिंत असतो. कलाकृतीच्या दर्शनात शेवट मला प्रथम दिसतो. मग हळूहळू सगळी कलाकृती दिसत जाते. आधी कळस मग पाया. इतरांचं मला माहीत नाही; पण निदान मी तरी प्रथम शेवट लिहितो.

तोच तर एक मला मोठा चकवा होता... काहीही सुचत नव्हतं... नाटकात शेवट बदलणं एक वेळ शक्य असतं; पण चित्रपटात ते कसं जमावं? मी दोन-तीन वेळा सामंतांना तसं म्हटलंदेखील. पण सामंतांना तो प्रश्नच मुळी भेडसावत नव्हता.

“बघू, चर्चा करू आणि ठरवू.”

“अहो पण...”

पण कधी चर्चा झालीच नाही.

शूटिंगचा रणगाडा सुरू झाला आणि मग चर्चा झालीच नाही.

मधल्या ह्या अवधीत मी एक मात्र केलं, माझ्या पद्धतीनं मी कथा पूर्ण करून ठेवली. त्या लेखनाचा चित्रपटात काही उपयोग नाही हे मला माहीत होतं; पण मी कथा पूर्ण करून ठेवून दिली आणि मग स्क्रीन प्ले लिहीत असताना माझी कथा विसरून, मागे सारून मी ह्या नवीन माध्यमाच्या तांत्रिक शब्दांबरोबरच झट्या घेऊ लागलो. कथेचा शेवट करताना मला त्रास झाला नाही. कथेचा शेवट करताना माझ्यावर बंधन नव्हतं. मीच उभ्या केलेल्या सापळ्यातून सुटावं ही अपेक्षा नव्हती, तर माझ्या कथेचा शेवट...

‘सुधानं समोर पाहिलं. एवढ्या वेळ निशा मोठ्यानं बोलत होती. एरव्ही नेहमी हळू आवाजात बोलणारी निशा अवाजवी मोठ्यानं का बोलते, ते तिच्या अचानक लक्षात आलं. डोक्यात प्रकाश पडला. निशानं भागवतांना पाहिलं होतं आणि भागवतांकडे आपलं लक्ष जाऊ नये, म्हणून निशा मोठ्या आवाजात बोलत होती. निशाचं कौतुक वाटलं.’

मग वाटलं, निशाची ही धडपड व्यर्थ आहे. तिनं स्थिरपणे समोर पाहिलं.

सविता पाठमोरी होती. सविता ठासून भरलेली, शोल्डर कट दाट केस, किंचित आडस सलवारखमीस, शरीराची वळणं नीट दिसत होती. हवीहवीशी ठासर वळणं. भागवत सुधाकडेच पाहात होते. तिनं मान फिरवली नाही.

स्वतःचंच मन तिनं त्रयस्थपणे तपासून पाहिलं. तिला जाणवलं, खूप खूप बरं वाटलं. मनावर असूयेचा, दुःखाच, द्वेषाचा, तळतळाटाचा एवढासाही ओरखडा नव्हता. अपरिचित भाषेतलं एखादं पुस्तक पाहावं इतकी ती अलिप्त होती. भागवत समोरच पाहात होते. सुधाला, निशाला.

तिच्या नजरेतला अनोळखीपणा त्यांना एवढ्या लांबूनही जाणवला. तिच्या मनात जरासाही प्रक्षोभ नव्हता. असता तर तिनं जिवणी घट्ट मिटून घेतली असती.

ती मनानं पण दूर झाली तर...! बरं वाटलं. खूप खूप बरं वाटलं.

स्वतःचंच मन भागवतांनी त्रयस्थपणे तपासून पाहिलं. त्यांना जाणवलं, खूप खूप बरं वाटलं. पूर्वी तिची नुसती आठवण झाली, तरी अपराधी वाटायचं; पण आज मनावर अपराधीपणाचा अस्पष्टही तवंग नव्हता. जो गुंता सुटत नव्हता, तो तोडणंच आवश्यक होतं. त्याला इलाजच नव्हता. मग आता पश्चाताप कसला आणि अपराधगंड कसला! पण निशाचा चेहरा! तो मात्र नीट कळला नाही. धूसर धुकं नुसतं. पण भागवतांनी निशाचा विचार डोक्यातून झटकून टाकला. नको असलेल्या बातमीची कॉपी कचऱ्याच्या टोपलीत टाकावी त्याप्रमाणे. सविताचं लक्षच नव्हतं. एक प्रक्षोभक जीवघेणं, शब्दहीन; पण आक्रोशी नाट्य एका क्षणात तिथं घडलं.

पण सभा सुरू होती... संमेलन सुरूच होतं...

मंडपाच्या बाहेर जगरहाटी शांतपणे नवनवोन्मेषात सुरूच होती. अशी आणि याहीपेक्षा भयानक अशी नाट्यं घडतात आणि विरतात. पण जगाचा क्षण अथवा कणही विचलित होत नसतो. अनित्य आणि अशाश्वताच्या शाश्वत विशाल जीवन फलकावर असे किती क्षण आले आणि क्षणाच्याही क्षणात विरून गेले. कोणतंही चिन्ह मागे न ठेवता विलय पावले. जगरहाटी सुरूच होती. जगरहाटी सुरूच होती.

हा कथेचा शेवट योग्य, चखल. कोणालाही दोष न देता, कोणाच्याही चारित्र्यावर निष्कर्ष न काढता, समस्येचं उत्तर न देता केलेला शेवट! अटळ अपरिहार्य. पण हा असा शेवट चित्रपटात चालणार नाही. चित्रपटात ठोसपणा हवा. निष्कर्ष हवा. कितीही नाही म्हटलं तरी थोडा आदर्शवाद हवा. आणि तिथेच तर घोळ आहे. हा सगळा प्रकार मला समजला, तेव्हा मीच स्वतः प्रचंड गोंधळून गेलो. ह्या सगळ्या प्रकाराची संगती लावायची कशी, हे मलाच समजेना.

संगती! मुळातच कशाला काही संगती असते का? की उगाचच आपण ढगात प्राणी

पाहतो तसला प्रकार असतो. भागवतांसारखा प्रौढवयीन मनुष्य पन्नाशीनंतर दुसऱ्या स्त्रीच्या प्रेमात पडतो, म्हणजे नक्की काय होतं? जवळजवळ पंचवीस वर्षांचं सहजीवन एवढ्या सहजासहजी मोडीत निघू शकतं? की मन मुळातच, विटलेलं असतं, थकलेलं आणि कंटाळलेलं असतं आणि ते सुटकेच्या शोधात असतं? सविता ही भागवतांच्या दृष्टीने केवळ एक 'सुटका' होती का? की सविता आणि भागवतांची भेट... आकर्षण... ओढ... संबंध हा केवळ एक अपघात होता? प्रलयाचा आणि आकांताचा क्षण होता? प्रलयाच्या क्षणी कोणी कसं वागावं, ह्याबाबत अगदी कोणाचाही सल्ला उपयोगी पडत नसतो. अवघड क्षणी आपण कसे वागू, ह्याबाबत आपण स्वतःही कधी अंदाज बांधू नयेत. कारण प्रत्येक क्षणाचं आव्हान काही वेगळंच असतं. सविता भेटण्यापूर्वी भागवतांना कोणी त्यांचं भविष्य सांगितलं असतं, तर... तर... कदाचित भागवतांनी त्याला मूर्खात काढलं असतं. असा मोह आपल्याला कधी पडणारच नाही, असं भागवतांनी निक्षून, अगदी छातीठोकपणे सांगितलं असतं. आणि ते खरंही असतं... त्या संदर्भात. विशिष्ट वेळी मोहाचे क्षण होऊनही अविचल राहणारे किती... आणि मोहाचा प्रसंग आयुष्यात येतच नाही, म्हणून शुद्ध राहाणारे किती? ठरवणं कठीण आहे.

आणि राजाध्यक्ष...! ते तरी एवढ्या क्षुद्रपणे का वागले? राजाध्यक्षांची प्रतिष्ठा... प्रसिद्धी... त्यांच्यावर सतत असलेला प्रकाशझोत... एवढं सारं असूनही...? की प्रतिष्ठा... प्रसिद्धी आणि सद्वर्तनाचा काहीही संबंध नसतो.

राजाध्यक्ष...! प्रदीर्घ पत्रकारितेचं वलय. एखादा कवी असतो. हाडाचा कवी असतो. राजाध्यक्ष हाडाचे संपादक होते. संपादन ही एक वेगळी प्रतिभा आहे. राजाध्यक्ष! देशसेवेला वाहिलेलं पहिलं साप्ताहिक त्यांच्या आजोबांनी काढलं. ते अंक राजाध्यक्षांनी आजही जपून ठेवले आहेत. दमनशक्तीची पर्वा न करता आजोबा जळजळीत लिहीत असत. कितीवेळा जप्ती आली. तुरुंगवास सहन करावा लागला, तरी आजोबा वाकले नाहीत, की मोडलेही नाहीत. ते अंक आता पिवळे पडले आहेत; पण त्यांना जुन्या पैठणीची माया आहे. दरवर्षी राजाध्यक्ष आजोबांची पुण्यतिथी साजरी करतात. भाषणं होतात. परिसंवाद होतात. उत्कृष्ट पत्रकाराला पुरस्कार मिळतो. ह्या निमित्ताने जणू एक साहित्य संमेलनच आयोजित होते. दुसऱ्या दिवशी 'दैनिक'मध्ये कार्यक्रमाचा सविस्तर वृत्तांत येतो. पूर्वी ब्लॅक ॲण्ड व्हाईट फोटो यायचे. हल्ली रंगीत असतात. 'दैनिक' आज मुंबईत क्रमांक दोनचं वर्तमानपत्र आहे. 'लोकसत्ता' सोडता 'दैनिक'ला कोणाचीच स्पर्धा नाही.

साडेअकराचा टोला पडला. राजाध्यक्षांनी समाधानानं घड्याळात पाहिलं. पावणेबारा वाजता दिल्लीहून रणदिवेचा फोन यायचा होता. चार मजले चढायला पाच मिनिटं.

प्रशस्त ऑफिस. ऐसपैस केबिन. प्रसंगी त्रासदायक वाटावा असा सोसाट्याचा वारा सतत वाहात असतो. समोर समुद्राची विस्तीर्ण निळाई. सावंत दाराशी उभा असेल. तो कडक सलाम करील. अदबीनंच पण लांबरुंद असं अघळपघळ हसेल. त्यानं कलकत्ता पानं आणून ठेवली असतील. रिव्हॉल्विंग खुर्चीवर बसून, रेलून राजाध्यक्ष विल्स पेटवतात. निळसर गुळमट धुराचे लोट सोडत ते पाच एक मिनिटं स्वस्थ बसून राहतील. धुराच्या लोटात कधीकधी राजाध्यक्षांना आयुष्याचा पट अस्पष्टपणे दिसून जातो. तो पट राजाध्यक्षांना सुखावतो. सुरुवात झाली साध्या साप्ताहिकानं. मग जिल्हा पातळीवरचं दैनिक. मग पाच वर्षं टाइम्स ग्रुपमध्ये दिल्लीला. पण टाइम्स ग्रुप आणि राजाध्यक्षांच्या तारा कधीच जुळल्या नाहीत. मार्क्सवादावरची श्रद्धा आड आली. त्यांनी शांतपणे टाइम्स ग्रुप सोडला. राजाध्यक्षांना मार्क्सवादाबद्दल नितांत आदर होता; पण कम्युनिस्ट पार्टीच्या राजकारणात मात्र ते कधीच रमले नाहीत. बासष्ठ साली चीनच्या युद्धात, 'हे आक्रमणच नव्हे', असा अनाकलनीय स्टॅण्ड कम्युनिस्ट पार्टीने घेतला, तेव्हा राजाध्यक्षांनी टीकेची झोड उठवली. ते त्यांचे लेख आजही आवडीने वाचले जातात. टाइम्स ग्रुपचा एक फायदा मात्र झाला. त्यांना एक वलय प्राप्त झालं. दबदबा निर्माण झाला. मुंबईत प्रवेश सुकर झाला. एका लहान दैनिकाला राजाध्यक्षांनीच नावारूपाला आणलं आणि मग सरळ 'दैनिक'चं प्रमुख संपादक पद 'हिंदुस्थान प्रेस'सारखा मोठा ग्रुप. तीन भाषिक 'दैनिक', तीन साप्ताहिकं, दोन पाक्षिकं. अग्रमान अर्थातच मराठी 'दैनिक'चा. विल्स संपली की राजाध्यक्ष झपाट्यानं कामाला लागतील. न थकता... न कंटाळता. सतत सहा वाजेपर्यंत काम करतील. मग सभा... भाषणं... संमेलनं... प्रचंड जनसंपर्क... विविध संस्था. अनेक संस्था त्यांच्या प्रेरणेनं आज उभ्या आहेत. ह्या सगळ्या कार्याला 'दैनिक'चं संपादक पद फार उपयुक्त ठरलं. सरकारदरबारी कामं पटापट होतात, ही सगळी उस्तवार राजाध्यक्षांना मनापासून आवडते. बरं वाटतं. आत्मगौरव वाढतो. अहंकार सुखावतो. फोन वाजला.

"हॅलो."

"काळे बोलतोय. अभिनंदन. आज वाढदिवस ना?"

"थँक्यू, थँक्यू व्हेरी मच."

"आज साहित्य संघात येणार आहात ना?"

"हो तर."

फोन संपला. वाढदिवस! पंचावन्न वर्षं संपली? अत्रे म्हणायचे तेच खरं. वाढदिवस कसला? काढदिवस असतो हा. आयुष्य एका वर्षानं कमी झालं. राजाध्यक्षांचा जीव क्षणभर घाबरा झाला. फक्त तीन वर्षं! तीन वर्षं! दोन वर्षांचं एक्स्टेन्शन नक्की

मिळेल; पण तरी काय? पाच वर्षं, फक्त पाच! मग हे हे सगळं संपेल. मंत्रिपद गेल्यावर केविलवाणी झालेली माणसं राजाध्यक्षांनी पाहिली आहेत. आमदारकी गेल्यानंतर, खासदारकी गेल्यानंतर, नगण्य झालेले पुढारी राजाध्यक्षांना माहीत आहेत. हे प्रशस्त ऑफिस, ही ऐसपैस केबिन, सतत घणघणणारे फोन... सभा... संमेलनं... फोटो... व्यासपीठ... भाषणं... टाळ्यांचा कडकडाट... हे... हे सारं फक्त पाच वर्षं? राजाध्यक्षांचा जीव कासावीस झाला.

फोन वाजला. बरं वाटलं.

"हॅलो, राजाध्यक्ष हीअर."

"भागवत आहेत का?"

"ते दुसऱ्या नंबरवर बसतात."

"जरा नंबर सांगता का?"

"तुम्ही ऑपरेटरला विचारा. प्लीज."

राजाध्यक्षांनी फोन बंद केला.

"सावंत, आजचा अंक आणा."

राजाध्यक्ष प्रत्येक अंक बारकाईने पाहतात. ओके असा रिमार्क लिहून सही करतात. हे अंक एका वेगळ्या फाईलमध्ये ठेवले जातात. राजाध्यक्ष 'दैनिक'मध्ये आल्यापासूनच्या प्रत्येक दिवसाचा अंक अशा पद्धतीने फाईल करून ठेवण्यात आला आहे.

सावंतने अंक आणून दिला.

बारा वाजून गेले; पण रणदिवेचा फोन आला नाही. दिल्लीच्या त्या खास बातमीसाठी आता रात्री फोन येईल. मग उद्याचा अग्रलेख किंवा बुधवारचं 'सर्वत्र' हे सदरात्मक लेखन. राजाध्यक्षांनी अंक उघडला. पहिल्याच पानावर 'सप्तर्षी'ची रंगीत जाहिरात. जाहिरातीत ठसठशीत उल्लेख, 'आता ह्या सोमवारचा अंक ५१००० प्रती.' नवीन लेख, नवी मांडणी. पूर्वीचा लोगोदेखील पूर्णपणे बदललेला. लेटरिंग बदललेलं.

'सप्तर्षी' हे साप्ताहिक 'दैनिक'चं भावंड; पण अपेक्षित प्रमाणात मूळ धरत नव्हतं. सेल सतत कोसळतच होता. शेवटी तर अधिक पंधरा हजारांवर येऊन आपटला. एका मीटिंगमध्ये रोहित बजाज म्हणाले, 'नो, धीस वोन्ट डू.' प्रत्येक प्रॉडक्ट स्वतंत्रपणेच गेलं पाहिजे. 'दैनिक'च आधी अगदी मार्जिनल प्रॉफिटवर चालतंय. 'दैनिक'चा मार्जिनल प्रॉफिट ट्रान्सफर करून 'सप्तर्षी' चालवायचं. 'धीस इज नॉट बिझनेस अॅट ऑल.' आपण 'सप्तर्षी' बंद करू या.

'दैनिक' मार्जिनल प्रॉफिटवर चालतंय. हा सूक्ष्म टोला राजाध्यक्षांना होता. इतरांना नाही; पण राजाध्यक्षांना जाणवला तो.

"पण असं चालू पब्लिकेशन बंद करण्यात रेप्युटेशनला धोका आहे, साहेब. एवढा मोठा आपला ग्रुप आणि आपण एक साप्ताहिक चालवू शकत नाही! आपल्या ग्रुपची प्रतिष्ठा."

"ओह, आय गॉट पॉईंट. ठीक आहे. कोणी नवा संपादक अपॉइंट करा. आपण सहा महिने प्रयोग करून पाहू; पण फक्त सहा महिने."

त्याच मीटिंगमध्ये मग अनेक नावांची चाचपणी झाली आणि भागवतांचं नाव निश्चित झालं. पूर्वी कधीतरी एखादी भेट झाली होती, असावी; पण भागवतांचा चेहरा डोळ्यासमोर येईना. भागवतांचा इंटरव्ह्यू राजाध्यक्ष आणि रोहित बजाजनीच घेतला.

भागवत... पाच-सहा पुरस्कारप्राप्त कादंबऱ्या. सात-आठ कथासंग्रह, पत्रकारिता आणि क्रिएटिव्ह लेखन... एक दुर्मीळ संगम. भागवतांच्या प्रथम भेटीत जाणवली ती त्यांची हुशारी आणि आत्मविश्वास. राजाध्यक्षांना क्षणभर उगाचच वाटलं, भागवत आपल्याला जड जाणार. आपल्या शब्दात राहाणारा नाही हा माणूस. भागवत म्हणाले,

"मान्य आहे. हे आव्हान मी स्वीकारलं; पण एक अट आहे. मला पूर्ण स्वातंत्र्य हवं. यश अथवा अपयश, संपूर्णपणे मीच जबाबदार असेन. चालेल?"

"नो प्रॉब्लेम. बट माय टर्म्स ॲण्ड कंडिशन्स आर क्लिअर, मला सहा महिन्यांत रिझल्ट्स हवेत. ओके?"

"मान्य आहे."

भागवतांचे स्थिर ठासून उत्तर. संघर्षाची नाही, पण असूयेची पहिली ठिणगी ह्या क्षणी राजाध्यक्षांच्या मनात पडली. 'सप्तर्षी'चं स्वरूप केवळ चार अंकांतच पार बदलून गेलं. पहिलं म्हणजे टॅब्युलर आकार जाऊन 'सप्तर्षी' मासिक आकारात सुरू झालं. भरपूर सदरं... पण प्रत्येक सदरातला मजकूर फार त्रोटक फुटकळ. कोणाचंही समाधान न करणारा. लेखकालाही पूर्ण विषय मांडल्याचं समाधान नाही, की वाचकाला काही सविस्तर वाचण्याचा आनंद नाही. अनेक सदरं चालू करण्यात विविध वाचकांना आकर्षित करण्याचा व्यावसायिक हेतू असतो, पण सर्वांना खूष ठेवण्याच्या नादात कोणाचंही समाधान होत नाही. अ पर्सन हू वॉन्ट्स टू प्लीज एव्हरीबडी कॅन नॉट प्लीज एनीबडी. हे सूत्र प्रमाण मानून भागवतांनी अनेक सदरं बंद केली. प्रत्येक अंकात तीन किंवा चार विषय आणि प्रत्येक विषयावर भरपूर मजकूर असा एक वेगळाच साचा भागवतांनी सुरू केला. तो लोकप्रिय झाला. कोणताही विषय भागवतांनी वर्ज्य मानला नाही, की लेखकावर कधी संपादकीय कात्री चालवली नाही. किती विविध विषय हाताळता येऊ शकतात, ह्याचं एक आकर्षक असं प्रात्यक्षिकच भागवतांनी सुरू केलं.

परिणाम लगेच दिसून आला. पहिल्या महिन्यातच सेल पस्तीस हजारांवर गेला.

दुसऱ्या महिन्यात चाळीस हजार... आणि तिसऱ्या महिन्यात पंचेचाळीस हजार... आणि आजच्या अंकात जाहिरात झळकली... 'पुढचा अंक ५१००० प्रति.'

ही यशाची कमान अशी कुठपर्यंत जाणार? संघर्षाची पहिली ठिणगी राजाध्यक्षांच्या मनात इथं पडली. पण... प्रत्यक्ष खटका उडाला तो मात्र 'लेटमार्क'वरून. एका साध्या लाल शब्दावरून... भागवत मुंबईत राहात नसत. नाशिकला राहून ते अप-डाऊन करायचे किंवा विरारला मित्राकडे मुक्काम ठोकायचे. लोकल पकडणं हा प्रकार भागवतांना कधी जमलाच नाही. त्यामुळे ऑफिसात पोचायला हमखास बारा किंवा साडेबारा. सोमवार होता. अंक बाहेर पडलेला होता. आज जवळजवळ सुट्टी. गप्पा. चर्चा. नवीन विषयांची चाचपणी. काही कल्पना. भागवतांची केबिन सतत भरलेली असायची. लेख घेऊन येणारे, पुढच्या अंकासाठी लिहू पाहाणारे. फोटोग्राफर्स. लेआऊटवाला. फ्रीलान्सिंग करणारे. एखादा जड पण आवश्यक असा महत्त्वाचा विषय भागवतांना समजावून देणारे, असे असंख्य... सोमवार होता. भागवत आले. केबिनमध्ये दोघे वाटच पाहात होते. भागवतांनी दाट केसावरून हात फिरवला. 'हं. काय राणे टेस्ट मॅच कव्हर करणार ना! लागा कामाला लागा. फोटो भरपूर हवेत. प्रत्यक्ष मॅचचे फार नकोत. ते वातावरण टिपा. फोटोत आणि लेखातही. जाधव मस्टर आण.'

जाधव मस्टर घेऊन आला. तोपर्यंत चहाचा एक राऊंड झाला होता. मस्टर पाहून भागवत चमकले. भला मोठा ठशठशीत लेटमार्क. चेहऱ्यावरची सुरकुती न बदलता भागवतांनी लेटमार्क समोर तेवढाच ठशठशीत क्वेश्चनमार्क केला.

जाधव मस्टर घेऊन गेला.

अपेक्षा होती त्याप्रमाणे इंटरकॉम घणघणला.

"हॅलो, भागवत भेटायला या."

"बिझी आहे. थोड्या वेळाने येतो."

तब्बल पाऊण तासानंतर भागवतांना वेळ मिळाला. भागवत शांतपणे राजाध्यक्षांच्या केबिनकडे निघाले.

"भागवत ह्याचा अर्थ काय?"

"कसला?"

"कसला! पुन्हा वर मलाच विचारताय? लेटमार्क पुढे क्वेश्चनमार्क कोणी केला? हाऊ यू डेअर?"

"तेच मी म्हणतोय. लेटमार्क कोणी केला?"

"अर्थात मी."

"का?"

"का म्हणजे, साडेबारा वाजता आलात."

"राजाध्यक्ष, दोन सूचना. पहिली सूचना आवाज चढवून बोलायचं नाही. बाहेर ऐकायला जातं. स्टाफसमोर आपण दोघांनी भांडणं योग्य नाही. सूचना दुसरी, मी तुमच्या हाताखाली काम करत नाही. तुम्ही 'दैनिक'चे इनचार्ज आहात. मी 'सप्तर्षी'चा. माझं मस्टर तुम्ही पाहायचं नाही. अरे, मी माझ्या स्टाफवर कधी अशा पद्धतीनं लक्ष ठेवत नाही आणि तुम्ही मला लेटमार्क करता? हे आज तिसऱ्यांदा झालं. पहिल्या वेळी मी दुर्लक्ष केलं. दुसऱ्या वेळी सहन केलं आणि आता विरोध केला. पुन्हा ही वेळ आणू नका प्लीज."

"भागवत, पायरी सांभाळून बोला."

"मला माझी पायरी नीट समजते, म्हणूनच बोलतोय."

भागवत खाडकन केबिन उघडून बाहेर आले. हा खटका ऑफिसात भयंकर गाजला. टेबला टेबलावरून फिरला. खूप जण सुखावले; पण ही नुसती सुरुवात होती. 'सप्तर्षी'चा खप पाऊण लाखाला भिडला. दिवाळी अंकाचा 'सर्वोत्कृष्ट' हा पुरस्कार मिळाला. मुलाखती, फोटो, अभिनंदनाचे फोन, सभा-संमेलनांची निमंत्रणं अशी नुसती झुंबड उडाली.

"अंक म्हणजे नुसता डिपार्टमेंटल स्टोअर झाला आहे. भागवतांचं स्वतःचं असं कॉन्ट्रीब्युशन काय?" राजाध्यक्ष म्हणाले.

कळत नकळत एक स्पर्धा सुरू झाली. तट पडले. राजाध्यक्षांच्या ह्या रिमार्कला उत्तर म्हणून नव्हे; पण भागवतांनी एक स्वतःचं सदर सुरू केलं, 'माझं पान' ह्या नावाने. प्रत्येक अंकात एक स्वतंत्र ललित लेख. ललित लेखाबद्दल भागवतांना एक खूप जुनं आकर्षण होतं; पण कधी योग आला नव्हता. लेखनाचा एक वेगळा फॉर्म. विषयाचं बंधन नाही. तंत्राचा बडेजाव नाही. कथेत-कादंबरीत खूप अवधानं... व्यवधानं. इथे ते काही नाही. आत्मलीन होऊन मुक्तपणे लिहावं. कधी विचार, कधी नितळ कल्पना, कधी काव्यास्वाद, कधी आदरणीय व्यक्ती, भागवत रंगून मनापासून लिहीत होते. वाचक आसासून वाचत होते. सहा महिन्यात ह्या लेखांचा संग्रह प्रकाशित झाला. त्याला पुरस्कारही मिळाला. 'सप्तर्षी'चा खप लाखाला भिडू लागला.

"सरकारी पुरस्कारात विशेष काय! ते एक तंत्र असतं."

राजाध्यक्षांच्या छावणीतून वाग्बाण आला.

भागवत नुसते हसले. 'मूर्ख आहात' अशा अर्थानं. ह्या अशा हसण्यापेक्षा ते काही जळजळीत बोलले असते, तरी परवडलं असतं; पण भागवत नुसते हसले. जहरी.

स्पर्धा संपली. आता जवळजवळ युद्धच सुरू झालं. राजाध्यक्षांच्या एक्स्टेंशनचा

अर्ज पडून होता. रोहित बजाज त्यावर काही बोलत नव्हते. अर्ज देऊनसुद्धा दोन महिने झाले. जे काम सहज होईल असं राजाध्यक्षांना वाटत होतं, तेच काम दोन महिने झाले तरी... एका पार्टीला रोहित बजाज आणि भागवत एकत्रच गेले. ऑपरेटर सगळ्यांना सांगायची,

"बजाज साहेबांचे खूप फोन येतात भागवतांना. साहेब खूश आहेत."

हे असं कुठवर चालणार? आपल्या अर्जाचं काय होणार?

ही ऐसपैस केबिन, हे ऑफिस, फोन्स, सभा, संमेलनं, भाषणं... एवढ्या लवकर संपणार...? एवढ्या लवकर...! राजाध्यक्ष कासावीस होते.

'सप्तर्षी' विरुद्ध 'दैनिक' ह्या स्पर्धेतून किंवा युद्धातून पुढचा आकांत उसळला नाही. नंतर जो प्रलय झाला, त्याला एक वेगळीच व्यक्ती जबाबदार होती. सविता... नाही हेदेखील तितकंसं खरं नाही. तिच्यामुळे प्रलय झाला नाही... पण तिचं निमित्त मात्र नक्कीच करण्यात आलं.

सविता! सविता आपल्या आयुष्यात आलीच नसती तर? तर... तर कदाचित... पण नाही... ह्या जर-तर भाषेला काही अर्थ नसतो. सविता आयुष्यात आली, म्हणून तर जीवनाला एक तोल आला. पौरुषाला काही अर्थ आला. पन्नाशी झाल्यावरदेखील आपल्यावर कोणी भाळू शकतं ह्याचा अभिमान वाटला.

सविता...! ती भेटली, ओढ निर्माण झाली, तेव्हाच संयम केला असता, तर... स्त्री सहवास आवश्यक का वाटला? की... की सविताच्या रूपानं शक्यता निर्माण झाली म्हणून केवळ आवश्यकता भासू लागली. कोणत्या तरी एका दुर्दैवी क्षणी भागवतांना जाणवलं, की सुधाच्या सहवासात आपण कोंडलो होतो. सहजीवनाची, सहवासाची, समागमाची खुमारी कधीच संपली होती.

नाशिक... कुबट अंधाऱ्या वाड्यातली एक खोली. नोकरी सोडलेली. लेखनावर मान मिळतो थोडाफार. पण संसार मानावर नाही चालत. लेखनावर संसार काढण्याची कोण जिद्द होती मनात; पण मनासारखं सालं कधी जमलंच नाही. इतर लेखक कसे वर्षाला सहा-सहा कादंबऱ्यांचा रतीब घालतात. शी... ती कल्पनाही भयानक वाटते. निशाच्या जन्मानंतर दोनदा ॲबॉर्शन्स झाली. सुधाची सगळी उभारीच गेली. मानसिक आणि... निशा मोठी झाली आणि मग... मग एका खोलीत एकांत शक्यच नव्हता. सुधाचा चेहरा ओढलेला. शरीर आक्रसलेलं. उत्कटता... ओढ... आवेग... भागवतांना कधी कधी असुरीपणे वाटायचं. आपल्याला हवं ते सारं सुख ओरबाडून घ्यावं कसलीही पर्वा न करता, अगदी आपल्या मनाचीदेखील पर्वा न करता. सुधाच्या पगारावर घर सुरळीतपणे चालतं आहे, याची भागवतांना जाणीव होती. त्याचाच त्रास व्हायचा. पुरुषीपणा ठेचला

जायचा. बायकोनं संसाराला हातभार लावणं वेगळं आणि तिच्या कमाईशिवाय घर चालूच नये, अशी अवस्था असणं वेगळं. अशावेळी सुधा उपकारकर्ती वाटायची. उपकारकर्त्याबद्दल एक विलक्षण तिरस्कार वाटणं, हा एक विचित्र मनुष्यस्वभाव आहे. कारण माणसाचं अस्तित्वच उपकारावर अवलंबून होऊ लागतं. श्वासच उधार होतात आणि प्राण गहाण पडतात. सुधा उपकारकर्ती झाली... म्हणून कदाचित एक विचित्र द्वेष... अकारण तिरस्कार... एक जीवघेणा कोंडमारा...

सविता म्हणते,

"तुम्हाला क्रौर्याचं एक सुप्त आकर्षण आहे. तुमची सगळीच पात्रं एकमेकांना ओरबाडत असतात. समर्पण ही एक फार मोठी भावना आहे. फार महत्त्वाचा पैलू आहे."

क्रौर्याचं आकर्षण...! त्याचं कारण नाशिकच्या त्या कोंडलेल्या अंधाऱ्या खोलीत, सुधानं फिरवलेल्या पाठीवर की आपल्या भुकेकंगाल बालपणात... नक्की कुठे असेल? माणूस कधी घडतो? बालपणी...? जन्मक्षणीच...? की त्याही पूर्वी? की माणूस सतत घडतच असतो आणि घडणं संपलं की... सगळंच संपतं? विचारांचा नुसता गोंधळ.

निशा! निशा नसती तर, आपलं आयुष्य वाळवंट झालं असतं. तिचं हसणं, बोलणं, लाघवीपणा... निशा सासरी जाणार, ह्या नुसत्या कल्पनेनंही भागवत गलबलत असत.

सुधा आणि आपलं सहजीवन खरंच असं सडकं होतं आणि आहे, की सविता आयुष्यात आली म्हणून केवळ असं वाटू लागलं? आपला सगळा कोंडमारा कथेतून आणि कादंबरीतून व्यक्त होतो की काय? निर्मिती ही एक 'सुटका' असते, असं म्हणतात. मग सविता हीदेखील एक सुटकाच आहे का? एवढं आकर्षण का? एवढी ओढ कसली? केवळ शरीराची निश्चितच नव्हे. मग कसली? सविताचं पत्र वाचता वाचता एकीकडे मनात विचार चालले होते. खुळी कुठली! पंधरा दिवसांसाठी दिल्लीला गेली, तर तेवढ्यात तीन पत्रं लिहिली तिनं. प्रत्येक पत्र म्हणजे रोमांचाचा सडा नुसता. हुरहुर ओढ, उत्सुक! समर्पित! सविता... सविता... सर्वत्र फक्त सविता...!

प्रत्येक अवयवाला डोळे लाभले आणि प्रत्येक दृष्टीत फक्त सविता... 'मोह च्या मध्यरात्री मदिरेतून मादक तू' कोणाची बरं कविता! कविता नव्हे... फक्त सविता... बकाल, बुभुक्षित बालपण, नाशिकची अंधारी खोली, मारलेल्या जिवानं घालवलेले असंख्य क्षण... सगळं सगळं विलय पावलं...

कुजबुज, घुमत्या, दबक्या आवाजात चर्चा. वातावरण बदललेलं. मोकळेपणा हरवलेला. दुपारची सविता येऊन गेली. मग कोणी फारसं आलंच नाही. संध्याकाळ नुसती जडशीळ झालेली. ऑफिसात बसवेना. पण बाहेर जाणार कुठं? पाऊस नुसता

खूळ लागल्यागत कोसळत होता. काय करावं ते सुचेना. सविताची पत्रं वाचणं हाच एकमेव विरंगुळा होता.

पत्रांची जागा हललेली. क्रम बदललेला.

“जाधव.”

*****

“माझा ड्रॉवर कोणी उघडला होता?”

“मी नाय बा.”

“तू उघडलास, असं नाही म्हणत मी. कुणी उघडला, असं विचारतोय.”

“मी रजेवर होतो साहेब.”

“ठीक आहे. जा तू.”

‘ड्रॉवर कोणी उघडला?’ भागवतांच्या डोक्यात घंटा घणघणत राहिली. ‘ड्रॉवर कोणी उघडला?’ तो दिवस तसाच बिनचेहऱ्याचा गेला. दुसऱ्या दिवशी टेबलावर ‘दवंडी’चा अंक.

‘दवंडी’चा अंक मेलेला उंदीर पडलेला पाहावा तशा नजरेनं पाहात होते. पहिल्याच पानावर बातमी, ‘एका नामवंत पत्रकाराच्या रासक्रीडा.’ नावाचा उल्लेख नव्हता. गावाचा उल्लेख नव्हता; पण ही बातमी... अंक मुद्दाम आपल्या टेबलावर. भागवत सावध झाले; पण कोणाजवळ बोलण्याची सोय नाही. आपणहून काहीही बोलणं म्हणजे विषयाला चालना देणं. अप्रत्यक्षपणे कबुली देणं. ऑफिसात प्रत्येकाच्या हातात ‘दवंडी’चा अंक.

भागवत ताठरले. वाघाची चाहूल लागलेल्या घोड्याप्रमाणे बुझले. कुठूनतरी वार होणार होते. कोणी काही बोलत नव्हतं; पण भागवतांना सगळे टाळत होते. त्यांना पाहून बोलणी खाडकन बंद व्हायची किंवा खोट्या मोठ्या आवाजात त्यांचे स्वागत होई. ऑफिस परकं, अपरिचित वाटू लागलं. सामंत, प्रभुदेसाई, घाटपांडे, सगळ्यांच्याच मनात काहीतरी डाचत होतं. साचत होतं. ठसठसत होतं; पण फुटत नव्हतं.

‘दवंडी’चा दुसरा अंक, भयानक हेडलाईन्स. ‘भागवतांचा कामसप्ताह’ बीभत्स, अशोभनीय भाषेत लिहिलेला मजकूर. सविताचा फोटो, तिचं पत्र. बोचऱ्या, भुंकत्या भाषेतला लेख. भागवतांना ‘दवंडी’वाल्यानं कामांध नराधमांच्या पंगतीला नेऊन बसवलं. विकृत पिसाटांबरोबर त्यांची तुलना केली. आणि असा अधम पुरुष ‘सप्तर्षी’चा संपादक असावा याबद्दल खेद व्यक्त केला. सरस्वतीच्या दरबारात एका विकृताने मानाची खुर्ची पटकावली म्हणून ‘दवंडी’वाल्यानं ऊर बडवून घेतला. मातम केला.

ऑफिसात 'दवंडी'च्या प्रती अक्षरशः ढिगाने आल्या. 'सप्तर्षी'चा नवीन अंक नव्वद हजार प्रतींचा निघाला. त्याची ऑफिससमोर होळी करण्यात आली. भागवत सारा तमाशा पाहात होते. एकटे... कोंडलेले... तोंड दाबून बुक्क्यांचा मार... आरोपांच्या फैरी... उत्तरं द्यायला जागाच नाही.

'सप्तर्षी' अंक भागवतांचा नव्हता. त्याचा भागवतांना काही उपयोग नव्हता. चार दिवसांची रजा टाकून भागवत सरळ नाशिकला गेले. सुधानं नवीनच घेतलेला फ्लॅट. प्रशस्त, हवेशीर. सुधा ह्याच वर्षी मुख्याध्यापिका झाली होती. सुधानं मुक्यानंच दार उघडलं. स्वतःच्याच घरात भागवत अवघडून बसले. पाहुण्यासारखे इकडे तिकडे पाहू लागले. सुधा मुकाटपणे वावरत होती. जिवणी घट्ट मिटून घेतलेली. भागवतांना वाटलं, मोठ्यानं रडावं... ओरडावं. सुधाला गदगदून हलवीत किंचाळत विचारावं, 'बाई गं, बोल ना काहीतरी. बोल. भांड. म्हणजे उत्तरं देण्यासाठी तरी मी बोलेन.' भागवत गप्प बसले. सुधा एक अवाक्षर बोलली नाही. बेल वाजली. सुधानं दरवाजा उघडला. दारात निशा.

भागतवांना पाहून निशा कोसळली.

"बाबा, बाबा, हे हे सारं खोटं आहे ना? सांगा ना बाबा. सगळं खोटं आहे ना हे."

"निशा बेटा, चहा करतेस थोडासा? खूप दमलोय मी."

चहा घेऊन भागवत झोपले.

"बाबा, हे सारं खरं आहे?"

"घटना खरी आहे. वर्णन विकृत आहे."

"म्हणजे...?"

"मी आणि सविता. आम्ही... नाही निशा, मला नाही सांगता येणार. निदान तुझ्यासमोर तरी नाही बोलू शकणार मी..."

"करताना नाही ना लाज वाटली, मग आता बोलताना का जीभ अडखळते?"

सुधाचा चिरकलेला आवाज.

"मुलगी लग्नाला आली तुमची... शी..."

काय झालं ते भागवतांना क्षणभर समजलंच नाही. सगळा कोंडमारा उफाळून आला. संयम पार सुटला. आपला तोल सुटतोय हे समजत होतं; पण जिभेवर लगाम घालताच आला नाही.

"तू... तू कारणीभूत आहेस त्याला. होय सुधा, तू कारणीभूत आहेस त्याला. तू नीट ऐक, निशा आज मोठी झाली असेल; पण दहा वर्षं सतत कोंडमारा सहन केला आहे मी, तेव्हा तर निशाला समजत नव्हतं ना! प्रत्येक क्षणी तू मला जाणवून देत होतीस,

की तू आहेस म्हणून माझा संसार उभा आहे. माझी कला, माझं लेखन यांनी चूल पेटत नाही, हे मला प्रत्येक वेळी दाखवून देत होतीस. माहीत होतं गं ते मला; पण पुन्हा पुन्हा तेच सांगून मला ठेचण्याचं काहीच कारण नव्हतं. होय, सुधा होय, तुझ्या सहवासातला प्रत्येक क्षण मला तुरुंगासारखा वाटत होता. माझा अहंकार जपला तिनं. माझा मीपणा फुलवला तिनं."

"पण तुमच्या लेखनासाठी खस्ता मी खाल्ल्या आहेत. अहंकार फुलवायला तिचं काय जातंय?"

"पण तुला नाही ना जमलं?"

"हेच पाहण्यासाठी जपायचा ना तुमचा मीपणा?"

"हे पाहण्याची वेळ येऊ नये म्हणून जपायचा कलावंताचा मीपणा. कलावंताची भूक असते ती. केवळ शारीरिक नव्हे, सुधा, मानसिकदेखील भूक असते."

"अशी भूक भागवणाऱ्या बसव्या खूप असतात..."

"सुधा... सविता तुला काय बसवी वाटली? आणि मी रंडीबाज वाटलो...?"

"त्या बऱ्या. दुसऱ्यांच्या घरात तरी माती कालवत नाहीत; पण ह्या असल्या..."

"सुधाऽ"

हा मात्र कडेलोट होता. हातातला पेपरवेट सुटला... मारला... की... लागला...

"बाबा, बाबा काय झालंय तरी काय तुम्हाला? आई ए आईऽऽ..." डॉक्टर... ॲम्ब्युलन्स... रक्तस्राव... मुळातच ब्लडप्रेशर वाढलेलं... रक्तस्राव थांबेचना... पोलीस कम्प्लेंट... जबानी... प्रश्न... उपहास... मग्रुरी... दीडदमडीच्या इन्स्पेक्टरनं आपली चौकशी करावी! भागवतांचा पेट पेट झाला. आपलं शिक्षण, प्राध्यापकी, साहित्य सेवा, सरकारी पुरस्कार, संपादक पद, सगळ्या सगळ्याची किंमत कशावरून ठरते? आयुष्यभराच्या कर्तृत्वामुळे की एखाद्या क्षणिक पतनामुळे? आणि पतन तरी का म्हणायचं! मी सविताला काही फसवलेली नाही. तिला पूर्ण कल्पना आहे. मीच दिली होती. सुधाला मनस्ताप झाला, हे मान्य आहे; पण मी जो मनस्ताप भोगलेला आहे त्याचं काय? इन्स्पेक्टर थंड दगडी चेहऱ्यानं पाहात होते. ऐकत होते. भागवतबाईंच्या घरातलं लफडं म्हणून केवळ ते शांत होते. त्यांची मुलगी सुधाची विद्यार्थिनी म्हणून केवळ त्यांनी केस नोंदवून घेतली नाही.

"सोडतोय तुम्हाला. बाईकडे पाहून सोडतोय. तुमची पुस्तकं काय गाढवाच्या गांडीत घालायची आहेत? स्वतः असे भिकारचोट वागणार आणि जगाला उपदेश करणार काय? जा. सांभाळा बाईंना. अशी माउली नशिबानं लाभली, तरी च्यायला तुम्ही उकिरडे फुंकता काय? एकदा सोडतोय. पुन्हा कम्प्लेंट आली ना, तर मग मात्र पोलिसी

हिसका दाखवीन. जा.”

पुन्हा... पुन्हा एकदा सुधाचे उपकार...

जखम भरली; पण अशक्तपणा होता. अधूनमधून डोकं दुखायचं. सुधा घरी आली.

घरातला प्रत्येक क्षण खायला यायचा. आत्ता ह्या अवस्थेत तिला सोडून जाणं शक्य नव्हतं आणि घरात राहणंही अशक्य वाटत होतं. असह्य वाटत होतं. तो गेलाही नाही आणि थांबलाही नाही. अशा अवस्थेत भागवत राहात होते.

एका संध्याकाळी अविनाश आला.

“ताई, आता काय ठरवलं आहेस तू?”

“मी काय ठरवणार? जे काय ठरवायचं आहे, ते ह्यांनीच ठरवायचं आहे.”

“भागवत काय ठरवणार? जे काय करायचं... जे करायला नको ते तर त्यांनी करूनच टाकलं. आता ताई, तू निर्णय घ्यायचा आहेस. माझं ऐक, तू माझ्या घरी चल. इथं तू एकटी, सोबतीला कोणी नाही. मला भीती वाटते.”

“अविनाश, तुला म्हणायचंय काय? काय ते स्पष्ट बोल?”

“मी स्पष्टच बोलणार आहे. घाबरतो की काय? मी लेखक नाही तुमच्यासारखा, शब्दांचे ढीग रचायला. मी सरळच बोलणार आहे. आज पेपरवेट मारलात, उद्या वरवंटा माराल. तुमचा काय नेम?”

“अविनाश... मी...”

“थांबा. मला बोलू द्या. तुम्हाला आठवतं, ताईचं आणि तुमचं लग्न झालं, तेव्हा मी खूप लहान होतो. शाळकरी होतो. मी तुमच्या खिजगणतीतच नव्हतो. आई-बावांना तुमचा कोण अभिमान! आमचा जावई लेखक आहे; पण तुम्ही घरी कधी यायचे नाहीत. आलात तरी उपकार केल्यासारखे यायचात. कसला माज होता हो तुम्हाला एवढा? चांगली नोकरी होती. ती सोडलीत. का तर म्हणे, कोंडमारा होतो. तुम्हा लेखकांचे मन प्रतिभेत रममाण असतंच ना, मग कोंडमारा कसला होतो तुमचा? सावरकरांचा अंदमानात नाही झाला कोंडमारा? अप्रतिम कविता लिहिल्या त्यांनी अंदमानात! त्या तोडीचं सोडा हो; पण त्याच्या आसपास जाणारी तरी चार अक्षरं लिहून दाखवा. म्हणे कोंडमारा होतो? ढोंग नुसतं. सरळ नोकरी सोडलीत. ताई नोकरी करत होती, म्हणून नोकरी सोडणं शक्य होतं तुम्हाला. तुमची प्रतिभा, तुमची पुस्तकं, तुमची मिजास... ताईमुळे शक्य होती; पण साधी कृतज्ञता नाही तुमच्या मनात. आमचीदेखील भांडणं होतात घरी. त्यात विशेष काय! भांडणं झालीच पाहिजेत. कोंडलेल्या भावनांचा निचरा असतो तो. होळीत नाही का आपण अचकट-विचकट बोलतो. बोंबा मारतो. घरातील भांडणं म्हणजे होळी असते; पण ती विझल्यानंतर मग प्रेमाची गुढी उभाराल की नाही!

की होळीची राखच डोक्यात घालून बसणार? तुमचा म्हणे कोंडमारा झाला घरात, ताईचा नसेल झाला कोंडमारा? तिच्या अपेक्षा नसतील? कधी विचार केलात? भागवत, तुम्ही केवळ स्वार्थी नाही, तर आत्मकेंद्रित आहात. फक्त आणि फक्त स्वतःचा विचार करता. ताईवर उचललेला हात मी विसरणार नाही. पोलिसांनी सोडलं तुम्हाला; पण मी नाही सोडणार. वाट लावीन मी तुमची...”

पत्र्यावर दगड कोसळावेत तसा अविनाश बोलत होता. एक क्षणभर भागवतांच्या मनात एक तटस्थपणा भरला गेला. का आणि कसा भरला गेला, ते कळलं नाही; पण भरला गेला, एवढं मात्र खरं. तटस्थपणा... आपल्याच पात्रांकडे तटस्थ होऊन पाहण्याची लेखकाची खास शक्ती. त्याच तटस्थपणानं मग भागवत सगळ्या प्रसंगांकडे पाहू लागले. त्यांना वाटलं... अगदी मनापासून वाटलं, की हे सारं नाटकच चाललंय. प्रेक्षक असोत अथवा नसोत, नाटक यशस्वी असो की अयशस्वी. एकदा नाटक सुरू झालं, की पात्रांनी असंच बोललं पाहिजे. असाच अभिनय केला पाहिजे. सुधा सुधाची भूमिका करत आहे. अविनाश त्याची भूमिका करतो आहे. त्याच्या जागी आपण असतो तरी आपण अगदी असंच बोललो असतो.

“अरे जा रे, मामा तू काय बाबांची वाट लावणार? काय लायकी काय तुझी? मामा, तुला पैशाचा माज आला असेल ना, तर तो तुझ्या घरी ठेव. नसेल पैसा बाबांजवळ; पण तुझ्या दारात तर आम्ही कधी आलो नाही ना? असेल बाबांनी हात उगारला आईवर; पण तुझ्या बायकोला तर मारलं नाही ना, मग तू का रे असा थयथयाट करतो आहेस? जा ना घरी. हा भागवतांच्या घरातला प्रश्न आहे. तू मधे पडायची गरज नाही.”

अविनाश अवाक् होऊन तणतणत निघून गेला. घर एकदम गपगार झालं.

भागवतांनी बॅग भरली. गलबलून आलं. सगळ्या आयुष्याचा, पंचवीस वर्षांच्या संसाराचा अर्थ एका बॅगेत मावण्याएवढा आक्रसला. आयुष्याचा अर्थ? एक बॅगभर कपडे एवढाच? कपडे - अब्रू झाकण्यासाठी... पण तिच्या तर चिंध्या झाल्या.

“निशा, एक कपभर चहा करतेस का गं? ह्या घरातला शेवटचा. करतेस?”

सुधाचा क्षुब्ध चेहरा. जिवणी घट्ट मिटलेली.

भागवतांना वाटलं, सुधाला पोटाशी धरावं. म्हणावं, ‘बाई गं, एकदाच हस ना. पूर्वी... खूप खूप पूर्वी हसायचीस तशी. नाशिकच्या जुन्या अंधाऱ्या खोलीत. आपल्या पहिल्या मिलनानंतर हसली होतीस तशी. निशाच्या वेळी तुझ्या टपोऱ्या पोटाला कान लावून आतलं जीवन मी ऐकायचो, तेव्हा हसायचीस तशी. एकदा मला यायला खूप उशीर झाला, तेव्हा प्रथम रागावलीस आणि मग खुदकन हसली होतीस तशी. माझ्या पहिल्याच कथासंग्रहाला पुरस्कार मिळाला, तेव्हा अभिमानानं एका तोऱ्यात हसली

होतीस तशी. एकदा... एकदा... सुधा, सुधा अगं दोन माणसांचं आयुष्यभर पटलंच पाहिजे... आणि पटत नसेल तरी आयुष्यभर घराच्या एका चौकटीत एकमेकांना ओरबाडत, रक्तबंबाळ होत त्यांनी एकत्रच राहिलं पाहिजे, हा अट्टाहास कशासाठी? सांग ना कशासाठी? नाहीतरी मी जाणारच आहे. एवढं सगळं झाल्यावर मी इथं राहाण्यात काहीच शोभा नाही. आता जाताना कटुता कशाला? शाप आणि तळतळाट कशाला? विझल्या मनानं एकत्र राहाण्यापेक्षा... हा गुंता असाच वाढत जाण्यापेक्षा... आपण पुन्हा एकदा प्रयत्नपूर्वक अपरिचित होऊ या.'

पण भागवत एक अक्षरही बोलले नाहीत. अशा अवघड वेळी शब्दसुद्धा पाठ फिरवतात. परके होतात. भरलेली बॅग ते उगाचच लावीत बसले.

"बाबा, चहा."

निशा रडणं आवरण्याचा प्रयत्नसुद्धा करत नव्हती.

"ए... निशा, बेटा तू कशाला रडतेस? अगं वर्षा-दोन वर्षांत तुझं लग्न होऊन तूच सासरी जाशील... निशा, जातो मी..."

भागवत झटकन बाहेर पडले. एक क्षणभर जरी आणखी थांबले असते, तरी... संयम पाळता आला नसता. भागवत निघून गेले. दरवाजा बंद झाला.

"निशा, निशा माझं काही चुकलं का गं?"

"चुकलं नाही; पण दुसरा काही पर्याय नव्हता का गं आई?"

"कोणता पर्याय? आहे तुझ्याजवळ काही..."

"आई, आपण सगळ्यांनी फक्त बाबांच्यावरच आगपाखड केली. जणू ते एकटेच दोषी आहेत. त्यांनी काय बलात्कार केला आहे तिच्यावर? ती पण तितकीच दोषी आहे ना! स्त्रीचा होकार असल्याशिवाय पुरुष कधीच पुढे सरकू शकत नाही; पण सगळ्यांनी फक्त बाबांना आरोपीच्या पिंजऱ्यात उभं केलं. आई, बाबा येतील का गं परत?"

"आले तरी मी घरात घेणार नाही."

"आई."

"जाताना पाहिलंस ना! तुझ्याशी बोलले; पण माझ्याशी मात्र... अगं, एका शब्दानं जरी म्हणाले असते ना... तरी..."

अविनाश गप्प बसला नाही. त्यानं सगळ्याच वर्तमानपत्रांना बातमी कळवली. सगळ्यांनीच ती बातमी न चुकता छापली. पुन्हा एक गदारोळ. 'सर्जन आणि चारित्र्य.' 'व्यक्तिगत आयुष्य आणि आविष्कार' अशा नावांनी परिसंवाद झाले. बहुतेक सर्व वक्त्यांनी उल्लेख न करता भागवतांना झोडपून घेतलं; पण भागवतांना जणू शब्दच नव्हते. फक्त आरोप... दोष... निंदा... ऑफिस. भागवत मुकाट्यानं आले. कोणी

हसलं नाही. बोललं नाही. टेबलावर सूचना.

'कामाला सुरुवात करण्यापूर्वी मला भेटा.' - रोहित बजाज.

भागवतांना हे अपेक्षित होतं. रोहित बजाजना उद्देशून एक पत्र भागवतांनी लिहिलं. ते पत्र खिशात ठेवून भागवत बजाजसाहेबांच्या केबिनमध्ये गेले. केबिनमध्ये बजाज आणि राजाध्यक्ष.

"बसा."

"थँक्यू."

"भागवत, तुमच्याबद्दल सर्वत्र जे छापून येत आहे. आय ॲम शॉक्ड."

रोहित बजाज शब्द चाचपडत बोलत होते.

"आपल्या ग्रुपचं रेप्युटेशन. तुम्हाला कल्पना आहेच. तुम्ही आणि... काय बरं नाव... येस... सविता... तुमचे...आय होप जे छापून आलं आहे ते खरं नाहीये..."

"ते खरं आहे."

"ओह!"

"होय, मी ते नाकारत नाही. मी आणि सविता वुई लव इच अदर. आम्ही लग्न करणार आहोत. प्रश्न तो नाहीये, प्रश्न हा आहे, की सविता आणि माझे संबंध हा आमचा पूर्णपणे खासगी प्रश्न आहे. त्याचा आणि मॅनेजमेंटचा काही संबंध नाही."

"तुम्ही असं म्हणू शकत नाही."

"तुम्ही असं म्हणू शकता, कारण तुम्ही मालक आहात."

"डाउटफुल कॅरेक्टरची माणसं मला माझ्या ग्रुपमध्ये नको आहेत."

हे अपेक्षितच होतं. रोहित बजाजचे हे शब्द ऐकले आणि भागवतांच्या मनावरचा ताण एका क्षणात नाहीसा झाला. एक अगम्य स्मितहास्य त्यांच्या चेहऱ्यावर...

"तुम्ही यशस्वी संपादक आहात. आय ॲम प्राउड ऑफ यू; पण मोरॅलिटीचा बळी देऊन आम्हाला यश नको. शिवाय..."

"थांबा. इथेच थांबा. आता मी बोलतो. सविताचं प्रेम मी कधीच नाकारलं नाहीये. आणि नाकारणारही नाही. ती खरी गोष्ट आहे; पण त्याची चर्चा मात्र विकृत आणि पूर्वग्रहदूषित होती. त्याला मी 'सप्तर्षी'मधून उत्तर देऊ शकलो असतो; पण मी दिलं नाही. कारण माझ्यावर झालेला हल्ला खासगी होता. त्याचं उत्तर 'सप्तर्षी'मधून देणं माझ्या तत्त्वात बसत नाही; पण माझी खासगी पत्रं, मी नसताना 'दवंडी'च्या संपादकाला देणं, मला न विचारता माझा ड्रॉवर उघडणं, हे कोणत्या मोरॅलिटीत बसतं? माझं यश सहन न होऊन असा कमरेखाली वार करणं कुठल्या नीतिमत्तेत बसतं, बजाजसाहेब! तुमचा निर्णय काय असेल याची मला कल्पना होती. माझा राजीनामा माझ्या खिशात

आहे. हा माझा राजीनामा...” राजीनामा देऊन भागवत बाहेर आले.

आयुष्यातलं एक झगमगीत पर्व असं अचानक संपलं.

कुठं जायचं? काय करायचं? सविता टूरवरून अजून आलेली नसेल. बरं झालं, ती टूरवर होती. सहन झालं नसतं तिला. कोसळून गेली असती. पावलं सवयीनं घरच्या दिशेनं वळली. लॅचची किल्ली शोधावी लागलीच नाही. सवितानंच दरवाजा उघडला. सविता गप्प.

“सविता, बोल ना काहीतरी...”

“हे सगळं काय झालं हो? तुम्ही घर सोडलंत?”

“होय.”

“पण का? तुमच्या आयुष्यात माझं स्थान दुय्यम आहे, याची मला कल्पना होती. मला मान्य होतं ते.”

“तुला मान्य असून काय होतं, सुधाला ते मान्य नव्हतं. सगळं इतक्या झपाट्यानं घडत गेलं, की विचार करायलाही वेळ मिळाला नाही. सविता दैव, प्रारब्ध वगैरे गोष्टी मी कधी मानल्या नव्हत्या. दुबळ्या मनाच्या त्या काठ्या आहेत, असं वाटायचं मला. पण हे सारं घडत असताना सारखं मला वाटत होतं, की हे सारं नाटक चाललं आहे. तुला, मला, सुधाला, निशाला माहीत नव्हतं; पण हे सारं असंच घडणार होतं. घडलं. बस. संपलं. सविता मी नोकरी सोडली...”

“पण... पण का?”

“डाउटफुल कॅरेक्टर्सची माणसं नको आहेत त्यांना. बास्टर्ड! भ्रष्टाचारात नखशिखांत लडबडलेले मंत्री आणि नेते चालतात. वाहत्या वाऱ्याप्रमाणे पाठ फिरवणारे आणि सरड्याप्रमाणे रंग बदलणारे पुढारी चालतात. सविता, सविता अगं परवाच्या एका परिसंवादात सगळ्यांनी अप्रत्यक्षपणे मला झोडपलं. हे हे सारे लेखक, वक्ते पुरस्कार मिळवण्यासाठी आणि सरकारी कमिट्यांवर जाण्यासाठी काय काय करतात ते मला विचार! आणि ह्या दळभद्र्‌ लोकांनी मला चारित्र्य शिकवायचं? मला! विकला नाही गेलो मी कधी! आणि ही माणसं मला संपवण्यासाठी तुझं हत्यार वापरतात! मी एक वेळ संपेन सविता. संपेन एक वेळ; पण तुझं प्रेम नाकारून नाही. मी ती कल्पनाही करू शकत नाही.”

पुढे भागवतांनी संसार थाटला. नंतर कधीतरी एकदा एका संमेलनात भागवतांची आणि सुधाची नजरभेट झाली. बस. पुढे मग काही नाही.

भागवत, सुधा आणि सविता मला हे असे आणि एवढेच दिसले. दिसली त्यापेक्षा ही सगळीच पात्रे प्रत्यक्षात नक्कीच अधिक लांबरुंद खोल होती; पण ह्यात मला जीवनाची

व्यामिश्रताच अधिक जाणवली. नुसता गोंधळच झाला मनात.

भागवतांसारखा एक चांगला लेखक आणि कुशल संपादक वयाच्या पन्नाशीला प्रेमात पडतो म्हणजे नक्की काय होतं? तो केवळ अपघात असतो? अहंकार तोषविण्याचा मार्ग असतो? की एक सुटका असते? कोंडमारा असतो? की हे सगळं झूट आणि पुरुष हा मुळातच बहुपत्नीवादी असतो, हे एवढंच सत्य?

सुधाची घालमेल मी समजू शकतो. तिच्या मनाला कशा इंगळ्या डसल्या असतील, याची मी कल्पना करू शकतो. अपमान... अवहेलना... आपण नकोसे असल्याची भावना, त्यातून संताप, पीळ, ताठा... मी समजू शकतो.

पण सविता...?

ती मला कधीच समजली नाही. पन्नाशीला आलेले भागवत, त्यांचा संसार... पण तरीही ओढ... उत्कटता... तिच्या मनात कधी अपराधी भावना... टोचणी... नक्की काय असेल? माझ्या मनात नुसता संभ्रम! चारित्र्य...?

चारित्र्य स्त्री-पुरुष संबंधांवरच का अवलंबून असावं? चारित्र्याचा आणि कर्तृत्वाचा काही संबंध असतो का? असल्यास नक्की कशाप्रकारे असतो. संधी न आल्यामुळे 'चारित्र्यवान' राहिलेले अनेक असतात; पण ते सगळे कर्तृत्ववान नसतात. अगदी आत्ता-आत्तापर्यंत दोन-तीन लग्न सर्रास रूढ होती. आजही अनेक ठिकाणी दोन लग्न रूढ आहेतच, तेव्हा कुठं नैतिकतेचा प्रश्न येतो?

राजाध्यक्ष तरी एवढ्या विचित्रपणे का वागले? भागवतांची पत्रं प्रकाशित करण्याचा त्यांना काही अधिकार नव्हता. त्यांचं भांडवल करण्याचा त्यांनी का प्रयत्न केला? केवळ आपलं अस्तित्व टिकवण्यासाठी? मग आयुष्यभर ज्या तत्त्वांचा घोष केला, ती तत्त्वं कुठं गेली? की... की जगात तत्त्वं वगैरे काही नसतंच. असतं ते फक्त अस्तित्व? बस्स...बाकी नाही. अस्तित्वाचा प्रश्न समोर आला, की बाकी सर्व गोष्टी नगण्य ठरत असतात. आपण सगळेच शेवटी बिरबलाच्या माकडिणीचे वंशज. जिवाचा प्रश्न आल्यावर तिनं पोटच्या पिल्लाचा नाही विचार केला. मग आपण तरी कोणाचा विचार का म्हणून करायचा?

भागवतांसारखा प्रतिभावान विनाकारण दुखावला गेला. फेकला गेला. बदनाम झाला; पण सविताचा प्रेमसंबंध (आणि शरीरसंबंधही) त्यांनी नाकारला नाही, हा त्यांचा मोठेपणा? पण मग सुधाचा दोष काय?

गोंधळ... नुसता गोंधळ...

चूक कोण? बरोबर कोण? लहान कोण? मोठा कोण?

की असं काही नसतंच. खरे असतात फक्त संदर्भ. सगळंच सापेक्ष. निश्चित, ठाम

असं काहीच नसतं.

भागवत, सुधा, सविता, राजाध्यक्ष आणि निशा ह्या उभ्या-आडव्या, तिरक्या, परस्परांना छेदणाऱ्या रेषा मला अशा दिसल्या. त्यातून मला फक्त गोंधळ दिसला. निराकार असं काहीतरी दिसलं. ते तसंच मी मांडलं. निष्कर्ष न काढता. दोषारोप न करता. कोणालाही खलनायक न ठरवता.

पण... पण मला ही जी पात्रं दिसली, ती मुळात खरोखरच अशी होती का? की मला काही रंगछटा दिसल्या, कळत नकळत मी माझी कल्पनाशक्ती वापरली आणि काही चित्रं निर्माण केली. ती खरी कशी होती कुणास ठाऊक! पण निदान मला तरी ती अशी दिसली; पण... सिनेमात अशी भूमिका, अशी धूसरता चालत नाही. तिथे ठोसपणा हवा. ठशठशीतपणा हवा. कथेपेक्षा पटकथा पार पार बदलली.

एक चांगला लेखक आणि कुशल पत्रकार असलेले भागवत सिनेमात एकदम तत्त्वनिष्ठ आणि झुंजार पत्रकार झाले. सोशिक साधी सुधा आश्रम संचालिका झाली. राजाध्यक्ष खलनायक झाले. विकला गेलेला लाचार पत्रकार. एका भ्रष्ट मंत्र्याच्या शब्दानुसार चालणारं चावीचं खेळणं! भ्रष्ट, क्रूर मंत्री... अनेक वेळी रिपीट झालेली व्यक्तिरेखा.

निशा, स्त्रीमुक्तीच्या विचारांची पुरस्कर्ती आणि तिचा नवरा डॅशिंग इन्स्पेक्टर! आणि सविता? ती असहाय्य, दुबळी. शंभर टक्के सहानुभूती आणि कणव निर्माण करणारं पात्र. भागवत आणि मंत्री असा मूळ संघर्ष!

एका विचित्र परिस्थितीत भागवत आणि सविता एका खोलीत रात्रभर राहतात. दोघंही अर्थातच संयम पाळतात. सविताची ट्रॅजेडी पुन्हा त्याच मंत्र्यामुळे. त्या कुटिल मंत्र्याची नजर सुधाच्या आश्रमावर. त्या जमिनीवर. पण भागवत संघर्ष पुकारतात. त्यांना बदनाम करण्यासाठी मुळातच काही न झालेलं प्रकरण! राजाध्यक्षांची लाचारी! मुंबईत दंगल. आश्रमावर हल्ला. भागवतांवर झाडलेली गोळी सविताला लागते. भागवतांना वाचवण्यासाठी सविताचं उदात्त मरण. मंत्री अटक. सुधा आणि भागवत! सगळे गैरसमज दूर. मधे मधे निशा! स्त्रीमुक्तीची नवीन स्वप्नं! आणि मारामारी करण्यासाठी डॅशिंग इन्स्पेक्टर! प्रत्यक्षात जे झालं ते कधीही घडत नाही. ते सिनेमात किती सहजपणे घडतं. माझी मूळ कथा कशी आणि कधी बदलत गेली ते मला कळलंच नाही. कितीही प्रयत्न केला, तरी मला मूळ कथेचा शेवट विसरता येत नव्हता. म्हणून चित्रपटाचा शेवट जमत नव्हता. सविता मरणार हे एकदा ठरलं आणि मग सारंच सोपं झालं. क्लायमॅक्स चित्रित झाला. भलंमोठं ओझं उतरलं. संपलं. झालं ते सगळं चांगलंच झालं. चकचकीत, पॉलिश्ड.

प्रीमियर दणक्यात. सिनेमा संपला. टाळ्यांचा कडकडाट.

चित्रपट पाहात असताना माझ्या मनात माझी कथा. मला जाणवलेली जीवनाची जटिलता. सिनेमात तिचा मागमूसही नाही. सिनेमात सोपा संघर्ष. सुष्ट विरुद्ध दुष्ट आणि शेवटी सुष्टाचा विजय. माझ्या मनावर एक असमाधानाचा तवंग! चित्रपट संपला. टाळ्यांचा कडकडाट झाला. दिवे लागले. परिचितांनी अभिनंदनाचा वर्षाव केला. माझ्या मनातली माकडीण माझ्यासमोर उभी राहून खणखणीत आवाजात बोलू लागली,

"तू का असा अपराधी मनानं उभा आहेस? विसर तुझी कथा, विसर तुझी पात्रं, मोकळ्या मनानं या यशाचा स्वीकार कर. तू कोणावर अन्याय तर केला नाहीस ना? यशाची ही पहिली पायरी आहे. तुझ्या नवीन अस्तित्वाची वेळ आहे."

माझी कथा, माझ्या मनातली पात्रं, मी नाहीशा झालेल्या अंधारात बुडवून टाकली आणि झगमगीत प्रकाशातल्या चकचकीत यशाला आणि नशेला सामोरा झालो.

*****

॥ तनया...!

वाटायची... खूप वर्षांपूर्वी नाही म्हटलं तरी थोडी लाज वाटायची. नाही, शब्द थोडासा चुकला. मला जे काही वाटायचं त्याला लाज नाही म्हणता येणार. विचित्र वाटायचं. अपराधी वाटायचं.

प्रथम जेव्हा 'न्यूड फोटोग्राफी करशील का?' असं आगरवालनं मला विचारलं, तेव्हा मी क्षणभर बावचळलो होतो. 'नाही' म्हटलं नाही; पण झटकन् 'हो'देखील म्हटलं नाही.

बिअर फेसाळावी, तसा आगरवाल हसला. पाठीवर थाप मारत म्हणाला,

"कम ऑन. उगाच फालतू विचार करू नकोस. चांगली ऑफर आहे. मी तुझं नाव सुचवणार आहे. तुला ही असाईनमेंट नक्की मिळेल. विविध मॉडेल्स पाहायला मिळतील. ॲड फिल्डमध्ये यायचं असेल, तर असा ब्रेक फार आवश्यक असतो. तुला तो अगदी अनायासे मिळतोय."

"पण..."

"पण काय?"

मी गप्प बसलो. मला नक्की काय वाटत होतं, ते मलाच नेमकेपणानं सांगता येईना. अशा प्रकारे नग्नता विकून, मॉडेलिंगच्या गोंडस नावाखाली कामुकता विकून, मला ह्या साऱ्याच प्रकारात काहीतरी अनैतिक, अनाचारी वाटत होतं. कुठंतरी वाटत होतं, की ह्यासाठी मी फोटोग्राफी शिकलो नाही. वयाच्या तेराव्या वर्षी माझ्या हातात प्रथम अल्फाचा बॉक्स कॅमेरा आला. तो मी अजूनही जपून ठेवला आहे. फोटोग्राफीच्या ह्या दीर्घ प्रवासात कधीतरी जाणवलं, की फोटो केवळ कॅमेऱ्याने नाही काढता येत. कॅमेरा केवळ एक लहानशी अशी यांत्रिक हालचाल करतो. कळ दाबली जाते, काही झडपा क्षणार्धात खालीवर होतात, भिंगांचे डोळे क्षणभर मिचकावले जातात, आतल्या

फिल्मवर काही एक रासायनिक क्रिया घडते आणि क्षणचित्राची एक प्रकाशमय रचना अमर होऊन जाते; पण खरोखर एवढ्या वेळातच फोटो निघतो का? नाही.

एवढ्या अल्पशा अवधीत फोटो निघतही असेल कदाचित; पण फोटोतलं ते चित्र मात्र फोटोग्राफरच्या मनात आधीच निर्माण झालेलं असतं. फोटोग्राफरनं ते चित्र मनाच्या डोळ्यांनी अगोदरच पाहिलेलं असतं. एखाद्या कवीनं कविता पाहावी, लेखकानं कथा पाहावी तसं.

मला आठवतंय, मला चित्रं दिसायची. छाया-प्रकाशाचा खेळ दिसायचा. अनाहत स्वर कोण्या संगीतकारानं ऐकावेत तशी मी रंगांची स्पंदनं ऐकायचो. रंग दिसायचे मला. दिसतात. पण प्रयत्न करूनही चित्रकला काही कधी प्रसन्न झाली नाही. खरं म्हणजे, माझ्यापुरतं आणि माझ्या दृष्टीनं तरी मी माझी चित्रकलेची भूक कॅमेऱ्यानं भागवीत असतो. खूप वर्षं फ्री लान्सिंग केलं. त्याला मी विनोदानं फ्री लेन्सिंग म्हणतो. लँडस्केप्स तर किती काढले... नंतर मी मोजणंही सोडून दिलं. पोट्रेट हा तर माझा खास आवडीचा विषय. किती पुढारी... कलाकार... वक्ते... लेखक... स्टुडिओ मेंटेन करता यावा, म्हणून इंडस्ट्रीयल फोटोग्राफी करावी. इमानेइतबारे करावी, पण मग मात्र पुन्हा मन:पूतपणे, मार्जिनचा विचार न करता आवडीचे विषय हाताळावेत. माझं समाधान होत नाही, तोपर्यंत मी पुन्हा पुन्हा एक्स्पोझिंग करतो, न आवडलेल्या निगेटिव्हज टेक्निकली परफेक्ट असूनही अक्षरश: डिस्ट्रॉय करतो. मला भावलेलं एक्स्पोझिंग हेच माझ्या दृष्टीनं फायनल असतं.

'हे बघा, हेही चांगलं आहे. ते हवं असेल तर तेही पाहा, तेही चांगलंच आहे.' असा,

'कोई भी माल उठावो, दो रुपया!'

असा पवित्रा मी नाही घेऊ शकत. फोटोग्राफी हा माझा आत्मा आहे, असं अगदी मी म्हणणार नाही; पण केवळ व्यवसाय म्हणून मी नाही पाहू शकत फोटोग्राफीकडे. व्यवसायाच्या पलीकडचं, अधिक खोल असं आमचं नातं आहे. जी चित्रं माझ्या मनात उमटतच नाहीत, ती काढायची... इंडस्ट्रीयल फोटोग्राफीत शुद्ध व्यवहार आहे. पण त्यात कुठंही कामुकता, बीभत्सपणा, वासनेचं दळभद्री प्रदर्शन असले प्रकार तरी नाहीत.

न्यूडस्!

होय. अनेक न्यूडस् मी पाहिलेली आहेत. स्त्री देह हा मुळातच सौंदर्यवान, मुसमुसलेला असतो. स्त्रीचे विभ्रम, तिच्या देहातील लय... फार प्राचीन काळापासून अनेक कलाकारांनी आपापल्या शक्तीनुसार आपापल्या माध्यमात स्त्री देहाचं सौंदर्य कलाबद्ध करण्याचा सतत प्रयत्न केला आहे. कवींनी काव्यं केली, शिल्पकारांनी दगडात स्वर्ग

निर्माण केला, चित्रकारांनी हजारो कॅनव्हास चितारून काढले. नृत्यकारांनी अंगोपांग सूरतालात भिजवून वर्षानुवर्षं सादर केलं, तर छायाचित्रकारांनी न्यूडस् काढून...

न्यूडस्! मी माझी स्वतःपुरती अशी एक कसोटी ठरवलेली आहे. जो फोटो पाहून 'वा! काय फोटो आहे', अशी प्रतिक्रिया माझ्या मनात उमटते, तो फोटो चांगला. ते न्यूड चांगले आणि जो फोटो पाहून त्या स्त्री देहाचाच माझ्या नजरेवर आणि जाणिवेवर आघात होतो, त्या फोटोमुळे निदान माझं तरी समाधान होत नाही.

मनातली ही एवढी सगळी वलयं आगरवालला कशी समजावून सांगणार? म्हणूनच गप्प बसलो. आगरवालच्या प्रश्नाला उत्तर देताना चाचरलो. 'नाही' म्हटलं नाही; पण चटकन 'हो'देखील म्हटलं नाही.

आगरवालनं माझ्याकडे रोखून पाहिलं आणि तो म्हणला,

"एनी एथिकल प्रॉब्लेम? अशी फोटोग्राफी तुला अनैतिक वगैरे वाटते का?"

"अनैतिक असं नाही. पण..."

"हे बघ. बी प्रॅक्टिकल. जे काही मिळवायचं ते दहा-पंधरा वर्षांत. म्हणून ही आपल्या पुढची पिढी फास्ट आहे. आपण कल्पनाही करू शकत नाही, एवढी शार्प आहे, प्रॅक्टिकल आहे. नीती-अनीतीच्या आपल्या कल्पना ह्यांना मान्य नाहीत किंवा आपण असं म्हणू, की त्यांच्या नीतीच्या कल्पना आपल्या कल्पनांबरोबर मॅच होत नाहीत. त्यांनी कसं वागावं, हे आपण कोण ठरविणार? ह्या मॉडेल्सपैकी बहुतेकांना असं वाटतं, की त्यांच्याजवळ सौंदर्य आहे आणि त्याचा उपयोग करून त्यांना यश आणि ग्लॅमर मिळवता येईल. बस्स! प्रश्न संपला."

मी विचारात पडलो.

मग विचार केला, की आत्ताच जर नकार दिला, तर एक नवीन क्षेत्रच बंद होईल. 'हो' तर म्हणू या. मग नकोसं वाटल्यास थांबणं आपल्या हाती आहे.

मी 'हो' म्हटलं. आगरवालची शिफारस खरोखरच विलक्षण प्रभावी ठरली. ऑर्डर्सचा अक्षरशः ओघ सुरू झाला. चकचकीत महागड्या आणि उच्चभ्रू समजल्या जाणाऱ्या प्रकाशनांची एक लाटच सध्या उसळली आहे. ह्या प्रकाशनांच्यातून 'सेक्स अवेअरनेस, न्यू वेव्हस्, हॉरिझॉन्स, इन डीपर युवर माआड' अशा फसव्या नावाखाली उत्तान फोटोंना फार मोठी डिमांड आहे.

आता मागणी आधी निर्माण होते, की पुरवठा आधी निर्माण होतो? ह्या प्रश्नाचं उत्तर 'कोंबडं आधी की अंडं आधी?' ह्या प्रश्नाच्या उत्तराप्रमाणेच कधीही मिळणार नाही. धो धो काम सुरू झालं. मुंबईतली जवळजवळ सगळीच प्रकाशनं, कलकत्यातली पाच प्रकाशनं, दिल्लीतली आठ-दहा प्रकाशनं आणि इतर अनेक प्रकाशनांना मी फोटो पुरवत

होतो. सुरुवातीला तरी अंक जपून ठेवायचो. नंतर नंतर तेही सोडून दिलं. मुंबई, पुणं आणि सर्वत्र ॲड सेंटर्सची असंख्य पॉकेट्स निर्माण झाली आहेत. ह्या सर्वांना आकर्षक आणि चकचकीत फोटो पुरवता पुरवता मला वेळ पुरेनासा झाला. आगरवाल झिंदाबाद!

कामाच्या ह्या धबडग्यात कधीतरी फिल्म स्टार्सचीही फोटो सेशन्स केली. तीही गाजली. स्टारडस्ट, फिल्मफेअर, शो टाइम, स्टार्स अँड स्टाईल, सिनेकलाकारांच्या फोटोचंही एक वेगळं चॅनेल सुरू झालं. त्यातून पुन्हा एक योग असा, की मी ज्या न्यू कमर्सचे फोटो काढले, त्यांना लगेचच मोठे ब्रेक मिळाले आणि अत्यंत अस्थिर व भयानक स्पर्धा असलेल्या फिल्मलाइनमध्ये 'लकी' फोटोग्राफर म्हणून मी विख्यात झालो.

अनिल कपूरचं फोटोसेशन आटोपून मी स्वस्थ बसलो होतो. फोन वाजला. खरं म्हणजे आत्ता मला कोणी नको होतं. अगदी फोनसुद्धा. पण इलाज नव्हता. चरफडत फोन उचलला.

"हॅलो."

"हॅलो, राघवजी. प्रकाश बहेल बोलतोय. मॅडमना फोटो सेशन करायचं आहे."

"जरूर. करू या ना. कधीही या. स्टुडिओ तुमचाच आहे."

"उद्या जमेल?"

"एक मिनिट. डायरी बघून सांगतो. उद्या शक्यच नाही. पुढच्या सोमवारी चालेल?"

"राघवजी, मी थोड्या वेळानं फोन करतो."

"नो प्रॉब्लेम."

मी फोन ठेवला आणि नंतर, लगेच दोन मिनिटांनी पुन्हा फोन वाजला.

"हॅलो."

"हॅलो, राघव. मी रागिणी. कधी येऊ?"

"आत्ता मी प्रकाशला सांगितलं की... सोमवारी ये."

"हे बघ राघव, मला फोटोसेशन वगैरे काही करायचं नाहीये. मला तुझ्याशी बोलायचं आहे."

"सो सीरियस?"

"हो."

"मग फोन करून अपॉइंटमेंट कसली घेतेस? कधीही ये. आत्ता ये."

"आज नाही. उद्या येते. उद्या रात्री दहापर्यंत मी फिल्मालयात आहे, तिथे पॅकअप झालं, की तुझ्याकडेच येते."

"कोणाचं युनिट आहे?"

“यश चोप्राचं.”

“यश चोप्राचं! म्हणजे तुला यायला बारा वाजणार.”

“नाही. नाही. माझं फार काम नाहीये. फक्त क्लोजअप घ्यायचे आहेत आणि लाँग शॉटमध्ये दोन पासिंग एंट्रीज आहेत.”

“ये. मी वाट पाहतोय.”

रागिणीचं एवढं काय काम असावं? रागिणीचं करिअर आज चांगल्यापैकी स्थिर झालेलं आहे. माझ्याकडे फोटोसेशन करून तिच्या ग्लॅमरमध्ये काहीही फरक पडणार नाहीये. तिच्या फोटोसेशनचा फायदा तिच्यापेक्षा फिल्मी मासिकांनाच होईल. गेली बारा वर्षं तरी माझी आणि रागिणीची मैत्री आहे.

मॉडेलिंग ते स्क्रीन हा प्रवास सध्या रूढ आहे; पण रागिणीचा प्रवास मात्र ह्या रूढ मार्गानं झाला नाही. मराठी नाटक... नाटकांची झिंग... दौरे... सकाळी संघात, दुपारी शिवाजीला आणि मग रात्री दीनानाथ... ह्या चक्रातला थकवा आणि आनंद तिनं अनुभवलेला आहे. दिवाळीला पहाटे प्रयोग... शिवजयंतीला रायगडावर प्रयोग... अशी वेगवेगळी थ्रिल्स तिला परिचित आहेत. मराठी नाटक आणि मग मराठी चित्रपट... अगदी स्वाभाविक आणि अपरिहार्य टप्पा... महेश भट्टनं तिला एका महत्त्वाच्या भूमिकेसाठी निवडलं... ती एकदम प्रकाशात आली... तिच्याकडे कामाचा ओघ वाहू लागला... मधेच कधीतरी तिनं ॲटनबरोंची ऑफर सरळ नाकारली आणि चर्चेला एकच डोंब उसळला; पण ती ठाम राहिली. तिनं कुठंही मुलाखत दिली नाही, प्रतिक्रिया व्यक्त केली नाही. एकदा माझ्याजवळ ती मोकळेपणानं म्हणाली,

“राघव, मला अभिनयात इंटरेस्ट आहे. प्रभावी रोलमध्ये इंटरेस्ट आहे; पण केवळ मोठ्या व्यक्तीची भूमिका म्हणजे मोठी भूमिका नव्हे. त्या चित्रपटात मला केवळ नक्कल करावी लागली असती. मला त्यात इंटरेस्ट नाहीये अरे, केवढी चर्चा. जणू साहेबांनी भूमिका ऑफर केल्यानंतर मी ती मुकाटपणे... नव्हे नव्हे... आनंदानं स्वीकारलीच पाहिजे... अरे हट्... असेल तो ॲटनबरो, मी पण रागिणी बर्वे आहे.”

“बाई गं, असं काही माझ्याजवळ बोललीस ते ठीक आहे; पण निदान बाहेर तरी कुठे बोलू नकोस. तुझ्याबद्दल काय बोलतात ते माहीत आहे ना तुला?”

रागिणी हसली.

अगदी डोळ्यात पाणी येईपर्यंत हसली. केवळ ओठांनी नाही, डोळ्यांनीही हसली. तिचे पिंगट डोळे लकाकले. तिचा गोरापान चेहरा आणि पारशी धाटणीचं नाक लालसर झालं. दाट सोनसर शोल्डरकट. केसांमधून तिने हात फिरवले आणि ती अवखळ बेदरकार हसली. तिनं खांदे उडवले. चित्रनगरीच्या देवळाच्या सेटवर आम्ही दोघंच

निवांत बसलो होतो. तिला बोलताना उगाच नसत्या नम्रपणाची 'पोज' घेण्याची गरजच नव्हती.

"तुला नाही ना वाटत तसं?"

"तसं वाटत असतं तर तुझ्याबरोबर बोलत बसलोच नसतो मी."

"राघव... तुला माहीत आहे, मी कधीही माझ्याबरोबर आईला वगैरे आणत नाही. ते मला अजिबात आवडत नाही. नाटकांच्या दौऱ्यातच मी एकटी जायचे. सगळ्याच एकट्या येतात. मराठी नाटकवाल्यांना ह्या सवयीच नाहीत बघ आणि खरं सांगू का, आपल्या सहकाऱ्यांवर एवढा विश्वास नसेल ना, तर ह्या फिल्डमध्ये येऊच नये. ह्याच का कुठल्याही फिल्डमध्ये येऊ नये आणि ह्याहीपेक्षा खरी गोष्ट सांगू का, शेवटी स्वत:चा स्वत:वरचा विश्वास सर्वांत महत्त्वाचा. आपण मर्यादा सांभाळली ना, की काय कोणाची बिशाद आहे वावगं वागण्याची. माझी मर्यादा मी काटेकोरपणे सांभाळते. राघव, तुला आपलं फिल्ड माहीत आहे. एखादा मोकळा स्पर्श, मोकळं बोलणं... त्याचा गहजब होऊ शकतो... माझा मोकळेपणा नीट समजला गेला नाही, तर मी सैल आहे, असा अर्थ निघू शकतो. मी 'चीप' आहे असं वाटेल. सॉरी. मला नाही आवडणार ते. 'चीप' म्हणून प्रसिद्ध होण्यापेक्षा 'ऑरोगंट' म्हणून गाजणं आवडेल मला."

ज्या वेगानं तिचं करिअर सुरू झालं, तो वेग पुढं अचानक अडखळला. महेश भट्ट तो बहुचर्चित आणि उत्कृष्ट चित्रपट पूर्ण झालाच नाही. त्या चित्रपटाची खूप हवा झाली होती. खूप पैलू असलेली आणि काळाचा मोठा स्पॅन असणारी भूमिका होती ती. त्या प्रसिद्धीमुळे रागिणी केवळ कलात्मक आणि 'अवॉर्ड विनर्स' चित्रपटातच इंटरेस्टेड आहे, अशी तिची विचित्र पब्लिसिटी झाली. नव्या पिढीतील शबाना आझमी किंवा स्मिता पाटील अशी रागिणीची इमेज उगाचच तयार झाली. ह्या चक्रातून बाहेर पडायलाच तिला दोन वर्षं लागली.

मीच तिची दोन-तीन फोटोसेशन्स केली. त्या अवघड वळणावर ती सेशन्स रागिणीला फार फार उपयोगी पडली. निळाशार चकाकता समुद्र.

पांढरी स्वच्छ वाळू.

समोर रागिणी. लालचुटुक बिकिनी. गोरंपान अंग. पाण्यानं निथळणारं. सोनसर केसांच्या चार चुकार बटा चेहऱ्यावर आणि नजरेत आवाहन...

मी माझं अवघं कौशल्य पणाला लावलं होतं.

पांढरा शुभ्र जलप्रवाह, हिरवाई आऊट ऑफ फोकस ठेवून बर्स्ट केलेली आणि निळ्या झिरझिरीत वस्त्रातली ओलेती रागिणी...

कोणाचा कदाचित विश्वासच बसणार नाही आणि मलाही अगदी समीकरणाप्रमाणे

सिद्ध करून दाखविता येणार नाही; पण माझा अनुभव असा आहे, की फोटोग्राफरच्या मानसिक अवस्थेचा फार मोठा परिणाम फोटोवर होत असतो. फोटोग्राफरच्या मनात जर यांत्रिकता असेल, तर फोटो टेक्निकली परफेक्ट असतात; पण श्रेष्ठ नसतात. पण फोटोग्राफरच्या मनात जर आपलेपणा असेल, ओलावा असेल, तर फोटो अधिक जिवंत होतात. ही दोन्ही सेशन्स करताना मला अगदी मनापासून वाटत होतं, की सध्याचा देहप्रदर्शनाचा चालू असलेला ट्रेंड थोडाफार सांभाळून रागिणीला प्रथम यश मिळावं. यशासारखं यशस्वी दुसरं काहीच नसतं. रागिणीला प्रथम यश मिळावं. मग ती तिचं अभिनय सामर्थ्य नक्की दाखवील. तेवढी शार्प ती नक्कीच आहे.

पण प्रथम यश मिळावं आणि तसंच झालं. फोटो प्रकाशित झाले. सेन्सेशनल ठरले. रागिणीचं अडखळलेलं करिअर... त्याला चांगलाच वेग आला. आमच्या भेटीही तुरळक झाल्या. मी बिझी. ती बिझी आणि आज अचानक रागिणीचा फोन आला.

"मी उद्या रात्री येते."

'का? कशासाठी?' हे प्रश्न दिवसभर छळत राहिले. संध्याकाळचं सेशन संपलं. मोकळा झालो. पुन्हा मनात रागिणी.

बरोब्बर सव्वादहा वाजता रागिणी आली. मी पुढे झालो, गेट उघडलं. रागिणी ड्रायव्हरला म्हणाली,

"दत्ता, तू कार घेऊन जा. राघव रात्री सोडेन मला. सोडशील ना रे?"

मी हसलो. दत्ताही हसला आणि कार घेऊन निघून गेला. आम्ही आत आलो. रागिणी जमिनीवरच सताड धपकन बसली.

"अगं, हे काय? वर सोफ्यावर बस ना."

"का? तुला काही त्रास होतोय का, मी गार लादीवर बसले तर?"

रागिणी हसली. पूर्वीसारखी.

पूर्वी आम्ही युनिव्हर्सिटीच्या हिरवळीवर असेच बसायचो. बसायचो कसले जवळजवळ लोळायचोच. अभाविपची आंदोलनं, मोर्चे, जागरण वगैरे कार्यक्रम झाले, बोंबलून घशाला सोस पडला, की सरबताचे ग्लास रिचवीत हिरवळीवर आम्ही असेच सैल बसायचो. कॉलेजचे ते दिवस किती भर्रकन संपले.

गप्पांचे, भंकसचे, तासंतास चर्चा करण्याचे, स्वप्न पाहण्याचे, एकांकिकांचे, ॲन्युअल डेचे, अभाविपचे आणि आंदोलनांचे ते दिवस झपकन संपले.

आम्ही सारेच पांगलो. दाही दिशांना उधळलो गेलो. आता तर फक्त काही नावं आठवतात, तर काही चेहरे आठवतात. वर्षावर्षात भेटी होत नाहीत. कधी कोणाची भेट झाली, तर पुन्हा त्या आठवणींना उजाळा मिळतो; पण तो तेवढ्यापुरताच. पुन्हा एकदा

सवडीनं भेटण्याचे निश्चय होतात; पण सवड साली मिळत नाही.

मी आणि रागिणी... तसं पाहता एकाच फिल्डमध्ये आहोत; पण आज जवळजवळ सात महिन्यांनंतर भेटत आहोत.

"रागिणी, तुला अशी मोकळी बसलेली पाहून मला एकदम कॉलेजचे दिवस आठवले. छान होते ते दिवस नाही?"

"कोणास ठाऊक! पण खरं सांगू, आपलं ते वयच फार छान होतं. अगदी लोकलच्या खडखडाटातही संगीत ऐकणारं वय होतं ते. खायला काय आहे? भूक लागल्ये मला."

"तुझ्यासाठी म्हणून आम्लेटची जय्यत तयारी करून ठेवली. नाही, पण करावं मात्र तुलाच लागेल. माझी सवय सुटल्ये आता. बिअर आहे. ब्रेड, सॉस, जाम, बटर, चीज सगळं आहे."

"चल, आपण आधी पोटोबाची तयार करू. मग बोलू निवांतपणे."

पोटोबाची तयारी झाली. बिअरचे ग्लास आणि खारे काजू मधे ठेवून जमिनीवरच आम्ही फतकल मारून बसलो.

"हं बोल."

"अरे थांब, मला श्वास तरी घेऊ दे. एक विचारू? का हसलास का?"

"रागिणी, तुला काही बोलायचं होतं आणि तू मलाच विचारायला लागलीस?"

"बोलणं म्हणजे फक्त बोलणं असतं का रे? बोलणं म्हणजे ऐकणं पण आलंच."

"विचार ना."

"तुझा फोटोग्राफीचा धंदा. अनेक बायकांचा सतत संबंध येणार. माधवीची रिॲक्शन काय असते?"

मी सिगारेट पेटवली. तेवढ्या क्षणात खटकन पाच वर्षांपूर्वीचा तो प्रसंग आठवून गेला. आगरवालला 'हो' म्हटलेलं. माझी पहिली असाइनमेंट. जुहूचा गिरीकुंज बुक केला होता. लायटिंग झालं. नेहा तयारच होती. नेहा तेव्हा मॉडेलिंगमध्ये सीनियर होती. ती कॅमेऱ्यासमोर येऊन उभी राहिली. तिचं ते झगझगतं उन्मादक रूप पाहून... मी एक क्षणभर बावचळलो. माझ्या मनातलं चित्र पार पुसलं गेलं. नेहानं माझ्याकडे झटकन् रोखून पाहिलं. ती पुढं झाली आणि काय होतंय ते कळायच्या आत तिनं माझे दोन्ही हात तिच्या छातीवर दाबले आणि विलक्षण कोरड्या आवाजात ती म्हणाली,

"डू यू फील एनिथिंग! माझं मन पूर्ण कोरडं आहे, तरीही तुला काही वाटू शकतं का?" मला माझीच लाज वाटली. मी मान खाली घातली.

"नेहा. आय ॲम रियली सॉरी."

"नो प्रॉब्लेम. तू हे प्रथमच करतो आहेस. तरुण आहेस. उगाच स्वतःला अपराधी

मानू नकोस. इट्स नॅचरल. पण एक लक्षात ठेव, जिथं भावना नसतात, तिथं केवळ स्पर्शाला काहीही अर्थ नसतो. मनात काहीही नसताना तो भाव आहे, असं दाखविणं ह्यालाच अभिनय म्हणतात ना!"

नंतर अकलंक मनानं मी काम पूर्ण केलं. त्यानंतर पुन्हा कधीही... अगदी न्यूड फोटोग्राफी करतानाही बावचळलो नाही.

"रागिणी, तुला खोटं वाटेल; पण मागच्या वर्षी अमेयचा जन्म होईपर्यंत माधवी मला असिस्ट करायची. सुरुवातीला तिच्या मनात शंका होत्या. संशय होता. पण जेव्हा तिच्या लक्षात आलं, की मॉडेल आणि फोटोग्राफर दोघांचीही मनं अगदी निर्विकार असतात. टेबलटॉप ज्या तन्मयतेनं पण विकारशून्य मनानं मी काढतो, त्याच भावनेनं मी मॉडेल्सचे फोटो काढतो. हे जेव्हा माधवीला समजलं, तेव्हा मग शंकेला आणि संशयाला काही कारणच उरलं नाही. रागिणी, तुला जे काही माझ्याशी बोलायचं होतं, त्याचा आणि ह्या प्रश्नांचा काही संबंध आहे?"

"हो आहे. खूप जवळचा आहे."

काही क्षण तसेच शांतपणे घरंगळले. आम्ही मुकाट्यानं चिल्ड बिअर सिप करत राहिलो.

"राघव, मनाशी खूप काही ठरवलं होतं; पण आता प्रत्यक्ष बोलण्याची वेळ आल्यावर काय बोलावं, कसं सांगावं तेच समजत नाहीये. राघव, तू आमची ही फिल्मलाइन खूप जवळून पाहतो आहेस."

"हो."

"ह्या लाइनमधली क्रूर स्पर्धा तुला माहीत आहे. ह्या क्षेत्रात यशाला आणि फक्त यशाला महत्त्व असतं. कलाकाराचा मनस्वीपणा, कलाकाराची धुंदी वगैरे शब्दांना ह्या क्षेत्रात स्थानच नाही. कारण अक्षरश: लाखो रुपयांची उलाढाल एका चित्रपटामुळे होत असते."

"ह्यात नवीन काय सांगितलंस? गुरुदत्तसारखा गुरुदत्त... त्याला नाही अपयश पचवता आलं; पण ह्या सगळ्या गोष्टींचा आणि तुझा काय संबंध?"

"राघव, मुक्त स्पर्श आहे, पण भावनेचा लवलेशही नाही. ही अवस्था तू कधी अनुभवली आहेस?"

"अगदी स्पर्श नाही; पण मुक्त स्त्री देह समोर आहे आणि मनात भावनेचा टिपूस नाही, ही अवस्था मी रोज अनुभवतो आहे."

"हेच, अगदी हेच तू पपांना समजावून सांगशील? मी नाही बोलू शकत त्यांच्याशी." रागिणीचे डोळे ओलसर झाले. आवाज घोगरा, रुद्ध झाला.

मी गप्प बसलो. मला अजूनही रागिणीचा प्रॉब्लेम नीटपणे कळत नव्हता. अंदाजानं अंधारात अदमास घेण्यापेक्षा मी गप्प बसलो.

"राघव, दोन महिन्यांपूर्वी तू माझे दोन ब्लोअपस् काढले होतेस. ते गाजले. खूप उलटसुलट चर्चा झाली. 'बदनाम हुवे तो क्या, नाम तो होगा' ह्या उक्तीचा मलाही अनुभव आला."

रागिणी खळकन हसली.

"मला त्या फोटोंचा, त्या हवेचा फायदा झाला. मी फक्त कलात्मक आणि चॅलेंजिंग रोल्सच स्वीकारते, ही जी माझी इमेज झाली होती, ती बदलली. बिग बॅनर्सचे चार पिक्चर्स मला मिळाले."

"अगं, मग आता प्रॉब्लेम कुठं आहे?"

"राघव, काय सांगावं ते मलाच धडपणे कळत नाहीये. जे दुःख शब्दांतून मांडता येत नाही ना, तेच फार दाहक दुःख असतं बघ. राघव, मी प्रयत्न करतेय; पण तुलाच ते समजून घ्यावं लागेल. राघव, पपांना वाटतं..."

*****

टाळ्यांचा कडकडाट झाला. परिसंवाद संपला. बर्वे सर तृप्त मनानं खाली बसले. रंगलेल्या सभेची नशा काही औरच असते. विषय चांगला असावा. प्रेक्षक उत्सुक असावेत. वाक्यावाक्याला दाद मिळावी. "आविष्कार आणि नैतिकता" बर्वे सरांनी विश्लेषण करताना अगदी प्लेटोपासून सुरुवात केली. भाषण रंगतच गेलं. सर म्हणाले,

"ज्या कलाकृतीचा आस्वाद केवळ एक रसिक घेत असतो, तिच्या नैतिकतेच्या कसोट्या आणि ज्या कलाकृतीचे आस्वादक शेकडो-हजारो रसिक असतात, त्या कलाकृतीच्या नैतिकतेच्या कसोट्या वेगळ्या असतात, वेगळ्या असल्या पाहिजेत. कारण एका व्यक्तीचं मन सूक्ष्म असू शकतं, विवेकी असतं. त्यामुळेच आविष्कारातील अनैतिकतेमुळे किंवा धीटपणामुळे म्हणा, एका रसिकाच्या मनात विकार उद्भवण्याचा संभव फार फार कमी असतो; पण जेव्हा आस्वादक असंख्य असतात, तेव्हा मात्र कलाकारानं अतिशय जागरूक असलं पाहिजे. कारण समूहमन फार वेगळं असतं. ते झटकन विकारी होतं आणि विकार प्रसार हे कलेचं ध्येय असू शकत नाही; असताच कामा नये."

टाळ्यांचा कडकडाट झाला. परिसंवाद संपला. गर्दी पांगली. काही प्रेक्षकांचे घोळके आपापसात गप्पा मारू लागले. ओळखी होऊ लागल्या. नमस्कार, चमत्कार झडू लागले. काही मंडळी ग्रंथप्रदर्शनात रमू लागली. ग्रंथप्रदर्शनाच्यामागे कनातीच्या

मागच्या बाजूला बर्वे आणि कोणी एक भारावलेला प्रेक्षक... चर्चा, उपप्रश्न, शंका... पडद्याच्या समोर कोणीतरी दोघं बोलत होते.

"बर्व्यांचं भाषण मात्र क्लास! आज इतकी वर्षं ऐकतोय. मला आठवतंय, एकदा अत्रे, गंगाधर गाडगीळ आणि बर्वे एका व्यासपीठावर होते... तेव्हा त्या सभेत..."

"हं... ठीक आहे."

"का, असं का म्हणता आहात? तुम्हाला नाही आवडलं बर्व्यांचं भाषण?"

"बोलायला काय जातंय? उपदेश फार सोपा."

"म्हणजे...?"

"मुलीचे नागडेउघडे फोटो रस्त्या-रस्त्यावर, अंकांतून सांडले आहेत आणि बाप! आविष्कार आणि नैतिकतेच्या गप्पा मारतोय."

"मुलीचे फोटो?"

"अहो, रागिणीचे हो. ती सरांची मुलगी. पोरीला शिकवा म्हणावं नैतिकता."

कोणी एक अनाम सात्विक संतापानं बोलून चालता झाला. बर्व्यांच्या समोर उभा असलेला भारावलेला प्रेक्षक अचंब्यानं अधिकच आदरानं नवलानं पाहू लागला.

"सर. रागिणी तुमची मुलगी? मला कल्पना नव्हती..."

"मी निघू का आता? मला उशीर होतोय."

सर पाठ फिरवून झपाझप चालू लागले.

सरांना झपाझप चालत येताना पाहून जगन्नाथ चटकन उठला आणि त्यानं विडी फेकून दिली. जमलेल्या पानाचा तोबरा जरा नाराजीनंच थुंकून टाकला आणि तो पुढे झाला; पण तोपर्यंत सर कारपर्यंत पोचलेही होते. सरांनी खाडकन् दरवाजा उघडला आणि धपकन् कारमध्ये बसलेदेखील. नेहमीप्रमाणे हसले नाहीत की, 'चला चक्रधर चला' असं म्हणून पाठीवर थापही मारली नाही. आज सर सभेतून एकटेच बाहेर पडले. असंही कधीच घडलं नव्हतं. सभा संपली की पाच-सहा जण तरी सरांच्या बरोबरच असतातच असतात. त्या प्रत्येकाला पोचवता पोचवता किमान तासभर तरी उशीर व्हायचा. लेखक, कवी, गायक... किती मोठी माणसं जगन्नाथला पाहायला मिळायची. ही सारी मोठी माणसं किती पोर होऊन हसतात, एकमेकांना चिडवतात ते ऐकायला मिळायचं. कारचं दार अर्धवट उघडून जगन्नाथ तसाच उभा राहिला.

"जगन्नाथ, चल ना आता. थांबला आहेस कोणासाठी?"

सरांचा करडा तुटक आवाज ऐकून जगन्नाथ चपापला.

"थांबलो नाही बा. आज सोबतीस कोणी नाय कसं?"

"कोणी नाही आज. चल तू."

एसी कार सुळकन् सुरू झाली. सभा मागे पडली, पण कितीतरी वेळ दिसत राहिली. रंगलेल्या सभेची नशा मनात एखाद्या तवंगासारखी तरळत राहिली.

तेवढ्यात कचकन् ब्रेक लागला. सिग्नल पडला. कुठलं तरी चकचकीत फिल्मी मासिक काचेवर आपटत पोरग विनंती करू लागलं. निळसर जाड काचेतून धड काही दिसेना. सरांनी काच खाली केलेली. पोरानं आशाळभूतपणे अंक आत टाकला. फिल्मी अंक सर कधीच वाचत नसत; पण त्या पोराचा बापुडा चेहरा पाहून त्यांनी मुकाट्यानं पैसे काढून दिले. अंक तसाच आत पडून राहिला. कार सुरू झाली. चाळावा म्हणून सरांनी अंक पाहिला आणि ते पाहतच राहिले. मुखपृष्ठावर रागिणीचा फोटो.

ही... ही... आपली रागिणी? अशी? ह्या पोजमध्ये! एखादी प्रतिक्षिप्त क्रिया घडावी तशागत सरांनी अंक टाकून दिला. कार वेगात धावत होती. बंद काचांमुळे बाहेरचा कोलाहल जाणवत नव्हता; पण खरा कोलाहल बाहेर नव्हताच मुळी.

कुठलंसं टॉकीज आलं.

"जगन्नाथ, तू घरी जा."

"आणि तुम्ही?"

"खूप दिवसांनी आज सिनेमा पाहावा म्हणतोय."

"पण सर..."

"तू जा, मी येईन रात्री."

"रात्री बारा वाजता याल एकटे? की मी येऊ परत?"

"जगन्नाथ,..."

क्षणभर सरांना वाटलं, की त्याला कार घेऊन बोलवावं. सिनेमाचा म्हणून एक खास असा शीण असतो. मग रात्री रिक्षा मिळणार नाही. इथून स्टेशन तसं लांबच आहे. मग गाडी. पार्ल्याला पुन्हा रिक्षा. नकोच ते. त्यापेक्षा जगन्नाथ येईल. झपकन् सुखात जाता येईल. सुखाचीदेखील साली सवय होते. कार आत्ता.. अगदी परवा परवा दोन वर्षांपूर्वी आली. त्यापूर्वी कधी कारची आठवणही होत नव्हती, की कारची उणीवही भासत नव्हती. किती सभा, किती नाटकं, किती सभा-संमेलनं, जागरणं, रात्री-अपरात्री केलेल्या पायपिटी, कार आत्ता आली. तीसुद्धा रागिणीमुळे... रागिणीची... रागिणी... काळजात कळ उठली. ते अभद्र मासिक डोळ्यांसमोर फडफडलं. रागिणी... आपली रागिणी... अशी... ह्या पोझमध्ये... उघडी, ना... सरांना वाटलं... मोकळ्या हवेत एक गुदमर गळ्यात दाटून आली. तुटकपणे सर म्हणाले,

"नको, मी येईन एकटा."

"बरं."

जगन्नाथ जायला वळला. सर तिकीट काढण्यासाठी वळले. सिनेमा सुटला. माणसांची झुंबड उडाली. रिक्षांचा गोंगाट सुरू झाला. अनेकांना रिक्षा मिळाल्याच नाहीत. ती माणसं चरफडत चालू लागली. आत्ता ही अवस्था... मग रात्री बारा वाजता आणखीनच गोंधळ असेल. जगन्नाथ पान घेत उभा होता. सर झपाझप पुढं झाले.

"जगन्नाथ, ए जगन्नाथ..." जगन्नाथ चमकून पाहात पुढं आला.

"काय झालं, सर?"

"झालं नाही काही. तू रात्री येशील ना?"

"येईन की..."

रात्रीचा शो असूनही पाहता पाहता टॉकीज खूप भरलं. कशी कशी माणसं सिनेमा पाहायला जमत होती. विड्यांचा कडवट धूर सर्वत्र माखला होता. कोपऱ्या-कोपऱ्यातून पानांच्या पिचकाऱ्या टाकणारे, लुंग्या गुंडाळून आलेले, पिवळे दात विचकवीत अचकट बोलत खदखदत हसणारे, दाट मिशांवरून मनगट फिरवीत गडगडाटी आवाजात बोलणारे भय्ये, काचेच्या शोकेसमध्ये लावलेली पोस्टर्स विस्फारलेल्या व आसुसलेल्या नजरेनं पाहणारे. कुठे रागिणी ओलेती होती... कुठे रागिणी बिकिनीत होती... कुठे रागिणी नायकाच्या बाहुपाशात गच्च विसावली होती... कुठे रागिणीला नायकानं कचकन् आवळली होती... कुठे उत्तान कपडे घालून... कुठे गोऱ्यापान मांड्या ताणून... असंख्य लोक पाहात होते. आसासून. वखवखून.

टॉकीजमध्ये येऊन आपण कधी सिनेमा पाहिला होता? खूप, खूप वर्षं झाली. रागिणी लहान असताना तिच्यासाठी म्हणून 'हाथी मेरे साथी' पाहिला होता; पण सिनेमाच्या सुरुवातीलाच वाघ पाहून रागिणीनं भोकाड पसरलं आणि आपण तिला घेऊन लगेच बाहेर पडलो. तीच रागिणी आज...

सिनेमे खूप पाहिले; पण ते सारे ब्रिटिश काउन्सिलमध्ये, खास प्रेस शोमध्ये. कधी निमंत्रित म्हणून, तर समीक्षक म्हणून. नंतर कधी प्रभातचे चित्रपट पाहिले. अगदी ठरवून, प्लाझाला दोन-दोन तास क्यूमध्ये उभं राहून... ते सारेच चित्रपट कलात्मक होते. फ्रेंच, जापनीस, इटालिअन, इंग्लिश... एग नावाचा एक चित्रपट. शरीरसुखासाठी व्याकूळ होणाऱ्या कुरूप युवतीची घालमेल आणि त्यातून मग तिची केविलवाणी फरकट. सेक्सवरचाच चित्रपट असूनही, बीभत्स, ओंगळवाणा आणि कामुक न होणारा. सिनेमा सुरू झाला.

पार्श्वसंगीताचा कल्लोळ सुरू झाला. कोणी एक क्रूर कर्दनकाळ डॉन. त्याचं आणि एका प्रामाणिक शूर पोलीस इन्स्पेक्टरचं हाडवैर. तो डॉन त्या इन्स्पेक्टरच्या सगळ्या कुटुंबाला गोळ्या घालतो. रक्तपात. किंकाळ्या. एकटा नायक तेवढा वाचतो. त्याचा

प्रतिपाळ एका आश्रमात. तो आश्रम एक मुसलमान कोठेवाली चालवीत असते. ती स्वत:चा धंदा चोखपणे करून मग ही समाजसेवा करत असते. आश्रमाची प्रत्यक्ष व्यवस्था कोणी एक फादर पाहतो आहे. नायक इन्स्पेक्टर होतो; पण डॉन तसाच अधिकच भयानक आणि शक्तिमान झालेला. एक सूडचक्र! पाच पाच मिनिटांनी हिंसाचाराचा कळस झाला. रक्ताच्या चिळकांड्या उडाल्या. तो रक्तपात असा आणि इतका झाला, की त्यातली भीषणताच कुठंतरी हरवली. मधेच कधीतरी आणि उगाचच रागिणीची एंट्री झाली. पत्रकार म्हणून. डॅशिंग पत्रकार. नायिकेचे वडीलही पत्रकारच. तत्त्वनिष्ठ. त्यांचं आणि डॉनचं पुन्हा वैर आहेच. डॉनची माणसं त्या तत्त्वनिष्ठ वडिलांची प्रेस जाळून टाकतात. त्यांना वेड लागतं. डॉनची माणसं नायिकेवर बलात्कार करतात. आता तर दिग्दर्शकाला मोकळं रान मिळालं. सेक्स आणि व्हायलन्सचं झिंग आणणारं कॉकटेल.

बलात्कार! दोन पिसाट आणि एक नायिका. कॅमेरा आता मुक्तपणे पण अचूक नेमकेपणानं फिरत होता. क्षणाक्षणाला वस्त्रं गळून पडत होती. नायिकेचा आक्रोश. मधे मधे क्लोजअप्स्; पण सगळं चित्रणच अशा पद्धतीचं केलेलं, की... की... बलात्कार भीषण न वाटता उत्तेजक वाटावा. त्या पिसाटांच्या जागी आपण असावं, अशी भावना निर्माण करणारा. मधे काहीतरी घडलं. सरांचं लक्षच नव्हतं. त्यांच्या डोक्यात बलात्काराची तीच बीभत्स दृश्यं. पूर्वी म्हणे, गुन्हेगाराला पोत्यात बांधून समुद्रात बुडवीत. तडफडाट. गुदमरणं. असहाय्यता. सरांचा जीव घाबरा झाला. घशाला कोरड पडली. लहानपणी रागिणी झोपेत घाबरायची, दचकून उठायची आणि किंचाळून अक्राळविक्राळ रडायची. काही केल्या थांबत नसे. तिचा आक्रोश हतबुद्ध होऊन पाहात राहणं, एवढंच करणं शक्य असायचं. तोच विचित्र असाहाय्य हतबुद्ध अनुभव पुन्हा एकदा सरांनी घेतला. रागिणीचा आक्रोश थांबला. सरांनी सुटकेचा श्वास सोडला.

मधेध्ये काय घडून गेलं ते सरांना धडपणे समजलं नाही. डॉनच्या माणसांनी नायिकेला गोळ्या घातल्या आणि ती मेली असं समजून तिला नदीत टाकून दिली. पण ती मेली नाही. ती नदीतून वाहात गेली. अचानक नायक आला. त्यानं नायिकेला वाचवलं. गारठलेल्या, थंड पडलेल्या नायिकेला शुद्धीवर आणण्यासाठी तिला तो चोळू लागला. आवळू लागला. कवटाळू लागला. बलात्कार परवडला... असा प्रकार सुरू झाला. सरांच्या छातीत धडधडू लागलं. डावा हात लटका पडतो आहे, की काय असं वाटू लागलं. दरदरून घाम सुटला. हात-पाय गार पडले. शेजारचा प्रेक्षक उठून बाहेर गेला. पडद्यावरचा तो प्रसंग संपून गेला. गाणं सुरू झालं... बटबटीत शब्द आणि...

आणि नजरेवर आघात करणारे अंगविक्षेप... मुक्त स्पर्श हा शब्दही फार फार सौम्य वाटावा असा कामाचार... तो प्रेक्षक आत आला. थकून बसला. त्याच्या बरोबरच्यानं विचारलं,

"कुठं गेला होतास?"

"तुझं बरं आहे रे, तुझं लग्न झालंय. तुझी सोय आहे; पण आमची वाट काय? आणि त्यातून हे असले सिनेमे..."

एवढं बोलून दोघंही, कोणीतरी फाडकन धोंडा मारावा तशागत हसले आणि गाण्यावर ताल देऊन डोलू लागले. मिटक्या मारू लागले. स्वत:ला नायकाच्या जागी कल्पू लागले.

सर बाहेर पडले. इंटरवल झाला. माणसांचा लोंढा बाहेर आला.

तो ऑडियन्स पाहून सर मनातल्या मनात शतशः फाटले. ह्या... ह्या असल्या लोकांना रिझवण्यासाठी रागिणीनं आत्ता... सिगारेटवर प्रचंड बंधन घातलेलं असूनही सरांनी विल्स तोंडात ठेवली; पण ती पेटता पेटेना. हात कापत होते की... पंख्याचा झोत जोरात होता?

सरांच्या शेजारी जोडपं. ती अवघडलेली. पण तृप्त. समाधानी. ती म्हणाली,

"चल. घरी जाऊ या. शी. काय बाई सिनेमा आहे हा!"

"ठीक आहे. जाऊ या की. एवढा कोक संपवतो, मग जाऊ या. चालेल ना!"

सिनेमा पुन्हा सुरू झाला; पण आत जाण्याची सरांना इच्छा होईना. धाडसच झालं नाही. त्या सगळ्या बकाल आणि वखवखलेल्या वातावरणात ते जोडपं तेवढंच वेगळं वाटत होतं. सुंदर, सात्त्विक, समाधानी. रागिणीच्याच वयाची ती पोर, तृप्त मनानं, भरल्या शरीरानं सुखी होती. सरांनी आत डोकावून पाहिलं. कर्कश शिट्ट्या सुसाटत होत्या. शिट्ट्या कसल्या, अनेक पिसाट उसासे होते ते. गोरापान, उघडा, ओलेता स्त्री देह पाहायला मिळाल्याचा विकृत आनंद होता तो. हजारो नर विव्हळ होऊन चित्कारत होते. शिट्ट्या उसळत होत्या. शक्य असतं तर ह्या प्रत्येकानं पडद्यावर घुसून नायिकेला... सर दगड होऊन पाहात होते.

हे... हे... हे, असलं दिग्दर्शकाला सुचू शकतं?

आपल्याला सुचलेलं सारं चेष्टित दिग्दर्शक अक्षरशः चित्रित करू शकतो?

ते करायला त्याला कलाकार मिळू शकतात? आणि त्यात आपली रागिणी असावी?

रागिणी? अरे, मग सेंसॉर बोर्ड काय करतंय? त्या बोर्डाला आग का नाही लावत?

सरळ जाहीर का करत नाही, की अगदी ब्ल्यू फिल्म्सही कायदेशीरच आहेत?

सर थकून बाहेर आले. निरुपाय होऊन जगन्नाथची वाट पाहात मुकाट बसून राहिले.

रागिणी तू... तूसुद्धा! ब्रूटस् दाऊ टू! देन सीझर मस्ट डाय. सीझर मस्ट डाय. इतकी वर्षं शेक्सपियर शिकवला; पण 'ब्रूटस् दाऊ टू!' ह्या तीन शब्दांतली वेदना खऱ्या अर्थानं कधी समजली नव्हती. ती आज समजली. कधी कधी आयुष्यात अशी एखादी वेळ येते, की आपलं अवघं अस्तित्वच दुसऱ्या कोणावर तरी अवलंबून राहतं. दुसरी व्यक्ती तिच्या मती-गतीप्रमाणं वागते आणि तो अपेक्षाभंग आपल्याला सहन होत नाही. दुसरी व्यक्ती? रागिणी दुसरी झाली! परकी झाली! होय. झाली नाही. ती होतीच. कितीही नाकारा, कितीही संबंध स्वीकारा, कितीही संबंध सांधा, पण सत्य एकच, की प्रत्येक व्यक्ती वेगळी, प्रत्येक व्यक्ती एकटी. सारा खटाटोप प्रथमपासून शेवटपर्यंत हा एकटेपणा मारण्याचा! हा माझा. तो माझा. पण काही काही सालं माझं नसतं. एकटेपणा हाच शेवटी खऱ्या अर्थानं स्वतःचा. हे झालं सगळं लॉजिक. तत्त्वज्ञान. स्पष्टीकरण; पण जळणाऱ्या आणि तुटणाऱ्या जिवाचं काय करायचं!

आत रागिणी एकटी... हजारो भुकाळलेल्या नजरा... सुसाट शिट्या...

आणि आपण बाहेर एकटे... पिंडा पिंडाप्रमाणं केवळ रुची नव्हे, तर मती आणि गतीही की मती बदलते म्हणून गती बदलते! मग ह्या मतीला आकार कोण देतं? का ती स्वयंभू असते? जन्मजात असते? रूपाप्रमाणं, नशिबाप्रमाणं, व्यंगाप्रमाणं? सरांना काहीच समजेना, सुचेना आणि जगन्नाथ पण येत नव्हता. आता इथून निघूनही काही फायदा नव्हता. जगन्नाथ घरून कार घेऊन निघालाही असेल.

सर बाहेर आले. मोकळ्या गार हवेत जरा बरं वाटलं; पण डोक्यातला गोंधळ संपला नाही. हे अर्धनग्न फोटो... शी! ह्या प्रकारची सुरुवात कधी झाली?

सातव्या-आठव्या वर्षीच रागिणी अप्रतिम नकला करायची, तेव्हापासून! की... शाळेच्या गॅदरिंगला तिनं अभूतपूर्व असं भरतनाट्यम केलं तेव्हापासून...? त्या कार्यक्रमाला कोणी एक प्रतिष्ठित नाट्यनिर्माता आला होता. त्याच्या पारख्या नजरेनं रागिणीमधला स्पार्क बरोब्बर हेरला. नाच संपला. त्या नाट्यनिर्मात्यानं रागिणीची पाठ थोपटली. मोकळेपणानं कौतुक केलं. त्यात वावगं काहीच नव्हतं; पण आज सरांना त्या निर्मात्याची ती नजर आठवली आणि सरांना जाणवलं, की त्या नजरेत केवळ कौतुक नव्हतं, केवळ दाद नव्हती, तर त्याहीपेक्षा काहीतरी अधिक जास्त होतं. काहीतरी वेगळं होतं. ती नजर कौतुकाची आणि रसिकाची होतीच; पण ती नजर पुरुषाचीही होती. त्या नजरेत एक नर होता. ती नराची नजर रागिणीच्या बाबतीत सरांजवळ नव्हतीच मुळी. मुलीला देह नसतोच. मुलगी म्हणजे जिव्हाळ्यात घोळलेला लडिवाळपणा. मुलगी म्हणजे कळवळ्यात मिसळलेला लाघवीपणा. काळजात कालवलेली कोवळीक म्हणजे मुलगी... मुलगी म्हणजे... नाही ह्या भावनेला शब्द नाही. उपमाच नाही. मुलगी

म्हणजे तनया... आपल्यापासूनच जन्मलेली, पण देहाची जाणीव नसलेली कोवळीक आणि जवळीक म्हणजे मुलगी... तनया...!

डोअरकीपरनं येऊन दिव मालवला.

बरं झालं. ते दळभद्री पोस्टर तरी दिसेनासं झालं. त्या कोण्या विख्यात नटीच्या बापाप्रमाणे, रागिणीनं नटीच व्हावं. असा सरांचा अट्टाहास अजिबात नव्हता, प्रयत्न तर नव्हतेच नव्हते. तो नाट्यनिर्माता दोन दिवसांनंतर येऊन भेटला. विख्यात लेखक. प्रतिभावान कसलेला दिग्दर्शक. नामवंत कलाकार. सगळाच योग फार विलक्षण होता.

पण घरात हलकल्लोळ. रागिणीला नाट्यक्षेत्राचं आकर्षण. प्रसिद्धीची आवड आणि त्यातून पुन्हा ऑफरच अशी की... किमान दोनशे प्रयोगांना मरण नाही; पण रागिणीनं नाटकात काम करायला सुमतीचा मात्र ठाम विरोध.

घरात धुसफूस. अबोला. आकांडतांडव. हिरमुसलेली रागिणी. नाटकात काम करायला सरांचा विरोध नव्हता.

"सुमती, अगं काय वेडेपणा आहे? असा योग पुन्हा कदाचित येणार नाही."

"नकोच आहेत असले योग पुन्हा यायला."

"सुमती, अगं तुझा सख्खा भाऊ एक कलाकार आहे. तरीही तू असं म्हणतेस?"

"तरीही नाही. म्हणूनच म्हणत्ये. दादाच्या नाटकापायी आम्ही काही कमी नाही मनस्ताप भोगलेला. वहिनी कसा त्याला सहन करते, ते तिचं तिलाच माहीत. लोकांना काय फक्त टाळ्या आणि तकलादू झगमगाट दिसतो; पण मनस्ताप घरच्यांना सहन करावा लागतो."

"काय, काय सहन करावं लागलं गं घरच्यांना?"

रागिणीनं संतापानं विचारलं.

"काय सहन केलंय? नाटकाचे चौथे अंक कसे असतात ते माहीत आहे तुला? जा, तुझ्या मामीला विचारून ये. नाट्यक्षेत्रातल्या माणसांवर विश्वास नाही माझा."

"सुमती, वाईट माणसं प्रत्येक क्षेत्रात असतातच. रागिणी जर मुलगा असती, तर विरोध केला असतास का?"

"रागिणी मुलगा असती, तर मला आवडलं नसतं. पण मी विरोध नसता केला. हे पाहा, रागिणी मुलगी आहे. माझ्या मुलीनं स्टेजवर जाऊन नाटकात काम करावं असं मला बिलकुल वाटत नाही."

'हो-ना' करता करता केवळ एका नाटकाची परवानगी सुमतीनं दिली.

"तुम्हाला आत्ता माझा राग येईल; पण कधीतरी तुम्हाला जाणवेल, की माझंच म्हणणं बरोबर होतं."

सिनेमा सुटला. लोंढा बाहेर पडला.

"रेप सॉलिड घेतलाय ना..."

"गाणी पण मस्त आहेत. मजा आली."

"हिरॉईन नदीत पडते आणि मग तर धमाल आहे."

कोणीतरी कोणाला तरी टाळी दिली. सरांना कानफटात भडकवल्यासारखं वाटलं. टाळी देणारा-घेणारा खुदकन हसले. सरांना कोणीतरी तोंडावर थुंकल्यासारखं वाटलं.

"हिरॉईन कंडा आहे यार."

"तर तर, त्याशिवाय सिनेमात घेईल कोण तिला?"

"चला. सिनेमा विसरा. हिरॉईन विसरा. घरी बायको आहे ना, तीच खरी चला."

"पडद्यावरची स्तनाळ नटी आठवली, की रोजची बायकोही बरी वाटते."

पाडगावकरांचे शब्द आठवले. जीव घाबरा झाला. कासावीस झाला. प्रेक्षक हसत-खिदळत निघून गेले. आवार रिकामं झालं. समोर जगन्नाथ.

"चला सर."

कार सुरू झाली. एका नाटकाची परवानगी मिळाली. तेच नाटक अतिशय गाजलं. दोन वर्षांत तीनशे प्रयोग झाले. मग ती चेन सुरूच झाली; पण सुमतीनं रागिणीचं एकही नाटक पाहिलं नाही. अगदी तीनशेव्या महोत्सवी प्रयोगालाही आली नाही.

मग पुढची दोन वर्षं भयानक गेली. सरांच्या अंगावर नुसत्या आठवणींनंही काटा आला. वयाच्या अवघ्या पंचेचाळिसाव्या वर्षी सुमतीला कॅन्सर झाला. तपासण्या. रिपोर्ट्स. टाटाला वाऱ्या. लाईट्स. वेदना. कळा. शरीराची-रूपाची धूळधाण. सुमती ढासळत गेली. तिच्याकडे पाहून सरांचा जीव घाबरा व्हायचा. पैसा तर पाण्यासारखा खर्च होत होता. रागिणीची नाटकं जोरात चालली होती, म्हणून खर्चाचं काही वाटलं नाही. आता वाट पाहायची. आपण वाट पाहात आहोत, असं अगदी स्वत:शीही कबूल न करता वाट पाहायची.

एके दिवशी पहाटे सुमती फार प्रसन्नपणे जागी झाली. मोकळं हसली. पूर्वी... अगदी पूर्वी हसायची तशी.

"राजन, असा जवळ बस ना."

"सुमती, किती दिवसांनी हाक मारलीस?"

"राजन, रागिणीला बोलाव. कुठाय ती?"

"झोपली आहे. आज पहाटे तीन वाजता दौऱ्यावरून आली."

"उठव तिला. आज माझी माणसं मला जवळ हवी आहेत. रागिणी रागावली आहे का रे माझ्यावर?"

"नाही."

"नक्की?"

"खरंच. अगदी खरंच."

"रागिणी, ए रागिणी."

रागिणी दचकून उठली. बावरून बाहेर आली.

"रागिणी, बस अशी अगदी जवळ बस. पोरी, रागावली नाहीस ना माझ्यावर...?"

"आई, बोलू नकोस गं."

"बोलू दे मला. रागिणी, काल मी तुझं नाटक पाहिलं. मुद्दाम कॅसेट आणून पाहिलं. खूप छान काम केलं आहेस. अगं साऱ्या महाराष्ट्रानं तुझं कौतुक केलं; पण मीच तेवढी..."

"आई, प्लीज आता आणखी काही बोलू नकोस."

"रागिणी, आज तू खूप प्रसिद्ध आहेस. उद्या कदाचित आणखीही लोकप्रिय होशील. पण एक सांगू... केवळ प्रसिद्धी म्हणजे कीर्ती नव्हे. तुला माहीत आहेच; पण पुन्हा सांगते, तुझे वडील खूप खूप मोठे आहेत. त्यांच्या नावाला बट्टा लागेल, असं कधी काही करू नकोस."

"सुमती..."

त्याच सकाळी आणखी तासाभरानं सुमती गेली. पंचवीस वर्षांचा ऋणानुबंध संपला. सुमती आठवली. तिचे शब्द आठवले.

'पण कधीतरी तुम्हाला जाणवेल, की माझंच म्हणणं बरोबर होतं.'

'खूप छान काम केलं आहेस.'

'तुझे वडील खूप खूप मोठे आहेत. त्यांच्या नावाला बट्टा लागेल, असं कधी काही करू नकोस.'

बरं झालं, सुमती गेली ते. आजचा सिनेमा पाहून फुटली असती ती आतल्याआत. इच्छा नसूनही पुनःपुन्हा सिनेमा आठवत राहिला आणि सुमती विफल आवाजात आक्रोश करत राहिली,

"तुझे वडील फार फार मोठे आहेत. त्यांच्या नावाला बट्टा लागेल, असं कधी काही करू नकोस."

ती रात्र विचित्र गेली. झोप लागलीच नाही. चित्रविचित्र बिनचेहऱ्याची उघडी नागडी शरीरं दिसत राहिली.

सकाळी आठ वाजता रागिणीचा मद्रासहून फोन आला. क्षणभर वाटलं, फोन ठेवून द्यावा; पण रागिणीचा आवाज ऐकून सारा संताप विरघळला. प्रचंड डिस्टर्बन्स होता.

धड बोलणं झालंच नाही. फक्त एवढंच कळलं, की रागिणीचं शेड्युल आठ दिवस पुढे गेलं आहे. बरं झालं. आजच रागिणी आली असती, तर कदाचित संताप आवरता आला नसता.

बेल वाजली. सरांनी दरवाजा उघडला. दारात हृषीकेश. सर पाहातच राहिले. आत्ता ह्यावेळी कोणीतरी बरोबर हवंच होतं. हृषीकेश हसला.

"सर, ओळखलंत ना?"

"ओळखलं? मनोमन तुझी वाटच पाहात होतो."

हृषीकेश आत आला. ऐसपैस बसला.

"सर, आता तुमच्याकडे येणं म्हणजे फार अवघड होऊन बसलंय."

"का बरं?"

"अहो, वॉचमननं खाली दहा प्रश्न विचारले. पाच मिनिटं हुज्जत घालत होतो. त्याचा आपला एकच धोषा, 'मॅडम शूटिंग को गयी है.' शेवटी त्याला सांगितलं, 'मुझे मॅडम से नही, उनके बापसे मिलना है.' तेव्हा कुठे तो त्रस्त समंध शांत झाला..."

"सर, रागिणी कशी आहे?"

"ते आपण नंतर बोलू. प्रथम चहाची व्यवस्था करतो. जगन्नाथ, ए जगन्नाथ..."

"सर, मला तीन कप."

"आसाममध्ये काय फक्त चहाच पिऊन राहत होतास की काय? बाय द वे, तुला आसाम चांगलंच मानवलेलं दिसतंय."

"का नाही मानवणार, सर? माझ्या मनात स्वत:बद्दल कसलाही विचारच नव्हता. अहोरात्र एकच ध्यास, फक्त माझ्या कामाचा. सर, खरं सांगतो, दिवसभर वणवण करून दमायचो. कुठंही झोपायचो. मिळेल ते खायचो; पण कधीही कंटाळा म्हणून आला नाही. ही पाच वर्षं म्हणजे एक जागृत धुंदी होती. सर, जीवनाची किती विविधता पाहिली..."

हृषीकेश मनापासून बोलत होता. सर कौतुकानं ऐकत होते. हृषीकेश रागिणीच्या कॉलेज-ग्रुपमधला. 'अभाविप'ची आंदोलनं ह्याच ग्रुपनं जीव तोडून केली. रात्री-बेरात्री हा ग्रुप कधीही यायचा. हक्कानं घरी वावरायचा. आवेशानं, भावुकतेनं वाद घालायचा. एक दिवस हृषीकेशनं वाकून नमस्कार केला. म्हणाला,

"सर, आशीर्वाद द्या. पाच वर्षांसाठी आसामात प्रचारक म्हणून जातोय."

"पाच वर्षं!"

"फक्त पाच वर्षं, सर. माझं क्वालिफिकेशन दणकट आहे. मुंबईत कधीही चांगली नोकरी मिळेल. वडील सात वर्षांनी रिटायर होतील. म्हणून हीच वेळ आहे."

"जरूर जा. पण एक सांगू, जे अनुभवशील, पाहशील ते लिहून काढ."

"लिहिणं नाही जमणार, सर. मी तुम्हाला माहिती कळवीन. लिहिण्याचं काम तुम्ही करा. आमच्या कॉम्प्युटरच्या भाषेत म्हणजे, मी डेटा फीड करीन."

"नो. तूच लिही. अरे, प्रत्यक्ष अनुभव तो प्रत्यक्ष अनुभव आणि माहिती ती केवळ माहिती."

सुमतीची अटकळ होती, की रागिणी आणि हृषीकेश... बाहेरूनही कुठून तरी कानावर आलं होतं. सरांना मनापासून बरं वाटलं होतं. हृषीकेश त्यांना जावई म्हणून जरूर आवडला असता. देखणा, वेल क्वॉलिफाईड. काही सामाजिक बांधिलकी मानणारा, त्यासाठी प्रत्यक्ष काही करणारा. सरांनी आडूनआडून रागिणीला विचारून पाहिलं. तिने हसून विषय टाळला. ती फारसं बोलली नाही. हृषीकेश आसामला गेला. त्याला सहा वर्षं झाली. सुरुवातीला पत्र नियमित यायची. मग लांबत गेली आणि नंतर नंतर तर जवळजवळ बंदच झाली. इकडं रागिणीचंही विश्व पार पार बदलत गेलं. नाटक... सीरियल... मराठी सिनेमा... आणि आता तर हिंदी सिनेमा... ग्लॅमर... झगमगाट... आणि... आणि... हृषीकेश काही शब्द सटकून गेले.

जगन्नाथनं चहा आणून ठेवला.

"सर, रागिणी कशी आहे?"

"तिला भेटण्यासाठी हुज्जत घालावी लागली तुला. 'मुझे उसके बापसे मिलना है' असं सांगावं लागलं तुला. ह्यावरून काय ते समज."

सर बळंबळं हसले.

"खूप प्रसिद्ध आहे ती. 'रागिणीचा बाप' हीच माझी सध्याची ओळख आहे."

प्रयत्न करूनही सरांना आवाजातला कडवटपणा लपवता आला नाही.

"सर, रागिणीचं यश.."

"यश?" सरांनी टीपॉयवरचा अंक हृषीकेशसमोर आपटला.

"हे बघ. हे बघ. हे हे यश आहे? बघ हे फोटो? हे... हे यश आहे? हे यश आहे? ह्या असल्या यशापेक्षा अपयश परवडलं असतं."

जगन्नाथ धावतच आला.

"सर, सर बाहेर गॅलरीत या."

"काय झालं?"

"सर, बाहेर या. नुसता कालवा चाललाय"

"कालवा चाललाय?"

सर बाहेर गॅलरीत आले. खाली प्रचंड गलबला होता. घोषणा चालल्या होत्या.

आपल्या सोसायटीसमोर मोर्चा पाहून वॉचमन गडबडला. त्याच्या विरोधाला न जुमानता मोर्च्याचा लोंढा आत घुसला. रागिणीच्या नावानं शिमगा चालला होता. रागिणीचे फोटो प्रकाशित झालेल्या 'स्टारडम'च्या अंकाची होळी करण्यात आली. शिरा ताणून भाषणं झाली. सोसायटीच्या बाहेर प्रचंड गर्दी जमली. ट्रॅफिक जाम झालं. पोलीस आले. पोलीस, गर्दी, वार्ताहर हे सगळं पाहून वक्त्यांना झिंग चढली.

"मराठी संस्कृती, भारतीय परंपरा, स्त्री देहाचं पावित्र्य, स्त्री शोषण, भांडवलदारी वृत्ती, बुर्जुआ माणसं... असंख्य आरोप. असंख्य आक्षेप."

मोर्च्याचे प्रतिनिधी सरांना भेटायला आले.

"सर, शांत राहा. अपसेट होऊ नका."

"हो. प्रयत्न करतो."

"आणि मुख्य म्हणजे निदान आत्ता तरी रागिणीला दोष देऊ नका."

"हो... हो."

हृषीकेशनं दार उघडलं. सात-आठ महिला त्वेषानं, तावातावानं आत शिरल्या.

"बसा. बसा."

"रागिणी, कुठं आहे?"

"ती शूटिंगला गेली आहे."

"कधी येणार आहे?"

"आठ दिवसांनी."

"आपला परिचय?"

"मी हृषीकेश पटवर्धन."

"आपण...?"

"मी रागिणीचा मित्र. आसामात असतो."

"मित्र? तुमची रागिणीच्या फोटोंना मान्यता आहे का?"

"मी कालच मुंबईला आलो. मला काही कल्पनाच नव्हती."

तेवढ्यात सर आतून बाहेर आले.

"नमस्कार, मी राजन बर्वे. रागिणी माझी मुलगी."

"रागिणीच्या या फोटोसेशनमध्ये अनैतिकता आहे..."

"हे पाहा, नीतीच्या कल्पना..."

"डोंट टॉक रॉड, बर्वे. स्त्री देहाचं प्रदर्शन ही नीती असूच शकत नाही. तुम्ही रागिणीचं समर्थन करता आहात का?"

"मी तसं म्हटलेलं नाही. हे पाहा, ह्या फोटोंची मलाही कल्पना नव्हती. मी सिनेमे

पाहात नाही. फिल्मी मासिकं वाचत नाही."

"असं म्हणून तुम्ही जबाबदारी झटकून टाकू शकत नाही."

"तुम्ही या प्रकाराला विरोध का केला नाही?"

"पण माझं ऐकून तरी घ्या..."

"कोण कशाला विरोध करील म्हणा! जर लाखो रुपये मिळत आहेत..."

सरांचा संयम हळूहळू सुटू पाहात होता. सरांच्या मनात एक कोंडलेला संताप भरला जात होता. कोंडलेल्या मांजराच्या मनात असतो तसा. सुरुंगात दारू ठासतात तसा.

'ह्या... ह्या पोषाखी बायका तथाकथित स्त्रीमुक्तीवर बोलत होत्या. नवऱ्यांच्या गलेलठ्ठ पगारांवर बांडगुळांप्रमाणे पोसलेल्या ह्या बायका, तकलादू सोशल स्टेट्ससाठी, वर्तमानपत्रातील प्रसिद्धीसाठी, रागिणीला धारेवर धरत होत्या. कुठल्या तरी अमेरिकन फाउंडेशनच्या बळावर, चार उच्चभ्रू बायका समाजसेवेची खाज भागवू पाहात होत्या आणि त्यासाठी मला... मला कोंडीत पकडू पाहात आहेत, माझं साहित्यिक कर्तृत्व ह्यांना माहीत नाही. मराठी समीक्षेतलं माझं योगदान यांना माहीत नाही आणि ह्या मठ्ठ बायका माझ्यावर आरोप करतात, की मी माझ्या पोरीच्या पैशावर नजर ठेवली. मी? मी?' छातीत काहीतरी लक कलं. डोक्यात कसल्यातरी ठिणग्या पडल्या. शॉर्टसर्केट व्हावं त्याप्रमाणे. वेल्डिंग करताना पसरतो तसा झगझगीत, दाहक निळा प्रकाश डोक्यात पसरला. धड काही दिसेना... समजेना... फक्त कोंडी. विनाकारण. तरीही सरांनी संयम ठेवला आणि थंड आवाजात ते म्हणाले,

"एक विचारू? स्त्रीमुक्तीची तुमची कल्पना काय आहे?"

एकीलाही पटकन् सांगता येईना.

"मी सांगतो. आयुष्यात कोणताही निर्णय घेताना स्त्रीवर कोणाचंही कुठलंही बंधन असू नये. म्हणजेच स्त्रीमुक्ती. बरोबर आहे ना? मग आता मला सांगा, रूढ कायद्याच्या मर्यादा सांभाळून, किती देहप्रदर्शन करायचं हे ठरविण्याचे स्वातंत्र्य रागिणीला आहे की नाही?"

"पण फोटो प्रकाशनाबाबत काही कायदेच नाहीत."

"तो काही रागिणीचा अपराध नाही. जा आणि विधानसभेवर मोर्चा न्या. इथं कशाला बोंबलताय? आणि हो. ह्या अंकाची एडिटर एक स्त्रीच आहे ना? ती दोषी नाही का तुमच्या दृष्टीनं?"

पुन्हा एक गदारोळ. चर्चा कसली, शब्दांचे धोंडे एकमेकांवर आवेशानं भिरकावले गेले. जणू रागिणी एकटीच दोषी होती. रागिणीच्या फोटोंशिवाय सर्वत्र जणू नीतिमत्ता नांदत होती!

सर थकून गेले. पोलीस आले. घोषणा झाल्या. फ्लॅशगन्स पेटल्या आणि विझल्या. हृषीकेशनं सारा प्रकार नीटपणे हाताळला. फ्लॅट रिकामा झाला. ब्रुट्स दाऊ टू! ब्रुट्स दाऊ टू! देन सीझर मस्ट डाय!

मोर्चा गेला. सरांना वाटलं, ते प्रकरण तेवढ्यावरच संपलं. पण नाही. दुसऱ्या दिवशी वर्तमानपत्रांतून फोटो प्रकाशित झाले. उलटसुलट चर्चा झाल्या. संपादकांनी स्फुटं लिहिली. टीव्हीवर मोर्च्याला कव्हरेज मिळालं. जणू मुंबईला दुसरा विषयच नव्हता. जणू दुसरं काही घडतंच नव्हतं. चार फोटो काढून जणू रागिणीनं अवघ्या संस्कृतीलाच सुरुंग लावला होता. बाहेर हत्याकांड घडत होती, बॉम्बस्फोट होत होते, सत्ताधीशांची वासनाकांडं होत होती, पण फक्त रागिणी तेवढी... तीच चर्चा, तेच आरोप!... हे सारं संपणार तरी कधी...?

सरांना वाटलं, आपल्या नेसत्या वस्त्राच्या जगानं... नव्हे, रागिणीनं चिंध्या चिंध्या केल्या आणि ते बोचकं आपल्यासमोर टाकून रागिणी म्हणाली,

"नेसा आता आणि ताठ मानेनं वावरा!"

सर आणि हृषीकेश स्तब्ध बसून होते. अचानक फोन वाजला.

"हॅलो..."

"हॅलो, पपा मी..."

"रागिणी तू..."

काय झालं ते क्षणभर सरांना कळलंच नाही. सारा संताप उफाळून आला. कोंडलेली वाट फुटली. छातीत लकाकलं. डोक्यात ठिणग्या पडल्या. डोळ्यांसमोर झगझगीत लाल, निळा, पिवळा रंग पसरला. हजारो शिट्या एकाच वेळी वाजल्या. शेकडो नर चित्कारले. शेकडो पुरुष वखवख नजरेत घेऊन झेपावले. अंगावरचे कपडे कोणीतरी टराटरा फाडले. कुठूनतरी घोषणा झाल्या.

'कायदेशीर पळवाट काढून मुलीच्या निलाजरेपणाचं बापानं केलेलं कोडगं समर्थन.' मनात नुसता गोंधळ आणि हे सारं रागिणीमुळे...

"ह्याचसाठी का मी तुला प्रोत्साहन दिलं? तुझा हट्ट पुरविला? सुमतीचा विरोध असताना? माझी सारी साहित्य सेवा, मानसन्मान, प्रतिष्ठा, आदर, सारं सारं धुळीला मिळालं. तुझ्यामुळे, तुझ्या कामाचारामुळे. ब्रुटस दाऊ टू? रागिणी तू... तूसुद्धा? अगं वेडे, तुझं साधं टॉन्सिलचं ऑपरेशन होतं, तर मी तीन रात्री झोपलो नव्हतो. तू सासरी जाताना माझं काय होईल, ह्या धास्तीनं मी आजच हबकून जातो. तू... तू... तुझ्याबद्दल मला काय वाटतं. वेडे मानवी ऋजुता म्हणजे तू आहेस, माझ्या काळजाचा ठोका तू आहेस आणि तू... तू सवंग लोकप्रियतेच्या इतकी आहारी गेलीस? दोन हिट

चित्रपटांसाठी? आय हेट यू. आय हेट यू... रागिणी, पोरी, तुला पडद्यावर उघडीनागडी पाहाताना मला जे काही झालं ना, ते नुसतं जाणून घ्यायलाही बापाचंच काळीज पाहिजे. माझ्या आयुष्यातला सर्वात विदारक दिवस, पोरी तू मला दाखवलास. मला तुझं तोंडही पाहायचं नाही. कशाला हाक मारतेस मला पपा म्हणून? पपा मेला तुझा. तू मारलंस त्याला."

सरांनी फोन ठेवून दिला. रागिणी फोनवर आहे आणि... आणि आपण फोन ठेवून दिला? न बोलता! ओह गॉड. का? का? काय झालं ते सरांना समजलंच नाही. छातीत वेदनांचा कल्लोळ झाला. वाळूत पाणी विरावे तशागत कोणीतरी सारी शक्ती शोषून घेतली. डोळे अनियंत्रितपणे गरगरले. सर खाली कोसळले. क्षणार्धात दुसरा फोन वाजू लागला.

"हॅलो, रागिणी मी हृषीकेश. नंतर फोन कर. सरांना सीव्हीअर अॅटॅक आला आहे."

लाल डोळा मिचकावीत अॅब्युलन्स निघून गेली.

सर आयसीयूमध्ये आणि बाहेर हृषीकेश आणि जगन्नाथ. आतून डॉक्टर आले.

"पटवर्धन, धोका टळला. पण अजून तीन दिवस तरी इथंच राहावं लागेल. खूप काळजी घ्यावी लागेल. मुख्य म्हणजे कोणताही मनस्ताप टाळावा लागेल."

हॉस्पिटलमध्ये थोडीशी धावपळ, चलबिचल आणि कुजबुज झाली. हृषीकेशनी चमकून समोर पाहिलं. दारात रागिणी.

"हृषीकेश, पपा कसे आहेत?"

"आता धोका टळला आहे."

"डॉक्टर. मी भेटू पपांना?"

*****

"बोला ना, डॉक्टर?"

"रागिणी, माझं ऐकशील?"

"काय?"

"तू आत्ता सरांना भेटू नकोस."

"पण का?"

"हे बघ रागिणी, धोका टळलाय; पण संपलेला नाही. सरांना मनस्ताप होईल असं काही करून..."

"माझ्यामुळे पपांना मनस्ताप होईल, व्हॉट नॉनसेन्स? मी केलंय तरी काय असं?"

"तू काय केलं आहेस? ये. इकडे ये. शांतपणे ऐक."

इच्छा नसूनही हृषीकेशला सारं सारं सांगावं लागलं. रगिणी सुन्न होऊन ऐकत होती.

"रागिणी, हे सारं मी सांगतो आहे. सरांनी प्रत्यक्ष याहीपेक्षा खूप खूप भोगलंय. कारण मी केलं ते कितीही खरं असलं, तरी शेवटी ते वर्णनच आहे!"

रागिणी कोऱ्या चेहऱ्यानं पाहात होती.

"हृषीकेश, अरे ते तसं काही नाहीये रे, तो केवळ एक व्यावसायिक स्टंट होता. बस. या पलीकडे काही म्हणजे काही नव्हतं."

"असेल. तसंही असेल कदाचित. तुझ्या फिल्डमध्ये कदाचित ही फार सामान्य गोष्ट असेल; पण सरांना ती फार जिव्हारी लागली."

"हृषीकेश, पपांचं काही बरं-वाईट..." रागिणी कोसळून रडू लागली.

चोवीस तास सुन्न गेले. सर आत आयसीयूमध्ये आणि बाहेर रागिणी, हृषीकेश आणि जगन्नाथ. बोलणं शक्यच नव्हतं. नुसतं बसून राहायचं. नुसत्या बसण्याचाही एक असह्य असा थकवा असतो.

दुसऱ्या दिवशी संध्याकाळी पाच वाजता डॉक्टर म्हणाले,

"आता धोका पूर्णपणे टळला आहे."

रागिणी पटकन पुढं झाली.

"रागिणी, थांब! मी आधी सरांना भेटून येतो."

रागिणीनं विव्हळ संतापानं हृषीकेशकडे पाहिलं.

"रागिणी, प्लीज... गैरसमज करून घेऊ नकोस."

हृषीकेश आत गेला. सर हसले.

"काय सर, अगदी घाबरवून टाकलंत मला."

"काय झालं ते सालं मला कळलंच नाही."

"त्यात न समजण्यासारखं काहीच नाही. सर, तुम्हाला थोडं टेंशन आलं होतं; पण आता सारं ठीक आहे."

"काय?"

"सर, रागिणी आलीय. कालच आली. आख्खं शेड्युल रद्द करून आली आहे. सर, ऐकताय ना तुम्ही? रागिणी आली आहे."

"रागिणी आली आहे?" सरांचा चेहरा क्षणात उजळला आणि पुढच्याच क्षणी तो उजाळा खोटा वाटावा, केविलवाणा वाटावा असा कोमेजला.

"सर, माझं ऐका. रागिणीला भेटा प्लीज."

"पाठव तिला आत."

रागिणी आत आली.

"पपाऽऽ"

सरांनी तिच्याकडे पाहिलं. क्षणभर आणि त्यांनी पाठ फिरवली. डोक्यावरून पांघरूण घेऊन पडून राहिले.

"पपा, पण असं काय करता? पपा मी आलेय. पपा पाहा ना माझ्याकडे. मला रागवा. ओरडा; पण असे गप्प राहू नका. पपा. पपा, मी आलेय."

सर आतल्या आत गदगदत होते. मनातल्या मनात नुसते फुटत होते. समोर, हातावर रागिणी आहे. ती रडते आहे. तिची नाकपुडी विस्फारली असेल. तिनं ओठ घट्ट मिटले असतील. तिचं तरतरीत नाक लाल झालं असेल आणि तिचे पिंगट डोळे व्याकूळ असतील.

"का, का मला भेटायला आलीस? का? सुखानं मरत होतो; पण सालं मरणही हवं त्या वेळी येत नाही. जा. जा तू. ब्रुट्स दाऊ टू? देन सीझर मस्ट डाय. जा तू. टळ येथून तोंड काळं कर. आय हेट यू. आय हेट यू."

त्याच रात्री सरांना डिस्चार्ज मिळाला. दुसरा दिवस निःशब्द गेला.

तिसऱ्या दिवशी सकाळ -

"रागिणी, हे काय? कुठे निघालीस?"

रागिणी हसली. आनंदाची कणभरही खूण नसलेलं पोकळ हसणं. रडता येत नाही म्हणून.

"हृषीकेश, तुला रोमच्या सम्राटाची गोष्ट माहीत आहे? नीरोची. रोम जळत असताना तो फिडल वाजवत होता. वाटतं की काय युसलेस माणूस असला पाहिजे. पण नाही. हृषीकेश, कधी कधी आयुष्यात अशी एखादी वेळ येते, की तुमचं सर्वस्व जळत असतं; पण तुम्ही काही म्हणजे काही करू शकत नाही. करणं शक्यच नसतं. एक विचित्र भयाण पोकळी तुमच्या मनात पसरत जाते. ती पोकळी भरून काढण्यासाठी तुम्हाला काहीतरी करावंच लागतं. नाहीतर वेड लागेल माणसाला. हृषीकेश, पपांबद्दल मला काय वाटतं ते तुला माहीत आहे. पपा, असे माझ्या डोळ्यांसमोर कोसळत आहेत; पण मी काही करू शकत नाही. मी फक्त एक करू शकते, शूटिंगला जाऊ शकते. निदान माझं मन तरी रमेल."

रागिणी गेली.

"पपा जाते."

"बरं."

रागिणीनं अपेक्षेनं पाहिलं. नेहमीसारखं बजावणं नाही. रोज एकदा तरी फोन करण्याचा

आग्रह नाही. काही नाही.

"पपा जाते."

"बरं"

ओठ घट्ट मिटून रागिणी झपकन निघून गेली.

हृषीकेश रोज यायचा. बसायचा. मोकळ्या गप्पा व्हायच्या.

"हृषीकेश, एक विचारू?"

"विचारा ना. परवानगी कसली घेत आहात?"

"तुला..., तुला रागिणीबद्दल काय वाटतं?"

"मला अजूनही रागिणी आवडते."

'अजूनही हा शब्द हृषीकेशनं फार ठासून उच्चारला, की तसा आपल्याला भास झाला?'

"हृषीकेश, रागिणीशी लग्न करशील?"

"सर, सिगारेट पेटवू? आज प्रथमच तुमच्यासमोर..."

"अरे पेटव ना..."

सिगारेट पेटवायला किती वेळ लागतो याला?

"बोल ना, हृषीकेश."

"सर, मी जर आसामला गेलो नसतो आणि रागिणीला हे क्षेत्र जर मिळालं नसतं तर... तर कदाचित सात-आठ वर्षांपूर्वीच..."

"अजून असा काय फरक पडला आहे? हृषीकेश, मला बोलायला अवघड वाटतंय. पण... पण माझी खात्री आहे, अजूनही रागिणी शुद्धच आहे."

"नाही, नाही, नाही सर. मी त्या अर्थानं बोलत नाही. तो अर्थ खरोखरीच माझ्या मनात नाही. सर, रागिणीचे फोटो तुम्ही उगाच मनाला लावून घेतलेत."

"उगाच? ते फोटो पाहिलेस तू? तो सिनेमा पाहिलास तू? ते फोटो..."

"सर, रागिणीच्या चकचकीत जगात ती अगदी सामान्य गोष्ट आहे. क्षुल्लक घटना आहे. सर, एकही मोठी नटी या शापातून सुटलेली नाही. मी तुम्हाला सांगावं असं नाही, तुम्हाला माहीत असेल, की शेकडो वखवख नजरा हे नकोसं असेल, पण वास्तव आहे... आपल्या पूर्वजांनी कोरलेली शृंगारदृश्यं असोत. सर, पन्नास वर्षांपूर्वीचा 'ब्रह्मचारी' आठवा. बिकिनीवरचं ते स्नानदृश्य आठवा. असं म्हणतात, की बालगंधर्वांप्रमाणे थोरामोठ्यांच्या स्त्रिया केशरचना करायच्या. खजुराहो आठवा. कोणार्क आठवा."

सरांना यातला एकही शब्द पटला नव्हता. शृंगाराचं सरांना वावडं नव्हतं आणि उत्कट प्रणयही सरांना नीटपणे समजत होता; पण क्षणोक्षणी वस्त्रत्याग करणं आणि

जाता-येता बीभत्स आविर्भाव करणं, उसासे टाकणं, स्तने उडवणं व छात्या धपापवणं यात शृंगार नव्हता, की प्रणयही नव्हता. ही केवळ भादव्यातली श्वानवृत्ती होती; पण सरांनी एक शब्दही उच्चारला नाही. ज्या आवेशानं हृषीकेशनं रागिणीचं समर्थन केलं, तो आवेश पाहून सरांना खूप बरं वाटलं. सरांना आशा वाटली, की हृषीकेश लग्नाला होकार देईल.

मग... मग हे दुष्टचक्र संपेल. त्या शिट्या, त्या दिवशी दिसलेल्या तृप्त, समाधानी आणि भरल्या देहाच्या जोडप्याप्रमाणे रागिणी आणि हृषीकेश...

"हृषीकेश, माझा प्रश्न तसाच राहिला. लग्न करशील रागिणीशी?"

"लग्न? रागिणीशी?"

हृषीकेश अवाक् झाला. सरांना वाटलं, तो नकारच आहे.

"का? पण का नाही? रागिणीनं जो प्रकार केला तो मला हिडीस भयानक वाटतो, तसं तुला वाटत नाही. तो तिच्या व्यवसायाचा एक स्टंट वाटतो तुला, तरीही तू लग्न करायला का तयार नाहीस?"

"सर, आमच्या वाटा आता खूप खूप दूर गेल्या आहेत. आजही रागिणी मला आवडते. ती मैत्रीण आहे माझी. सर, एवढं ग्लॅमर, एवढं यश पाहून-अनुभवून ती माझ्याबरोबर सामान्य मध्यमवर्गीय संसारात नाही रमू शकणार. प्रचंड कोंडमारा होईल तिचा आणि खरं सांगू का सर, नटीचा नवरा ही कल्पनाच मला असह्य वाटते. हे झालं आपलं बोलणं, तुम्ही तिला विचारून पाहिलंत का?"

"मला तोंड नाही पाहायचं तिचं; पण ती जर हो म्हणाली, तर तू तयार आहेस?"

"मी विचार नक्कीच करीन."

"थँक्यू वेरी मच. थँक्यू वेरी मच."

*****

"रागिणी, हृषीकेश."

"हृषी, कुठून बोलतो आहेस?"

किती दिवसांनी रागिणीची हाक ऐकली. आसामला जाण्यापूर्वी संध्याकाळी...

"हॅलो, हृषी पुढं बोल ना?"

"रागिणी..."

"नुसत्या हाकाच मारत बसणार आहेस का? पपा कसे आहेत?"

"खूप सावरले आहेत. आज पुण्याला जाणार आहेत. कसलंसं सेमिनार आहे. ते

जातच नव्हते; पण मीच त्यांना बळंबळं पाठवलं."

"हृषी, पपा आजारी पडल्यानंतर तू जर नसतास ना..."

"ए वेडे, तू थँक्यू वगैरे म्हणणार आहेस की काय आता? म्हणू नकोस."

रागिणी खळखळून हसली. तिनं आता तिच्या दाट सोनसर केसातून हात फिरवला असेल. हसताना तिच्या दोन भुवयांमध्ये लहानशी खळी पडली असेल. तिचे पिंगट बदामी डोळे प्रथम बंद होऊन मग विस्फारले असतील.

"रागिणी, सरांनी मला विचारलं, की रागिणीशी लग्न करशील का?"

"..........."

"ऐकतेस ना तू, रागिणी?"

"हो... तू काय म्हणालास मग?"

"मी काय म्हणायला हवं होतं?"

"हृषीकेश, ते मी कसं सांगू?"

"रागिणी, हा प्रश्न सरांनी तुला विचारला असता, तर तू काय उत्तर दिलं असतंस?"

"मी... म्हणजे... मला... का हसलास का?"

"तुझं उत्तर मिळालं मला."

"हॅलो, हृषीकेश... हॅलो, हॅलो, हॅलो." फोन डिस्कनेक्ट झाला. पुन्हा मग कोणीही फोन केला नाही.

*****

"जगन्नाथ, पपा कुठे आहेत?"

"सर सकाळीच एनसीपीएत गेले."

"मग तू इथं कसा?"

सर म्हणाले,

"कार नको, मी जाईन एकटाच. मॅडम, सर पुण्याला जागा बघत आहेत."

"काय? तुला कोणी सांगितलं?"

"मी घरात असतो की दिवसभर. सर, हल्ली स्वत: लिहितात. कॉम्प्युटर पण बंद आहे."

रागिणीच्या टेबलावरचं एक पाकीट रागिणीनं उघडलं. आत चेक. अठरा हजार तीनशे वीस रुपयांचा.

"रागिणी, माझं ट्रीटमेंटचं बिल."

रागिणी सुन्न झाली.

"पपा, पपा झालंय तरी काय तुम्हाला?"

*****

"राघव, हे सगळं असं आहे. ते माझे बहुचर्चित फोटो, माझे चित्रपट, पपांना हा साराच स्वैराचार वाटतो. कामाचार वाटतो. या लाईनमध्ये जर मला टिकायचं असेल, तर हे स्टंट, हे फोटो अपरिहार्य आहेत, हे त्यांच्या लक्षातच येत नाही. सध्या तरी हेच चालतं. मी नकार दिला, तर दुसरी कोणीतरी पुढं येईल. मुळातच नायिकांचं आयुष्य जेमतेम दहा वर्षांचं. माझी म्हणून फार तर तीन-चार वर्षं शिल्लक आहेत; पण पपांना दुखावून मला काही नकोय."

"रागिणी, यात मी काय करू शकतो? पपांच्या दृष्टीनं मी पण या पापात सहभागी आहे. ते फोटो मीच काढले होते."

"नाही, तुझ्यावर त्यांचा रोष नाही. त्यांचा सगळा राग माझ्यावर आहे."

"मी काय करावं असं तुला वाटतं?"

"त्यांना समजावून सांग. की..."

*****

"सर, मला थोडं बोलायचं आहे. रागिणीबद्दल. ती सध्या खूप अस्वस्थ आहे."

रात्री अकरा वाजता मी आणि सर माझ्या कारमध्ये बसून बोलत होतो. निवांत बोलायचं असेल, तर बंद कारसारखी जागा नाही.

"रागिणी अस्वस्थ आहे? तिला काय झालंय?"

सरांचा स्वर ऐकूनच माझ्या लक्षात आलं, की जखम खूप खोल आहे, जिव्हारी आहे.

"ते फोटो, ती चर्चा, तो मोर्चा."

"ते सगळं मला भोगावं लागलं. रागिणीला काय झालंय? तिच्या दृष्टीनं तो केवळ एक कमर्शिअल स्टंट होता."

"खरं आहे ते."

"लाज नाही वाटत असं बोलायला? कमर्शिअल स्टंट? सेक्सचं नागडं-उघडं प्रदर्शन हा केवळ स्टंट असू शकतो? असं कसं म्हणू शकता तुम्ही?"

"कारण सर, कटू असलं तरी तेच सत्य आहे. सर या लाईनीत आणि या लाईनीतच का, जगात सर्वत्र फक्त यश विकलं जातं. यशच पूजलं जातं. अपयशाला कोणी वाली नसतो, तर यश एकदा मिळाल्यानंतर ते कसं मिळालंय, याची उठाठेव कोणी करत नाही."

"पण म्हणून हा स्वैराचार?"

"सर, मी तुमच्यापेक्षा अनुभवानं, ज्ञानानं खूप लहान आहे; पण अनुभव सांगू? मी स्वत: 'न्यूड' फोटोग्राफी करतो; पण ती करत असताना मनात वासनेचं किल्मिषही नसतं. एखादा टेबलटॉप जितक्या निर्विकार मनानं पण तन्मय होऊन मी काढतो, त्याच भावनेनं मी न्यूड्स फोटो काढत असतो; अगदी हीच यांत्रिकता किंवा कामशून्यता चित्रपटांच्या शूटिंगच्या वेळी असते. सर, पंचवीस-तीस माणसांचं युनिट आसपास वावरत असताना, मनात वासना उद्भवणं शक्यच नसतं आणि सर, मनातच काही नसेल तर नुसत्या स्पर्शाला काय अर्थ आहे?"

सर शांतपणे ऐकत होते. मला वाटलं, मी अर्धी लढाई जिंकली. सर स्तब्धपणे समोर पाहात होते. समोर आणि सर्वत्र आसपास झगझगीत दिवे पेटलेले होते.

"राघव, रागिणीपेक्षा प्रिय मला जगात काहीच नाही. तिनं या क्षेत्रात यायला सुमतीचा विरोध होता; पण माझा विरोध नव्हता. तिच्या विकासाच्या आड यायचं नव्हतं मला. रागिणी या क्षेत्रात विख्यात झाली, घरात पैशाचा पूर वाहू लागला. पूर्वी मी सुखी होतो. खाऊन-पिऊन चार मध्यमवर्गीय माणसांप्रमाणे; पण रागिणीचं चंदेरी वैभव! जुहूचा पाच हजार स्क्वेअर फुटाचा फ्लॅट, वेगळी एसी कार फक्त माझ्यासाठी, चार-चार फोन्स, लिहिण्यासाठी कॉम्प्युटर आणि घरात असंख्य गोष्टी... मला तर साली त्यांची नावंही माहीत नाहीत. अशा काही गोष्टी जगात असतात, याचीही मला कल्पना नव्हती. पण त्याच गोष्टींची साली सवय झाली. सुखाची सवय जाता जात नाही. हे जेव्हा माझ्या लक्षात आलं, तेव्हा मात्र मी मनानं अधिकच खचलो. माझी... माझी मुलगी सैराट वागते आणि त्या पैशाची माझ्या मनावर ग्लानी चढू शकते? माझ्या? नाही. हे होताच कामा नये."

मला क्षणभर वाटलं, माझं आणि सरांचं दु:ख कुठंतरी एकाच पातळीवरचं आहे. मी मॉडेलिंग करण्यासाठी, सवंग कामुक फोटो काढण्यासाठी कॅमेरा हातात नव्हता घेतला. मी कॅमेरा हातात घेतला तो माझ्या मनातली चित्रं टिपण्यासाठी. छाया-प्रकाशाचा शोध घेण्यासाठी. रंगरेखांचा आढावा घेण्यासाठी; पण मॉडेलिंग सुरू झालं आणि पाहता पाहता माझी कला अभावितपणे नागडी होऊन बाजारात मिरवू लागली. माझी कला... एका अर्थानं तनयाच; पण रागिणी तर सरांची प्रत्यक्ष मुलगी. हाडामांसाची रक्ताची.

अभिनय कलेच्या शोधात आली आणि देहप्रदर्शनाच्या व्यापारात गरगरली आणि त्या भोवऱ्याला मीच अप्रत्यक्षपणे कारणीभूत ठरलो. मी काय बोलू? सरांची समजूत कशी घालू? मीच स्वतः संभ्रमात पडलो. त्या क्षणी मला सरांची वेदना कळली. डसली.

सर डोळे विस्फारून पाहात होते. समोर रागिणीचं पोस्टर. गोरापान, निथळता देह. नजरेत आवाहन. मीच काढलेला फोटो. मला विलक्षण लाज वाटली. खाली दुसऱ्या पोजमध्ये उत्तान देहप्रदर्शन आणि कोण्या हिरोनं तिला गच्च आवळलेली. कोणीतरी दोन माणसं निरखून निरखून पोस्टर पाहात होती. त्यांच्या पेटत्या नजरेतली पाशवी वखवख अगदी स्पष्टपणे दिसत होती. त्यांनी त्या पोस्टरवरून हात फिरवला. जणू मनानं ते... सर शहारले. सरांच्या रागाचा पारा आणखी चढला. ते त्वेषाने म्हणाले,

"पाहिलंस राघव, पाहिलंस? अरे, असे विखार तुम्ही लाखो माणसांच्या मनात पेरलेत. मी... मी प्रत्यक्ष पाहिलं आहे. सिनेमाला मिळणारी पाशवी कामुक दाद मी स्वतः पाहिली आहे आणि तू निर्लज्जपणे म्हणतोस, की रागिणीच्या मनात काहीही नव्हतं. नसेलही कलाकारांच्या मनात काही, माहीत आहे मला ते. पण राघव, आविष्कार कधी पूर्ण होतो, सांग ना. आविष्कार कधी पूर्ण होतो? मी सांगतो. आविष्कार प्रेक्षकांपर्यंत पोचतो, तेव्हा पूर्ण होतो. प्रेक्षकांच्या मनावर उमटतं ते मात्र खरं. ते तुमच्या कलेचं खरं रूप असतं. तुमच्या मनात काही नाही, कारण तुमची मनं मेलेली असतात. मारता मने तुम्ही. मारता त्या सुखासाठी, वैभवासाठी. आणि हे हे सारं रागिणीनं करावं? रागिणीनं? माझ्या मुलीनं हे करावं? मला माझी रागिणी हवी आहे."

काय होतंय हे कळायच्या आत सर गाडीबाहेर पडले. धावत सुटले. भिंतीवरची सगळी पोस्टर्स टराटरा फाडत होते.

एकीकडे धपापत होते. पुटपुटत होते. अनेक दिव्यांच्या प्रकाशात सरांच्या अनेक सावल्यांचा निःशब्द कल्लोळ चालला होता. सरांचा तो उद्रेक हताश हतबुद्धपणे पाहात मी नुसता बसून राहिलो.

दुसऱ्या दिवशी पेपरात बातमी, 'स्त्री संघटनांचा आक्रमक पवित्रा. रागिणीची वादग्रस्त पोस्टर्स स्त्री संघटनांच्या कार्यकर्त्यांनी फाडून टाकली.'

मी कसनुसा हसलो. या बातमीत सत्यही नव्हतं आणि आक्रोशही नव्हता. सरांचा विफल आक्रोश मी पाहिला होता; पण तो आक्रोश मी मनातून दूर सारला.

कॅमेरा फोकस केला. समोरची मॉडेल स्वच्छ दिसू लागली. तिचं अंगोपांग... मी फोकस शार्प केला आणि नकळतपणे, जणू सरांचा आक्रोश माझा मलाच ऐकू येऊ नये म्हणून जोरात ओरडलो, "लाईट्स ऑन!"

*****

॥ कोरे कागद...

कितीतरी वर्षं झाली असतील. आठ-दहा तरी नक्कीच. म्हणजे त्या दिवशी त्या प्रकरणाला सुरुवात झाली, असं निदान आम्हा सर्वांना वाटलं. पण ते घटनाचक्र खरं म्हणजे कित्येक वर्षांपूर्वी सुरू झालं होतं. पण आम्हाला त्याची सूतराम कल्पना नव्हती.

सुरुवात अगदी सहज सरळ सोपी साधी होती. त्या दिवशी एखादं वादळ घोंघावू लागणार आहे, ह्याची आम्हापैकी कोणालाही चाहूलदेखील लागली नाही. ९२ किंवा ९३चं क्लोजिंग... ३१ मार्च क्लोजिंग दणक्यात झालं. आमची ब्रँच नवीन असूनही सगळी टार्गेट्स अगदी खणखणीतपणे पूर्ण झाली. नवीन ब्रँच, नवीन मॅनेजर, तारुण्याने सळसळणारी आमची मनं.

संध्याकाळपासूनच मंडळींना पार्टीचे वेध लागले. याद्या सुरू झाल्या. बिअरवाले कोण, रमवाले कोण, व्हिस्कीवाले कोण, नुसतेच कोल्ड्रिंकवाले - आमचा तो दिवस आणि ती पार्टी मालवणकरांची होती. त्यांच्याबद्दल मला फारशी कल्पना नव्हती. मी नुकताच ब्रँचला नवीन आलो होतो; पण त्या पार्टीत मला ते खूप भावून गेले. सडसडीत बांध्याच्या मालवणकरांचे केस अगदी लक्ष वेधलं जाईल असे दाट आणि कुरळे होते. सोनेरी फ्रेमचा चष्मा त्यांना शोभून दिसायचा. त्या चष्म्यातून त्यांचे मूळचे मोठे डोळे अधिकच मोठे - किंचित बटबटीत दिसायचे. बोलताना ते सर्वांगाने आवेशाने बोलायचे. खूप हातवारे करत ते ठासून बोलायचे. सहा महिन्यांपूर्वी एका कस्टमरबरोबर झालेलं भांडण सांगताना ते खूप एक्साइट झाले. वातावरण उगाचच थोडं गंभीर झालं. तातारी म्हणालासुद्धा,

“चल, चल पेग संपव. तुझी अल्कोहोल लेव्हल डाऊन झालीय. पार्टीत बसलं, की अल्कोहोल लेव्हल मेंटेन करायची. नाहीतर सॉलिड प्रॉब्लेम होतो.”

“अरे सोड यार, तुम्ही सगळे मिळूनसुद्धा माझ्या लेव्हलपर्यंत पोचू शकणार नाही.

प्रश्न तो नाही. खोटं नाही बोलायचं. तो भिकारचोट साहेब कस्टमर समोर मला खोटं पाडतो.”

“अरे, बडी पार्टी आहे. संभालना पडता है।”

“तुम्ही चाटा ना पार्टीला. मला काय करायचंय?”

आता उगाचच प्रकरण चिडीला जाणार, अशा प्रकारे मालवणकरांचा स्वर तापला. आवाज चढला. मी म्हटलं,

“ए... प्लीज... प्लीज... च्यायला बँक विसरावी म्हणून आपण पार्टी करतो. आता पार्टीत पुन्हा बँक नको.”

“ओ भाऊ, पार्टी आम्ही करतोय! तू नुसताच कोक पित बसला आहेस.”

“पण बसलोय ना? तेव्हा नो बँक. प्लीज तातारी तू गाणं म्हण.”

तातारी ह्या सूचनेची जणू वाटच पाहात होता. तातारी खूप छान गातो. त्याला अक्षरशः शेकडो गाणी येतात. क्लिअरेंग गेलं, की त्याला कंठ फुटतो. ‘आवाज की दुनिया के दोस्तो, यह विविध भारती का युनियन बँक केंद्र है, अब सुनीये...’ अशी अनाउन्स्मेंट करून तातारी निकोप आणि स्वच्छ आवाजात गाणी सुरू करतो. आश्चर्य वाटावं, विश्वास बसू नये इतक्या अप्रतिमपणे तो बँकेतून निघेपर्यंत गाणी म्हणत असतो. तातारी दणकट बांध्याचा उभा आडवा पारशी आहे. काळा म्हणता येईल इतका सावळा आहे. कोणत्याही अँगलने तो पारशी वाटतच नाही. तो अगदी शिवाजी महाराज स्टाईल दाढी ठेवतो. खरं म्हणजे तो पोलीस खात्यातलाच वाटतो.

कोणीतरी त्याला छेडतं,

“तातारी, तू असा कसा रे?”

खो-खो हसत तातारी म्हणायचा,

“मारा डॅडी खूब हँडसम हता. पण एका कोळणीच्या प्रेमात पडले आणि मी झालो. म्हणून मी असा झालो.”

बँकेच्या पहिल्या मजल्यावर तीनच डिपार्टमेंट्स होती. डे-बुक, क्लिअरिंग आणि ॲडव्हान्सेस. त्यामुळे कस्टमर्सचा वावर जवळपास नसायचाच. तिथं आमचंच स्वायत्त राज्य होतं. भरपूर काम करावं आणि अगदी कॉलेजप्रमाणे भंकस करावी, अशी ती ब्रँच होती. साहेबदेखील वरच्या मजल्यावर क्वचितच येत असत. अर्थात, साहेब आले म्हणून सन्नाटा पसरावा, असं वातावरण बँकांच्या शाखांमध्ये कधीच नसतं.

माझी सूचना अक्षरशः प्रमाण मानत तातारीने गाणं सुरू केलं.

“दुखी मन मेरे, यहाँ नहीं रहेना, जहाँ नहीं चैना।”

मालवणकर फार लक्षपूर्वक गाणं ऐकत होते. माझ्यासमोरच ते बसले होते. अशा

पार्टीत कोणीच फारसं गंभीर नसतं. गाणी तर कोणीच गंभीरपणे ऐकत नाहीत; पण मालवणकर अतिशय गुंतून ऐकत होते. आता निश्चितपणे आठवत नाही, पण मला वाटतं, की एक-दोनदा त्यांचे डोळे भरून आले होते.

दोन-तीन गाणी झाली. तातारीनं त्याचं आवडतं गाणं सुरू केलं,

"ऐ मेरी जोहरा जबीं..."

एव्हाना खालचं महिला मंडळही वर आलं. आणखी काही गाणी झाली. मग ती क्लोजिंग पार्टी उरलीच नाही. ते एक छानसं गॅदरिंग झालं.

मेघानं सासू-सुनेच्या भांडणाची एक झलक करून दाखवली.

अचानक मालवणकर उभे राहिले आणि म्हणाले,

"आता मी काहीतरी सादर करतो."

"अरे... ओ सांभा..."

त्यांनी 'शोले' सिनेमातला सीन सुरू केला. तोच सीन नंतर त्यांनी मराठीत केला.

"पाटील, मी तुमच्या पोळ्या खाल्ल्या आहेत."

"ठीक आहे. पोळ्या खाल्ल्यास ना, आता गोळ्या खा."

शोलेचं असं विडंबन तर भन्नाटच होतं; पण मालवणकर तेवढ्यावरच थांबले नाहीत. नंतर त्यांनी 'रायगडाला जेव्हा जाग येते'मधली दोन स्वगतं सादर केली आणि शेवट केला 'नटसम्राट'मधली 'होय तुम्ही तरुण आहात' आणि 'कुणी घर देता का घर' या दोन स्वगतांनी.

टाळ्यांच्या अभूतपूर्व कडकडाट.

मालवणकरांच्या सादरीकरणात एखाद्या व्यावसायिक नटाची सफाई होती आणि सच्च्या कलाकाराची उत्कटता होती.

ती संध्याकाळ, ती रात्र... ती क्लोजिग पार्टी नंतर खूप दिवस सतत आठवत राहिली. खूप दिवस का, आजही ती पार्टी मला जशीच्या तशी आठवते. आठवणींचे जर फोटो काढता आले असते, तर आता ह्या क्षणाला मला ते फोटो काढता आले असते. फोटोंमध्ये केवळ दृश्यं असतात; पण स्मरणं अधिक समृद्ध असतात. स्मरणांना स्वर आणि भावदेखील लगडलेले असतात.

तीन दिवस सुट्टीवर होतो. गुरुवारी कसली तरी सुट्टी होती. सोम, मंगळ आणि बुध अशी तीन दिवसांची रजा घेऊन मी शनिवारनंतर थेट शुक्रवारी बँकेत आलो. बँकेत वातावरण एकदम टेन्स. कोणी धड बोलायला तयार नाही. तातारीची विविध भारतीदेखील एकदम दातखीळ बसल्यागत बंद. हळूहळू झाला प्रकार समजून आला.

'महावीर स्टोअर्स' नावाचा एक आमचा एक अकाउंट. त्याच्या खात्यात आठ

दिवसांपूर्वी साडेचार लाखाचा डिमांड ड्राफ्ट जमा झाला. डिमांड ड्राफ्ट जमा झाला, क्लिअरिंगच्या नियमानुसार तीन दिवसांनी तो क्लिअर झाला. क्लिअर झाला म्हणजे ती रक्कम आता खातेदार काढून घेऊ शकत होता. त्याप्रमाणे त्याने ती रक्कम काढलीदेखील. ही मंगळवारची गोष्ट. बुधवारी सकाळी बँकेत पोलीस आले. सूचना देऊन गेले आणि त्याच दिवशी संध्याकाळपासून चौकशी सुरू झाली. पोलिसांनी बँकेतच मुक्काम ठोकला. महावीर स्टोअर्स दुकानाचा मालक कोणी सुशील जैन. ही व्यक्तीच माझ्या डोळ्यांसमोर येईना. डे-बुकला काम करत असल्यामुळे ग्राहकांशी माझा संबंधच येत नसे (डे-बुक म्हणजे बँकेचा दैनंदिन ताळेबंद करण्याचे काम. ह्या कामात ग्राहकांचा संबंध येतच नाही. शाखेचं सगळं काम झाल्यानंतरच आमचं काम सुरू होणार.).

"मालवणकर, कोण हो हा सुशील जैन?"

कडवट हसत ते म्हणाले,

"नावाचा आणि त्याचा काही संबंध नाही. अरे, पूजेच्या दिवशी सकाळी बुके घेऊन आला होता बघ. प्रसादाचा आणि आईस्क्रीमचा सगळा खर्च दिला ना, तो सुशील जैन. ठसठशीत पिवळा टिळा लावून येतो तो."

"पण प्रॉब्लेम काय आहे?"

"सांगतो. जो ड्राफ्ट त्या सुशील जैनने डिपॉझिट केला. नंतर पैसे काढून घेतले. तो ड्राफ्ट फोर्ज्ड आहे. साडेचार हजारांचे कोणीतरी साडेचार लाख केले."

"मग पकडा ना त्याला."

"त्याला म्हणजे कोणाला?"

"अर्थात सुशील जैनला."

"ते एवढं सोपं आणि सरळ असतं, तर काय हवं होतं?"

"पोलीस त्यासाठी आले आहेत?"

"हो. त्यांचं डोकं कसं धावेल ते मी आता सांगतो. पोलीस असं सिद्ध करण्याचा प्रयत्न करतील, की जैन आणि बँक स्टाफचं संगनमत आहे. ही चूक नसून फ्रॉड आहे आणि तो करण्यासाठी बँक स्टाफने काही पैसे खाल्ले आहेत."

"पण हे साफ खोटं आहे."

"आहे ना, ते त्यांनादेखील माहीत आहे; पण आपण मध्यमवर्गीय पोलिसांना मुळातच घाबरून असतो. आपण अब्रूला घाबरतो. पोलिसी हडेलहप्पीला घाबरतो."

बँकेचं वातावरण पार बदलून गेलं. गढूळ झालं. प्रत्येकाच्या मनावर संशयाचं आणि शंकेचं सावट.

पोलीस इन्स्पेक्टर अनिल सुर्वे ठाण मांडून केबिनमध्ये बसून होते. त्यांच्या थंड आणि मख्ख चेहऱ्याचीच भीती वाटायची. डे-बुक म्हणजे काय? हे मी त्यांना वीस मिनिटं जीव तोडून समजावून सांगत होतो. त्यांना काय आणि किती समजलं ते शेवटपर्यंत मला कळलं नाही.

"तुम्ही जा."

पंचवीस मिनिटांनंतर सुर्वे म्हणाले.

माझा जीव भांड्यात पडला. मी केबिनमधून बाहेर पडणार तेवढ्यात मालवणकर केबिनमध्ये शिरले.

"साहेब, काय निर्णय आहे तुमचा?"

"आताच कसं सांगणार?"

"मी आणि आमच्या साहेबांनी तुम्हाला एवढं सांगितलं, त्यांनी तुमचं समाधान नाही का झालं?"

"नाही."

"का नाही झालं? पुन्हा मी तुम्हाला सांगतो, आमच्या बँकेच्या कोणाचाही ह्यात काहीही संबंध नाही."

"तो ड्राफ्ट कुठं गेला?"

"देना बँकेत; पण त्या बँकेचाही ह्या गुन्ह्याशी काही संबंध नाही."

"तुम्ही तुमचं बोला."

"आता पुढं काय करायचं ते सांगा."

"काय करणार? त्या मेधाबाई आणि त्या अधिकाऱ्याला आत घेणार."

"हे फार होतंय साहेब. दुसरा काही मार्ग? बघा ना प्लीज."

"आहे ना. मला पन्नास हजार द्या."

"काय?"

"आयला, तुम्ही दोन पंचेचाळीस लाटलेत. मग आम्हीच काय पाप केलंय?"

"सुर्वेसाहेब, फक्त दोन मिनिटं देतो. पुन्हा नीट विचार करा."

"ए... धमकी देतो काय? तू काय उपटणार रे? त्या दोघांना आत घेणारच; पण त्यांच्या आधी आता तुला आत घेणार, इन्स्पेक्टरला धमकी देतो?"

"ए... आय झवाड्या... बापाला झवायला शिकवतो काय रे?"

एखादा स्फोट व्हावा तशागत मालवणकरांचा आवाज केबिनमधून बाहेर पोचला. सगळा स्टाफ केबिनबाहेर गोळा झाला.

"मालवणकर कूल डाऊन प्लीज. सुर्वेसाहेब, मी माफी मागतो. प्लीज फर्गेट इट."

"साहेब, फोन द्या जरा."

मालवणकरांनी कोणाला तरी फोन केला.

"नमस्कार साहेब, श्रीपाद बोलतोय. मी तुम्हाला काल कल्पना दिली होतीच. नाही, त्यांना काही समजावून घ्यायची इच्छाच दिसत नाहीये. काय म्हणणार ते? त्यांच्या जवळच देऊ का? हं... घ्या फोन घ्या."

सुर्व्यांनी नाइलाजाने फोन घेतला.

"हॅलो, पीएसआय अनिल सुर्वे बोलतोय. कोण? काय... हो... हो. चालेल. सॉरी सर, प्लीज, प्लीज... सॉरी सर... नक्की सर. हो. ठेवतो."

माणसाचा चेहरा काळाठिक्कर पडतो म्हणजे काय होतं, ते आम्ही सर्वांनी त्या दिवशी याची देहा याची डोळा पाहिलं.

एक अक्षरही न बोलता सुर्वे सरळ निघून गेले. ती केस त्या क्षणीच संपली. आम्ही बँकेत आहोत, बँक अवर्स चालू आहेत, हा विसर पडून आम्ही सर्वांनी टाळ्यांचा कडकडाट केला. पुढचे आठ दिवस बँकेत तोच विषय आणि सगळ्यांच्या मनात एक नष्टचर्य टळल्याचा अपार आनंद.

काउंटर बंद होता मालवणकर ताडकन उठायचे आणि जेवायला निघून जायचे. त्यावरून त्यांची थट्टा व्हायची.

"त्यांना काय बाबा, रोज बायकोच्या हातचं गरम गरम जेवायला मिळतं. आम्ही आपले खातो गार ढोण डबे."

पण त्यावर ते एक अक्षर बोलत नसत. नुसते हसायचे. त्यांना संध्याकाळी मात्र अजिबात घाई नसायची. साहेब एकदा तसं बोललेसुद्धा. त्यावर तातारी म्हणाला,

"रोज बपोर्यु करे छे ए तो."

आम्ही सगळेच हसलो. साहेबांना काही कळलं नाही. 'काय? काय करतो तो रोज दुपारी?'

तातारी म्हणाला,

"नंतर केबिनमध्ये येऊन सांगतो."

"आत्ता सांग."

तातारीने साहेबांच्या कानात सगळ्यांना स्पष्टपणे ऐकू येईल अशा कुजबुजत्या आवाजात सांगितले ('बपोर्यु' म्हणजे खास पारशी शब्द. बपोर्यु म्हणजे नवरा बायकोनं दुपारी केलेली गंमत.).

मालवणकर म्हणाले,

"देख साला जलकर कबाब हो गया."

नंतर तिथून माझी बदली झाली. बदलीचा मेमो मिळाला त्या शेवटच्या दिवशी डे-बुक नेमकं आऊट गेलं. नऊ-साडेनऊ बँकेतच वाजले. साडेसात वाजता कधीतरी 'निघतो रे' असा धावता निरोप घेऊन मालवणकर निघून गेले. मी डे-बुकचा डिफरन्स शोधण्यात व्यग्र. निरोप, बोलणं, एखादा चहा... काहीच झालं नाही.

तीच आमची शेवटची शब्दभेट; पण तेव्हा ना त्याची मला कल्पना होती. ना मालवणकरांना कल्पना होती. माझी बदली झाली. मी नवीन शाखेत रुळलो. रमलो. बँकेत एक बरं असतं, चार-पाच वर्षांनी बदल्या होतात. एकाच ठिकाणी मन फार गुंतत नाही. काही व्यावहारिक हितसंबंध निर्माण होण्यापूर्वीच बदल्या होतात. प्रत्येक बँकेचा म्हणून एक चेहरा असतो. प्रत्येक शाखेचा म्हणून एक तोंडावळा असतो. डेबिट तेच, क्रेडिट तेच, पेमेंट तेच, रीसिट तीच, तेच डिपॉझिट, तेच ॲडव्हान्सेस, तेच टार्गेट तेच क्लोजिग... असं जरी असलं, तरी प्रत्येक शाखेचा एक थोडासा वेगळेपणा असतो. तेच नाक, तेच डोळे, तेच कान आणि तेच अवयव असं जरी असलं, तरी प्रत्येक व्यक्ती वेगळी असावी. अगदी त्याप्रमाणे बँक जरी एक असली, तरी प्रत्येक शाखेचा तिचा असा एक खास वेगळेपणा असतो. त्यामुळेच प्रत्येक नवीन बदली सुखकारक वाटते. नोकरीतला तोचतोचपणा अंगावर असा धावून येत नाही. हा हा म्हणता वर्षं उलटून जातात.

माझी बदली झाली. मालवणकरांचीही झाली. मुंबईतल्या आमच्या अक्षरशः शेकडो शाखांमधून ते कुठे कुठे बदलत राहिले. पंचवीस क्लोजिंग पार पडली. पुन्हा कधीही त्यांची आणि माझी गाठ पडली नाही. अर्थात त्यावाचून काही अडलंही नाही. ना त्याचं ना माझं. 'दोन ओंडक्यांची होते सागरात भेट, एक लाट तोडी दोघा पुन्हा नाही गाठ' हेच फार फार खरं असतं. योग असा, की दहा एक वर्षांनंतर मी पुन्हा त्याच जुन्या शाखेत आलो. पुन्हा क्लोजिंग पार्टी झाली. रंगली. मालवणकरांना ओळखणारे चोणकरदेखील होते.

मालवणकरांची आठवण निघाली. त्यांच्याबद्दल जे तुकड्या तुकड्याने कळलं, ते मात्र हादरवून टाकणारं होतं. त्या जुन्या शाखेतून बदली झाल्यानंतर नवीन शाखेत ते जेमतेम तीन महिने होते आणि नंतर ते परागंदाच झाले.

शाखेने दोन महिने वाट पाहिली. पत्रावर पत्रं पाठवली; पण सगळी पत्रं परत आली. तीन-चार वेळा शाखेचा शिपाई जाऊन आला; पण त्यांचा ब्लॉक बंदच होता.

बँकेनं वर्तमानपत्रात निवेदनं टाकली. दुर्दैवाने ती माझ्या वाचनात आली नाहीत. त्या निवेदनांमध्ये एक उपचार होता. एक प्रोसिजर पार पाडण्याचा भाग होता; पण तिलाही काही प्रतिसाद मिळाला नाही.

सहा वर्षांपूर्वी एकदा मला एक फोन आला होता.

"हॅलो, कोण दाबके का?"

"बोलतोय."

"मी प्रभाकर कुळकर्णी, दिंडोशी पोलीस स्टेशनमधून बोलतोय."

माझ्या घशात उगाचच एक आवंढा अडकला.

"क...काय झालं?"

कुळकर्णी सौम्य हसले.

"मला कल्पना आहे, की पोलीस स्टेशनवरून फोन आला की सगळ्यांनाच टेंशन येतं. काहीही गंभीर नाहीये. तुमच्याशी त्या प्रकरणाचा काहीच संबंध नाहीये. मला तुमच्याशी फक्त थोडं बोलायचं आहे. उद्या येऊ शकाल का?"

"पण उद्या रविवार आहे."

"असली कौतुकं आमच्या खात्यात नसतात. उद्या या."

"पण कशाबद्दल बोलायचं आहे?"

"उद्या बोलूच की."

तो शनिवारभर मनाला भुंगा पोखरत राहिला. उद्या कशाबद्दल मला प्रश्न विचारणार आहेत. पोलीस खात्याचा बँकेत आलेला एकमेव अनुभव सोडता कधीही पोलिसांचा आणि माझा संबंधच आला नव्हता. बरं, जो एकमेव अनुभव आला तो अजिबात सुखकारक नव्हता. क्लेशकारकच होता.

दुसरा दिवस. पोलीस स्टेशन, खूप अपसेट.

"आपण समोरच्या हॉटेलात बसून बोलू या का? ह्या वातावरणात तुम्ही मोकळेपणाने बोलू शकणार नाही."

रविवारी सकाळी समोरचं प्रशस्त हॉटेल रिकामंच होतं.

'बसा' असं म्हणत कुळकर्णी फार सुरेख आणि आश्वासक हसले.

"एक गोष्ट अगोदरच सांगतो. ही कुठल्याही गुन्ह्याची चौकशी नाहीये. तेव्हा अगदी मोकळेपणानं प्रश्नांची उत्तरं द्या. उत्तरं द्या असं म्हणण्यापेक्षा मी असं म्हणेन, की मोकळेपणानं बोला. श्रीपाद मालवणकरांना ओळखता?"

"का? काय झालं?"

"पुन्हा तुम्ही बचावाच्या पवित्र्यात गेलात. प्लीज... नका घेऊ बचावाचा पवित्रा, तर मालवणकरांना ओळखता तुम्ही?"

"हो. आम्ही एकाच शाखेत होतो."

"कधी?"

"अं... साधारणपणे पाच एक वर्षांपूर्वी. जवळजवळ दोन वर्षं आम्ही एकत्र होतो; पण एकत्र काम मात्र केलं नाही."

"म्हणजे? एकाच शाखेत होतात ना?"

"हो, पण वेगळ्या वेगळ्या डिपार्टमेंट्सना होतो. मी डे-बुकला होतो. ते बिल्सला होते."

"कसे होते मालवणकर?"

"मनस्वी होते. ज्याला आपण मस्त माणूस म्हणतो ना, तसे होते; पण तापट होते. काउंटरवर खूप भांडणं व्हायची त्यांची; पण कोणालाही मदत करायला एका पायावर तयार असायचे."

मी तो ड्राफ्टचा प्रसंग सविस्तर सांगितला.

"नंतर मी एकदा त्यांना विचारलं होतं, की पोलीस खात्यात एवढ्या ओळखी कशा? तर ते म्हणाले की, ते पोलिसात होते. तीन-चार वर्षं; पण नाही रमलं मन म्हणून पोलीस खातं सोडलं त्यांनी."

"का सोडलं पोलीस खातं? कधी काही बोलले होते का?"

"एकदा म्हणाले होते, रागावू नका त्यांचेच शब्द सांगतो, जरा रफ आहेत. ते म्हणाले, की ज्या हरामखोरांना लाथेनं तुडवलं पाहिजे, अशा हलकटांना सलाम करावा लागतो. मी खल निर्दालन करतोय, की खलपोषण करतोय तेच मला समजेनासं झालं, मी आख्खं खातं नाही बदलू शकत. मी फक्त ते सोडू शकतो."

"कधी त्यांच्या घरी गेला होतात का?"

"अं... नव्हतो गेलो. एक प्रसंग घडला होता. जसा घडला तसा मी सांगतो. निष्कर्ष तुम्ही काढा. असेच पावसाळी दिवस होते. गणपती अगदी तोंडावर आले होते. कुठल्या तरी नाटकाच्या तालमीसाठी मी शाळेच्या हॉलमध्ये आलो होतो. साडेआठच्या सुमारास तालीम संपली. मी बाहेर आलो. समोरच मालवणकर. खूप विमनस्क दिसत होते. कुठंतरी शून्यात पाहात सिगारेट पित उभे होते. मी त्यांच्या अगदी समोर जाऊन हाक मारली. आज मला असं ठामपणे वाटतं, की क्षणभर त्यांनी मला ओळखलंच नव्हतं. म्हणजे ते भानावरच नव्हते. दुसऱ्याच क्षणी ते अक्षरशः भानावर आले. नाटकाची तालीम म्हटल्यावर त्यांची कळी फुलली. तेवढ्यात पाऊस सुरू झाला. चहाच्या टपरीत उभे राहा, दुकानाच्या शेडखाली उभे राहा, असं करत चार-पाच कटिंग चहा पित आम्ही जवळजवळ तासभर गप्पा मारत उभे होते. मालवणकरांचं घर हाकेच्या अंतरावर होतं. मी एक-दोनदा सुचवूनही पाहिलं; पण ती सूचना जणू मालवणकरांनी ऐकलीच नाही. हा प्रसंग मला नंतर खूप दिवस डाचत राहिला. नंतर कधीतरी तीन-चार महिन्यांनी ते

म्हणाले,

"बायकोला सकाळी खूप लवकर उठावं लागतं. रात्री आठनंतर मी तिला कधीच डिस्टर्ब करत नाही. त्या दिवशी घरी न जाण्याचं ते स्पष्टीकरण होतं. मी त्यावर काहीच बोललो नव्हतो."

"त्यांच्या घरी कोण कोण असतं?"

"त्यांना दोन मुलं आहेत. मोठा मुलगा आणि धाकटी मुलगी. मुलगा मला वाटतं आता बारावीला असेल आणि मुलगी असेल अकरा-बारा वर्षांची. त्यांची बायको कुठल्या तरी शाळेत शिक्षिका आहे."

"आणखी काही?"

"अं... नाही."

"आता मी सांगू? मालवणकर पोलिसात होते हे खरं; पण आमची धकाधकी न झेपल्यामुळं त्यांनी पोलीस खातं सोडलं. पुढे ऐका. त्यांचं लग्न झालंच नव्हतं. त्यांची आई अनेक वर्षं अंथरुणाला खिळून होती आणि त्यांना एक मतिमंद भाऊ होता. तुमची बदली झाल्यानंतर परत कधी तुमची गाठभेट?"

"नाही. तसा कधी योगच आला नाही."

"हं... गेली तीन वर्षं मालवणकर परागंदा आहेत."

"काय?"

"हो. पोलीस खात्यालाही पत्ता लागू नये इतके ते गायबच झाले. कुठंही त्यांचा ट्रेस लागत नाहीये."

"ह्यात मी काय करू शकतो?"

"काही नाही. गेली दोन वर्षं मी सतत त्यांचा शोध घेण्याचा प्रयत्न केला; पण यश आलं नाही. एक केस म्हणून ती माझी जबाबदारी आहेच; पण एक माणूस म्हणून मला आता मालवणकरांबद्दल उत्सुकता वाटू लागली आहे. ठीक आहे. वेळ काढून भेटलात. धन्यवाद."

ती भेट आणि तो प्रसंग तिथेच संपला. मी माझ्या व्यापात प्रपंचात असा काही गुरफटून गेलो, की मालवणकरांचं पुढे काय झालं? ह्याचा विचारही करायला फुरसत मिळाली नाही. कधी त्यांची आठवण झाली, तर '...पोलीस त्यांचा शोध घेत आहेत... त्यांचा नक्कीच एव्हाना शोध लागला असेल', अशी मी स्वतःची समजूत घालून घेत असे.

बट एव्हरीथिंग इन रोम वॉज नॉट वेल. ते फक्त मला माहीत नव्हतं.

तेव्हा जे मालवणकर विस्मरणात गेले, ते आता थेट ह्या क्लोजिंगला आठवले.

गेल्या आठ-दहा वर्षांत बँकेचा तोंडावळा कधी कल्पनाही केली नव्हती इतक्या झपाट्यानं बदलला. आमूलाग्र बदलला. हाती लिहिलेली लेजर्स गेली, बॅलन्सिंग गेलं, लेजर्स टॅली करणं गेलं, डे-बुक नावाचा प्रकार गेला. अनेक गोष्टी गेल्या आणि असंख्य नवीन गोष्टी आल्या. कॉम्प्युटरची नवीन भाषा आता सगळ्यांच्याच तोंडी रुळली. इतक्या सराईतपणे आपण कधी कॉम्प्युटर हाताळू शकू, याची आम्ही कल्पनाही केली नव्हती. अर्थात सोयी चौपटीने वाढल्या, तर कामाचाही आवाका सहा पटीने वाढला. ह्या क्लोजिंगची गोष्ट.

'सीजल ऑफ' नावाचा एक मेनू सुरू करून रात्री साडेनऊ वाजता मी जरा पाय मोकळे करण्यासाठी बाहेर येऊन उभा राहिलो. साडेनऊ वाजताही वाहतूक भरधावच होती. गार वारा सुटला होता. बरं वाटलं. समोरून एक गलेलठ्ठ कुत्रा शांतपणे दुडक्या गतीत चालला होता. कुठून कोण जाणे रोरावत ट्रक आला. काय झालं ते कळायच्या आत त्या कुत्र्याच्या चिंधड्या उडाल्या. त्याला बिचाऱ्याला ओरडण्याचाही अवकाश सापडला नाही. लगदा आणि तडफडणारा देह. पाठोपाठ दुसरा ट्रक आला. त्याच कुत्र्यावरून गेला. देह मांसाचा तो लगदा सर्वत्र पसरला गेला, आणखी सात-आठ वाहने आली आणि त्या अवशेषांवरून झपाट्यानं गेली. मी पाहात होतो. काही क्षणांपूर्वी तिथं एक जीव होता. त्याने प्राणांतिक वेदना एका क्षणात सहन केल्या आणि त्याचा प्रवास संपला. त्या प्रवासाची अस्पष्ट अशी खूणसुद्धा आता तिथं उरली नव्हती. अवशेषदेखील शेष राहिले नाहीत. तो अगदीच नि:शेष झाला.

माझ्या मनात मालवणकर. आत्ता आत्ता त्यांच्याबद्दल जे कळलं ते अधिकच बुचकळ्यात टाकणारे होतं. पुढे पुढे त्यांचं पिणं बेसुमार वाढलं. माणसं त्यांना टाळू लागली. ते खूप अबोल झाले. कोणत्याही शाखेत त्याचे बंध निर्माण झालेच नाहीत. त्यांच्याबद्दल कोणालाही जुजबी म्हणावी अशीसुद्धा माहिती नव्हती.

वाटलं, मालवणकरांना पुन्हा झडझडून भेटावं. त्यांना बोलतं करावं. एक क्षणभर उगाचच बरं वाटलं. निश्चय केला म्हणजे जणू तो पूर्ण झाला आहे, असं मला वाटलं; पण ते वाटणं वृथा होतं.

पोलिसांना जिथं मालवणकरांचा शोध घेता आला नाही, तिथं माझी आणि त्यांची भेट व्हावी तरी कशी? अणि भेटून तरी काय घडेल? अशाच काही वरवरच्या गप्पा होतील. एखाद्या नाटकावर, नवीन वाचलेल्या पुस्तकावर किंवा मनात नसतानाही बँकेबद्दल बोलत आम्ही वेळ काढू, त्याने काय साधेल?

खरे मालवणकर मला कधी कळणारच नाहीत. कोणते मालवणकर खरे?

पार्टीच्या दिवशी गाणं ऐकताना हळवे होणारे? की पोलीस इन्स्पेक्टरसमोर रुद्रावतार

धारण करणारे?

दोन मुलं आहेत, बायको शाळेत आहे, असं खोटं बेधडक सांगणारे मालवणकर खरे? की... त्यांचं लग्नच झालं नव्हतं.

आपल्या सुखी संसाराचं चित्र सांगून मालवणकर मला फसवत होते? की ते त्यांचं स्वप्न होतं? त्यांच्या मनातलं घर होतं. ते आहे, असं ते जणू स्वतःलाच फसवत होते? काय खरं? काय खोटं?

'आपण फार मोठे तत्त्वनिष्ठ आहोत, म्हणून आपण ते खातं सोडलं', असं त्यांनीच मोठ्या आवेशात सांगितलं होतं, ते तरी खरं होतं? की... आपण कसं वागायला पाहिजे त्याचं ते एक कल्पनाचित्र होतं? मालवणकरांनी स्वतःचीच एक प्रतिमा पाहिली असेल. ती प्रतिमाच खरी आहे, असंच त्यांना जर प्रामाणिकपणे वाटत असेल, तर... तर...? तेदेखील त्यांचंच एक रूप आहे की?

पण मग त्यांच्या आईचं काय? मतिमंद भावाचं काय?

ती पात्रं तरी खरी होती का? की आपण आपल्या अवघड जबाबदाऱ्या किती प्रामाणिकपणे पार पाडल्या, हेच जणू मालवणकर स्वतःला सांगत होते? की... की... तेच कठोर असं सत्य होतं. अत्यंत अप्रिय आणि नकोसं होतं; पण स्वतःच्या त्वचेप्रमाणे ते त्यांच्या भावविश्वाला वेढून आणि लपेटून उभं होतं. ते टाकणं शक्य नव्हतं, ते फक्त विसरणं शक्य होतं. ती माणसं अस्तित्वातच नाहीत, हेच जणू मालवणकर आयुष्यभर स्वतःला बजावत राहिले. हे बजावणं जेव्हा अशक्य झालं, तेव्हा तेव्हा ते त्या सगळ्यांना सोडून सरळ परागंदाच झाले.

पण माणूस असा परागंदा होऊ शकतो?

त्यांची आई आणि भाऊ जर खरोखरंच होते, तर ते नंतर अदृश्य तरी कुठं झाले?

मुंबईला एवढा मोठा फ्लॅट... बँकेतलं तीन लाखांचं डिपॉझिट... त्यावर हक्क सांगायलाही कोणी आलं नाही. हे रहस्य काय आहे?

मालवणकरांचं काही बरंवाईट झालं, असं गृहीत धरावं तर... तसा तरी पुरावा मिळायला हवा ना?

त्या रात्री बँकेच्या बाहेर उभं असताना मला लख्खपणे जाणवलं, की ही एक चालती-बोलती कथा आहे; पण त्या सगळ्या लेखनाच्या प्रक्रियेचाच मला अचानक टोकाचा कंटाळाही आला. काय साधणार मी ती कथा लिहून? कशासाठी लिहायची कथा? कथा कशीही उतरो, त्या लेखनामुळे मालवणकरांच्या भोगण्यात, त्यांच्या भगभगीत आयुष्यात अंश मात्रही फरक पडणार नाही.

मालवणकर आता किती जणांच्या लक्षात असतील?

ज्या बँकेत त्यांनी पंचवीस वर्षं नोकरी केली, त्या बँकेत... त्या शाखेत... आता त्यांचं नावसुद्धा कोणाच्याही लक्षात नव्हतं. एका गलेलठ्ठ कुत्र्यावरून एक ट्रक गेला. पाठोपाठ अनेक वाहनं त्याच्या अवशेषांवरून सहजपणे गेली. काही क्षणात ते अवशेष अक्षरशः नामशेष झाले. आपलीही अवस्था त्या कुत्र्यापेक्षा फारशी वेगळी नसते. दिवसांची लहान वाहनं जातात. वर्षांचे अवाढव्य ट्रक जातात, काही म्हणजे काही शेष राहात नाही; पण तरीही मी अर्थात कधीतरी नक्कीच लिहिणार आहे.

मालवणकरांसाठी नाही, पण माझ्यासाठी. या सगळ्या प्रकारात मला जीवनाचे काही आकार निराकार जाणवतात. दिसतात. म्हणून मी लिहिणार आहे. भूतकाळावरच लिहावं लागणं हा लेखकाला आणि त्याच्या शब्दांना मिळालेला शापच आहे. लिहावं तसं घडावं असं भाग्य केवळ आद्य महाकवीलाच लाभलं. बाकी सगळे लेखक व्यासांचेच वंशज. हात उभारून आक्रोश करणाऱ्या व्यासांचं नाही ऐकलं कोणी, तर इतरांची काय कथा?

मी लिहिणार आहे नक्कीच; पण सध्यातरी माझ्यासमोर केवळ धुकं आहे. लेखनात कदाचित तपशील बदलतील. काही नवीन छटा मिसळल्या जातील. जीवनाच्या एका अवाढव्य शून्यात काही रंगीत बुडबुडे सोडल्याचं समाधान मला लाभेलही कदाचित. त्या तेवढ्या क्षणिक समाधानावरच लेखकाची क्षीण मुद्रा असते.

ते समाधान मिळेल तेव्हा मिळेल, ती मुद्रा उमटेल तेव्हा उमटेल; पण सध्यातरी एका संकल्पित कथेचा हा आलेख आहे. एक कथालेख आहे. एवढं लिहूनही सध्यातरी कागद कोरेच आहेत.

*****

अचानक पाऊस सुरू झाला. कुत्र्याचे अवशेष अक्षरशः वाहून गेले. या पावसात मला एक कथा दिसली. अनेक वर्षांपूर्वीचे मालवणकर पुन्हा दिसून स्मरून गेले. त्यांच्या निमित्ताने एक कथा, भर पावसात वीज लखलखून जावी तशी दिसून गेली. ती संकल्पित, अपेक्षित कथा! माझी लेखनप्रक्रिया मला आता चांगलीच परिचित झाली आहे. ते लेखन लगेच पूर्ण होणार नाही. मनात आणखी खूप दिवस साचून राहील. तिच्यावर रवंथ होत राहील. ती जेव्हा पूर्ण होईल, तेव्हा तिचा आणि मालवणकरांचा प्रत्यक्ष संबंध असेलच असे नाही. किंबहुना नसेलच. ती मालवणकरांची असेलच; पण ते काही मालवणकरांचे चरित्र नव्हे. मालवणकरांच्या माध्यमातून आणि त्यांच्या निमित्तानं मला जीवनाचं काही एक दर्शन घडलं. विमानपट्टीवरून विमान उडाल्यावर तिचा त्या पट्टीशी संबंध उरत नाही. तसंच हे काहीसं असतं. ती पट्टी एकदा सुटली, की

शिल्लक राहतं आणि अपरिहार्य ठरतं ते विहंगावलोकन. जीवनाचं दर्शन. ते मांडणं, ही मग माझी निकड ठरते. ते माझं निधान असतं आणि धनदेखील.

हे जरी सगळं खरं असलं, तरी सध्या तरी माझ्यासमोर फक्त कोरे कागद आहेत.

ह्या पावसाने एक कथा मला दाखवली आणि त्या पावसाने...

२६ जुलै २००५...

दुपारी पाऊस सुरू झाला, तेव्हा तो मुंबईचा नेहमीचा साधा पाऊस होता. जरा जोराचा होता; पण नेहमीचा परिचित पाऊस होता. सतत पडत होता; पण नंतर पाहता पाहता वारं भणाणू लागलं. पाऊस कोसळू लागला. वाहिन्यांवरून पावसाच्या बातम्या वाहू लागल्या. हळूहळू मुंबईकर सावध होऊ लागले. पावसाचं हे तांडव काही वेगळंच होतं. जलप्रलय सुरू व्हावा, तशागत पावसाला उधाण येऊ लागलं.

घरून फोन आला.

"लगेच निघा. सोसायटीत पाणी शिरलंय."

मी अक्षरशः लगेच निघालो.

नेहमीचा दहा मिनिटांचा रस्ता पंचवीस मिनिटं झाली तरी संपेना. गुडघाभर पाणी ओढ्याप्रमाणं खळाळत वाहत होतं. छत्रीचा एका क्षणात कावळा झाला. त्या दिवशी निसर्गाची लहर काही वेगळीच होती. अर्थात दुपारी दोन वाजता घरी येत असताना पुढं काय जलतांडव होणार आहे, याची मला सूतराम कल्पना नव्हती. घरी पोहोचलो. आता घरात पाणी येणार, याचा अंदाज लगेचच आला. त्याचीही फारशी काळजी नव्हती. कारण घरी एकदा तरी पाणी येणारच हा आमच्या विभागाचा नेमच आहे. पूर्वी चाळ असताना पाणी यायचंच, आता सोसायटी झाल्यानंतरही पाणी येतंच. एका गणपतीत तर घरात गणपती होतं. सजावट केलेली होती. रात्री गाण्याची बैठक संपली आणि पहाटे तीन वाजता पाणी आलं. फूटभर पाणी आणि वर मखरात विघ्नहर्ता. असा तो गणेशोत्सव होता.

सोसायटीच्या आवारात शिरलेल्या पाण्याची मला अजिबात काळजी नव्हती. मला तुझी काळजी होती. पाणी तुडवत येत असताना मला तुझीच काळजी लागून राहिली. बँकेतून बाहेर पडलो, पावसाचं मन पाहिलं आणि पहिला धसका काळजात दचकून गेला, आता तू कुठं असशील?

अगदी कचकन उचकी लागावी, तशी तुझी आठवण झाली.

तुझा आणि माझा काहीच संबंध नव्हता; पण तरीही तू आठवलास.

गेले फारतर सहा महिने तू आमच्या सोसायटीत यायला लागलास.

तुझं नावही मला माहीत नाही. तुझं वय ते केवढं रे? पाच नाही तर सहा. खरं म्हणजे

पाचच. आडव्या पेढेघाटीचा चणीचा तू. तुझा शिसवी काळा रंग तुला काय शोभून दिसायचा? तुझे डोळे मात्र अतिशय बोलके, मोठे आणि काळेभोर होते.

खरं म्हणजे हे सगळं लिहीत असताना भूतकाळाची काहीच गरज नाही; पण मी आता पाच वर्षांपूर्वीची गोष्ट सांगतोय, म्हणून केवळ भूतकाळी क्रियापदं वापरायची एवढंच.

तू नाक्यावरच्या कचऱ्याच्या मोठ्या टाकीजवळ अचानक दिसू लागलास. मी सकाळी बँकेत जायला निघायचो, त्याच्या आधीच तू तिथे आलेला असायचास. कधी कधी तुझी मोठी बहीण तुझ्याबरोबर असायची. दोघंच. दिवसभर इकडे तिकडे वेळ काढत असायचात. तुम्हाला पाहून माझा जीव गलबलायचा.

हळूहळू तुम्ही गल्लीत आत सरकू लागलात. कचरापेटीशी मुक्काम करणं अशक्यच होतं. गल्लीतल्या जैन मंदिराच्या सावलीत तुमचा दिवस जायचा. काही खायलाही मिळायचं; पण जैन मंदिरात काही कार्यक्रम असला, की मंदिराचा वॉचमन हाडहूड करून तुम्हाला हाकलायचा. तुम्ही मुकाटपणे शाळेच्या आधाराला यायचात. शाळेच्या पटांगणात मुलं खेळत असायची. तो खेळ पाहात तूदेखील रंगून जायचास. बॉल आणण्यासाठी उड्या मारत धावपळ करायचास. तुझ्या किनऱ्या, उंच पट्टीच्या आवाजात ओरडत असायचास. तुझा तो निरागस आनंद पाहताना खूप बरं वाटायचं.

पोटातली भूक माणसाला खूप काही शिकवते.

तू आता आमच्याही सोसायटीत येऊ लागलास. 'भूक लागली' एवढंच तू बोलायचास. तुझ्या निरागस रूपामुळं आणि पोरवयामुळं तुला कोणी हटकत नसे. बरं, आमच्या सोसायटीला जरी वॉचमन असला, तरी आधुनिक टॉवर्समध्ये जशी सिक्युरिटी असते, तशी काही आमच्या सोसायटीत नाही. पूर्वी इथं बैठ्या चाळी होत्या, आता सोसायटी झाली. त्यामुळे असेल कदाचित, पण मानसिकता अजून जुनीच आहे. मोकळेपणा जरा अधिक आहे.

तू आमच्या सोसायटीत येऊ लागलास. तळमजल्यावरचं पहिलंच घर आमचं. घराबाहेर हल्ली जवळजवळ न दिसणारा ओटा, समोर भिंत, चार-पाच झाडं, घराची रचना अशी, की सकाळचा अर्धा पाऊणतास सोडता घरासमोर ऊन येतच नाही. अगदी बाजूलाच जांभळाचं डेरेदार झाड. त्याच्याभोवती कट्टा, अशी मुंबईच्या सध्याच्या रचनांपेक्षा जरा वेगळी रचना. स्टेशन अगदी जवळ असूनही कोलाहल, गर्दी, ट्रॅफिक नसणारा शांत विभाग.

तू ओट्यावर यायचास. दाराशी उभा राहायचास आणि म्हणायचास, 'भूक लागली.'

माझ्या मनात काय काय व्हायचं, ते शब्दात मांडणं अशक्य आहे. जीव गलबलून

जायचा. हे म्हणणंसुद्धा फार फार अल्पोक्तीचं झालं. घरात जे असेल ते मी तुला द्यायचो. तू तिथं ओट्यावरच बसून खायचास. हळूहळू तू जरा हक्कानं येऊ लागलास.

आमच्या घरात तुझं स्वागतच झालं. मुलानं, मुलीनं तुझं स्वागतच केलं. बायको जरा चिडायची; पण म्हणायची,

"हे फ्रिजवर ठेवलं आहे. ते तुमच्या शंभूला द्या."

आमच्या घरानं तुझं नावच ठेवलं 'शंभू', मग तुझं तेच नाव रूढ झालं.

प्रथम सोसायटीचं गेट, मग झाडाचा ओटा, मग घरचा ओटा, दार...

अशा क्रमाक्रमानं तू पुढं पुढं येत होतास. मला, आम्हाला ते कळत होतं; पण कोणाचाच आक्षेप नव्हता. मी काहीतरी लिहीत बसायचो. लिहिताना कॅसेट लावणं, ही माझी सवय आहे. कॅसेट सुरू झाली, की तू रंगून डोलायचास. मी लिहिण्याचा चौरंग मांडला, की तू म्हणायचास,

"दादा, गाणं लावा."

माझ्या मुलांप्रमाणे तूदेखील मला दादा म्हणू लागलास.

"कोणतं लावू?"

"धन धन लावा."

'चाणक्य' सीरियलची कॅसेट तेव्हा मी खूपदा लावायचो. त्यातलं 'हम करें राष्ट्र आराधन' हे गाणं तुला आवडायचं. गाणं सुरू झालं, की तू गुणगुणायचास. अर्थात तू जे काही म्हणायचास, ते गुणगुणणंसुद्धा नसायचं; पण तू गाण्यात रंगून जायचास एवढं मात्र खरं. तुझे काळेभोर मोठे डोळे असे छानपैकी लकाकायचे. 'पुन्हा लावा', असं म्हणून तू चार चार वेळा ते गाणं ऐकायचास.

नकळतपणे आम्ही तुझ्यात गुंतत चाललो होतो. या गुंतण्याला काही अर्थ नाही, यातून काहीच निष्पन्न होणार नाही, हे कळत नव्हतं असं नाही; पण गुंतत चाललो. एवढं मात्र खरं. तू बोबडा होतास, पण वाणी मात्र शुद्ध होती. हुशारही होतास. गौरीनं तुला अंकलिपी शिकवली. अक्षरशः आठ दिवसांत तू अक्षरं आणि चित्रं ओळखू लागलास. पन्नासपर्यंत आकडे म्हणू लागलास. सावरकर, शिवाजी, विवेकानंद इत्यादी तसबिरी ओळखू लागलास.

एकदा तू आमच्या संडासात जाऊन आलास. आनंदित झालेला तेव्हाचा तुझा चेहरा! त्याचं शब्दात वर्णन करणं निदान मला तरी शक्य नाही. तुला ह्या साध्या गोष्टींचा विलक्षण आनंद झाला, याचा मला आनंद झाला; पण मी आत कुठंतरी व्यथितदेखील झालो.

एकदा गौरीनं तुला बाथरूममध्ये खसखसून आंघोळ घातली. पावडर लावली. तू

छान सतेज दिसू लागलास. कितीतरी वेळ आरशासमोर उभा राहून स्वत:लाच पाहात राहिलास. खुदुखुदु हसत राहिलास. दिवस मावळला की मग मात्र तू हळूहळू वाट पाहू लागायचास. रात्र झाली, की तू कावराबावरा व्हायचास. माझा अंदाज असा आहे, की तुला अंधाराची भीती वाटत असे. तू मुकाटपणे जैन मंदिराशी जाऊन आईची वाट पाहू लागायचास.

एकदा घरातली एक प्लॅस्टिकची जुनी पण दणकट मोटार मी तुला खेळायला दिली. ती घेऊन तू उड्या मारत नाक्यावर गेलास. थोड्या वेळात रडत रडत एवढासा चेहरा घेऊन आलास. विचारलं तर तुला धड सांगता येईना. मी तुझ्याबरोबर नाक्यावर आलो. समोर तीच कार घेऊन तुझ्या एवढाच एक मुलगा खेळत होता. त्याच्या बाजूला उभा राहून त्याचा बाप ब्लॅकबेरी मोबाइलवरून कोणाशी तरी बोलत होता. त्या मुलाच्या अंगावर भारीतले किड्सवेअर. तू बापाकडे बोट दाखवून म्हणालास,

"त्याने मारलं."

पुन्हा तुला हुंदके आले.

मी गुजरातीत खणखणीत आवाज लावला.

"ही कार मी शंभूला खेळायला दिली आहे. तुम्ही लहान मुलाला मारता, त्याचं खेळणं घेता आणि तुमच्या मुलाला देता? लाज नाही वाटत?"

माझा आवेश, रफ भाषा. त्याला हे अपेक्षितच नव्हतं. सारवासारव करत तो म्हणाला,

"सॉरी सॉरी, मला वाटलं की या भिकाऱ्याजवळ कुठून येणार असं खेळणं? म्हणून मी ती घेतली आणि बंटीला दिली."

मोटार घेऊन मी तुला दिली. मुलखाएवढा आनंद तुझ्या काळ्या सावळ्या चेहऱ्यावर पसरला. मी तो विषय पुढे वाढवला नाही. मी त्या ब्लॅकबेरीवाल्याला एवढंच म्हटलं,

"तो गरीब आहे. भिकारी तुम्ही आहात."

एकदा बाईकची नेमप्लेट दाखवत अगस्तीनं विचारलं,

"शंभू, हे काय लिहिलंय ते वाचता येतं का?" मान हलवत तू म्हणालास,

"हो."

"येतं? काय लिहिलंय?"

नेमप्लेट वाचत तू म्हणालास,

"अगस्तीदादाची फटफटी."

सोसायटीत तीन प्रकरणं झाली. अख्खी सोसायटी ढवळून निघाली. रात्री दोन वाजता सोसायटीत सशस्त्र पोलीस आले. सिनेमात पाहातो त्याप्रमाणे धाड घातली गेली. महेंद्रभाईला जीपमधून पोलीस घेऊन गेले. महेंद्रभाईची पैसेवाल्या मंडळींच्यात

ऊठबस होती. दोन-तीन केसेस होत्या. पैसेवाल्या मंडळींच्या टिप्स खंडणीबहाद्दर गुंडांना द्यायच्या आणि कमिशन मिळवायचं. हा त्याचा व्यवसाय होता. असा काही धंदा असू शकतो आणि तो करणारा उजळमाथ्याने आमच्या सोसायटीत राहतो, याचाच मला भयंकर मनस्ताप झाला. घृणा... निव्वळ घृणा... मनात दाटून आली. पीत वस्त्र नेसून जैन मंदिरात जाणारा, जाता-येता देवाचा हवाला देणारा आतून असा होता?

*****

हे प्रकरण विझतंय न विझतंय तोच दुसरं प्रकरण झालं.

शेजाऱ्याची भांडणं झाली. बघता बघता विकोपाला गेली. कोणीतरी पोलिसांना बोलावलं. त्या भांडणाऱ्यांमधली एक बाई तरातरा आत गेली. तिने स्वतःचाच पदर फाडून घेतला आणि किंचाळत म्हणाली, 'आता धडा शिकवते बघा.' ती तशीच बोंबलत खाली आली. पोलीस सोसायटीत शिरतच होते. ही बया धाय मोकलत म्हणाली, 'जुओ जुओ... बाबूभाईए आ शुं कर्यु?' तिने फाटका पदर दाखवून आक्रोश केला. तिच्या नवऱ्याने पण त्याला दुजोरा दिला. असा जिवंत अभिनय मी उभ्या आयुष्यात पाहिला नव्हता. बाबूभाईचं वय जवळपास सत्तर. ते तर बिचारे हबकूनच गेले. अवाक् झाले. थरथर कापू लागले.

इन्स्पेक्टरने खास पोलिसी आवाज लावला,

"ए... गप. एकदम गप. बोंबलायचं नाही. कोणी फाडला पदर?"

नवराच आवेशानं सांगू लागला,

"बाबूभाईनी फाडला..."

"ए... खोटं नाही बोलायचं. रेड्यासारखा माजला आहेस ना? बायकोवर कोणी हात टाकत असताना छक्क्यासारखा पाहात राहिलास? शरम नाही वाटत?"

"एनुं एम थयुं के..."

"एकदम चूप बसायचं. बापाला झवायला नाही शिकवायचं. हवालदार सगळ्यांनाच बसव जीपमध्ये. काय दाबकेसाहेब, असे कसे शेजारी तुमचे?"

ती वरात पोलीस स्टेशनवर गेली.

मी सुन्न होऊन घरी आलो. शी... शी... माणसं ह्या असल्या गलिच्छ पातळींवर लीलया उतरू शकतात? कसलाही विधीनिषेध न बाळगता कोणत्याही प्रकारचं खोटं बोलू शकतात? नेमानं देरासरमध्ये (जैन मंदिर) जाणारी, कांदा, लसूण आणि बटाटा न खाणारी, हवेतले जंतू मरू नयेत म्हणून तोंडाला वस्त्र बांधून पूजापाठ करणारी माणसं... असं वागू शकतात?

मुलांच्या भांडणाचं निमित्त झालं. शिवीगाळ झाली. मग समजासमजवी झाली. प्रकरण मिटलं. मुलं पुन्हा खेळू लागली. फटाके फोडू लागली. दिवाळीचा आदला दिवस होता तो. तेवढ्यात जगदीशभाईचं डोकं काय फिरलं त्याचा कोणालाही अंदाजच बांधता आला नाही. तो मुलाला घेऊन हॉस्पिटलमध्ये गेला. मुलाला ॲडमिट करून घेतलं. जुजबी उपचार करवले आणि सरळ पोलीस केस केली. त्यातून झालं काहीच नाही; पण सगळ्यांनी एक ताण आणि मनस्ताप विनाकारण सहन केला. दिवाळीची पहाट पोलीस स्टेशनमध्ये साजरी झाली.

तू आता आमच्या घरी बऱ्यापैकी सरावला होतास. बाहेरच्या ओट्यावर बसणं आणि झोपणं हा जणू तुझा हक्कच होता. एकदा तू म्हणालास,

"माजं गाव लांब आहे. गावाला नदी आहे."

तू कधी नदी पाहिली होतीस देव जाणे; पण तुझ्या गावाला नदी होती. तुला गाव खूप आवडतं. तुला मुंबई आवडत नाही. इथं खूप लोक आहेत. तू मोठा झालास, की गावाला जाणार होतास.

असं तू काही बाही बोलायचास. त्यातलं खरं किती, खोटं किती याची मी कधी शहानिशा केली नाही. ते शक्य नव्हतं आणि त्याची गरजही नव्हती. आमचा जीव तुझ्यात गुंतला होता. तुझ्या नातेवाईकांशी मला काहीच देणं घेणं नव्हतं. तुला वयाच्या मानानं बऱ्याच गोष्टी माहीत होत्या. भाषाही बरीच शुद्ध आणि समृद्ध होती.

हळूहळू तू सोसायटीतल्या मुलांशी आक्रमकपणे भांडू लागलास. सोसायटीतल्या मुलांपेक्षा बरीच दुनिया तू पाहिली होतीस. सोसायटीच्या भिंतीवर तू सहजपणे चढून उभा राहून चालायचास. तुझ्या रक्ताचा तो सहज गुणधर्म होता. एकदा तुझी बहीण दुपारपासून संध्याकाळपर्यंत तुझ्याबरोबर सोसायटीतच होती.

एकदा तुझी आई तुझ्यासाठी काहीतरी खायला घेऊन आली. तिच्याबरोबर आणखी दोन बायका होत्या. त्या झाडाखाली गप्पा मारत बसल्या आणि तिथंच थोड्या वेळानं आडव्या झाल्या. आमच्या गुरख्यानं त्यांना हटकलं, तर त्या त्याच्यावरच डाफरू लागल्या.

तुझं आणि तुझ्या जगाचं अस्तित्व आमच्या सोसायटीत ठशठशीतपणे जाणवू लागलं. अनेकांना डाचू लागला. भेडसावू लागलं. कोणीतरी म्हटलंसुद्धा,

"तुम्हाला यांना पाळायचं असेल, तर तुमच्या ब्लॉकमध्ये ठेवा. सोसायटीत ही माणसं नकोत."

'यांना पाळायचं असेल' हे शब्द गौरीला खूप लागले. 'पाळायला ते काय प्राणी आहेत, की जनावरं आहेत?' सणसणीत भांडण झालं.

"जनावर परवडे, पण आ माणसो न पोसाय."

आमच्या सोसायटीच्या जैन वातावरणात तू अगदीच विसंगत होतास. तुझ्यामुळे एक अगदी वेगळं जग आमच्या सोसायटीत घुसू पाहत होतं. हे सगळं मला समजत होतं. एका व्यावहारिक पातळीवर मला ते पटतही होतं; पण... तुला तोडणं, तुला हुसकावून लावणं, मला खूप खूप जड आणि अवघड वाटत होतं.

एकदा रात्री दहा वाजेपर्यंत तुझी आई आली नाही. तू जैन मंदिराच्या दारात रडत बसला होतास. गौरी तुला घेऊन घरी आली. अकराच्या सुमारास तुझी आई उगवली.

'देवळापाशी का नाही बसलाय? सोसायटीत कशापायी आलास?' असं किंचाळत्या आवाजात ओरडून ती तुलाच निष्ठूरपणे मारू लागली. तो प्रकार पाहणंदेखील क्लेशाचं होतं.

अतीच झालं तेव्हा गौरीनं तुझ्या आईवर तोंड सोडलं,

"पुन्हा जर यायला उशीर केलास आणि शंभूला मारलंस, तर त्याला आश्रमात नेऊन ठेवीन."

सोसायटी गोळा झाली. सर्वांनी एकच सूर लावला.

"अशा लोकांना सोसायटीत येऊच देता कामा नये. उद्या चोरी केली तर काय करायचं."

सर्वांच्या आवाजावर ताण करत तुझी आई ओरडली,

"गरीब आहोत आम्ही. चोर नाय. काय पण बोलायचं नाही. चल रे शंभू."

मला वाटलं आता तू कदाचित येणार नाहीस. तुला यायला उशीर झाला, तसा मी अभावितपणे तुझी वाट पाहू लागलो. तू आलेला पाहिलं, तेव्हा कुठं निश्चिंत मनानं बँकेत गेलो. सोसायटीच्या मीटिंगमध्ये तुझा विषय चर्चेलाच आला. सगळ्यांचं म्हणणं एकच,

"अशा माणसांचा राबता सोसायटीत वाढला, तर ते त्रासदायकच होईल."

"अमे जाणीए छीए के, गिरीशभाआना मनमा मानवता छे; पण आवा लोके साथे मानवता बताडीने काय थाय नाहीं." (आम्हाला माहीत आहे, की गिरीशभाईंच्या मनात मानवता आहे; पण अशा लोकांबरोबर मानवता दाखवून काही साधत नाही.) सोसायटीनुं प्रेस्टीज जाय."

मी कडवट हसलो.

"सोसायटीत जेव्हा घाणेरडी भांडणं झाली, मी कोणाचं नाव घेत नाही; पण जेव्हा आपल्याच मेंबर्सनी खोट्या तक्रारी केल्या आणि सोसायटीत पोलीस आले. जेव्हा पोलिसांनी सोसायटीतल्या एका ब्लॉकवर धाड घातली, तेव्हा कुठं गेलं होतं प्रेस्टीज?

तो शंभू काही माझा कोणी नातेवाईक नाही. वॉचमनला सांगा आणि त्याचं येणं बंद करा. प्रश्न मिटला."

हे सगळं मी खूप जड मनाने बोललो.

ही काहीतरी ३० जूनची गोष्ट. मीटिंग संपली. चहापाणी झालं. आमच्या सोसायटीत एक बरं आहे. मीटिंग संपली, की ती जळमट कोणी मनात ठेवत नाही.

पाऊण एक महिना झपकन गेला. तू येतच होतास. तुला न येऊ देण्याचं वॉचमनने काही फार मनावर घेतलं नव्हतं. २६ जुलै. जळिताचा दिवस. मुंबईकरांच्या दृष्टीने एक जलदिव्य सुरू झालं.

बँकेतून मी घरी निघालो. पोहोचलो. मनात एकच धसका, 'तू कुठं आहेस?'

ती रात्र आणि दुसरा अखंड दिवस तू सोसायटीतच होतास. आज तुला कोणी हाडतूड केलं नाही. रात्री दोन वाजता आमचं घर वरुणाच्या हवाली करून गच्च काळोखातून आणि धो धो पावसातून आम्ही चौथ्या मजल्यावर गेलो. तू आमच्याबरोबरच होतास. सकाळचा चहा, खाणं-पिणं वरच्या मंडळींनी केलं.

दुसऱ्या दिवशी संध्याकाळी तू घरी गेलास.

मुंबई हळूहळू सांभाळू लागली. दोन दिवस गेले. तुझी आई दाराशी आली.

'माजा लेक कुठाय?' म्हणत बोंबलू लागली. 'पोलिसांना आणतो' म्हणून आक्रोश करू लागली. तिचं म्हणणं एकच,

"तुम्ही माझ्या लेकाला आश्रमात का ठेवलं? माझा लेक मला परत द्या. मी जीती हाय, मी पोशीन त्याला. जड नाय मला तो."

तिची समजूत घालता घालता माझ्या नाकी नऊ आले; पण तिला काही ते पटत नव्हतं. तेवढ्यात तुझी सर्वात मोठी बहीण तुला घेऊन आली. तुला आईनं एकदम कवटाळून घेतलं. तुझे पटापट मुके घेतले. आमच्या कोणाकडे न बघता तुला कडेवर घेऊन तुम्ही मायलेकरं चालू लागलात. आईच्या कडेवर बसून तू माझ्याकडे बघून हसलास. हात हलवून निरोप घेतलास.

बस. तो दिवस की आजचा दिवस. तू मला पुन्हा दिसला नाहीस.

न जाणो आम्ही तुला आश्रमात टाकू, ह्या भीतीनं तुझ्या आईनं आमची गल्ली टाकलीच.

नंतर पंधरा एक दिवसांनी आमच्या घरापासून खूप दूर दुसऱ्या एका नाक्यावर तू अगस्तीला दिसलास. तू हाक मारलीस,

"अगस्ती दादा..."

अगदी परवा परवा पुण्याला उभा होतो. इथं मला दादा म्हणून हाक मारणारं कोणी

नव्हतं, हे निश्चित माहीत होतं. कोणीतरी कोणाला तरी उंच किनऱ्या आवाजात हाक मारली 'दादा.' प्रतिक्षिप्त क्रिया घडावी इतक्या सहजपणे मी वळून पाहिलं. मला एकदम तुझी आठवण झाली.

तू येईनासा झालास. नंतर एकदा मी आणि अगस्तीने बाईकवरून तू सांगितलेल्या खाणाखुणा हुडकत तुला शोधण्याचा प्रयत्न केला; पण त्या गिचमिड झोपडपट्टीत तुला शोधावं तरी कसं? मग कधीतरी रस्त्याचा विस्तार होत असताना ती आख्खी झोपडपट्टीच तिथून नाहीशी झाली.

'दोन ओंडक्यांची होते सागरात भेट। एक लाट तोडी दोघा पुन्हा नाही गाठ।' हेच फार खरं असतं बघ. पुन्हा कधी अगदी देवदुर्लभ योगायोगाने आपली भेट झाली, तरी मी तुला ओळखू कसा? तुझं नाव मला माहीत नाही. चेहरा काळाच्या ओघात बदलून जाईल. काही स्वप्नं मी उगाचंच पाहिली. तू कधी मोठा होशील का? जे बकाल आयुष्य तू बालपणीच पाहिलंस, ते पुढे सुधारेल का? तुझं पुढे काय होईल? तुझ्या लहानशा आयुष्यात तू फक्त हाडतूडच अनुभवलीस.

पण एका घरी तुझं एका उमाळ्याने स्वागत झालं, एवढं तरी तुझ्या लक्षात राहील का? कधीतरी या सगळ्याच घटनाप्रवाहावर मी कथा नक्कीच लिहिणार आहे. तिचा ना तुला उपयोग आहे, ना मला; पण मी लिहिणार आहे. प्रकाशित होणारी ती कथा तुझ्या वाचनात जाण्याचा सूतराम संभव नाही. कलेचा असा थेट उपयोग कधीच नसतो.

मला असंदेखील वाटतं, भीती वाटते, की मीच कदाचित तुला विसरेन. ते विस्मरण घडू नये म्हणून तरी मी लिहिणार आहे. कल्पनेची किंचितही पखरण न करता मी कथेच्या स्वरूपात लिहिणार आहे. कथेचं स्वरूप एवढ्यासाठी, की कलेच्या रूपात अनेकदा 'स्व'रूप खूप नीटपणे पाहता येतं. कदाचित हीच कथा असेल.

पण माझ्या दृष्टीने तरी सध्या हे कोरे कागद आहेत.

असे अनेक कोरे कागद लेखकाच्या मनात नेहमीच फडफडत असतात. ते कोरे कागद हीच तर लेखकांची शक्ती असते. कारण भविष्यात होणाऱ्या सर्जनाची ती सोनपावलं असतात.

*****

लेख

॥ मन करा रे प्रसन्न

त्या भव्य वास्तूत मी एकटाच होतो. कुठेही कसलाही आवाज नव्हता. चालावं तर माझ्याच पावलांच्या आवाजाचा मला धसका वाटावा अशी निर्जन अमानवी शांतता त्या वास्तूत भरून राहिली होती. ती भयाण, निःशब्द शांतता आणि मी एकटा, फक्त माझ्या श्वासांचा आवाज. केवळ माझ्या उच्छ्वासाचा ध्वनी. फक्त माझ्या काळजातल्या ठोक्यांची ठकठक. बाकी कोणी नाही. मी एकटा.

मला बाहेर जायचं आहे.

ह्या शून्य शांतीतून सुटायचं आहे.

मला बाहेर जायचं आहे. मी बाहेर गेलंच पाहिजे. नाहीतर ह्या शून्य नीरवात मी विरघळून जाईल. मला बाहेर जायचं आहे. इथून बाहेरचं काही दिसत नाही; पण मला माहीत आहे, की बाहेर अंधार आहे. तरीही मला बाहेर जायचं आहे. कारण बाहेर मी मोकळा तरी असेन. इथं आत ह्या भव्य रिकाम्या वास्तूत मी कोंडला गेलो आहे, तिथे बाहेर मी...

मी धीर केला.

माझ्याच पावलांच्या आवाजाचा मला धसका वाटेल हे माहीत असूनही मी पुढे सरकलो. भीती. भीती. भीती. कसली ते माहीत नाही; पण भीती. फक्त भीती. त्या भव्य वास्तूत एकटं असण्याची भीती, तिथून सुटण्याची भीती; पण का कोण जाणे मी धीर केला. तो धीर करताना मी थकलो. घाबरलो. उगाचच केविलवाणा झालो. ओरडण्याचा प्रयत्न केला, तर शब्दच फुटेना. मी पुढे झालो. बंद दाराला हात लावला. दार सताड उघडलं. बाहेरचा काळोख वाड्यात शिरला, की वाड्यातली शांतता बाहेर घरंगळली ते मला कळलं नाही.

मी बाहेर आलो. शीऽऽ बाहेर कसलं दळभद्री वातावरण होतं. म्हटल्यास काळोख

होता; पण मला दिसत होतं. म्हटल्यास प्रकाश नव्हता, कारण मला काही कळतच नव्हतं. काही दिसत होतं; पण जाणवत नव्हतं. कळत नव्हतं. कळतच नसेल, जाणवतच नसेल, तर काहीतरी नुसतं दिसणं किंवा नुसतं असणं याला तरी काय अर्थ आहे! मोकळा काळाशार काळोख नाही. स्वच्छ सोनिया प्रकाश नाही. हा मी कुठे आलो आहे! काहीतरी कुठेतरी दिसतंय, पण कळत नाही. काहीतरी कळतंय... मी उजवीकडे मान फिरवली आणि वाटलं... वाटलं सगळं संपलं... कारण आता मीच संपलो. समोर... माझ्या अगदी समोर... मी डोळे विस्फारून पाहिलं... माझा आ वासला गेला. आकांताची किंकाळी माझ्या तोंडून बाहेर पडली. दरदरून घाम सुटला. डोळे अनियंत्रितपणे गरगरले. हातापायांची पुरचुंडी झाली. मी मागे सरकू लागलो...

मागे दार नाही.

मागे माझ्या दगडी भिंत.

कुठे जाऊ? कसा जाऊ? कोण वाचवेल मला? आहे कोण इथं मला वाचवायला? पुन्हा एकदा केविलवाणी किंकाळी. अर्थशून्य आक्रोश.

मी मागे सरकतोय. माझी जुडी झाली.

मागे माझ्या दगडी भिंत आणि समोर?

माझ्यासमोर बैलाएवढा धिप्पाड हिरवा सिंह. त्याची विस्फारलेली आयाळ आणि मूठ मूठ आकाराचे पिवळेजर्द डोळे. तो हिरवा मृत्यू शांतपणे उठला. अंग झडझडून त्याने आळस दिला. जांभई दिली. मृत्यूने जबडा उघडला माझ्यासमोर. मी थिजलो. तो हिरवा सिंह पुढे सरकला. मी आकांताने किंचाळलो. संपलं सगळं. कारण मीच संपलो. पुन्हा एक किंकाळी. शेवटचा प्रयत्न.

आणि... आणि मी जागा झालो.

ते... ते स्वप्न होतं तर! मी सुटकेचा निःश्वास सोडला. मी झोपेतच किंचाळलो होतो. पंखा गरगरत असूनही घामानं डबडबलो होतो. घरातली मंडळी माझ्याभोवती जमली. पाणी प्यायलो. दिवे लावले गेले. जागा होऊनही भानावर यायला थोडा वेळ जावा लागला. अर्थात तो वेळ काही क्षणांचा होता; पण ते स्वप्न नंतर खूप दिवस आठवत राहिलं.

फार वर्षांपूर्वी हेच स्वप्न मला पडायचं. स्वप्नात घाबरायचो. अंथरुणात मुतायचो. आईला बिलगायचो आणि गच्च डोळे मिटून झोपायचो.

आठ-दहा दिवसांपूर्वी हेच स्वप्न पुन्हा पडलं. पुढचे दोन दिवस मनावर तवंगत राहिलं. मनात अनेक प्रश्न उमटत राहिले. स्वप्न इतक्या खरेपणानं दिसतं? समोर काहीही नसताना सगळे शारीरिक परिणाम घडवू शकतं. स्वप्न का दिसतात?

स्वप्न पडत असताना मन कुठे असतं. जाणिवा कुठे जातात? दिवसाचे शहाणपण स्वप्नकाळात कुठे नाहीसं होतं? मनाचं आणि स्वप्नाचं नेमकं काय नातं असतं. शेवटी सगळी वर्तुळं फिरून फिरून मनावर येऊन थांबतात? ते मन नेमकं असतं तरी कुठे? ते स्वप्न पुन्हा पुन्हा आठवू लागलं. वृद्धापकाळामुळे सध्या वडिलांना डीमेनशिया नावाचा विकार झाला आहे. त्यांची अवस्था सध्या समोरच आहे. त्यांना भास होतात ते किती खरे असतात, ते मी रोज पाहतोय. काही वर्षांपूर्वी एका मेंटल हॉस्पिटलमध्ये गेलो होतो. मला पाहताच एरवी शांत असणारा पेशंट अचानक अनावर झाला. तो रडू लागला. ओरडू लागला. माझ्या अंगावर धावून येऊ लागला. त्याच्या अगम्य भाषेत मला शिव्याशाप देऊ लागला. मी हबकलो. खजिल झालो होतो. आयुष्यात ज्याला मी आणि ज्याने मला प्रथमच पाहिले, तो कोणी एक मला पाहताच अनावर का व्हावा, विकल का व्हावा? मी त्याच्या दृष्टीने कशाचं प्रतीक होतो? मला पाहताच त्याच्या मनात कोणती चित्रं निर्माण झाली? त्याच्या दृष्टीनं आणि त्याच्यासाठी 'मी' हा 'मी' नव्हतोच मुळी. मी एक प्रतिमा होतो. चित्र होतो. त्याने ती चित्रं त्याच्यासाठी पाहिली. जी प्रतिमा त्याने त्याच्यासाठी निर्माण केली होती, तिचा माझ्याशी काहीही संबंध नव्हता. त्याच हॉस्पिटलमध्ये कोणी वृद्ध पेशंट मला त्याचा मुलगा समजून माझ्याजवळ भडभडून बोलला होता,

"मला इथून घेऊन जा."

म्हणून मला पुन्हा पुन्हा विनवत होता.

खरंच मग मी कोण आहे? त्यांच्या मनातल्या परस्परविरोधी प्रतिमा म्हणजे मी? माझ्याही मनात अशा असंख्य प्रतिमा असतील. त्या अगणित प्रतिमांची एक संकलित प्रतिमा म्हणजे माझं जग. ज्या प्रतिमा मी पाहतो, त्या जशा मला दिसतात त्या तशाच असतील ह्याची काय शाश्वती? एकच, मी एकाच्या दृष्टीने क्रूरकर्मा होतो. मला पाहून तो विकल झाला. तर दुसऱ्याच्या दृष्टीने मी लाघवी मुलगा होतो. त्याने माझ्यावर आशा लावली. म्हणजे मूळ वस्तू अशी काही नसतेच मुळी. प्रतिमा खरी.

ह्या प्रतिमा कोण पाहतं? ह्या प्रतिमांचं पितृत्व कोणाकडे असतं? अर्थात मनाकडे.

पण मग मनाला कोण घडवतं? मनाला घडवणं शक्य असतं? मनाला आकार देणं शक्य असतं? प्रतिमा मनाला आकार देतात, की त्या मनातून जन्माला येतात? की मन आणि प्रतिमा वेगळ्या नसतातच मुळी. पाणी आणि लाटा एकरूपच असतात. मन आणि प्रतिमा एकरूपच असतात का? प्रतिमा हा मनाचाच एक आविष्कार आहे का? असावा. आहे. पण तरीदेखील मन काही वेगळंच आहे. प्रज्ञा हे मनाचंच एक रूप आहे का? मग बुद्धी कुठे असते? विवेकाचं वास्तव्य कुठे असतं? चिवट आणि चिरंजीव आशा मनाला धीर देते, प्रेरणा देते, सांत्वन देते, की दुर्दम्य मनापोटी लसलसती आशा

जन्माला येते? विचार, कल्पना, प्रतिमा, प्रज्ञा, प्रतिभा, बुद्धी, विवेक आणि चित्त अशा ह्या सगळ्यांचं मिळून एक मन घडतं का? कुठे असते ते? कसं असतं?

महर्षी कणाद म्हणतात, 'परमाणूचा २८७९०वा भाग म्हणजे मन.' अदृष्य अशा परमाणूचा कैक हजारावा भाग म्हणजे मन! अशा ह्या मनाचा शोध घ्यावा तरी कसा? त्याला शोधावं कुठे? मनाचा शोध घेऊच नये असा विचार करावा, तर ते मन सर्वव्यापी! पावलोपावली आणि श्वास-उच्छ्वासातील सूक्ष्म अवकाशातसुद्धा ते स्वतःचं अस्तित्व प्रदर्शित करत राहणार. माझ्यावर स्वामित्व गाजवत राहणार. स्वतःचे हजार डोळे घेऊन माझ्याभोवती पहारा घालत बसणार. त्याला समजत नाही, दिसत नाही, कळत नाही, जाणवत नाही, असा सूक्ष्मतम कणदेखील अस्तित्वातच नाही. मनापासून अगोचर असा अगदी क्षणाचाही क्षणदेखील अस्तित्वात नाही. क्षण वेगळा, कण वेगळा, काळ वेगळा, जड वेगळे ही मुळातच चुकीची भाषा झाली. ज्ञानमहर्षी सांगतात,

"सगळंच मुळात परमाणू रूप असतं. क्षणाशिवाय कणाला अस्तित्व नाही आणि कणाशिवाय क्षणाला रूपच नाही."

'स्थूळ सूक्ष्म एकू गोविंदू रे।' अशा परमाणूचा कैक हजारावा भाग म्हणजे मन...

अगदी वेद आणि उपनिषदांपासून ते अनेक कवी-लेखकापर्यंत सर्वांनीच ह्या अगम्य मनाचा शोध आणि वेध घेण्याचा प्रयत्न केला. लेखक आणि कवींनी मनाचा तळ शोधण्यासाठी शब्दांचे गळ वापरले, चित्रकारांनी अगणित अशा मनोरंगांनी असंख्य कॅनव्हास चितारून काढले; पण रंग काही संपत नाहीत आणि कॅनव्हासना तोटा नाही. शिल्पकारांनी अचेतन अशा पत्थराला मुखर केलं. संगीतकारांनी अवघ्या श्रुती आणि स्वर पणाला लावून मनाला गवसणी घालण्याचा प्रयत्न केला. सगळी मानवजात जणू ह्या मनाचा वेध घेण्यासाठी आणि त्याला तोषविण्यासाठी खपते आहे. पण शोध संपत नाही. तळ गाठता येत नाही.

'मन एवढं एवढं । जसा खाकसचा दाना॥
मन केवढं केवढं । आभायात बी मायेना॥'

कसं असतं हे मन? मुळातच ते मुलखाचं आत्मकेंद्रित असतं. 'मी'च्या पलीकडे त्याला काही दिसतच नाही. ते प्रेम करतं, कारण त्याला प्रेम करायला आवडतं. ते द्वेष करतं, कारण त्याला द्वेष प्रिय असतो. ते प्रसंगी जिवावर उदार होतं, कारण त्या क्षणी त्याला जगण्यापेक्षा मरण प्रिय असतं. कारणं काहीही असतील, रणं कोणतीही असतील; पण प्रत्येक क्षणी त्याला केवळ 'मी'च प्रिय असतो.

इंद्रियांचे बोट धरून विकारांच्या वनात फिरण्याची त्याला मोठी ओढ असते. असूया तर पाचवीला पूजलेली आणि मत्सर त्याने मखरात बसवलेला असतो. अहंकार हा

स्थायीभाव त्याचा. मी करतो, माझ्यामुळेच होतं, माझ्यासाठीच होतं, हा तर त्याचा महामंत्रच आहे. वटवाघूळ उलटे पाय लावून झाडाला टांगून राहतं; पण 'मीच आकाश पेलून धरलं आहे', ह्या मूर्ख आनंदात मग्न असतं. माणसाचे कित्येक आनंद वटवाघळाच्या आनंदासारखेच असतात.

वैभव मनाला सुख देऊ शकत नाही. सत्ता मनाला शांती देऊ शकत नाही. वैभवात पुन्हा मोहाचे वृक्ष तरारून येतात आणि त्या वृक्षांना अतृप्तीची फळं लगडतात. सत्ता सदैव ताब्यात राहो, हीच हाव पुन्हा क्रौर्याला आणि अविवेकाला जन्म देते. कामातुरता ही मनाची खास धाव. भयाचा आणि लज्जेचा खुशाल त्याग करून कामात मग्न होण्याचा अघोरीपणा ते लीलया करू शकते.

संयमाची मनाला मुळातच नावड आहे.

'सांगतो या मना ते माझे नाइके। घातावरी टेके चांडाळ हे॥'

ही तुकाराम महाराजांची व्यथा, तर आपली काय दशा!

'अचपळ मन माझे नावरे आवरीता॥'

हा समर्थांचा धावा.

'माझिया मना हळू धाव ना, धावणे तुझे अन् वेदना मला'

ही शांताबाईंची घालमेल... किती किती लिहावं, मन हा विषय संपणारा नव्हेच मुळी; पण अवघ्या सुखाची आणि समाधानाची गुरूकिल्ली मात्र मनाच्याच हातात आहे.

'मन उजियारा जब जब फैले, जग उजियारा होय।'

हे प्रश्नातीत असे सत्य आहे. तुकाराम महाराजांचा एक अप्रतिम अभंग आहे. मन ह्या विषयावर तो जणू अखेरचा शब्द आहे. महाराज म्हणतात -

'मन करा रे प्रसन्न । सर्व सिद्धीचे कारण ॥
मोक्ष अथवा बंधन । सुख समाधान इच्छा ते ॥१॥
मने प्रतिमा स्थापिली । मने मना पूजा केली ।
मने इच्छा पुरविली । मन माउली सकळांची ॥२॥
मन गुरू आणि शिष्य । करी आपुलेची दास्य ।
प्रसन्न आपआपणास । गती अथवा अधोगती ॥३॥
साधक वाचक पंडित । श्रोते वक्ते ऐका मात ।
नाही नाही आन दैवत । तुका म्हणे दुसरे ॥४॥'

मन प्रसन्न राहत नाही. तो त्याचा मूळ(?) स्वभाव नव्हे. आतून सतत बाहेर धावणे,

ही मनाची वृत्ती आहे. मनाने अप्रसन्न व्हावं, असंतुष्ट व्हावं असं बाहेर घडतच असतं. यश मिळत नाही. अपमान होतात. नको नको त्या तडजोडी कराव्या लागतात. असूया मनाला झोंबते, मत्सर मनाला त्रस्त करतो. अपेक्षा पूर्ण होत नाहीत. मन प्रसन्न राहणं अवघड होऊन बसतं. अवघड का, जवळपास अशक्य होऊन बसतं.

मन प्रसन्न राहवं, तर किती अडसर तो प्रसन्नपणा प्राप्त करण्यात!

मुळात हा जन्म कुठे लाभावा, हे कुठे आपल्या हातात आहे? श्रेष्ठ कूळ लाभणं, गुणी आईबाप लाभणं हेच मुळात केवढं भाग्य आहे! आयुष्य माझं, मी माझा, पण जन्मावर मात्र माझी कणभरही सत्ता नाही. मी कुणाच्या पोटी जन्म घ्यावा, कुठे जन्म घ्यावा, कोणत्या काळात जन्म घ्यावा, मला न विचारता न सांगता माझी अनुमती न घेता, नवा जन्म लाभतो. जे दान लाभलं, तेच प्रमाण मानून माझं आयुष्य सुरू होतं.

जन्म माहीत नाही. जन्मावर सत्ता नाही.

"बरं, देहावर तरी सत्ता आहे का?"

"नाही, देह निवडता नाही येणार. जन्मजात व्यंग असेल तर मी कुठे तक्रार करायची? कुठे दाद मागायची? अहं. दाद मागायचीच नाही. तक्रार करायचीच नाही. जे आहे ते आहे. असं का नाही, तसं का आहे... प्रश्न विचारायचे नाहीत. शंका काढायच्या नाहीत. जे पदरात पडेल ते मुकाट्यानं स्वीकारायचं."

"ह्या देहात कोणते गुण असतील, ते तरी आम्हाला निवडता येतील का?"

"नाही. देह निवडता येणार नाही. देहातील गुण निवडता येणार नाहीत."

"मला न विचारता, न सांगता, माझ्या इच्छे-अनिच्छेची पर्वा न करता कोणीतरी गुणांची शिदोरी माझ्या देहात ठेवतो. आणि ह्या कुडीचा प्रवास सुरू होतो. हा प्रवास केवढ्या लांबीचा असेल, ते तरी मला ठरवता येईल का?"

"छे छे. एकही श्वास अधिक मिळणार नाही."

"बरं, किती श्वास आहेत ते तरी मला समजेल का?"

"नाही. तेदेखील तुला समजणार नाही."

जन्मावर हक्क नाही. देहावर मालकी नाही. मोकळीक नाही. गुणांची निवड शक्य नाही.

"जन्म माझ्या हातात नाही. ठीक आहे; पण मी ज्यांना जन्माला घालतो. त्यांच्यावर तरी माझा हक्क आहे का?"

"तू कोण रे जन्माला घालणारा? तुझा हक्क केवळ वासनेच्या क्षणिक, उन्मनी आनंदावर. तुझं स्वामित्व केवळ संभोगावर... संभवावर नव्हे. तुझ्या जन्मावर तुझा हक्क नाही. तसाच तुझ्या अपत्यांवरही तुझा अधिकार नाही. तो एक जीव. तू एक जीव.

बाप लेक झालात हा केवळ योगायोग. निव्वळ योग. ह्यापेक्षा जास्त अपेक्षा ठेवू नकोस. त्याची गती वेगळी. मती वेगळी. त्याचा प्रवास वेगळा.”

आईबाप निवडता येत नाहीत.

अपत्य निवडता येत नाहीत.

देहाची निवड शक्य नाही.

गुणाची निवड शक्य नाही.

श्वासांवर सत्ता नाही.

मग माझ्या हातात राहिलं तरी काय रे?

‘श्वास तू दिलेले, उच्छ्वासही तू राखलेले.

माझे फक्त क्षणांचे अवकाश. तेही तुझ्यासाठी!’

जन्मावर कोणताही हक्क नसताना देहगुणांची निवड शक्य नसताना आणि हा प्रवास किती काळाचा आहे हेदेखील माहीत नसताना, हे जगन्नाथा, आमचा प्रवास तर सुरू झाला. ह्या प्रवासात तू काही सोयरे आमच्या सोबतीस दिलेस. दैव दिलंस. अज्ञात असं प्रारब्ध दिलंस. अनाकलनीय अशी नियती दिलीस. सतत काहीतरी करण्याची ओढ असणारी खास आमची अशी प्रकृती दिलीस. हे मन कधी कधी प्रलयाचं तांडव सुरू असताना आश्चर्य वाटावं अशा प्रकारे शांत असतं. स्थिर असतं. हेही दिवस जातील असं सांत्वन देत राहतं. तर कधी योगेश्वर कृष्ण सखा असतानाही अचानकपणे ढेपाळतं आणि ‘सीदन्ति मम गात्राणि’ असं म्हणून शस्त्र खाली टाकून निपचित होऊन कृतिशून्य होतं.

भारतीय युद्धाच्या दुंदुभी गर्जू लागल्या. सेनासागर समोरासमोर उभे ठाकले. सेनांच्या मध्यभागी उभा राहून मृत्युसन्मुख उभा झालेला हा आप्तांचा गोतावळा पाहून अर्जुन भ्रांतचित्त झाला, गांडिवाचा त्याग करून तो महावीर म्हणाला,

“माधवा, अरे काय करावं तेच मला समजेनासं झालं आहे. स्वकीयांच्या रक्तानं कलंकित झालेलं सिंहासन नकोय मला. माझ्याच आप्तांची हत्या करण्यापेक्षा मी भीक मागेन, पण मी लढणार नाही. काय करावं तेच मला समजत नाहीये; पण मी शस्त्र उचलणार नाही.”

योगेश्वराने स्मितहास्य केलं आणि तो पार्थसारथी म्हणाला,

“धनंजया, अरे ह्या अवेळी तुझ्या मनात ही करुणा कुठून जन्माला आली? एकीकडे तू म्हणतोस, की काय करावं ते तुला समजत नाहीये आणि मी आता लढणार नाही, हा निर्णय तुझा तू घेऊनदेखील टाकलास? आता मी सांगतो ते ऐक...”

आणि भगवंतांनी अत्यंत विराट असं जीवनाचं सूक्ष्मतम तत्त्वज्ञान सांगितलं. व्यक्ती

आणि समष्टी ह्या दोन्ही घटकांना कवेत घेऊन गीतेनं एक भव्य चौकट उभारली.

व्यक्ती आणि समष्टीचं नातं कसं असावं, हा एक समाजशास्त्रज्ञांना भेडसावणारा प्रश्न आहे. समाज पूर्णपणे नजरेआड करावा, तर व्यक्तिस्वातंत्र्याच्या गोंडस नावाखाली स्वैराचार फोफावण्याचा धोका असतो. बरं, फक्त समाजहिताचा विचार करावा तर समाजहित ठरवायचं कोणी, हा प्रश्न निर्माण होऊन समाजाचे हित म्हणजे केवळ सत्ताधाऱ्यांचे हित असे समीकरणा निर्माण होऊन एका वेगळ्या पातळीवरील गुलामगिरी निर्माण होण्याचा संभव असतो. या जटिल समस्येवर आपल्या प्राचीनांनी खूप समर्पक असा मार्ग शोधून काढला. रिकाम्या मनात नेहमीच सैतानाचा वास असतो हे ध्यानात घेऊन, मानवी मन रिकामं राहणारच नाही अशी एक व्यवस्था आपल्या परंपरेने निर्माण केली. मुळातच मानवी आयुष्याचे चार आश्रम कल्पिण्यात आले. विशिष्ट आश्रमाबरोबर ठरावीक कल्पनांची आणि कर्तव्यांची गुंफण करण्यात आली. ब्रह्मचर्यात मुलानं अर्थार्जन करावं ही अपेक्षा नाही आणि संन्यासाश्रमात व्यक्तीनं व्यवसाय करावा हे बंधन नाही. ह्या आश्रमांच्या बरोबरीनंच तीन ऋणांची कल्पना आमच्या मनात रुजवण्यात आली.

योगेश्वराचा वाक्प्रवाह सुरू झाला. श्रेष्ठ गुरू आणि अनुपम असा शिष्य यांचा तो दैवी संवाद. जीवनातल्या प्रत्येक पैलूला त्या माधवाने स्पर्श केला. दया, क्षमा, शांती, धृती, प्रज्ञा, पांडित्य, कला, संगीत, विज्ञान, ज्ञान, अध्यात्म, साधना, जप आणि तप या सर्वांविषयी आणि ह्या सर्वांचा समष्टीसाठी कसा उपयोग आहे, ते केशवाने विशद केलं. हृषीकेश पुढं असंही म्हणाला,

"धनंजया! काही करण्याची मला आवश्यकताच नाही. कारण, हे सगळं विश्व म्हणजे मीच आहे. असं जरी असलं तरी ज्येष्ठांचं अनुकरण करावं हा मानवी स्वभाव आहे, म्हणून केवळ मी प्रपंच आदरित असतो."

अर्जुनाला उपदेश करत असताना भगवंतांच्या मनात समष्टीची जाणीव सतत आहे. समाज जीवनाशिवाय मानवी जीवनाला काही अर्थच नाही, हे त्या गोपाळाला निश्चित माहीत आहे आणि म्हणूनच समाज जीवनाचे आणखी चार विभाग कल्पिण्यात आले. ते म्हणजे चार वर्ण, ज्ञान, संरक्षण, उद्योग आणि सेवा हे समाज जीवनाचे चार प्रमुख विभाग आहेत. ही गोष्ट निर्विवाद सत्य आहे. नव्याण्णव टक्के समाज ह्याच चाकोरीतून जगत असतो. हे तत्त्वज्ञान, सामाजिक धारणेचे तत्त्वज्ञान आहे. अपवादात्मक अशी जी श्रेष्ठ वादळी व्यक्तिमत्त्वं असतात, ती कोणत्याही नियमांची अथवा बंधनांची पत्रास बाळगता स्वबळावर मोठी होतच असतात; पण सुरुवातीला म्हटल्याप्रमाणे व्यक्तीचा जन्म निश्चित नसल्यामुळे तो जिथे जन्माला येतो, तोच त्याचा वर्ण आहे असं मानणे

क्रमप्राप्त असते, अपरिहार्य असते. असो.

समाजचिंतन व्यक्त करून झाल्यानंतर तो कृपासागर पुन्हा व्यक्तीकडे वळतो. इथेच गीतेतला सर्वात महत्त्वाचा अध्याय येतो. तो म्हणजे 'विश्वरूपदर्शन' सहृदय होऊन भगवंतांनी विश्वरूप दाखवलं; पण ते पाहण्यासाठी अर्जुनाजवळ विशेष अशी दृष्टीच नव्हती. तेव्हा मधुसूदनाने पार्थाला विशेष अशी दृष्टी दिली. त्या विश्वरूपदर्शनानं अर्जुन भोवंडून गेला. विश्वरूपदर्शन ही केवळ कवीकल्पना नाही. लाखो ग्रह असणारी एक आकाशगंगा आणि अशा हजारो आकाशगंगा हे सध्या ज्ञात असलेलं विश्व आहे. हजारो प्रकाशवर्षं हे सध्या जाणवणारं अंतर आहे आणि काळही आहे. काळाला मर्यादा नाहीत आणि अंतराला सीमा नाहीत. अशा अनंत ब्रह्मांडांचा कोणी एक नायक आहे, तो कसा आहे? माहीत नाही. तो अनादी अनंत आहे. हे मात्र माहीत आहे.

अब्जावधी ग्रह...!

किमान वीस लाख ग्रहांवर मानवसदृश प्राणी असावेत, असा सध्याच्या शास्त्रज्ञांचा होरा आहे. हा आकडा दुपटी-तिपटीनं वाढू शकतो, असंही ते सहजगत्या म्हणू शकतात. अशी ही अक्षरशः अनंत जगं, त्यांना व्यापून उरणारा अनंत काळ. इथं जन्माला येणारे, मरणारे अज्ञात असंख्य वंश. ह्या तुलनेत मानवाच्या वाट्याला येणारी काही वर्षं. मुळात आपली आकाशगंगाच नगण्य आहे. ह्या आकाशगंगेतली आपली सूर्यमाला म्हणजे पृथ्वीवरील मातीचा कण आहे. आणि ह्या कणावर जन्माला येणारे मरणारे असे असंख्य मानववंश आहेत. आता ह्या पसाऱ्यात मानव कुठे राहतो आणि 'मी'ला किती महत्त्व असू शकतं याची आपण कल्पना केलेलीच बरी. हाच विचार महाकवी सावरकरांनी 'जगन्नाथाचा रथोत्सव' ह्या कवितेत मांडला आहे. सावरकर म्हणतात,

'ऐश्वर्ये भारी । या अशा ऐश्वर्ये भारी।
महाराज आपुली कथा ना कुठे निघे स्वारी।'

ह्याच कवितेत सावरकर पुढे असंही म्हणतात,

'प्रत्येक गती प्रत्येक मती जगन्नाथाचा रथ ओढण्यासाठी झटत असते, ज्वालामुखी तर सोडाच; पण आमच्या मनातला सूक्ष्म असा विचार हादेखील जगन्नाथाचा तरंग असतो.'

अशा ह्या अनंत विश्वात पार्था, तुला काही स्थान आहे का, तू एक सूक्ष्म-सूक्ष्मतम असा घटक आहेस. कर्तव्य न करण्याचा तुला अधिकारच नाही. कारण तेवढा तू मोठा नाहीस. कार्याच्या यशावरही तुझं स्वामित्व नाही. कारण कार्य होण्यासाठी पाच घटक लागतात. त्यातल्या फक्त एकावर तुझं स्वामित्व असतं. ते म्हणजे, तुझ्या कर्तव्यावर! धनंजया, कर्तव्य हे बंधन नाही. राजसा, अरे मोक्षप्राप्तीचा तो सोपान आहे. म्हणून पार्था,

स्वत:चं कार्य तन्मयतेने करून परिणामांची चिंता न करता, फलाशा मनात न आणता ती कार्ये माझ्या चरणी वाहा आणि संगवर्जित हो (अध्याय ११, श्लोक ५५). ही तुझ्या आयुष्याची इती-कर्तव्यता आहे. माझं कार्य नीटपणे करणं ही जाणीव मुळातच ज्ञानमय आहे, कर्ममय आहे आणि भक्तिमयदेखील आहे. हेच गीतेचं सार आहे, असं जगद्गुरू शंकराचार्य म्हणतात.

ही जाणीव मनाला होऊन त्याप्रमाणे मनाने प्रतिमा निर्माण करावी, अशी महाराजांची अपेक्षा आहे. कारण यश म्हणजे काय हे मीच ठरवणार. अपयश म्हणजे काय, हे माझं मनच मला सांगणार. मनच माझं गुरू. मनच शिष्य. मनच दिग्दर्शक. मनच कलावंत, मनच लेखक, प्रेक्षकसुद्धा मनच. वादी मन, प्रतिवादीदेखील मन, आरोपी मन, प्रत्यारोपी मन, फिर्यादीदेखील मन आणि न्यायाधीशदेखील मनच. बॅरिस्टर होऊन पैशाच्या राशी मिळवायच्या, की स्वातंत्र्यवीर होऊन अंदमानात जाऊन समाधानाचे कोष निर्माण करायचे, हे विनायकानेच ठरवायचे. अकिंचन होऊन अर्थशास्त्र लिहून चंद्रगुप्तासाठी साम्राज्य निर्माण करून, स्वत: विजनवासी व्हायचं, की अमात्य होऊन क्षणिक राज्याचा स्वामी व्हायचं हे विष्णुगुप्तानेच ठरवायचं. पिंडाची पोसणी सगळेच करतात; पण ज्यांचा 'मी' समाजहिताच्या विशाल, 'मी' तर विसर्जित होतो तेच धन्य होतात, अमर होतात; आणि काही सार्थकता घडवितात ह्या नश्वर देहाची.

ह्या ना त्या निमित्ताने मानवी मनाने पिंडाच्या बाहेर पडावं, विशाल व्हावं, कर्तव्यात समाधान मानावं आणि शक्य असेल तेवढं 'मी'च्या सावटातून बाहेर यावं, अलिप्त व्हावं. सगळ्याच 'न'कारातून सुरू झालेल्या आयुष्यात समाधानाचं धन निर्माण करावं ही संतांची शिकवण आहे.

मनातली प्रतिमा जर स्वच्छ आणि स्पष्ट असेल, तरच ती प्राप्त करण्यासाठी प्रयास तरी होतील. मनात स्थापन केलेली प्रतिमा सतत मलीन होत असते, धूसर होत असते, मोहाने ती झाकोळून जात असते. अहंकाराने ती फुगून जात असते. ती स्वच्छ, स्पष्ट आणि रेखीव ठेवण्यासाठी सतत जागृत राहावं लागतं. त्यासाठीच जप, तप, वाचन, मनन, चिंतन आणि गुरू या सर्वांचं साहाय्य होत असतं. प्राणांच्या परिघावर प्रज्ञेचा पहारा असावा लागतो. मनाचं दमन हा सर्वात मोठा संघर्ष. सर्वात मोठं जीवघेणं युद्ध. 'रात्रंदिन आम्हा युद्धाचा प्रसंग' तुकाराम महाराजांसारखा श्रेष्ठ विष्णुदास ह्या युद्धातून नाही सुटला, तर तुमची आमची काय कथा?

माझ्या मनात स्वच्छ आणि सतेज प्रतिमा निर्माण होवो, हीच प्रार्थना.

प्रत्यक्ष शूर होणं कदाचित जमणार नाही; पण शूरत्व हवंच कशाला, असा प्रश्न तरी माझ्या मनात निर्माण न होवो.

करुणा ही दुबळ्याच्या घरी नव्हे; पण समर्थांच्या मनात वस्तीला असते, ही जाणीव माझ्या मनात राहो.

कंटकांचे निर्दालन केल्याशिवाय खरी दया प्राप्तच होत नाही. ह्याची जाण मला असो.

अभ्यास ज्ञान आणि चिंतन - मननाची ओढ मला लागो.

उदास व्यवहारे मला उत्तम धन प्राप्त होवो. पण मनात वैराग्याचा वावर असो.

मी अल्पसंतुष्ट नसावं, पण आत्मतृप्त मात्र नक्कीच असावं.

विशालाची ओढ मला लागो आणि नश्वराचा अर्थ सतत मनात जागता राहो.

मला माझीच लाज वाटावी असे वर्तन माझ्या हातून न घडो.

हे सर्व लिहीत असताना सज्जनगडीचा तो महाविरागी माझ्याकडे रोखून पाहतोय.

"वैराग्याचा लेश नाही माझे अंगी। बोलतसे जगी शब्दज्ञान।"

असं अतीव विनयाने म्हणणारे समर्थ मिश्कील हसत आहेत आणि जणू म्हणत आहेत,

"काय रे तुझ धैर्य? किती मोठे शब्द कसा धडाधड लिहितोस तू।"

एकीकडे तुकाराम महारज सांगत आहेत, की 'साखर' हा शब्द कागदावर लिहिला म्हणून काही कागद गोड होत नाही. साखरपण प्राप्त करून घ्यावं लागतं.

"आपल्यापैकी प्रत्येकाची भूमिका त्या जगद्रियंत्याने अगदी ठरवून टाकली आहे" असं सावरकर म्हणतात. पुढे ते असंही म्हणतात की,

"कार्य होणं हा योगायोग आहे; पण आत्मदान हा मात्र निश्चित नियम आहे."

'एक तरी ओवी अनुभवा यावी।'

असा आग्रह नामदेव महाराज धरीत आहेत.

"अहंकाराचा वारा न लागो राजसा माझिया चित्ता कोणे काळी।"

अशी विनवणी तो ज्ञानीयांचा राजा करतो आहे.

"अहंकार उपजला की श्रद्धा शक्य नाही. श्रद्धाच नसेल तर ज्ञान कसे प्राप्त व्हावे, ज्ञानच नसेल तर कर्माची जाणीव कशी व्हावी आणि कर्मच नसेल तर भक्तीच कुठून उपजावी?"

अवघ्या आयुष्याचं सोनं व्हावं, असा उर्जस्वल क्षण लाभावा आणि समाधानाचे अभंग असं धन मला प्राप्त व्हावं, हीच इच्छा! हीच प्रार्थना! हीच लेखनसीमा!

*****

॥ कार्ल मार्क्स एक पुनर्मूल्यांकन

कार्ल मार्क्स! ज्यांचं नाव उच्चारताच जाणिवा स्तब्ध व्हाव्यात, नम्र व्हाव्यात असा महामानव. मानवी घटितांचं आणि इतिहासाचं एक वेगळं असं प्रभावी आकलन मांडणारा प्रज्ञावंत पंडित म्हणजे कार्ल मार्क्स. आपण उच्चारलेला प्रत्येक शब्द हा जणू आत्म्याचा हुंकार आहे, अशी अभंग श्रद्धा ठेवून सतत कार्यरत राहणारा धीरोदात्त पुरुष म्हणजे कार्ल मार्क्स. 'ऐसी कळवळ्याची जाती। करी लाभाविण प्रीती।।' ह्या उक्तीचा प्रत्यय देणारा निर्मोही महापुरुष म्हणजे कार्ल मार्क्स.

कार्ल मार्क्स यांच्यावर काही लेखन करावं असा संकल्प सोडून लेखनाचा पसारा मांडून बसलो आणि एक जुनी आठवण मनात झपकन जागी झाली.

झाली असतील वीस वर्षं. कदाचित जास्तसुद्धा. माझ्याकडे एक जर्मन कॅमेरा होता. तो बिघडला. उगाच गंमत म्हणून मी बर्लिनला पत्र पाठवलं. हेतू तसा काहीच नव्हता. केवळ गंमत. आठ-दहा दिवसांनंतर मी विसरूनही गेलो; पण महिन्यानंतर बर्लिनहून पत्र आलं. मी उडालोच. उत्सुक आनंदानं उघडून पाहिलं. एक अक्षरही समजेना. लिपी रोमनच (म्हणजे इंग्लिश) होती; पण भाषा लागेना. युनिव्हर्सिटीत जाऊन एका मित्राच्या ओळखीने ते पत्र वाचून घेतलं. त्या पत्रात लिहिलं होतं,

'तुमची राष्ट्रभाषा हिंदी असताना तुम्ही इंग्लिशमध्ये पत्र का लिहिता ते आम्हाला समजत नाही. पत्र हिंदीत लिहा. आम्ही अवश्य उत्तर देऊ; पण इंग्रजीत लिहिलेल्या पत्रांना आम्ही उत्तरं देत नसतो.'

इंग्रजी पत्रांना आम्ही उत्तरं देत नसतो, हे त्या भल्या माणसाने मला जर्मन भाषेत कळवलं.

परदेशी कंपनीतील कोण्या एका कर्मचाऱ्याचा तिरसटपणा, असं समजून ही आठवण मी मनाच्या अडगळीत टाकून दिली. नंतर काही वेळा ही आठवण मी एक किस्सा

कोणाकोणाला ऐकवला; पण ते तेवढंच. त्या पलीकडे काही नाही.

तीन-चार वर्षांपूर्वीची आठवण आहे. थॉमस आर्य नावाचे जर्मन संन्यासी आमच्या घरी आले होते. प्रकांडपांडित्य आणि विश्वास बसू नये अशी बुद्धिमत्ता हे थॉमस आर्य यांचं वैशिष्ट्य. वेदातील 'मेटाफिजिक्स' ह्या विषयावर किमान तीस खंड असा संकल्प करून थॉमस आर्य भारतात आले आहेत. इंग्रजीवर त्यांचे प्रभुत्व आहेच; पण अत्यंत शुद्ध अशी हिंदी ते सहजतेने बोलतात. बोलता-बोलता ते म्हणाले,

'भारतात जायचं असेल, तर हिंदी आणि इंग्लिश शिकावे लागेल, असं मला सांगण्यात आलं.' ते ऐकून मला धक्का बसला. इंग्लिश का? संस्कृत का नाही? एका जर्मन माणसावर इंग्लिशसरखी घाणेरडी, रानटी, अप्रगत आणि व्याकरणशून्य भाषा शिकण्याची पाळी यावी?

"बीइंग अ जर्मन हॅव आय टू लर्न दॅट ब्रुटीश अँड अनग्रॅमॅटिकल इंग्लिश?"

एका मोठ्या विद्वानाचा विक्षिप्तपणा असं समजून थॉमस आर्य यांचं हे जहाल वाक्य मी कानाआड केलं. पुढे गप्पांच्या ओघात ते सहज बोलून गेले,

"होय, आम्ही ब्रिटिशांना संपवलं."

ही भेट संपली. एका प्रकांडपंडिताची प्रतिक्रिया माझ्या मनानं फक्त टिपून ठेवली.

पुढे काही चांगल्या कादंबऱ्या वाचनात आल्या. पोलिटिकल थ्रिलर्स, राजकीय संदर्भ असणाऱ्या कादंबऱ्या. या बहुतेक सर्व कादंबऱ्यांच्यात 'नाझी परत आले आहेत आणि त्यांना नष्ट करण्याचं दैवी कार्य इंग्लंड आणि अमेरिकेला करायचं आहे' हे सूत्र मांडलेलं असतं. 'ओडेसा फाईल', 'फिस्ट ऑफ गॉड', 'सेव्हन्थ बंकर' ह्या आणि अशा अनेक कादंबऱ्यांचं मुख्य सूत्र हेच आहे. 'एक्झोड्स' या बहुचर्चित मोठ्या कादंबरीत इस्रायलची जन्मकथा सांगितली आहे. ही जन्मकथा कथन करत असताना लिऑन युरीस यानी ज्यूंच्या दोन हजार वर्षांच्या इतिहासाचा आढावादेखील घेतलेला आहे. हा इतिहास निव्वळ क्रूर आहे. रोमनांनी ज्यूंचं साम्राज्य धुळीस मिळवलं, त्या क्षणापासून इस्रायलची स्थापना होईपर्यंत ज्यूंनी अपार भोगलं आहे. अपमान, उपहास, कत्तली, देशोधडी आणि वनवास हा ज्यूंचा भोगवटा आहे. या दोन हजार वर्षांच्या प्रदीर्घ काळ्याकुट्ट भीषण कालप्रवाहात ज्यूंनी ज्या चिवटपणानं आणि कट्टरपणानं आपलं मनोधैर्य आणि वेगळेपणा टिकवून ठेवला, त्याला तर मानवेतिहासात तोड नाही.

'आम्ही वेगळे आहोत, श्रेष्ठ आहोत, देवाचे लाडके आहोत आणि म्हणूनच तो आमची सातत्याने कठोर अशी परीक्षा घेत आहे', ह्या अर्हतेनं ज्यूंच्या मनोवृत्तीचं पोषण झालं आहे आणि अर्हतेनेच त्यांना सातत्याने प्रेरणा देऊन, त्यांची जीवनेच्छा लसलसती ठेवली आहे. जीवनाचा कोणत्याही अंगानं अभ्यास करायचं ठरवलंत,

तरी ज्यूंचं योगदान महत्त्वाचं आहे. हा ज्यूंचा ठाम विश्वास आहे. विज्ञानाची कास तुम्ही धरणार असाल, तर त्या वळणावर आईन्स्टाईन उभा आहे, जो ज्यू आहे. तुम्ही मनोविश्लेषणाची कास धरणार असाल तर तिथे सिग्मंड फ्रॉईड आहे, जो ज्यू आहे. सामाजिक चिंतन, सामाजिक संघटना आणि सामाजिक क्रांती ह्या मार्गाने तुम्ही जाणार असाल, तर त्या वळणावरदेखील एक महान ज्यूच अगदी घट्टपणे उभा आहे. त्याचं नाव कार्ल मार्क्स!

संघर्ष! सतत संघर्ष! या दोनच शब्दांत कार्ल मार्क्स यांच्या चरित्राचं वर्णन करता येईल.

'आपण सृष्टीत एकला ।
बहुतासी भांडत चालला ।
बहुतांमध्ये येकल्याला ।
यश कैसे ।'

हे कार्ल मार्क्सच्या आयुष्याचं यथार्थ वर्णन आहे. अर्थात, सामान्य माणसांच्या यशापयशाच्या कसोट्या आणि कार्ल मार्क्ससारख्या महामानवांच्या यशापयशाच्या कसोट्या पूर्णपणे वेगळ्या असतात. केवळ लौकिक किंवा क्षणिक यश हे महामानवांच्या कर्तृत्वाचं गमक नसतंच मुळी.

पूर्व जर्मनीतील ऱ्हाईनलँड विभागातील ट्रिअर गावी ५ मे १८१८ या दिवशी कार्ल मार्क्स यांचा जन्म झाला. त्यांचे वडील हेनरिक मार्क्स वकील होते. सधन होते. मूळचे ज्यू होते. ज्यू धर्मोपदेशकाची वृत्ती मार्क्स यांच्या घराण्यात पिढ्यान्‌पिढ्या चालू होती; पण ज्यूंना वकिली करता येणार नाही याची कुणकुण हेनरिक मार्क्स यांना लागली. त्यांनी धर्मांतर केले. ते ख्रिश्चन झाले.

वाचनाची, अभ्यासाची, चिंतनाची आवड आणि अत्यंत मनस्वी स्वभाव ही कार्ल मार्क्स यांची वृत्ती होती. पीएचडी असलेले कार्ल मार्क्स हे वस्तुतः सुखाने जगू शकले असते, अर्थार्जन करू शकलो असते; पण क्षुद्र यशाची मळलेली पाऊलवाट कार्ल मार्क्स यांनी कधीही आपली मानली नाही. चिंतन, अभ्यास आणि प्रज्ञेच्या त्रिवेणी संगमावर कार्ल मार्क्स यांना जीवनाचा काही 'अर्थ' जाणवला. त्या अर्थाच्या प्रकाशात त्यांनी अवघ्या मानवी संस्कृतीचा विकासपट पाहिला. स्वतःला दिसलेला हा 'अर्थ' समाजात रुजवण्यासाठी कार्ल मार्क्स आयुष्यभर सतत झगडत राहिले. अपमान, उपेक्षा, दारिद्र्य, संशय, कठोर टीका, वेगवेगळ्या देशांमधून झालेली हकालपट्टी आणि विलक्षण उपेक्षेत झालेला शेवट. आपल्या आयुष्यातील शेवटची अडीच तपं कार्ल मार्क्स लंडनमध्ये होते; पण लंडनशी ते कधीही एकरूप होऊ शकले नाहीत आणि

इंग्लंडनेही त्यांना कधीही आपलं मानलं नाही.

काळ पुरुषांना घडवितो की पुरुष काळाला आकार देत असतात, हा एक प्राचीन प्रश्न आहे. प्रत्येक जण अ पापल्या आकलनाप्रमाणे या प्रश्नाचं उत्तर देतील. प्रत्येक महापुरुष काही ना काही प्रमाणात आणि कोणत्या ना कोणत्या बाबतीत त्याच्या काळाच्या चौकटीच्या पलीकडे पाहत असतो, हे खरंच आहे; पण त्याचबरोबर हेदेखील तितकंच खरं आहे, की प्रत्येक महापुरुषाच्या दृष्टीवर त्याच्या काळाचं धुकं साचलेलं असतंच. सतत पुढे पुढे सरकणारा कालप्रवाह आणि त्या त्या टप्प्यावरचे महापुरुष यांचा एकमेकांवर परिणाम होत होत ही 'मानवी संस्कृती' साकार होत असते.

कसा होता कार्ल मार्क्स यांचा काळ?

५ मे १८१८ ते १४ मार्च १८८३ हा कार्ल मार्क्स यांचा काळ आहे. एकोणीसावं शतक हे युरोपच्या दृष्टीने संक्रमणाचं, यशाचं आणि वैभवाचं शतक आहे. औद्योगिक क्रांती, फ्रेंच राज्यक्रांती आणि युरोपियन देशांची जगभर पसरलेली साम्राज्यं ही ह्या शतकाची वैशिष्ट्यं आहेत. फ्रेंच राज्यक्रांतीमुळे काही नवीन संकल्पनांनी सगळ्या युरोपालाच एक विलक्षण अशी आक्रमक प्रेरणा आणि युयुत्सु वृत्ती बहाल केली.

आधुनिक काळाची पायाभरणी ह्याच शतकात झाली. मागील काही हजार वर्षांत झाली नव्हती, एवढी प्रगती ह्या पाचशे वर्षांत झाली. उत्पादने कल्पनातीत प्रमाणात वाढली. ही वाढीव उत्पादने विकण्यासाठी, खपविण्यासाठी नवनवीन बाजारपेठा शोधणे आणि त्या पादाक्रांत करणे ही युरोपियन देशांची व्यावहारिक आणि आर्थिक गरज होती. पोपची धार्मिक पकड हळूहळू सैल होत होती. ब्रिटिशांचं साम्राज्य अक्षरशः जगभर पसरलं होतं. 'ब्रिटिशांच्या राज्यावरचा सूर्य कधी मावळत नाही' ही उक्ती सार्थ झाली होती. १८५७चं भारतीय स्वातंत्र्ययुद्ध दडपून टाकण्यात ब्रिटिश यशस्वी झाले होते. ह्या विजयामुळे ब्रिटिशांच्या साम्राज्याचा पाया भलताच दृढमूल झाला होता. फ्रेंचांनी आपलं साम्राज्य स्थापन केलं होतं. नेपोलियनला नामोहरम करून त्याला पूर्णपणे पराभूत करण्यात ब्रिटिश यशस्वी झाले होते. डच, पोर्तुगीज आणि स्पॅनिश प्रत्येक समाजाने आपापले हातपाय पसरले होते. दक्षिण अमेरिका स्पॅनिश लोकांच्या ताब्यात होती. प्रत्येक युरोपियन देश वैभवानं मुसमुसत होता. सामर्थ्याने लवथवत होता. प्रत्येक देशात अंतर्गत संघर्ष होतेच. अर्थात ते कुठे नसतात? कधी नसतात? सत्ताकेंद्र हे नेहमीच संघर्षग्रस्त असतं; पण ह्या संघर्षाचा या देशांच्या साम्राज्यांवर परिणाम होत नव्हता. ह्या वैभवी युरोपियन कालखंडात जर्मनीच्या वाट्याला मात्र अगदी नगण्य वाटा आला होता. जर्मनीच्या हाडवैऱ्याने-इंग्लंडने फार मोठी बाजी मारली होती. भारतावर

पकड मजबूत करून आणि भारताची बाजारपेठ इतर सर्व युरोपियन देशांना बंद करून ब्रिटिशांनी आपलं साम्राज्य वैभवाच्या शिखरावर पोचवलं होतं. ह्या सर्व युरोपियन देशांत भांडवलशाही अर्थव्यवस्था होती. औद्योगिक क्रांतीने आणि भांडवलशाही अर्थव्यवस्थेनं युरोपमध्ये चमत्कार घडवून आणला होता. अपवाद फक्त जर्मनीचा. जर्मनीला अजून खऱ्या अर्थानं सूर सापडत नव्हता. जर्मनीला हा सूर पुरविण्याचं काम कार्ल मार्क्स यांनी केलं. तत्कालीन युरोपियन वातावरण पाहता हा सूर वेगळा, असं आवश्यक होतं. तार स्वरात सांगितल्याशिवाय दुसरं काही ऐकण्याच्या मन:स्थितीतच युरोप नव्हता.

कोणत्या दिव्य क्षणी कार्ल मार्क्स यांना जीवनाचा 'अर्थ' दिसला, तो क्षण इतिहासाला माहीत नाही. असे सोनेरी क्षण इतिहासाला कधीच टिपता येत नाहीत. इतिहास बिचारा सामान्य घटना नोंदवून घेतो आणि पुढे जातो.

युरोप वैभवानं मुसमुसत होता. हे खरं आहेच, पण ह्या चंदेरी वैभवाचा पाया मात्र काळ्याकुट्ट शोषणात रुतलेला होता. खेडी ओस पडत होती. शहरं अपरिमित प्रमाणात वाढत होती. बेकारांचे थवे शहरात घोंघावत होते. कामगारांच्या श्रमाला काही अर्थच नव्हता. कारखानदार अमर्याद नफा मिळवत होते; पण ज्यांच्या श्रमामुळे आणि घामामुळे ही संपत्ती निर्माण होत होती, तो कामगार मात्र अगदी कफल्लक होता. त्याचा ना संपत्तीवर हक्क होता, ना त्याला समाजजीवनात काही मानाचं स्थान होतं. कारखान्यातील निर्जीव मशिनरीकडे पाहावं इतक्या कोरडेपणाने कामगारांकडे पाहिलं जात होतं. 'युनियन' ही संस्था अजून जन्माला यायची होती. कामाचे तास किती असावेत, याला काही हिशोबच नव्हते. वर्किंग कंडिशन्स कशा असाव्यात, यावर कोणतीही बंधनं नव्हती. केवळ पुरुषच नव्हेत, तर बायका आणि कोवळी मुलंही ह्या भीषण यंत्रणेत भरडली जात होती. त्यांचं कण्हणं कोणालाही समजत नव्हतं. ह्या अश्रापांचा आक्रोश कोणालाही ऐकू जात नव्हता. पैशाचा नाद एकदा घुमू लागला, की श्रवणशक्ती ठार बहिरी होते आणि संपत्ती एकदा का नजरेसमोर लखलखू लागली, की डोळे दिपून जातात आणि अन्यायाचा अथवा शोषणाचा अंधार दिसतच नाही. ह्या अशा अन्यायाविरुद्ध पहिला आवाज कार्ल मार्क्स यांनी उठवला. नुसता आवाज उठवला नाही, तर त्या आक्रोशाला निश्चित विचारांची चौकट अर्पण केली. नुसती चौकट निर्माण करून कार्ल मार्क्स थांबले नाहीत, तर त्यांना अपेक्षित असलेली समाजरचना निर्माण करण्यासाठी त्यांनी सर्वंकष क्रांतीची आवश्यकता प्रतिपादन केली. ती अमूर्त क्रांती साकार व्हावी म्हणून कार्ल मार्क्स यांनी अनेक आंदोलनं केली आणि प्रत्येक असफल आंदोलनाच्या शेवटी 'आता नाही, पण पुढील आंदोलनांनी तरी क्रांतीची

स्थापना होईल', ह्या अदम्य आशेच्या बळावर कार्ल मार्क्स आजीवन झगडत राहिले. 'रात्रंदिन आम्हा युद्धाचा प्रसंग', ह्या उक्तीचा इतका सार्थ आविष्कार फार फार विरळाच असतो.. असो.

काय आहे कार्ल मार्क्स यांचे जीवनदर्शन?

मनुष्य हा एक 'आर्थिक जीव' आहे. जगाचे दोनच भाग आहेत. एक 'आहे रे' आणि दुसरा 'नाही रे'. तुमच्या उत्पादन शक्तीमुळेच तुमची संस्कृती आकार घेत असते. धर्म, संस्कार, श्रद्धा, ईश्वरविषयक संकल्पना, पाप-पुण्याच्या धारणा, पातिव्रत्याच्या कल्पना आणि अगदी राष्ट्र ही संकल्पनादेखील प्रस्थापित वर्गाने स्वार्थ जपण्यासाठी निर्माण केलेली असते; पण ते एक भ्रमजाल आहे. खरा असतो तो स्वार्थ. ही चौकट मोडून काढण्याचे सामर्थ्य फक्त कामगारांच्यातच आहे. कारण खरी निर्मिती तेच करत असतात; पण हे श्रेय आणि प्रेयदेखील त्यांच्याकडून हिसकावून घेण्यात येते. क्रांतीची खरी जबाबदारी कामगारवर्गावरच आहे. सर्वस्व गमावण्याची वेळ आली, तरी कामगारवर्गाने त्याची पर्वा करू नये. कारण गमावण्यासारखं कामगारवर्गाकडे काहीच नाही. ही क्रांती यशस्वी होण्यासाठी जगातील कामगारांनी एक झालं पाहिजे. आपल्या श्रममूल्याची जाणीव होऊन वर्गसंघर्षासाठी कटिबद्ध होणं हेच कामगारवर्गाचं भागधेय आहे. विरोधातूनच विकास होत असतो. कामगार संघटना, संप, मोर्चे ही क्रांतीची पहिली पायरी आहे आणि शोषणमुक्त, वर्गविरहित अशी श्रेष्ठ समाजरचना ही साम्यवादाची उन्नत आणि चरम अवस्था आहे. ह्या चरम अवस्थेत शोषण नसेल, सामाजिक अन्याय नसेल, भ्रष्टाचार नसेल, अतिरिक्त संचय नसेल, खासगी मालकी नसेल, जे काही आहे ते सगळं समाजाचंच असल्यामुळे गैरप्रकार होणारच नाहीत. समतेचं साम्राज्य स्थापन होईल. श्रममूल्य, वर्गविग्रह, वर्गसंघर्ष, प्रस्थापितांची कुटिलता ह्या जाणिवांच्या प्रकाशात मार्क्स यांनी मानवेतिहासाचा शोध आणि वेध घेण्याचा प्रयत्न केला. याच सूत्रांच्या साहाय्यानं मार्क्स यांनी भविष्याचादेखील वेध घेण्याचा प्रयत्न केला. जग कसं असेल, याची काही चित्रं त्यांनी रेखाटली. काही आराखडे बांधले. काही भाकीतं वर्तवली.

पण यातलं एकही चित्र कधीच पूर्ण झालं नाही. एकही आराखडा सिद्ध झाला नाही किंवा एकही भाकीत खरं ठरलं नाही. अर्थात केवळ ह्यामुळे 'मार्क्सवाद' खोटा किंवा अर्थशून्य ठरतो असं नाही; पण त्याचबरोबर जी विश्वात्मकता मार्क्सवादात आहे असं आम्हाला ठासून सांगप्यात आलं, त्या सांगण्यावर मात्र एक प्रश्नचिन्ह नक्कीच पडलं. मार्क्सवाद म्हणजे मानवी प्रगतीची एकमेव कसोटी आहे, असं आम्हाला

अगदी उच्चरवाने सांगण्यात आलं, त्याबद्दल आमच्या मनात निश्चितपणे शंका निर्माण झाल्या. आमच्या आधुनिक विचारवंतांची मार्क्सवादावर एवढी श्रद्धा, की तर्कतीर्थ लक्ष्मणशास्त्री जोशांनी मार्क्सवाद प्रमाण मानूनच हिंदू धर्माची मीमांसा केली. वैदिक संस्कृतीचा विकास सांगताना तर्कतीर्थांच्या मनात कार्ल मार्क्सचेच मापदंड होते. मे. पुं. रेगे यांनी उघडपणे नाव न घेता मार्क्सवादाच्या अनुवादांचेच प्रतिपादन केले.

'कधीतरी लाल सेना येईल, तेव्हा त्या घोड्यांच्या टापांखालचे दगड होणं हीच जीवनाची सार्थकता आहे, तेव्हा माझ्या मना दगड हो', असा सल्ला आधुनिक कवींनी आपापल्या मनाला दिला. मार्क्सवादी प्राध्यापकांची ह्या देशात घुसमट चालली आहे. हा देश म्हणजे जणू एक 'उद्ध्वस्त धर्मशाळा' (उद्ध्वस्त धर्मशाळा म्हणजे काहीही व्यक्त न करणारी, पण आकर्षक अशी अभिव्यक्ती आहे.) झाली आहे, असंही आम्हाला फार कलात्मकरीत्या प्रभावीपणे सांगण्यात आलं.

साम्यवाद ही परम प्रगती, त्यातूनच जन्माला आलेला समाजवाद हा आदर्श, ही संगती मान्य असेल, तरच तुम्ही खरे लेखक होऊ शकता. ह्या संगतीचा आविष्कार जर तुमच्या कलेतून होणार असेल, तरच तुम्ही खरे कलाकार. कारण मार्क्सने सांगून ठेवलेली आणि समाजवादाने अंगीकारलेली जीवनदृष्टीच प्रगत आहे. तीच एकमेव सामाजिक बांधिलकी आहे आणि तिचं प्रतिपादन अथवा तिचा आविष्कार हेच प्रत्येक लेखकाचं किंवा कलाकाराचं गंतव्य स्थान असलं पाहिजे. प्रतिभेच्या प्रवासाचं एक मापचित्र आम्हाला देण्यात आलं. ते मापचित्र खरोखरंच विश्वात्मक आहे का? मार्क्स यांच्या मनात काही वेगळ्या प्रेरणा होत्या का? याचा आपण थोडा अभ्यास करू या. भारतात साम्यवाद जो अगदी शिखराधिष्ठित झाला, त्यामागे काही वेगळी कारणपरंपरा आहे का, याचा आपण थोडा वेगळा विचार करू या.

कार्ल मार्क्स यांच्यावर विपुल लेखन झालं. एक तर ते भक्तीतून झालं किंवा विरोधभक्तीतून झालं; पण ह्यापैकी कुठलीच भूमिका माझी नाही. कार्ल मार्क्स यांच्याबद्दल व्यक्तिगत पातळीवर नितांत आदर; पण त्यांनी मांडलेल्या वादाबद्दल मात्र जबरदस्त शंका अशी माझ्या मनाची अवस्था आहे.

कार्ल मार्क्स यांच्या तत्त्वज्ञानाच्या विश्वात्मकतेबद्दल विचार करत असताना मी दोन गोष्टी विसरूच शकत नाही. पहिली गोष्ट म्हणजे मार्क्स जर्मन आहेत. जर्मन आणि इंग्रजांच्यात हाडवैर आहे. एकोणीसाव्या शतकात युरोपची सार्वत्रिक भरभराट झाली आहे. अपवाद फक्त जर्मनीचा. ज्या भांडवलशाही पद्धतीमुळे सगळ्या युरोपचा आणि विशेषकरून इंग्लंडचा प्रचंड विकास झाला, त्या अर्थपद्धतीवर किमानपक्षी तात्त्विक पातळीवर तरी आघात करावा, एवढाच मर्यादित हेतू कार्ल मार्क्स यांच्या डोळ्यांसमोर

आहे. कामगार आणि मालक यांच्यातच जर संघर्ष पेटला, तर ब्रिटिश साम्राज्याला सुरुंग लागू शकतो. हीदेखील सुप्त भावना कार्ल मार्क्स यांच्या मनात सतत होती. या भावनेच्या अस्तित्वाचा अप्रत्यक्ष पुरावा म्हणजे सर्वात प्रथम जर्मनीत क्रांती होईल, ही आशा मार्क्स यांच्या मनात सदैव आहे. दुसरा दृश्य पुरावा म्हणजे एकतीस वर्षं इंग्लंडमध्ये राहूनदेखील ते मनाने इंग्लडशी एकरूप होऊ शकले नाहीत.

कार्ल मार्क्स यांच्याबद्दलही दुसरी अत्यंत महत्त्वाची गोष्ट म्हणजे कार्ल मार्क्स ज्यू आहेत. युरोपच्या संदर्भात 'ज्यू असणं' ह्या गोष्टीला फार वेगळे आणि भीषण संदर्भ आहेत. जसं अमेरिकेत काळं असणं म्हणजे केवळ रौरवात असणं. अगदी तीच अवस्था ज्यूंची युरोपात आहे.

'धर्म ही अफूची गोळी आहे' किंवा 'धर्म हे प्रस्थापितांनी रचलेलं एक षड्यंत्र आहे', असं जेव्हा मार्क्स म्हणतात, तेव्हा त्यांच्या डोळ्यासमोर युरोपातला ख्रिश्चन धर्म आहे. धर्म आणि सत्तेच्या बळावर उन्मत्त झालेला पोप आहे. जीवनाच्या प्रत्येक पातळीवर ज्यूंना मिळणारी क्रूर वागणूक आहे. जिथं ज्यूंना राहावं लागायचं ते 'घेटो' आहेत, कधीही होणारे हल्ले आहेत, असे विदारक अनुभव समोर असताना धर्माबद्दल चांगलं बोलणं निव्वळ अशक्य आहे. 'मी रिलीजियस आहे; पण मी ख्रिश्चन नाही', बर्ट्रांड रसेल यांचे शब्द ह्या संदर्भात खासकरून लक्षात ठेवण्यासारखे आहेत. 'शेवटचा ख्रिश्चन फासावर लटकावला गेला', हे वाक्यदेखील लक्षात ठेवलं पाहिजे.

'जगातील कामगारांनो एक व्हा' हा एक महत्त्वाचा विचार मार्क्स यांनी सांगितला. मात्र हा विचार कधीच साकार होऊ शकला नाही. जगातले तर सोडाच; पण युरोपातले कामगारदेखील कधी एक होऊ शकले नाहीत. एक थोडं अधिक स्पष्ट आणि म्हणून कटू स्पष्टीकरण आहे. रोमनांनी ज्यू राष्ट्र नष्ट केल्यापासून त्यांना त्यांचा असा देश उरलाच नाही. युरोपने ज्यूंना कधीही सन्मानाने आसरा दिला नाही. प्रत्येक देशात ज्यू उपरे म्हणूनच राहिले. हिटलरने ज्यूंचा जो संहार केला, त्याबद्दल त्याला एकट्यालाच दोष देण्याचं कारण नाही. ज्यू द्वेषाच्या ह्या सामूहिक पापातून कुठलाही युरोपियन मुक्त नाही. अगदी इंग्लंडसुद्धा! इस्रायलची स्थापना होत असताना जास्तीत जास्त खोडे ब्रिटिशांनी घातलेले आहेत. हा इतिहास आहे. ज्या समाजाला शतकानुशतके 'देश' हा अनुभवच नाही, त्या समाजातला कोणी एक जेव्हा 'जगातील विशिष्ट लोकांनी एक व्हा' असं आवाहन करतो, तेव्हा त्या कृतीत कुठेतरी एका नकारात्मक भावनेची बोच असते. एक आवेग असतो; पण वस्तुनिष्ठ विचार नसतो. 'राष्ट्रीयत्वा'चा अदृश्य पाश किती बळकट असतो, याची सामाजिक जाणीव न अनुभवल्यामुळेच, जगातील कामगार निदान क्रांतीसाठी तरी एकत्र होतील, अशी आशा कार्ल मार्क्स यांनी सतत मनाशी

जपली; पण ती कधीही सफल झाली नाही. कार्ल मार्क्स यांनी अनेक लढ्यांचं नेतृत्व केलं. त्यांच्या भावविश्वात भलेही क्रांती असेल, वर्गसंघर्ष असेल; पण वस्तुतः ते वर्गसंघर्ष नव्हते. ते तत्कालीन सत्ताधीशाच्या विरोधात असलेले सत्तासंघर्ष होते.

कार्ल मार्क्स यांनी लावलेली इतिहासाची आणि जीवनाची संगती प्रभावी आणि परिणामकारक नक्कीच होती. मार्क्स यांनी दिलेले लढे काळप्रवाहात गडप झाले; पण त्यांचं 'दास कॅपिटल' मात्र काळप्रवाहावर मात करून दशांगुळं शिल्लकच आहे. मार्क्स यांच्या प्रभावी शब्दांचा प्रभाव असा विलक्षण, की कुटुंबरचनेपासून ते थेट राज्यव्यवस्थेपर्यंत आणि कलेपासून ते थेट कामगारांच्या श्रममूल्यापर्यंत जीवनाच्या प्रत्येक अंगोपांगावर मार्क्स यांच्या विचारांचं प्रतिबिंब पडलं. जगातल्या मोठमोठ्या विचारवंतांना पुनर्विचार करावा लागेल, अशी मानवी मनाची आणि समाजाची पुनर्बांधणी कार्ल मार्क्स यांनी केवळ विचारांच्या साहाय्यांनी करून दाखवली. हे जे विलक्षण यश मार्क्स यांच्या विचारांना लाभलं, तो केवळ त्यांच्या विचारांच्या गुणवत्तेचा परिणाम होता, की इतर ज्या काही जागतिक घटना घडल्या, त्या घटनांचा तो आनुषंगिक परिणाम होता, याचा आपण विचार करू या. भारतात तर मार्क्सवादाचं, समाजवादाचं अपरिमित आकर्षण आहे, त्याची काही एक वेगळी संगती आता आपण पाहू या.

सर्वात प्रथम 'जर्मनीत क्रांती घडो' अशी आशा बाळगत असताना मार्क्स यांना जर्मनी सोडून इंग्लंडमध्ये आसरा घ्यावा लागला; पण जर्मनीत कधी क्रांती झाली नाही. एवढंच नव्हे, तर पुढील काळात हिटलरने कम्युनिझमला कडवा विरोध केला. कम्युनिस्ट रशियाबरोबर तह करावा लागला, याचाही हिटलरला मनस्ताप झाला होता. जर्मनीत क्रांती झाली नाहीच; पण इंग्लंडमध्ये क्रांती होईल, हा मार्क्सचा विश्वास फोल ठरला. रशियात कधीही क्रांती होणारच नाही, ही त्यांची भविष्यवाणीदेखील नियतीने पार उधळून लावली. ज्या रशियात क्रांती होणारच नाही, असं कार्ल मार्क्स यांचं भाकीत होतं, त्याच रशियात सर्वप्रथम क्रांती व्हावी आणि त्याच रशियामुळे मार्क्सवाद विस्तार पावावा, हा मात्र नियतीने केलेला एक क्रूर विनोद आहे.

१९१७ साली आधीच सुरू झालेल्या क्रांतीने रशियात एक चमत्कार झाला. रशियाचे नेतृत्व लेनिनने स्वीकारले. रशियात लोकराज्याची स्थापना झाली. जो मार्क्सवाद आजवर केवळ ग्रंथस्थ होता, तो प्रत्यक्ष व्यवहाराच्या कसास लागण्यासाठी सिद्ध झाला आणि पाहता-पाहता रशिया मोठा होऊ लागला. योग्य तो सत्तापालट होऊन स्टॅलिन सत्तेवर आला. अत्यंत धूर्त आणि कुटिल नेतृत्व. दुसऱ्या महायुद्धात खरा फायदा रशियाचा झाला. हिटलर जिंकत असताना स्टॅलिन जर्मनीबरोबर होता आणि मित्रदेशांचा विजय होत असताना स्टॅलिन दोस्तराष्ट्रांबरोबर होता. हा धूर्तपणा, हे कौटिल्य केवळ

अजोड होतं. दुसरं महायुद्ध संपलं. जगाचे नकाशे बदलले. ब्रिटिश संपले. फ्रेंच पांगळे झाले. जर्मनी विभाजित झाला आणि रशिया प्रचंड प्रमाणात वाढला. अमेरिका महासत्ता झाली. दुसरी सत्ता अर्थातच रशिया. दुसरं महायुद्ध संपलं त्याच क्षणापासून अमेरिका आणि रशियात एक शीतयुद्ध सुरू झालं. सारं जग दोन भागांत विभागलं गेलं. अमेरिका पक्ष आणि रशिया पक्ष.

भारतीय विचारवंत हा घटनाप्रवाह पाहत होते. इंग्लंड आणि अमेरिकेच्या तोडीस तोड असं साम्राज्य निर्माण करणाऱ्या रशियाबद्दल भारताच्या मनात एक कुतूहल आणि आकर्षण होतंच. १९१७ पासून, किंबहुना त्याही पूर्वीपासून भारताला साम्यवाद परिचित होताच. झारशाहीच्या जुलमी जोखडातून मुक्त करून रशियाला महासत्ता करणाऱ्या साम्यवाद नामक प्रभावी अस्त्राकडे भारतीय विचारवंत अचंब्यानं आणि आदरानं पाहत होते. साम्यवादावरची निष्ठा म्हणजे रशियावरची निष्ठा, असं एक समीकरण स्टॅलिननं अगदी पोलादी भक्कमपणे टाम करून टाकले.

रशियाच्या ह्या दिग्विजय मुळे मार्क्सवाद म्हणजे प्रगती, मार्क्सवाद म्हणजे वैभव, मार्क्सवाद म्हणजे मानवता, मार्क्सवाद म्हणजे स्वातंत्र्य, मार्क्सवाद म्हणजे युरोपियन साम्राज्यवादाला पायबंद, मार्क्सवाद म्हणजे धर्माच्या जाचक बंधनातून मुक्ती आणि मार्क्सवाद म्हणजेच प्रगतीची चरम अवस्था असे मापदंड भारतीय विचारवंतांच्या मनात पक्के झाले.

'एव्हरीथिंग वॉज नॉट वेल इन रोम' ह्या उक्तीप्रमाणे सामर्थ्यानं उभ्या राहिलेल्या ह्या रशियन साम्राज्यात सगळं काही चांगलंच नव्हतं. किंबहुना चांगलं असं फारच थोडं होतं. फक्त घडत होतं एवढंच, की रशियन जनतेचा आक्रोश शासनाच्या पोलादी तटबंदीतून बाहेर येत नव्हता. बंदुका सदैव रोखलेल्या असल्या आणि प्रसारमाध्यमांवर पकड असली, की रणरणत्या वाळवंटाचं रूपांतरदेखील नदीच्या खळाळत्या प्रवाहात होऊ शकतं, याचं एक भीषण प्रत्यंतर रशियात येत होतं. कारण वास्तव काय आहे, याला काहीच महत्त्व नव्हतं, अर्थ नव्हता. बाहेर काय प्रक्षेपित होत आहे, तेच महत्त्वाचं होतं. त्यालाच अर्थ होता.

समाजात कोणाचंच व्यक्तिगत असं काहीच नाही, जे काही आहे ते सगळं समाजाचं. हे ऐकायला, वाचायला खूप श्रेष्ठ वाटतं; पण संकल्पनेचं व्यावहारिक प्रक्षेपण मात्र कल्पनातीत रूपात झालं. मानवी मन सूत्रात मावत नाही हेच खरं. 'ह्या जगात माझं काहीच नाही, जे काही आहे ते सर्वांचं, म्हणजे व्यावहारिक पातळीवर कोणाचंच नाही', ह्या जाणिवेतून एक विचित्र प्रकारची निराशा निर्माण झाली. ह्या निराशेतून, निर्मम अशा मनोदशेतून एक यांत्रिकपणा जन्माला आला. भ्रष्टाचार फोफावला. नातेवाईकांची वर्णी

लावण्याची वृत्ती माजली. सत्ताधीशांचं संपूर्ण समाधान हे सूत्र झाले. संशय, संदेह आणि भय ह्या भावनांनी समाज पोखरून निघाला. यातूनच 'बिग ब्रदर इज वॉचिंग' ही दूरवस्था निर्माण झाली. वेगळा विचार म्हणजे विनाश हे विधीलिखित झालं. लेखक, कलाकार, विचारवंत, कवी यांची धिंड निघाली. अनेकांनी देशांतर केलं. कित्येक सैबेरियात मरणाची वाट पाहत जगत राहिले. शुद्धीकरणं झाली. दुसऱ्या महायुद्धात मेली नसतील एवढी माणसं ह्या शुद्धीकरणात मेली; पण अजूनही रशियन साम्राज्याची शान होती. कारण त्यांची शस्त्रं मजबूत होती.

असं सगळं असूनही भारतीय विचारवंत मात्र रशियाकडे आणि साम्यवादाकडे आशेनं पाहत होता. त्यांच्या जीवीचा तो विसावा होता. अर्थात या आशेमागेसुद्धा काही कारणं होती. त्या कारणांचा आता आपण थोडक्यात विचार करू या.

विसाव्या शतकाच्या सुरुवातीपासून मार्क्सवादाचा भारताला परिचय होऊ लागला होता. ब्रिटिशांनी स्वत: कधी मार्क्स स्वीकारला नाही; पण भारतात मात्र मार्क्सवादाचा मोकळेपणाने प्रसार होऊ दिला, हा खास इंग्लिश धूर्तपणा आहे. भारतीय मनात आपली परंपरा, आपला इतिहास, आपलं तत्त्वज्ञान आणि आपला धर्म ह्या कशाबद्दलही स्वाभिमान आणि अस्मिता निर्माण होणारच नाही, याची चोख खबरदारी आधुनिक शिक्षणपद्धतीनं घेतलेली होतीच. यात भरीस भर म्हणून मार्क्सवादामुळे जर धर्मोच्छेद होणार असेल, समाजाची श्रद्धा ढासळणार असेल, पूर्वजांबद्दल तिरस्कार निर्माण होणार असेल, परंपरांचे प्रवाह खंडित होणार असतील, तर ते ब्रिटिशांना हवंच होतं. त्यामुळेच चळवळी किंवा आंदोलनं ह्या पातळीवर जेव्हा कम्युनिझम आविष्कृत झाला, तेव्हा ती आंदोलनं ब्रिटिशांनी चिरडून टाकली. मार्क्सवादाच्या निमित्ताने व्यापारात निर्माण होणारा अडथळा ब्रिटिशांना सहन होणारा नव्हता; पण मार्क्सवादामुळे भारतीय मन दुभंगणार असेल, तर ते ब्रिटिशांना फायदेशीरच होतं.

पारतंत्र्याच्या सुरुवातीच्या काळात बहुतेक नेतृत्व ब्राह्मणांचंच होतं. महाराष्ट्रात तर ब्राह्मण समाज थेट सत्ताधीशच होता. ह्या काळात ब्राह्मण समाज गोंधळलेल्या अवस्थेत होता. ब्रिटिशांबद्दल जहरी द्वेष, आपला पराभव झाला याची खंत, नवीन ज्ञानामुळे दीपावलेल्या नजरा, शिस्तबद्ध ब्रिटिश प्रशासनामुळे अचंबित झालेली जाणीव, आपण सामाजिक अन्याय केले, आपणच सामाजिक कल्लोळाला जबाबदार आहोत याची विनाकारण वाटणारी खंत आणि याच बरोबरीने ब्रिटिशांवर मात करण्याची जिद्द, नाना प्रकारचे न्यूनगंड, हीनगंड आणि अपराधगंड ही ब्राह्मण समाजाची मानसिकता होती. ब्रिटिशांना पर्याय म्हणूनदेखील मार्क्सवादाकडे पाहिले जात होते. १९३०च्या आधीपासूनच भारतात धर्मांध मुसलमानांनी दंगे सुरू केले. दंग्यांचे हे प्रमाण

दिवसेंदिवस वाढत्या प्रमाणात वाढत गेले. शेवटी फाळणी झाली. लाखोंचा नरसंहार झाला. हा धर्माच्या नावाने मानवतेला फासला गेलेला काळीमा होता. एका बाजूला हा व्यावहारिक पराभव, तर दुसऱ्या बाजूला हिंदू धर्मातल्या रूढी आणि अस्पृश्यता ह्या सर्व घटनांमुळे भारतीय विचारवंत 'धर्म' या संकल्पनेपासून दूर गेला आणि त्याला मार्क्स जवळचा वाटू लागला. साम्यवादाच्या प्रेमात पडून त्याची कणभरही परीक्षा न करता आम्ही तो जसाच्या तसा भारताला लागू करण्याचा प्रयत्न केला. मार्क्सवाद विश्वात्मक आहे, असे जणू आम्ही गृहीतच धरले. त्याची मीमांसा केली नाही. निदान भारतात तरी मार्क्सवाद ही एक नवीन पोथीच झाली.

मार्क्सवाद भारतात शिखरस्थ झाला, याला एक राजकीय कारण परंपरादेखील आहे. १९३७ सालापर्यंत भारतात काँग्रेसला राजकीय पर्यायच नव्हता; पण सदतीस सालापासून सावरकरांच्या रूपानं एक नवीन पर्याय निर्माण झाला. मार्क्सवाद काय किंवा समाजवाद काय, ह्या दोन्ही शक्तींपासून काँग्रेसला सत्तात्मक धोका कधीच नव्हता. कारण मूलतः ह्या दोन्ही शक्तींना ना जनाधार होता, ना त्यांच्याजवळ तळागाळापर्यंत पोचलेलं नेतृत्व होतं. म्हणूनच मार्क्सवादाला/समाजवादाला शिखरस्थ ठेवायचं, त्या वादांचा उपयोग करून हिंदुत्वाला बदनाम करायचं ही काँग्रेसची राजकीय गरज होती. संकुचित, प्रतिगामी, ब्राह्मणी कावा, धर्मांचं राजकारण ही आणि अशी अनेक दूषणं देऊन हिंदुत्वाला सतत बदनाम करण्यात आलं. तशात पुन्हा गांधीवध झाला. मग 'हिंदुत्व' ही एक सामाजिक शिवीच झाली. 'हिंदुत्वा'ला सगळीच व्यासपीठं नाकारण्यात आली. सरकारी, अर्धसरकारी माध्यमांनी हिंदुत्वाला बहिष्कृत केलं. कवी, लेखक आणि कलाकार केवळ मध्ययुगातच राजाश्रयावर अवलंबून असतं असं नाही, तर अगदी लोकशाहीतसुद्धा सरकारी कृपा असेल तर लेखक, कवी आणि कलाकारांचीच नव्हे, तर विद्वानांचीदेखील फळी निर्माण करता येते. तेच भारतात करण्यात आलं. जगात दोन महासत्ता होत्या. अमेरिका आणि रशिया. इंग्लंड किंवा अमेरिकेकडे पूर्णपणे झुकणं शक्यच नव्हतं. कधी अमेरिकेकडे झुकत तर कधी रशियाचं बोट पकडून आंतरराष्ट्रीय राजकारण करणं ही आपली राजकीय गरज होती. पं. नेहरूंना समाजवादाचं आकर्षण होतंच; शिवाय हिंदू धर्म, हिंदुत्व याची त्यांना अगदी घृणाच होती.

धार्मिकतेची घृणा असणं, समाजवादाचं आकर्षण असणं, भारतात समाजवादी शक्तींकडून सत्तेला धोका नसणं, रशियाला दुखवणं शक्य नसणं, भारतीय मनाला विश्वात्मक विचारांचं अपार आकर्षण असणं या सर्व घटकांचा उपयोग करून काँग्रेसने, मार्क्सवाद किंवा मार्क्सवादातून जन्माला आलेला समाजवाद हा प्रगत आहे, तोच जीवनाचा खरा अर्थ आहे, तीच मानवाची एकमेव आशा आहे, असं समीकरण

अगदी वज्रलेप करून टाकलं (सत्तेत मार्क्सवाद्यांचा सहभाग झाला, की सत्ता किती हिंदुत्वद्वेष्टी होऊ शकते, याचा प्रत्यय मणीशंकर अय्यर यांनी १५ ऑगस्ट २००४ या दिवशी दिला. त्यांनी अंदमानातून सावरकरांच्या कविताच काढून टाकल्या. काँग्रेसच्या प्रत्यक्ष सत्ताकारणात रशियाची कशी मदत असायची, याचा पुरावा निवृत्त केजीबी अधिकाऱ्याच्या आत्मचरित्राने २० सप्टेंबर २००५ रोजी दिला आहे.).

आदर्श, आदर्श म्हणून ज्या रशियाकडे पाहिलं, त्या रशियात पुढे काय झालं?

रशियन जनतेच्या आक्रोशाची वाफ कोंडली जात होती आणि जेव्हा अतीच झालं, तेव्हा ती वाफ सगळ्या बंधनांना झुगारून देऊन सोसाट्याने बाहेर पडली. मिखाईल गोर्बाचेव्ह यांनी जरा मोकळीक देताच, लहानशा फटीचं खिंडार व्हावं आणि प्रचंड प्रपात फुफाटून वाहू लागावा आणि त्या प्रवाहात सगळं काही वाहून जावं, त्याप्रमाणे रशियन हुकूमशाही आणि साम्यवादाची पोलादी चौकट वाहून गेली. रशियन साम्राज्य मोजून पंचाहत्तर वर्षांत संपलं. केवळ संपलं नाही, कोसळून पडलं. बरं, जे रशियात घडलं ते अगदी त्याच क्रमाने चीनमध्येदेखील घडलं. अत्याचार, खासगी संपत्तीचे विलीनीकरण, माणसांचे यांत्रिकीकरण, कलाकार, लेखक, कवी आणि विचारवंत ह्या सर्वांची धिंड निघणं, 'बिग ब्रदर इज वॉचिंग' अशी दूरवस्था निर्माण होणं, शुद्धीकरणाच्या गोंडस नावाखाली नरसंहार करणे हे सगळे प्रकार चीनमध्ये झाले. चीनमध्येदेखील माओने स्वीकारलेला मार्क्सवादच आहे; पण रशिया आणि चीन एकात्म होऊ शकला नाही.

जिथे मार्क्सवाद स्वीकारला गेला, तिथे हाच घटनाक्रम का घडतो? याचा अर्थ मार्क्सवादात मुळातच काही दोष आहेत, काही उणिवा आहेत असा होतो का? जिथे जिथे मार्क्सवाद स्वीकारला गेला, तिथे तिथे हुकूमशाहीच का निर्माण झाली? कामगारांजवळ श्रममूल्य असतं, त्यांच्या श्रमांच्या तुलनेत त्यांना फार कमी मोबदला मिळतो हेदेखील खरं आहेच; पण असं कामगारांच्या बाबतीत घडतं म्हणून केवळ त्यांना क्रांतीचे अग्रदूत मानणं किंवा त्यांना समाजाचे तारणहार मानणं, यात तर्कशुद्ध विचारांपेक्षा आवेग, भावना आणि कळवळाच जास्त आहे किंवा ह्या निमित्ताने तरी ब्रिटिशांच्या अर्थव्यवस्थेत गोंधळ माजावा एवढाच हेतू दिसतो.

कार्ल मार्क्स यांच्याबद्दल नितांत आदर असूनही मार्क्सवादाचा विचार करताना खालील मुद्दे ठामपणे लक्षात ठेवले पाहिजेत -

(१) मार्क्स ज्यू आहेत. धर्माबद्दलच्या त्यांच्या मताचा विचार करताना हा मुद्दा अतिशय महत्त्वाचा आहे.

(२) मार्क्सचा विचार करताना जर्मन आणि ब्रिटिशांचं वैर लक्षात ठेवलं पाहिजे. इतर

युरोपियन देशांच्या तुलनेत जर्मनीला नगण्य यश मिळालं होतं.

(३) मार्क्स यांचा शेवट उपेक्षेत आणि विजनवासातच झाला.

(४) १९१७ साली लेनिनमुळे आणि पुढे स्टॅलिनमुळे मार्क्सवाद पुढे जगभर पसरला.

(५) भारतीय विचारवंतांनी गोंधळलेल्या अवस्थेतच मार्क्सवादाचा स्वीकार केला.

(६) मार्क्सवाद शिखरस्थ ठेवणं ही काँग्रेसची राजकीय व्यूहरचना होती.

(७) रशियाचे सहकार्य स्वीकारूनच आंतरराष्ट्रीय राजकारण करणं ही भारताची राजकीय आणि आर्थिक अपरिहार्यता होती.

(८) मार्क्सवाद म्हणजे मानवी मनाचा आणि इतिहासाचा अचूक असा वेध आहे, हे म्हणणे खरं नाही.

(९) मार्क्सवाद स्वीकारला जातो, तिथे भीषण अशी हुकूमशाही स्थापन होते.

(१०) मार्क्सवाद जसाच्या तसा भारताला लागू करणं धोक्याचं आहे. कारण ते ह्या मातीतले तत्त्वज्ञान नाही.

विसाव्या शतकाच्या मध्याला सिग्मंड फ्रॉईड यांनी मनोविश्लेषणाच्या क्षेत्रात अभूतपूर्व अशी क्रांती घडवून आणली. कामवासना हीच मानवाची मूळ प्रेरणा आहे. माणसाची घडण करण्याचं काम हीच कामवासना करत असते, अशी एक विलक्षण मीमांसा फ्रॉईड यांनी प्रतिपादली. अनेक गुंतागुंतीच्या केसेस त्यांनी ह्या मीमांसेच्या आधारे बऱ्या केल्या; पण आयुष्याच्या उत्तरार्धात मात्र फ्रॉईड यांनी जाहीर केलं की, 'माझी थिअरी चुकीची नसली, तरी मोठ्या प्रमाणावर अपूर्ण आणि अपुरी आहे.'

मार्क्स यांनी 'अर्थ' प्रमाण मानून जीवनाचा शोध घेण्याचा प्रयत्न केला, तर फ्रॉईड यांनी 'कामा'ची मूलभूत म्हणून स्थापना केली; पण आपल्या पूर्वजांनी चार पुरुषार्थांचा विचार केला. अर्थाचे महात्म्यही आम्हाला ज्ञात होते आणि कामाची विलक्षण व्यापक गुंतागुंतदेखील आम्ही नजरेआड केली नव्हती. आपल्या पूर्वजांनी पाहिलेला चतुरंगी पुरुषार्थ पुन्हा या देशी रुजो, समृद्ध होवो हीच आशा.

*****

॥ बाद... नाबाद

समोर सामना ऐन रंगात आला होता. दुपारची वेळ होती. ऊन रणरणत होतं. वारं अधून-मधून पडून मलूल वाहात होतं. सगळ्या सावल्या झाडांनी आपापल्या बुंध्याखाली पार चेपून टाकल्या होत्या. घामाच्या धारा वाहात होत्या. घाम पुसून पुसून रुमालाचा ओला गच्च गोळा झाला होता.

पण सामना ऐन रंगात आलेला होता.

सामन्याची रंगत अशी काही होती, की उन्हाकडे, घामाकडे आणि पडलेल्या वाऱ्याकडे आमच्या कुणाचंच लक्ष नव्हतं. रंगून जाऊन आणि भान हरपून मी सामना पाहत होतो.

तसं पाहता खेळाडू नावाजलेले नव्हते, असं म्हणणंसुद्धा हास्यास्पद ठरेल, इतके सारे खेळाडू नगण्य आणि सामान्य होते.

आमच्या वाडीतली लहान मुलं आपापसात टीम पाडून सामना खेळत होती. खेळाडूंचे वय सरासरी चौदा होते. स्टम्प्स दोनच होते. बॅट एकच होती. त्यामुळे फलंदाजाच्या हातात बॅट होती आणि दुसरा नुसताच धावत होता. असे असूनही सामना जोषात होता. वाढलेलं आणि तापलेलं ऊन, पडलेला वारा, चेपल्या गेलेल्या सावल्या या सगळ्यांवर मात करून सामना रंगातच होता...

मी अगदी रंगून लक्षपूर्वक पाहत होतो.

अचानक एक बॉल फारच चांगला पडला. एल.बी.चे जोरदार अपील झालं; पण अंपायर निर्विकार होता. त्याला जणू तो जबरदस्त चेंडू दिसलाच नव्हता. खेळाडूची झालेली चूक त्याने जणू पाहिलीच नव्हती. तो शांत उभा होता. त्याने बोट काही उंचावलं नाही.

मला वाटलं आता खेळ मोडणार! एवढा रंगलेला सामना अचानक थांबणार. माझं

मन जरासं खट्टू झालं.

पण...

पण तसं काही झालं नाही.

सामना पुन्हा सुरू झाला. रंगू लागला. थोड्या वेळापूर्वी खेळाडूने केलेली चूक आणि अंपायरचा अडेलतट्टूपणा कोणाच्याही लक्षात नव्हता. सामना पूर्ववत रंगू लागला.

तेवढ्यात पुन्हा एकदा रन्आऊटचं अपील झालं.

पण अंपायर ढिम्म होता. आता मात्र आवाज चढू लागले. हमरीतुमरी होऊ लागली. मला वाटलं आता मात्र नक्कीच डाव मोडणार; पण कोणीतरी शक्कल काढली. हा अंपायर फारच चिकीखाऊ आहे म्हणून अंपायरपद माझ्याकडे चालून आले.

सामना पुन्हा सुरू होणार अशी चिन्हं दिसू लागली. दोन्ही टीमचे कॅप्टन माझ्याजवळ येऊन मला अगदी गंभीरपणे सांगू लागले,

"आमच्या खेळात ना, एल.बी.ची सत्ता नाही आणि रनआऊटसुद्धा अगदी काटेकोरपणे पाहायचं नाही."

मी हसलो. म्हटलं,

"ठीक आहे."

खेळ सुरू झाला.

एल.बी. आणि रनआऊटची सत्ता नव्हती. खेळाचे नियम शिथिल करण्यात आले होते; पण खेळाची रंगत मात्र कायम होती. मी अंपायर म्हणून उभा होतो. एल.बी. आणि रनआऊट असे काही नियम क्रिकेटमध्ये असतात याचाच मला विसर पडला.

मला तापणाऱ्या उन्हाचा विसर पडला. माझ्यासमोर खेळणारे खेळाडू म्हणजे लहान पोरं आहेत, याचाही मला विसर पडला. मी रोखून लक्षपूर्वक पाहात होतो.

काय झालं ते क्षणभर मला समजलं नाही. माझ्यासमोर पसरलेलं ते छोटंसं खेळाचं मैदान पाहता पाहता विस्तारत गेलं. ते एवढं विस्तारत गेलं, ते एवढं विस्तार पावलं, एवढं विशाल झालं की सगळं जग त्या छोट्याशा मैदानात जिरून गेलं.

अनेक युगं उलटून गेली आहेत.

जितकी युगं उलटून गेली आहेत, त्याहीपेक्षा अधिक युगं उलटून जातील. जीवनाचा हा खेळ सुरूच आहे. या खेळाला खळ नाही. सतत डाव रंगतोच आहे. युगामागून... मैदानं बदलत आहेत. खेळाडू क्षणाक्षणाला बदलत आहेत. खेळांचे नियम काटेकोरपणे कोणीच पाळत नाही; पण तरीही खेळ ऐन बहरात आहे. एखादा नियम मोडला थोडासा म्हणून काय झालं, पण खेळाडू तर चांगला आहे ना, डाव रंगतोय ना, मग एल.बी. असला तरी बाद म्हणायचं नाही. आणि रनआऊटचे नियम अगदी काटेकोरपणे लावायचे

नाहीत. कारण नियमांचे अगदी कठोर पालन करायचे ठरवले, तर मैदानात कोणी खेळाडूच उरणार नाही, हे आम्हाला माहीत आहे. खेळाडूच्या एखाद्या उणिवेचं निमित्त करून त्याच्या अवघ्या कौशल्यावर फुली मारायची नसते आणि त्याला मैदानातून बाद करायचं नसतं, ही सूक्ष्म समज आम्ही फार प्राचीन काळापासून दाखवलेली आहे.

माझ्या डोळ्यासमोर अनेक गुणवंत आणि यशवंत खेळाडूंची नावं आणि त्यांचे गाजलेले डाव तरळू लागले.

अनेक गुणी कलाकारांनी समृद्ध केलेली कलादालने माझ्या डोळ्यासमोर तरळू लागली. कलाकारांची कला दैवी होती, अलौकिक होती; पण त्यांची व्यक्तिगत आयुष्ये मात्र दैवी तर सोडाच, पण मानवीदेखील नव्हती. एवढंच नव्हे, तर एक पाऊल पुढे जाऊन हे कलाकार म्हणू लागले की, 'समाजाने फक्त आमची कला पाहावी, आमची कला लोकांसाठी आहे. आमचा फक्त आविष्कार समाजासाठी आहे. तेवढ्यावर आणि फक्त तेवढ्यावरच समाजाने समाधान मानावं. आमच्या खासगी आयुष्यात ढवळाढवळ करण्याचा समाजाला कोणताही अधिकार नाही.' शिवाजीची भूमिका करणारा नट शूर असतोच असं नाही आणि सुधाकरची भूमिका करणारा अभिनेता मद्यपी नसतोच असं नाही. लेखक पण म्हणू लागले की, 'आम्ही फक्त शब्दकळा निर्माण करतो. आम्ही साहित्यातले आदर्श अमलात आणूच असे नव्हे, शब्द लाघव हा आमचा आविष्कार असतो आणि एका अर्थानं तो आमचा अभिनयच असतो. या म्हणण्यात काही एक अर्थ निश्चितच आहे... पण यात एक चलाखी आहे. एक सूक्ष्म, चटकन लक्षात न येणारी पळवाटदेखील आहे.'

मान्य. एकदम मान्य. नाही ठेवत आम्ही तुमच्याकडून आदर्शाची अपेक्षा. दैवी किंवा आदर्श सोडून द्या, पण किमान सरळ आणि मानवी तर वागाल! हरिश्चंद्राची भूमिका करणारा सत्यमूर्ती होऊ शकत नाही, हे मान्य; पण तो जर कलीसारखा वागू लागला तर आम्ही रसिकांनी काय करावं?

पण आमच्या दृष्टीने हा प्रश्न कधीच नव्हता.

आम्ही अनेकांचे दोष कधीच माफ करून टाकले आहेत. आम्ही मग कलाकारांचा क्षुद्रपणा विसरलो. व्यसनं विसरलो. उधळेपणा विसरलो. फक्त कला तेवढी सतत लक्षात ठेवली.

अनेक पाश्चिमात्य युगंधर लेखकांची चरित्रे वाचताना असा भ्रम पडतो, की हे लेखकाचे चरित्र आहे की गुन्हेगाराचे चित्र आहे? पण ती अवघी काळी बाजू नजरेआड करून आम्ही फक्त त्यांची ग्रंथसंपदाच स्मरणात ठेवली.

आणि खेळ सतत रंगतच राहिला.

राजकारण्यांबद्दल काय बोलावं. त्यांना तर आम्ही विशेष सवलती कायमच्याच देऊन ठेवलेल्या आहेत. खोटं बोलणं, पैसे खाणं, शब्द फिरवणं, पक्ष बदलणं आणि अनेक सवलती राजकारणी नेहमीच उपभोगत असतात. रनआऊट नाही. एल.बी. नाही.

पण... सामना रंगतोच आहे.

सार्वजनिकच नाही, पण व्यक्तिगत आयुष्यातही आम्ही अनेक वेळा क्षमाशीलच होत असतो. प्रत्येक चुकीसाठी एकेक माणूस तोडत जायचं असं ठरवलं, तर जोडण्यासाठी माणूसच उरणार नाही. एकमेकांना सांभाळून घेत, एकमेकांचे अपराध विसरत, आम्ही सतत खेळत असतो.

उणिवा आम्हाला दिसत असतात, चुका आम्हाला कळत असतात; पण एक खोल समज दाखवून आम्ही म्हणतो, 'एल.बी.ची सत्ता नाही.'

माझ्या समोरचं मैदान विशाल झालं. त्यात मला जगच दिसू लागलं. मग त्या पोरकट खेळात मी गंभीरपणे रस घेऊ लागलो.

अचानक गलका झाला.

एल.बी.चं जोरदार अपील झालं. आवेशानं मुठी उगारण्यात आल्या.

पण मी मख्ख झालो.

विरुद्ध संघानं निराशेनं माना झटकल्या; पण मी स्थिर होतो. मला माहीत होतं, की फलंदाज बाद होता; पण एल.बी.ची सत्ताच नव्हती.

क्षणार्धात खेळ पुन्हा सुरू झाला. रंगू लागला,

ऊन तळपत होतं.

पण आम्हाला तमा नव्हतो. सामना ऐन बहरात होता. आम्हाला नियमांच्या काटेरी कुंपणात रस नव्हता. खेळाच्या रंगतीत आमची रुची होती. ध्यास होता.

पुन्हा अपील झालं. मी बोट वर केलं. बाद खेळाडू जरा नाराजीनं निघून गेला. नवीन खेळाडू उत्साहात आला.

खेळ सुरू झाला.

बाद-नाबाद क्रम सुरूच राहिला. सामना ऐन बहरून रंगत होता.

भान हरपून आम्ही खेळत होतो. फक्त खेळत होतो.

*****

॥ आगिनपाखरू

आकाश नुसतं आभाळून आलं होतं. कोणत्याही क्षणी पाऊस कोसळू लागणार होता. अविरत अथकपणे आकाश पाझरत राहील. गोदावरी बेभानपणे, गुलाबी होऊन सुसाटत धावत सुटेल. तिचा आवाज, गाभाऱ्यातील 'ॐकारा'प्रमाणे घुमत राहील. उंच झाडं, कौलं, छप्परं, पागोळ्या, रस्ते सगळंच जलमय होऊन जाईल. गळत्या पाण्याचे गज आपल्याभोवती उभे राहतील. मग कुठे जाणं नाही की कुणाचं येणं नाही.

आकाश नुसतं आभाळून आलं होतं.

कोणत्याही क्षणी पाऊस कोसळू लागणार होता...

माडीवरच्या खोलीच्या खिडकीत आबा दरेकर गच्च आभाळाकडे पाहत स्वस्थ बसले होते. दुपारपासून चहा पिऊन पिऊन तोंडाची चव पार गेली होती. विडीचा धूर आसपास घुटमळत होता...

आभाळ गच्च होतं. मनात दाटून येणाऱ्या कवितेसारखं. थोड्या वेळानं आकाश कोसळेल, संथ संततपणे, कागदावर उमटणाऱ्या कवितेच्या ओळीसारखं!

कविता...! कविता...!

खरंच ही कविता आपल्याजवळ नसती, तर आपण काय केलं असतं? कसे जगलो असतो? जिवंत राहिलो असतो; पण जगलो मात्र नसतो. दिवस काय कसेही गेले असते; पण प्रत्येक दिवस, व्यक्त न होणाऱ्या कल्पनेप्रमाणे काळजात ठसठसत राहिला असता. कविता सोबतीस नसती तर...! या नुसत्या कल्पनेनेही आबांचा जीव घाबरा झाला. आबांनी नकळतपणे पुन्हा विडी पेटविली. कडक धूर आत खोलवर फिरला. नाका-तोंडातून वलया-वलयाने बाहेर पडला. बरं वाटलं! दूर कुठेतरी वीज कडाडली. कंदील फडफडला. आबा दोन हातांवर खुरडत खुरडत पुढे झाले. फडफडणारा कंदील त्यांनी कोनाड्यात ठेवला. पुन्हा खिडकीत येऊन बसले. पावसाला अवदसा सुचली

होती. खूळ लागल्याप्रमाणे पाऊस आदळत होता आणि पिसं लागल्याप्रमाणे वारा सुसाटत होता.

आता कोणी येणार नाही. अशा कुंद पावसात आबा पार कोंडले जातात.

गप्पा नाहीत. हशा नाही. ढोलकीची सुरेल कडकडीत थाप नाही. काही म्हणजे काही नाही. फक्त पाऊस, वारा आणि एकटेपणा. अशा कुंद वातावरणात एकट्या जिवाला काही सुचतही नाही. एकट्याने काही लिहिणं आबांना कधी जमलंच नाही. चार मंडळी असावी. पायपेटीचा स्वच्छ सूर असावा, परश्याचा ताणलेला आवाज असावा, की मगच... मगच कविता अशी लखकन झपकून बाहेर यावी. पागे एकदा म्हणाले होते,

"आबा, तुमची ही गप्पाष्टके जर कमी केलीत, तर आणखी किती तरी कवनं रचाल तुम्ही."

आबा हसले होते.

"पागे, या गप्पा आणि कविता याच दोन पायांवर तर मी जगतोय. नाहीतर मी पांगळा माणूस... काय करणार? बसून असतो. कविता करतो. गप्पा ऐकतो."

आबांना वाटलं, खरंच कविता नसती तर आपलं गरीब आयुष्य अगदीच कंगाल झालं असतं. कविता आहे म्हणून तर पागे भेटले, म्हसकर भेटले, दातार भेटले, बाबाराव सावरकर भेटले आणि...

म्हसकर आणि पागे... दोन शरीर पण एक आत्मा! म्हसकर कमी आणि हळू बोलणारे, तोलून-मापून हसणारे आणि पागे अघळपघळ बोलणारे... दणादण हसणारे, दोघेही वास्तविक सरकारी नोकर; पण ब्रिटिशांबद्दल त्यांच्या काळजात अशी कटुता, की शक्य असतं तर... आणि बाबाराव... एक वेगळंच मिश्रण... देशभक्ती रोमारोमात भिनलेली; पण अंतरात्मा मात्र आध्यात्मात वेढलेला आणि त्यातच पुन्हा नाटकाची आवड... आणि या सगळ्यांनाच सांभाळून घेणारे, एका दुव्यात बांधून ठेवणारे दातार. ही सगळीच मंडळी देशभक्तीने पेटलेली होती. भारलेली होती. आणि सगळेच आबांच्या प्रेमात होते. म्हसकर पाग्यांचे 'राष्ट्रभक्त समूह मंडळ!' आबा आजवर फक्त ऐकून होते. त्यांना अप्रूप होत ते बाबांच्या आध्यात्मिक अनुभवांचं! नाटकांच्या गप्पांचं! समोरच्या बोळातून वारा गरगरत फिरला. आबांना नांदीच्या वेळी वाजणारा गंभीर ऑर्गन आठवला. बाबारावांच्या पाठुंगळीवर बसून किती वेळा... आबांनी पुन्हा विडी पेटवली. धुपाचा वास आठवला. विडीच्या ठिणगीकडे पाहत...

पागे म्हणाले होते,

"आबा, विनायकला भेटा एकदा. त्याच्या नजरेत ठिणगी नाही... अख्खा वणवा आहे वणवा...! परवा तो म्हणाला..."

विनायक... विनायक...

अनेकांच्या तोंडी हेच नाव. त्याचेच शब्द. त्याचेच विचार. विनायकानेच नवीन शब्द आणला 'स्वातंत्र्यलक्ष्मी.' स्वातंत्र्यलक्ष्मी... शब्दलोभी आबा या शब्दावर भाळले. तो शब्द त्यांनी पुन्हा पुन्हा उच्चारून पाहिला. लोभी माणसानं कनवटीचा बंदा रुपया पुन्हा पुन्हा चाचपून पाहावा, तसा तो शब्द आबांनी पुन्हा पुन्हा पाहिला, अनुभवला, भोगला. हा शब्द ऐकला आणि आबांना वाटलं, 'उठावं आणि धावत जाऊन विनायकला...'

पण... ते शक्यच नव्हते. आणि विनायकच्या पायाला तर चाकच बसवलेली होती. नाशकात वेगळंच वारं वाहू लागलं होतं. ते साधं वारं नव्हतं... वादळवारं होतं. मधेच कोणातरी सांगितलं, की विनायक कविताही करतो. मग मात्र आबा विनायकला भेटण्यासाठी अधिक आतुर झाले. कोणीतरी म्हणे साहेबाची स्तुती करणारी कविता केली तर? विनायक ताडकन म्हणाला,

"ही कविता म्हणजे, डुकरासमोर मोत्यांचा चारा टाकावी अशी आहे."

आबांना विनायकचा त्वेष आणि द्वेष आवडला आणि त्याची उपमाही आवडली. त्याने म्हणे क्रांतीची शपथ घेतली आहे. परवा कोणीतरी विनायकने केलेला चाफेकरांचा पोवाडा म्हणून दाखवला. आबा थरारून ऐकत होते. कविता अशी असू शकते? कविता अशी असते? एकेक शब्द कसा तलवारीच्या धारेसारखा, विजेच्या लखलखाटासारखा, गंगेच्या प्रवाहासारखा... आबांना क्षणभर स्वत:च्या कविताची लाज वाटली. कसली ती आपली कविता? चावनट...! ढोलकीच्या नादावर कंबर लचकवणाऱ्या बयेसारखी. शी...! ये बाबा... एकदा तरी भेट...! तुझी कविता दाखव... मी माझी प्रतिभा पणाला लावीन. शब्दकळा तुझ्यासाठी उधळीन; पण मला तुझ्यासारखी कविता दाखव...

पण...

ती कविता झेपेल आपल्याला? कालीमातेसारखी भीषण... रुद्रासारखी भयंकर कविता झेपेल आपल्याला? आपण असे... पांगळे... क्षणभर आबा घाबरे झाले... स्वत:वरच थुंकावं असं त्यांना वाटलं... कसनुसं झालं...

पुन्हा एक विडी पेटली...

खाली कोणाची तरी चाहूल लागली... आबांना आनंदाचं उधाण आलं. खालून पाग्यांचा दणदणीत आवाज आला,

"आबा, आहेत का? पाहुणा घेऊन आलोय."

"या. तुमची मी वाटच पाहत होतो. पाहुणा कोण आहे?"

पागे आले. पाहुणा आला.

आबा पाहत होते. झगझगीत गोरा वर्ण. बारकुडा, वळखर बांधा. किंचित मोठं

वाटणारं घवघवीत डोकं आणि नीळसर झाक असलेले डोळे... असे डोळे त्यांनी कधी पाहिलेच नव्हते. नाही... त्या डोळ्यांना उपमाच नव्हती. अवघी शब्दकळा मूक झाली आणि कवित्व अवाक् झाले.

पागे हसले. आबा भानावर आले. क्षणात लखकन समजलं,

“अरे हा विनायक...!”

विनायक पुढे झाला. लाघवी हसत सौम्यपणे म्हणाला,

“आबा, मी विनायक. बाबारावांचा धाकटा भाऊ.”

आणि खाली वाकत म्हणाला,

“आबा, नमस्कार करतो हं!”

बाहेर वीज कोसळली. खोली लखलखली. आबा अवघडले. नकळत डोळ्यातून आसवं पाझरली. का ते आबांना कळलं नाही. ती रात्र धन्य होती. विनायक बोलत होता. क्रांती, स्वातंत्र्य, स्वदेश, स्वधर्म, स्वातंत्र्यलक्ष्मी. शेकडो वेळा ऐकलेले शब्द... पण विनायकच्या तोंडून ऐकताना ते कसे तेजाळून जात होते. चैतन्याने लवथवत होते. विनायक केवळ ओठांनी बोलत नव्हता. त्याचं अवघं अस्तित्व बोलत होतं. आत्मा बोलत होता. बाहेर गंगेला महापूर आला होता. अवकाश विजांनी भारलेलं होतं.

“पण विनायक, ही क्रांती, स्वदेशभक्ती मला कशी जमेल? मी हा असा, तुला माहीत आहेच...”

“आबा, तुम्हाला जमणार नसेल तर जगात कोणालाच जमणार नाही. आबा, तुमच्याजवळ कविता आहे. कविता म्हणजे शब्दांचा सारीपाट नव्हे, की प्रास अनुप्रासांच्या आट्यापाट्या नव्हेत. कविता म्हणजे आत्म्याचा आविष्कार असतो. कवीचा श्वास असतो. आबा, स्वातंत्र्यसूर्याचे सारथी व्हा. मग तुमचा पांगळेपणा लोकांना तर सोडा, तुम्हालासुद्धा आठवणार नाही. आबा सूर्याचा सारथी पांगळाच असतो; पण सूर्यप्रकाश तेजस्वीच असतो...”

आबा पाहत होते. ऐकत होते. आत खोल काहीतरी उमलत होतं. प्रकाशत होतं. उजळत होतं. विशालत होतं.

नंतर दिवसांना कशी गती लाभली. मित्रमेळा, सभा, भाषणं, घोषणा. शपथा, मेळे आणि आबांच्या कविता.

‘रणावीण स्वातंत्र्य कोणा मिळाले?’

आबा झपाटून लिहीत होते. मेळे गाजत होते. नासिक गर्जत होते. साऱ्या समाजाची स्वातंत्र्य लालसा जणू आबांच्या लेखणीतून उसळत होती. तमाशे मागे पडले, वग, बतावण्या, सवालजवाब... परशा तासन्‌तास बसायचा. त्रासून, कंटाळून निघून जायचा.

मेळे... सभा... शपथा... क्रांती...

विनायक खूप मोठा झाला... पुणे... लंडन... अभिनव भारत, १८५७चे स्वातंत्र्यसमर, मदनलाल धिंग्रा. महाराष्ट्रातील अभिनव भारताच्या शाखा... पिस्तुलं... बाबारावांची धावपळ. अटक... छळ... हरामखोरांनी बाबांना बर्फाच्या लादीवर झोपवलं... विजेचे झटके... नाशकातून दरोडेखोराप्रमाणे फिरवलं... अपराध काय त्यांचा? तर... तर... त्यांनी आबांच्या कविता प्रकाशित केल्या... तीस कविता... आणि शिक्षा काय? तर अंदमान... काळे पाणी... जन्मठेप... आबा पार चुरगळून गेले. कोसळले. क्रांती करताना विपरिताची अपेक्षा होती; पण... चटका अपेक्षित काय आणि अनपेक्षित काय... दाह होणारच... वेदना उसळणारच! हरामखोरांनी सावरकरांच्या घराला खणती लावले. अक्षरशः घर खणून काढलं. आबा व्याकूळ झाले. विनायक अटक झाला. मार्सेलीस... नासिक खटला... मित्रांची ससेहोलपट... पार वाताहत...

पाऊस कोसळत होता. धाराचे गज! एकटा, एकांत. आता कोणी येणार नाही. येण्यासाठी कोणी उरलंच नाही. पागे, म्हसकर, दातार, रहाळकर, भट..., सावरकर बंधू... तिकडे दूर अंदमानात... कोलू,... वेत... रणावीण स्वातंत्र्य कोणा मिळाले...?

गंगा फुफाटत वाहत होती.

आबांना वाटलं... लढलात तुम्ही. मी फक्त शिंग होतो. गंगा प्रवाहात मी पण माझा दीप सोडला. दुबळा होता तो; पण शब्दानं तारलं त्याला. स्वातंत्र्यलक्ष्मी या मंत्रानं तारलं त्याला. नाहीतरी कुठेतरी कोपऱ्यात लावण्या रचत बसलो असतो. चावनट काव्य आणि शृंगार... नुसता शब्दांचा सारीपाट... प्रासांच्या आटापाट्या... पण विनायक भेटला... सगळंच बदललं.. नखशिखांत बदलले. माझी मलाच ओळख पटू नये एवढं परिवर्तन... सुरवंटातून अगिनपाखरू फुलून आलं. क्रांतीची ज्वाळा. माझे शब्द हीच माझी भूमिका... हेच माझे दीपदान... माझी आठवण राहील न राहील... पण माझी कविता नक्की राहील... एक तमासगीर ते स्वातंत्र्यकवी... कवी ते क्रांती...

कविता...

पाऊस कोसळत होता. विजांचे तांडव. थकलेली कुडी. श्रांत कुडी. बस खूप झालं आता. एका आयुष्यात शक्य असतं तेवढं मी नक्कीच केलं. मनापासून केलं.

आबांच्या मनात शब्द उमटत होते,

"सुंदर मी होणार..."

नवा पिसारा, नवा साज, मला लाभणार. सुंदर मी होणार.

*****

॥ मिळालेलं आणि मिळवलेलं...!

उन्हं कलली होती. सावल्यादेखील लांबलेल्या होत्या; पण हवेतली तलखी मात्र ओसरली नव्हती. राहून राहून आमचे रुमाल घामट चेहऱ्यांवरून फिरत होते आणि वैतागाचे सुस्कारे नकळतपणे ओघळत होते.

पण असं असूनही माझं मन मात्र घामट झालं नव्हतं. चित्तवृत्तीही थकलेल्या नव्हत्या. अथवा कोणताही थकवा माझ्या मनावर थबकत नव्हता. मी उत्साहाने पावलं उचलत होतो.

आज मला खरोखरच बरं वाटत होतं. आज मला दोन घरगुती समारंभांना जायचं होतं. समारंभ घरगुती होते आणि दोन्ही ठिकाणी मी आवश्यक होतो. दोन्ही घरं माझी वाट पाहत होती.

दोघंही माझे मित्र! एक शाळकरी मित्र आणि दुसरा कॉलेजातला मित्र.

शाळा कॉलेज संपून आज खूप वर्षं झाली; पण मैत्री मात्र टिकून राहिली. अर्थात आमचं त्रिकुट मात्र नाही. दोघांशीही माझी वेगवेगळी मैत्री टिकली. त्या दोघांचा परिचय मी एक दोनदा करून दिला. माझ्याच घरी त्यांची भेटदेखील झाली; पण ते तेवढंच! त्यांचे संबंध काही रुजले नाहीत. फारसे वाढले नाहीत.

मी पाचवीत असताना देसाई शाळेत आला. यथावकाश परिचय झाला. तो आमच्या जवळच राहायचा. मग आम्ही शाळेत एकत्रच जाऊ-येऊ लागलो. शाळेच्या आवारात शिरताच आम्ही वेगवेगळे व्हायचो, का ते मला आजही सांगता येत नाही; पण व्हायचो एवढं मात्र खरं.

देसाई तडक जाऊन शेवटचं बाक गाठायचा आणि दिवसभर मुकाट असायचा. त्याने कधीही शंका विचारली नाही, की सरांच्या प्रश्नाला कधी उत्तर दिलं नाही. प्रश्न विचारला की तो उभा राहायचा. क्षणभर विचार केल्यासारखं करायचा आणि खुणेनंच

'नाही' म्हणून खाली बसायचा. कोणी फारच पिच्छा पुरवला, तर अडखळत, पुटपुटत नाइलाज झाल्यागत उत्तर द्यायचा. ते बहुधा चुकीचं असायचं! वर्ग हसायचा. तो खाली बसायचा. मधल्या सुट्टीत डबे उघडण्याची आम्हाला कोण घाई! पण देसाई अलगदपणे कुठेतरी निघून जायचा. बाहेर चिंचा, बोरं, आईसफ्रुटच्या आरोळ्या व्हायच्या. अगदी रोज नव्हे; पण मी पुष्कळदा आईसफ्रुट घ्यायचो. आज आश्चर्य वाटतं, खंतही वाटते. पण मी कधीही त्याला आईसफ्रुट घेतोस का, डब्यातलं काही खातोस का, असं विचारलं नाही. त्याने मागितलं नाही हे खरं; पण मी दिलं असतं तर त्याने नक्कीच घेतलं असतं, हेदेखील तितकंच खरं! ते राहूनच गेलं. मला कधी कधी वाटतं, की त्या खंतेपोटीच आजदेखील आमची मैत्री टिकून असावी.

देसाई जेमतेम मॅट्रिक झाला.

कॉलेजचा त्याने विचारही केला नाही.

आम्ही इतर मित्र जेव्हा वेगवेगळे बेत आखण्यात मग्न होतो, तेव्हा देसाई नोकरीसाठी वणवणत होता.

नोकरी लागली, पण अगदी सामान्य. आमच्या भेटी कमी झाल्या. देसाई कधी एकटा भेटला, की कॉलेजबद्दल विचारायचा. कॉलेजातली नवलाई फारच लवकर संपून गेली. ती एक चाकोरी झाली. शाळेपेक्षा जरा चकचकीत, जरा मोकळी, पण चाकोरीच! अभ्यासाचा रेटा! सतत वाढत्या स्पर्धेचं एक भय!

पण...

देसाई मात्र कॉलेजबद्दल उत्सुकतेने विचारत असे. मग मी पण काहीबाही सांगत असे. कॉलेजबद्दलचं असलं रंगीत वर्णन ऐकून देसाईचा क्लेश व्हायचा की एक समाधान मिळायचं ते मला कधीच कळलं नाही.

तो विचारत असे.

मी सांगत असे.

देसाईचं लग्नही लवकरच झालं. भरीस भर म्हणूनच की काय लागोपाठ दोन मुली झाल्या.

आईला अर्धांगवाताचा झटका आला.

म्हातारीला पैलतीराचे वेध लागले आणि नातवाचं तोंड पाहायची ओढ लागली; पण देसाईला तिसरा चान्स घ्यायची इच्छा नव्हती. छाती नव्हती.

मुळातच कमी बोलणारा देसाई अधिकच अबोल झाला. घरात कंटाळला, की आमच्या घरी येऊन बसतो.

नुसता बसतो. पेपर वाचतो. घरात पाहुण्यांची वर्दळ असली, तर अगदी कपबशाही

उचलतो.

नवीन नवीन पुस्तकं, आपण प्राणिसंग्रहातल्या हरणांच्या पाठीवरून हात फिरवतो, तशागत हाताळतो. पुन्हा ठेवून देतो. कधीही वाचत नाही अथवा गप्पाष्टकांच्यात भाग घेत नाही.

एकदाच तो म्हणाला,

"तुमच्याकडं आलं की बागेत आल्यासारखं वाटतं; खूप मोकळं वाटतं!"

देसाईकडं पाहिलं की मला त्याची कणव येते.

कधी कधी अशिक्षितपणा, चौकसपणामुळे आणि चटपटीत बोलण्यानं झाकून टाकता येतो; पण देसाईला ते जमत नाही. कधी कधी उद्धटपणाच्या आणि बेमूर्वतखोरपणाच्या पांघरुणाखाली अनेक उणिवा दडवता येतात; पण तसली फुकाची बेपर्वाई पण देसाईला भावत नाही.

रूपातली उणीव, व्यवस्थितपणा असेल, तर भरून काढता येते; पण तेही त्याच्याने होत नाही.

देसाईच्या व्यक्तिमत्त्वात सगळा नन्नाचाच पाढा आहे. रूप नाही. ठणठणीत तब्येत नाही. बुद्धी नाही. शिक्षण नाही. चौकसपणा नाही. वाचन नाही. सगळीच वानवा.

एक दिवस देसाई अक्षरशः ओरडत आला,

"मला लॉटरी लागली. पाच लाखांची! परवा पूजा आहे. तू नक्की यायचंस!"

मला खूप बरं वाटलं.

देसाईच्या आयुष्याला वेगळी कलाटणी मिळाली.

आजपर्यंत त्यानं खूप सोसलं. अभावातच जगण्याचा स्वभाव झाला. स्वप्नसुद्धा न पाहता देसाई मुकाटपणे जगत राहिला. स्वप्नांचा जन्मसुद्धा शक्यतांच्याच पोटी होत असतो. सुखासमाधानाची कोणतीच शक्यता नसणारा देसाई मग नुसतंच जगायला शिकला.

आणि आज अचानक सगळं चित्रच बदललं. अनेक शक्यतांची दारं धाडकन उघडली आणि त्या दालनांच्यात स्वप्नांची आणि आशांची झुंबरं झगमगू लागली. नशिबानं एक विलक्षण चमत्कार दाखवला. देसाईचं घर एवढं आनंदी आणि प्रसन्न मी कधीच पाहिलं नव्हतं!

मला खूप खूप बरं वाटलं. हेवा नाही वाटला. असूया तर नाहीच वाटली. हेवा वाटलाच तर एकादे वेळी कर्तृत्वाचा वाटतो.

असूया वाटली तर एखादे वेळी मान-सन्मानाची वाटते.

पण देसाईचं तर नशीब उघडलं. मग हेवा कसला आणि असूया कसली!

देसाईकडची पूजा संपवून मी अंबरीशच्या बंगल्यावर पार्टीला आलो.

पार्टी ऐन रंगात होती. अंबरीश बहरात होता.

हास्य, विनोद, संगीत, मस्करी, आग्रह, किणकिणणारे ग्लास आणि फेसाळणारे सोडे! बंगला नुसता दणकत होता. अंबरीश झपाट्याने वावरत होता. त्याला नुसता तसा वावरताना बघण्यातसुद्धा केवढा आनंद होता.

अंबरीश!

त्याचं नावदेखील वैशिष्ट्यपूर्ण होत!

कॉलेजमध्ये कार घेऊन येणारा तो एकटाच होता. मी त्याला एकदा म्हटलंसुद्धा की,

"या मध्यमवर्गीय कॉलेजात तू आलासच कशाला?"

तो खो-खो हसला आणि म्हणाला,

"अरे, जिथं एकही कार नाही, तिथं माझ्या कारचा रुबाब! सगळ्यांच्याच कार्स असतील, तर मग त्यात काय मजा. खरं सांगतो, मला रुबाब आवडतो."

अंबरीशनं कॉलेज अक्षरशः गाजवलं. पैशाचा माज कधी दाखवला नाही. त्याचप्रमाणे कधी खोटा विनयही दाखवला नाही.

अंबरीश नेहमी म्हणायचा,

"पैसा सगळ्यांनाच हवा असतो. कोणाला नको असतो? पण मिळवता आला नाही, की 'पैसा म्हणजेच सर्व काही नव्हे' असे कळकट, पराभूत शब्द उच्चारायचे आणि 'कोल्ह्याला द्राक्ष आंबट' या न्यायाप्रमाणे मनात जळत कुढत बसायचं. खराखुरा निर्लेप माणूस दाखव मला. असतो एखादा कोटीत! पण त्याचा हवाला बाकीच्यांनी द्यायची काही गरज नाही."

मी हसून गप्प बसायचो.

अंबरीश झपाट्याने वाढतच गेला.

पैसा, रूप, हुशारी, शिक्षण, धडाडी आणि आत्मविश्वास अंबरीशच्या यशाला क्षितिजच नव्हतं. तो वाढतच राहिला.

पार्टी संपली.

घरी निघालो.

देसाई आणि अंबरीश.

दोन टोकं!

देसाई सगळ्याच बाबतीत नन्नाचा पाढा.

अंबरीश प्रत्येक बाबतीत होकाराचं स्मितहास्य!

सुख समाधान मिळवण्यासाठी देसाईला नशिबावर अवलंबून राहावं लागलं. लॉटरी

नावाचा चमत्कार घडावा लागला. नाहीतर देसाई आहे तसाच राहिला असता.

पण अंबरीश मात्र कर्तृत्व... धडाडी... बुद्धिमत्ता...

समोरून एक वाहन रोरावत गेलं.

क्षणभर डोळे दिपले. काहीच दिसेना. विचारशृंखला विस्कटली.

हं तर अंबरीश! हेवा वाटावा असं यश. असूया वाटावी अशी प्रतिष्ठा!

पुन्हा एक वाहन रोरावलं आणि भलत्याच दिशेनं निघून गेलं.

अंबरीश... श्रीमंतापोटी जन्माला आला. त्यात त्याचं कर्तृत्व किती! विलक्षण बुद्धिमान आहे. अभ्यासाचं श्रेय त्याचेच; पण जन्मजात बुद्धीचं श्रेय कोणाचं? कोणाचं ते नक्की सांगता येणार नाही; पण अंबरीशचं निश्चितच नव्हे. बुद्धिमत्तेचं श्रेय आपलं नव्हे आणि जन्माचंही कर्तृत्व आपलं नव्हे. जन्म निवडता येत नाही. आई-बाप लाभतात, तिथे निवड संभवत नाही. फक्त संभव असतो, कोणत्या गुणावगुणांचे भांडवल घेऊन आपण कोणाच्या पोटी जन्माला येणार आहोत हेच आम्हाला माहीत नसतं. व्यंगता अथवा अव्यंगताही आपल्या हातात नाही. रूपाची पुंजी माहीत नाही आणि बुद्धीची शिदोरी कोण बांधून देतो, तेही आम्हाला माहीत नाही. जेवढं दान मिळेल तेवढंच स्वीकारायचं. एवढंच का आणि तेवढं का नाही, असे अनुत्तरीत प्रश्न मनात आणायचे नाहीत.

म्हणजे खरंच मिळालेलं काय असतं आणि मिळवलेलं काय असतं, की मिळणं हातात नसतं म्हणूनच भर द्यायचा ते मिळवण्यावर... समाधान मिळवण्यावर.

'ठेविले अनंते तैसेचि राहावे
चित्ती असो द्यावे समाधान'

या अनेक वेळा ऐकलेल्या अभंगाचा अर्थ, हा असा आहे का?

देसाई आणि अंबरीश!

दोन टोकं!

पण मला काही वेगळंच दिसलं. वेगळाच अर्थ जाणवला. त्या जाणवण्यात 'मिळण्याची' अपरिहार्यता मनात ठसली आणि म्हणूनच 'मिळवण्यातला' कठीणपणाही ठशठशीतपणे दिसला.

*****

॥ 'एका मुंगीचे महाभारत' समृद्ध जीवनाचा प्रत्ययकारी आलेख

गंगाधर गाळगीळांच्या 'एक मुंगीचे महाभारत'वर लिहायचा निश्चय केला आणि अचानक मला अरविंद गोखल्यांची कथा आठवली.

कथेचं नाव लक्षात नाही; पण कथा मात्र अगदी पक्केपणाने लक्षात आहे. कथेचा नायक अत्यंत आतुर होऊन प्रेयसीला भेटायला निघाला आहे. अचानक त्याला असं वाटू लागतं, जाणवू लागतं, की आपल्या एकाच शरीरात अनेक व्यक्तिमत्त्वं नांदत आहेत. मी जसा आहे तसं एक व्यक्तिमत्त्व. मी जसं असावं, असं मला वाटतं, ते दुसरं व्यक्तित्व. मी कसा आहे, असं माझ्या प्रेयसीला वाटतं, ते माझं तिसरं व्यक्तित्व आणि मी कसं असावं असं माझ्या प्रेयसीला वाटतं, ते माझं चौथं व्यक्तिमत्त्व अशी कदाचित आणखीही काही व्यक्तिमत्त्वं माझ्या देहांत नांदत असतील. ही माझी विविध व्यक्तित्वं तशीच माझ्या प्रेयसीचीही विविध व्यक्तित्वं असतील. ह्या विचारानं नायक फार अस्वस्थ होतो. भ्रमचित्त होतो. ठरल्याप्रमाणे भेट होते; पण नायकाला वाटतं, की एकाच वेळी अनेक माणसं एकमेकांना भेटत आहेत. कोण कुणाशी काय बोलत आहे, तेच मुळी त्याला समजेनासं होतं. एका विचित्र कोलाहलात ती भेट आणि कथाही संपते.

हा आपला सर्वांचाच नित्याचा अनुभव आहे. स्वत:बद्दलच्या आणि इतरांबद्दलच्या आशा-अपेक्षा आणि ठोकताळ्यांचा एक नि:शब्द कोलाहल सर्वत्रात सतत चालूच असतो. ह्या कोलाहलातूनच प्रत्येकाला आयुष्याची सुसंगती आणि संगीत शोधायचं असतं. प्रत्येकाच्या ह्या संगतीला त्याच्या दृष्टीने फार फार महत्त्व असते. ती त्याच्यापुरती आणि त्याच्यापुरतीच फार खरी असते. आपल्या जीवनातली संगती शोधण्याचा गाडगीळांनीही प्रयत्न केला. हा अवघा शोध त्यांनी 'एका मुंगीचे महाभारत' ह्या प्रदीर्घ आत्मचरित्रात शब्दस्थ केला आहे. आपण जसे आहोत आणि आपण जसे घडत आणि वाढत गेलो, असे गाडगीळांना वाटते ते सर्व त्यांनी ह्या आत्मचरित्रात मांडलं

आहे. आपण जसे आहोत असे लेखकाला वाटते, ते त्याने मांडून ठेवले; पण आता चित्राचे आकलन प्रत्येक वाचकाप्रमाणे बदलत जाणार आहे. असे होणे अपरिहार्य असते. आवश्यक असते. हे असे होणे हीच आस्वादाची आणि आकलनाची प्रक्रिया असते. म्हणून तर पु. शि. रेगे म्हणतात की, 'माझी कविता वाचका-वाचकाप्रमाणे तर बदलतेच, पण प्रत्येक वाचनातही ती बदलत असते.' स्वतःचं स्वतःला आकलन झालेले गाडगीळ आणि आता ह्या आत्मचरित्रातून हजारो वाचकांना प्रतीत होणारे गाडगीळ पुन्हा एकमेकांपासून वेगवेगळे असणार आहेत. 'एका मुंगीचे महाभारत' (दोन खंड) आणि ह्या आत्मचरित्राचा एक विभाग म्हणून लिहिलेले 'आठवणींच्या गंधरेखा' ह्या तीन पुस्तकांच्या सुमारे हजारभर पानांतून मला जाणवणारे, दिसणारे आणि भावणारे गाडगीळ, मी ह्या लेखातून मांडण्याचा प्रयत्न करणार आहे.

आत्मचरित्र हा सुलभ असा साहित्यप्रकार आहे का? निश्चितच नाही. वर वर पाहता फार सोपा आणि सुलभ वाटणारा; पण अंतर्यामी अतिशय अवघड आणि गुंतागुंतीचा असणारा असा साहित्यप्रकार म्हणजे आत्मचरित्र. कारण उत्तम आत्मचरित्र लिहायचं असेल, तर प्रथम मी कोण आहे? ह्या गहनतम प्रश्नाचं उत्तर मिळणं फार आवश्यक असतं. स्वतःच्या कर्तृत्वाची योग्य ती जाणीव आणि स्वतःच्या सामर्थ्याच्या मर्यादा अचूकपणे जाणवणं फार फार आवश्यक असतं. हे दोन किनारे जर ठामपणे गवसले तरच आत्मशोध आणि आत्मबोधाचा प्रवाह खळाळू शकतो. पुष्कळदा केवळ योगायोगाने मिळालेल्या एखाद्या यशाला कर्तृत्व म्हणून समजण्याची गफलत होते. आणि अकर्तृत्वामुळे मिळालेल्या अपयशाचं खापर परिस्थितीवर किंवा आप्तजनांवर फोडण्यात येत असतं. म्हणूनच पुष्कळशी आत्मचरित्रं आत्मसमर्थन, आत्मताडन किंवा आत्मस्तुतीनं लडबडलेली दिसतात. स्वकर्तृत्वाचे योग्य ते माप लक्षात घेऊन, पण आत्मस्तुतीपासून दूर राहून, आत्मलीन होऊन, पण त्याच वेळी अलिप्त होऊन आत्मचरित्र लिहिणं ही अक्षरशः तारेवरची कसरत आहे. आत्मचरित्राचा हा अवघडपणा लक्षात घेऊन गाडगीळ म्हणतात,

'माझं वैयक्तिक जीवन आणि माझ्याशी ज्यांचा संबध आला त्या व्यक्तींचं जीवन उघडंनागडं करून सांगावं, त्यांच्या कृत्यांची आणि त्या मागच्या हेतूंची चिरफाड करावी, त्यांच्या आणि माझ्या जीवनाचा नैतिक पंचनामा करावा, असा प्रयत्न या आत्मकथेत मी केलेला नाही. कारण असं करण्यासाठी आवश्यक असलेलं माझं आणि इतरांच्या जीवनाचं आकलन मला झालं आहे, असा माझा गैरसमज नाही. असा अहंकार तर मला खात्रीनंच वाटत नाही. ह्या शक्यतांचा वेध घेण्याचं कार्य ललित साहित्याचं आहे. त्याच्याद्वारे मी ते यथेच्छ केलं आहे. ललित साहित्य लिहिताना

लेखक जे स्वातंत्र्य उपभोगतो, ते आत्मकथा अगर दुसऱ्या एखाद्याच्या जीवनाची कथा लिहिताना त्यानं उपभोगावं अस मला वाटत नाही. आणि तसं करण्याची आवश्यकताही नसते. सभ्यतेच्या अगर इतर प्रकारच्या मर्यादा सांभाळून आवश्यक तेवढं सत्यदर्शन घडवता येतं, असं मला वाटतं.'

ते पुढे म्हणतात,

'माझं आत्मचरित्र मी दहा वेळा दहा प्रकारे लिहिलं, तरी सारं सत्य अगर जीवनानुभवाचं सारं सार माझ्या हाती लागणार नाही, याची मला जाणीव आहे. जी प्रत्यक्षात जगली किंवा जगत आहेत अशा माणसांविषयी लिहिताना आणि बोलताना मात्र सभ्यपणाचे संकेत पाळणं, त्यांच्या खासगी जीवनाचं प्रदर्शन न मांडणं उचित आहे, असं मी मानतो.'

'आत्मचरित्र' ह्या साहित्य प्रकाराबद्दलची ही खोल समज फार मोलाची आहे. आणि सध्याचे साहित्यिक वातावरण पाहता गाडगीळांच्या ह्या दृष्टीकोनाचा गंभीरपणे विचार होणे आवश्यक आहे. आत्मताडन किंवा आपल्या दोघांची जाहीर चर्चा आवश्यक वाटते आणि त्याशिवाय लेखन जणू पूर्ण होणारच नाही, असा जो सार्वत्रिक समज सर्वत्र माजला आहे, त्याला दुसरंही एक कारण आहे. आणि ते असं, की 'माणूस शोधणं' म्हणजे 'माणसातही हीण शोधणं; असं एक विचित्र समीकरण सध्या रूढ आहे. आणि एखादे हीण सापडले की लगेच, 'सापडला सापडला माणूस सापडला' अशा आरोळ्या मारण्याची एक घातक सवय सध्या रूढ होऊन प्रतिष्ठा पावली आहे. माणसात हीण असते, ह्यात शंकाच नाही. ते हीण लपविण्याचंही काही कारण नाही; पण तुम्हाला जर केवळ हीणच दिसणार असेल, तर मात्र तो दृष्टीदोष आहे यात संशय नाही. 'हीण शोधणं म्हणजेच माणूस शोधणं' हे समीकरण डोक्यात असल्यामुळे वर्ण्य पात्र जेव्हा लेखक स्वतःच असतो, तेव्हा आत्मताडनाला आणि आत्मनिंदेला अधिकच विकृत असा कैफ पढतो. आणि मग पुष्कळशी आत्मचरित्रे अवाजवी अशा चिरफाडीने बरबटली जातात. आणि परिणामी अशी चरित्रे सत्यापासून दूर सरकत जातात.

गाडगीळांच्या या आत्मचरित्राचं नाव अत्यंत अर्थगर्भ आहे. ह्या नावात 'मुंगी' आणि 'महाभारत' हे दोन अगदी परस्परविरोधी शब्द एकत्र आल्यामुळे ह्या नावाला एक वजन आणि अर्थवाहीपणा प्राप्त झाला आहे. 'मुंगी' ह्या शब्दात एक क्षणभंगुरत्व आणि क्षुद्रत्व आहे, तर 'महाभारत' ह्या शब्दामुळे एक दाहकता जटिलता आणि उत्कट भावनांच्या उसळणाऱ्या सागराचे सूचन आहे. 'प्रत्येकाचे जीवन' हे अशा प्रकारे त्याच्या दृष्टीनं एक महाभारत असतं हे खरं; पण एवढ्याच कारणानं या आत्मकथेला मी महाभारत म्हटलेलं नाही. आपलं जीवन ही एक महाभारतासारखीच कथा आहे

अशी उत्कट जाणीव प्रत्येकाला असतेच असं नाही; पण मला मात्र थोडा जाणतेपण आल्यापासून माझंच नव्हे, तर माझ्या आसपासचं सर्व जीवन ही एक महान कथा आहे, नव्हे कथासागरच आहे असं उत्कटतेनं जाणवत राहिलेलं आहे आणि ही कथा आकलन करावी, साऱ्या शक्तीनिशी संपूर्णपणे अनुभवावी आणि शब्दांकित करावी असं मला वाटत राहिलेलं आहे. दहा-बारा वर्षांचा असल्यापासून सुरू झालेली ही धडपड आता सत्तरी गाठली, तरी चालूच आहे. हा सारा कथासागर आत्मसात करण्यासाठी लागणारी प्रतिभा आणि कर्तृत्व एखाद्या व्यासाला लाभतं. मला त्या गोष्टी लाभलेल्या नाहीत, हे उत्तरोत्तर अधिकाधिक जाणवत गेलेलं आहे; पण असं असूनही जिद्द मात्र बाळगली ती व्यासानं केलं तसं काही करण्याची. हे किती हास्यास्पद आहे किंवा खरं म्हणजे माणसाचं एकंदर जगणंच किती हास्यास्पद आहे, हे कळण्याइतकी विनोदबुद्धी मला सुदैवानं लाभली आहे; पण म्हणून ती जिद्द काही कमी झाली नाही.

कीर्ती, प्रतिष्ठा, मानसन्मान आणि कौटुंबिक स्वास्थ्य ह्या सर्वच दृष्टींनी गाडगीळांचे जीवन आज समाधानी आहे. त्यामुळेच ह्या आत्मकथेला एका तृप्तीचा सुखद असा हुंकार लाभलेला आहे. एखादी उत्कृष्ट सुखात्मिका पाहावी असा ह्या प्रदीर्घ आत्मकथेचा थाट आहे. ही आत्मकथा वाचत असताना एक गोष्ट सतत जाणवते. ती म्हणजे, 'मी लेखक आहे आणि माझं अवघं निधान साहित्यनिर्मितीतच आहे.' हे भान गाडगीळांनी सतत जागृत ठेवलेलं आहे. जीवनाच्या विविध क्षेत्रांत वावरण्याची संधी गाडगीळांना मिळाली, त्यांनी ती मिळवली; पण ही सारी व्यावहारिक व्यवधाने सांभाळत असताना, लेखनावरचे त्यांचे अवधान कधीही सुटले नाही आणि त्यामुळेच ह्या इतर सर्व व्यवधानांची परिणती त्यांच्यातल्या लेखकाच्या समृद्धीतच झाली. आपल्या प्रतिभेची यथार्थ जाणीव आणि त्याबद्दलचा योग्य तो अहंकार ही गाडगीळांची स्वभाववैशिष्ट्ये मला अतिशय आवडतात. अहंकाराकडे तुच्छतेने आणि तिरस्काराने पाहण्याची पद्धत आहे; पण जेव्हा अहंकारामुळे कार्यनाश न होता कर्तृत्वाला चालना मिळते, तेव्हा तो अहंकार मारक न ठरता पूरक ठरत असतो. खोट्या विनयाची विरविरीत शाल पांघरून छुप्या अहंकाराचं प्रदर्शन करण्यापेक्षा, आपली अहंता मोकळेपणाने मांडावी हेच बरं. 'लेखक आणि समीक्षक गाडगीळ' हीच गाडगीळांची खरी रूपं आहेत. त्यामुळे ही रूपं घडण्यात कोणते प्रसंग कारणीभूत ठरले असं गाडगीळांना वाटतं, अशा प्रसंगांचा आपण ह्या लेखात आढावा घेणार आहोत. हा आढावा शंभर टक्के ततोतंत असणार नाही. असू शकणारच नाही. कारण अनुभव आणि त्याचा आविष्कार ह्यात बिंब-प्रतिबिंब असं थेट नातं नसतं. लेखकाचं एक बरं असतं, कुठलाही अनुभव लेखकाच्या दृष्टीनं कधीच व्यर्थ जात नाही. तो मनात पडून राहतो, विस्मरणात गेला आहे असं वाटतं; पण

मग कधीतरी अचानक तो रुजतो. त्याला कोंब फुटतो; पण तो अंकुर अगदी वेगळ्या रूपाचाही असू शकतो. असं जरी असलं, तरी ह्या आढाव्याची गाडगीळांचं साहित्यिक रूप समजून घेण्यात मदत होईल असं वाटतं. हे साहित्यिक रूप समजून घेण्याचा प्रयत्न करत असताना आपण समीक्षक गाडगीळदेखील समजून घेणार आहोत.

गाडगीळांचे बालपण तसे सुखात आणि ऐश्वर्यात गेले. 'सोनेरी बालपण', 'शाळेतील दिवस' आणि 'माझे अद्भुत बाबा' ही तीन प्रकरणे गाडगीळांनी अगदी रंगून, ते जुने दिवस पुन्हा एकदा मनाने जगत आणि नेहमीची त्यांची खास अलिप्त भासणारी शैली झुगारून देऊन लिहिली आहेत.

पण हळूहळू पायाखालची वाळू सरकत होती. त्याची अगदी लहानशा प्रसंगातून लेखकाला जाणीव झाली. लेखक वडिलांबरोबर धोकवड्याला गेला असताना गावचा वाणी चारचौघांसमोर मुद्दाम वडिलांजवळ पैशाची मागणी करतो. वडील त्याला खडसावतात; पण तो मख्ख.

'लहानसा प्रसंग. पण वेगळाच होता. तोपर्यंत तसला प्रसंग कधी घडला नव्हता आणि त्या माणसाच्या चेहऱ्यावरचा तो भाव. माझ्या मनात तो प्रसंग असा वेगळाच खुपत राहिला.'

वडील बरोबर असताना प्रेमाने आणि कौतुकाने बोलणारा बोटीवरचा एक मुसलमान कप्तान लेखकाला मुंबईत रस्त्यावर ओळखतच नाही, याचा लेखकाला भयंकर धक्का बसला.

मी कोणीच नव्हतो. मी अगदी शरमून गेलो. माझी स्वतःची काहीच किंमत नाही हे माझ्या ध्यानात आलं. मला स्वतःचा एकदम संताप आला. असलं खोटं कौतुक मला नको होतं. मी कोणीतरी आहे म्हणून माझं कौतुक झालं, तर तेच आणि तेवढंच मला हवं होतं.

ही नुसती सुरुवात होती.

पुढे या दारिद्र्याने अधिक बिकट रूप धारण केलं. आपल्या मुठीत आमच्या कुटुंबाला करकचून धरून आमच्या अंगावर आपले घाणेरडे हिणवणारे श्वास ते सोडत राहिले...

मग एकदा आजीनं मला एका बाजूला घेतलं आणि ती भडाभडा बोलत राहिली. आपलं दुःख तिनं माझ्यापुढं ओकलं. दुःखच असं विचित्र होतं, की ते कोणाला सांगता येत नव्हतं आणि पोटात तर कोंडत नव्हतं. मी पंधरा वर्षांचा मुलगा. मी तिची समजूत काय काढणार, धीर काय देणार. माझ्या हातात काहीच नव्हतं. फक्त तिच्या दुःखाचं ओझं माझ्या डोक्यावर घेऊ शकत होतो किंवा खरं म्हणजे ते दिलं गेलं होतं. त्या ओझ्यानं माझे पाय लटपटायला लागले होते आणि आपण काही करू शकत नाही

म्हणून फार फार अपराधी वाटायला लागलं. या दुःखापासून दूर पळून जावं असं वाटायला लागलं.

दुःखाच्या ह्या ताणाखाली मनाचा पार चुरगळा झाला. मन अगदी वेडाच्या टोकापर्यंत जाऊन परत आलं. तब्येत ढासळली. फार विचार करण्याची सवय लागली. अनेक शक्यता तपासून पाहण्याची मनाला खोड जडली. ह्या असल्या जीवघेण्या यातनांचा साहित्यात आविष्कार होत नव्हता. कोणत्याही वादाने अथवा तत्त्वज्ञानाने समाधान होत नव्हते. निराशा झाकोळत होती. तिच्यावर प्रेरणा यशदेखील मिळवत होती.

'आपुला होय आपणाशी संवाद वक्ता श्रोता एकरूपा' अशी मनाची अवस्था होत होती. ही कोंडी, यशस्वी होण्याची जन्मजात जिद्द, स्वतःचं कौतुक स्वतः मिळवण्याची तगमग, तत्कालीन साहित्यात ह्या कोलाहलाचा न झालेला आविष्कार, अतिविचारांची सवय, जीवनातल्या अनुभवाकडे केवळ अनुभव म्हणून पाहायचं, त्यातून धाडकन जीवनविषयक निष्कर्ष काढायचे नाहीत ही खोल समज, ही अवघी गाडगीळांची वैशिष्ट्यं ह्या काळात कधीतरी त्यांच्या मनात साकार झाली असावीत. गाडगीळ म्हणतात,

'माणसांच्या मनात काय चाललं आहे, त्याचा आलेख मला स्पष्ट दिसतो. माणसाचं मन अनेक पातळ्यांवर कसं वावरत असतं ते कळलं. मी बारीक तपशिलातून कथा घडवतो. माझी लेखनपद्धती मायक्रोस्कोपिक आहे. स्वतःकडे बारकाईनं पाहण्याच्या सवयीमुळे तपशिलातून अनुभव कसा घडतो ते मला कळतं आणि मी त्याचं तसं चित्रण करू लागतो.'

मनाचा हा असा असह्य कोंडमारा होत होता. अजून खऱ्या अर्थाने लेखनाचा सूर गवसलेला नव्हता; पण लेखक होण्याची धडपड मात्र सुरू झालेली होती. मनातली विविध स्पंदनं, भावभावनांचे आणि वेदना संवेदनांचे निराकार आकार व्यक्त करण्यासाठी, अगदी काही वेगळ्या पद्धतीचं लिहावं अशा ऊर्मी अंतःकरणात उसळत होत्या. त्या निर्मितीवर कुठल्याही वादाचं अथवा तत्त्वज्ञानाचं ओझं नसावं. असंही एक लेखक म्हणून गाडगीळांना जाणवत असावं. पात्र, संवाद, कथानक, नायक-नायिका, कथेचा शेवट, समस्या, उकल ह्या सर्व बंधनांना झुगारून काही तरल, काही अधिक सकस असं लिहावं असं आपण लिहू शकतो, असंही मनात... अगदी आत कुठेतरी वाटत असलं पाहिजे; पण अजून मनासारखं जमत नव्हतं. ह्या उलाढालीचं वर्णन करताना गाडगीळ म्हणतात,

'निराशेचे झटके कधी इतके तीव्र असतात, की वाटतं लेखन करूच नये. आपल्याला अभ्यास जमतो, आपण अभ्यासच करावा; पण लिहायचं नाही, तर मग कशात काय अर्थ उरला. सगळं जगणं नुसतं भाकडच झालं नाही का?'

ह्याच प्रकरणात हीच भावावस्था व्यक्त करताना गाडगीळ पुढे म्हणतात,

'पण कुठल्यातरी उपजत शहाणपणाने मला उमजलं होतं, की आपल्या वैयक्तिक अनुभवांतून साहित्य लिहिलं की त्यात काहीतरी उणेपणा येतो. त्यात कसला तरी अस्वच्छपणा शिरतो. साहित्यकृती आपल्यातून निर्माण होते हे खरं; पण तिला पूर्णता अगर स्वतंत्र अस्तित्व प्राप्त होण्यासाठी ती स्वत:पासून वेगळी करावी, तोडावी लागते. स्वत:विषयी लिहून साहित्य निर्माण करणं अशक्य असतं असं नाही; पण तसं करण्यासाठी स्वत:पासून दूर जावं लागतं. त्रयस्थ व्हावं लागतं.'

एक विशेष आणि गमतीचा योगायोग असा आहे, की हे जे गाडगीळांना त्या काळात साहित्याबद्दल आणि विशेषत: कथेविषयी वाटत होतं आणि लेखनाच्या काही नव्या वाटा धुंडाळाव्यात अशी ओढ त्यांना लागली होती, तशीच भावावस्था इतरही लेखकांची होती. गाडगीळ कथा लिहू लागले त्याच काळात पु. भा. भावे, अरविंद गोखले, व्यंकटेश माडगूळकर, के. ज. पुरोहित (शांताराम) ह्या मान्यवर लेखकांनाही असंच काहीतरी वाटत, डाचत असलं पाहिजे आणि ह्या सर्वांच्याच प्रयत्नाने नवकथा साकार होत होती. समर्थ होत होती; पण हे इतर लेखक आणि गाडगीळ यांच्यात आणखी एक महत्त्वाचा फरक आहे आणि तो फार मोलाचा आहे. तो गुणविशेष असा, की गाडगीळांनी जेवढी व्यवस्थित, सुसंगत आणि आग्रही अशी समीक्षा केली, तशी समीक्षा ह्या बिनीच्या कथाकारांपैकी कोणीही केली नाही. पु. भा. भाव्यांनी काही लेखांतून त्यांची साहित्यविषयक भूमिका आग्रहाने आणि ठामपणे मांडली; पण त्या लेखनाला 'समीक्षा' असं काही म्हणता येणार नाही. असो.

जीवनातले विविध अनुभव व्यक्त करणं ही ललित साहित्याची मूलभूत अशी प्रेरणा आणि प्रतिज्ञा असते... असावी. हे नानाविध अनुभव व्यक्त करण्यासाठी लेखक विविध भूमिका स्वीकारत असतो. जाणिवेच्या विविध स्तरांवर आपल्या प्रतिभेच्या साहाय्याने आरोहण करून लेखक ह्या जीवनाकडे विविध कोनांतून आणि उंचीवरून पाहत असतो. किमानपक्षी जातिवंत लेखकाने असा प्रयत्न केला पाहिजे. हे करत असताना लेखक वेळोवेळी अपरिहार्यपणे जीवनभाष्य करत असतो. ते जीवनभाष्य त्या विशिष्ट संदर्भात खरं असतं... आवश्यकही असते; पण अशा प्रकारे केलेले जीवनभाष्य अथवा व्यक्त केलेले तत्त्वज्ञान म्हणजे त्या लेखकाची जीवनदृष्टी आहे, असं मानणं चुकीचं आहे. कारण जीवनदृष्टी मुखर करणं अथवा सामाजिक तत्त्वज्ञान प्रतिपादणे ही ललित साहित्याची प्रेरणा नसते... नसावी. कारण ज्यावेळी अमुक एक जीवनदृष्टीच लेखकाने व्यक्त केली पाहिजे असा आग्रह मांडला जातो किंवा अपेक्षा ठेवली जाते, तेव्हा लेखकाच्या स्वतंत्र आणि स्वच्छंद प्रतिभेवर मुळातच आघात केला जातो. मुक्तपणे विहार करणे हा

प्रतिभेचा मूळ स्वभाव आहे; पण जेव्हा साहित्यबाह्य अंकुशांचा उपयोग करून प्रतिभेला कोणती तरी दिशा दाखवण्याचा प्रयत्न केला जातो, तेव्हा मुळातच तुम्ही प्रतिभेला खुणावत असणाऱ्या दिशांचा आणि अनुभवांचा संकोच करत असता. नट ज्याप्रमाणे विविध भूमिका साकारून मानवी मनाचे अवगाहन करण्याचा प्रयत्न करत असतो, तोच प्रकार लेखक शब्दांद्वारे करत असतो; पण ज्याप्रमाणे आपण, नटाने रंगवलेल्या विविध भूमिकांवरून नटाचा स्वभाव किंवा नटाचं जीवनविषयक तत्त्वज्ञान अजमावत नाही आणि नाटकातल्या शिवाजीकडून हिंदवी स्वराज्याची अपेक्षा ठेवत नाही किंवा नाटकातल्या औरंगजेबाचा द्वेषही करत नाही, तसे कोणी केल्यास आपण त्याची गणना मूर्खांच्यात करू; पण ही समज आपण लेखकाच्या बाबतीत मात्र दाखवायला तयार होत नाही. आणि लेखकाने विशिष्ट जीवनदृष्टी व्यक्त केलीच पाहिजे असा अट्टाहास करतो. लेखकाने वेळोवेळी केलेलं जीवनभाष्य म्हणजे लेखकाची जीवनदृष्टी असते, असं मानण्याचा मूर्खपणाही करत असतो. एवढंच नव्हे, तर लेखक जितक्या विविध भूमिका, जाणिवांच्या पातळ्या आणि अनुभूतींचे कोन स्वीकारू शकतो, त्यावरच त्याच्या प्रतिभेचा कस अवलंबून असतो. एखादा लेखक जर एकच दृष्टीकोन सतत मांडत असेल, तर तो कितीही प्रभावी आणि परिणामकारक वाटला, तरी लेखक म्हणून तो मर्यादित क्षितिजाचा आहे असं म्हणावं लागेल (उदाहरणार्थ जी. ए. कुलकर्णी.). अगदी हाच विचार किंवा हे सूत्र श्री. म. माट्यांनीही मांडलेलं आहे. माटे म्हणतात,

'कलाकार (लेखक) केवळ कलावंत असतात. ते समाजाचे उन्नयन करणारे संत नव्हेत, तेव्हा बाबांनो, त्यांना कलावंतच राहू द्या.'

असो. गाडगीळांची समीक्षा एवढ्यावरच थांबत नाही. ह्या प्रतिपादनावर पुढचा भाग अतिशय महत्त्वाचा आहे. जीवन लेखकाला भिडते, त्याला अस्वस्थ करते, व्यथित करते, ते नानाविध अनुभवांच्या रूपाने; पण जीवन अनुभवणे आणि सामाजिक समस्यांचा अभ्यास करणे ह्या दोन गोष्टी फार फार वेगळ्या आहेत. सामाजिक कल्लोळाचा अभ्यास आणि आकलनासाठी आवश्यक असणारी प्रतिभा आणि सर्जनाची प्रतिभा ह्या मूलतःच एकमेकींपासून फार वेगळ्या आहेत. सर्जनासाठी आवश्यक असणाऱ्या प्रतिभेचं मूळ संवेदनक्षमतेत आहे, तर सामाजिक आकलनासाठी ज्ञान आणि अभ्यास आवश्यक आहे. त्यामुळेच लेखकाने सामाजिक समस्यांचं निराकरण करण्यासाठी झटलं पाहिजे, ही अपेक्षाच वेडगळपणाची आहे.

भाव्यांची एक कथा आहे. एका शहरात एक शिल्पप्रदर्शन भरलेलं आहे. त्या प्रदर्शनात बुद्ध, शिवाजी आणि मार्क्स ह्यांची शिल्पं आहेत. आणि शेवटी एका गाढवाचं शिल्प आहे, तेव्हा बक्षीस कोणत्या शिल्पाला द्यायचं, असा प्रश्न उभा राहतो. झाले. ती

शिल्पं बाजूलाच राहतात आणि बुद्ध, शिवाजी आणि मार्क्स ह्या तिघांच्यात श्रेष्ठ कोण ह्यावरच रणधुमाळी माजते. वादंग होतात. अस्तन्या सावरल्या जातात; पण एक लहान मुलगा पटकन म्हणतो,

"बाबा, हा गाढवाचाच पुतळा छान आहे. गाढव किती जिवंत वाटतंय बघा ना. असं वाटतं की जवळ गेलो, तर फाडकन लाथ मारील."

आणि इथंच कथा संपते. ललित लेखनाच्या संदर्भात अनुभवाचा सच्चेपणा आणि आविष्काराचा जिवंतपणा हाच महत्त्वाचा. तोच खरा. कोणत्या वादाची ध्वजा लेखकाच्या अथवा वर्ण्य पात्राच्या खांद्यावर आहे, ह्यावरून कलेची उंची जोखता येत नाही. तसा प्रयत्नही कोणी करू नये. आणि कोणी करू पाहील तर दिशाभूल होऊन फसगत मात्र पदरी येईल आणि साहित्यबाह्य प्रेरणांचा विचार करून साहित्याचा विचार करण्याचा घातक पायंडा पडेल. आज कोणालाही असा प्रश्न पडेल, की ह्यात गाडगीळांनी एवढं असं विशेष काय सांगितलं? आहे, यात विशेष आहे. कोणती सामाजिक जाणीव प्रमाण मानायची, हा खरा यक्ष प्रश्न आहे.

युरोपात मार्क्सवादाचा उदय झाला आणि जिथं मार्क्सवाद कधीही रुजणार नाही, अशी ग्वाही खुद्द कार्ल मार्क्स यांनी दिली होती, त्या रशियात मार्क्सवाद रुजला. मार्क्सवादाच्या छायेत रशियाने देदीप्यमान अशी प्रगती केली. आदर्श वास्तवात अवतरू शकतो, याचं एक भव्यदिव्य असं प्रात्यक्षिकच रशियात सुरू झालं. सारं जग विस्मयचकित झालं. प्रभावित झाले. 'शोषणमुक्त समाज', 'श्रमप्रतिष्ठा'. 'मानवप्रतिष्ठा', 'विरोध विकासवाद', 'धर्म ही अफूची गोळी आहे', 'धर्मसंमत अन्याय', 'धर्मसंमत शोषण', 'वर्ग संग्रह' आणि 'वर्ण संघर्ष' असे अनेक शब्द आपल्या भारतातही हाहाकार माजवू लागले. भारतीय समाजजीवनाला मार्क्सवादाची पट्टी लावून अनेक निष्कर्ष काढण्यात आले. अनेक विचारवंत मार्क्सवाद ही मानवी प्रगतीची परमसीमा आहे, असं मानू लागले. मार्क्सवाद प्रमाण मानून इतिहासाचे अर्थ लावण्यात आले. आणि जेव्हा केव्हा अर्थ लागेनासा झाला, तेव्हा घटनांना मुरड घालण्यात आली. मुलाप्रमाणे झबलं नाही; पण झबल्याच्या आकाराची मुलं करण्याचा प्रयत्न होऊ लागला. ह्या हिंदुस्थानात आर्य विरुद्ध अनार्य असा एक संस्कृती संघर्ष अव्याहत चालू आहे आणि हा संघर्ष धर्मसंमत आहे. हा अन्याय धर्मसंमत आहे. यातूनच अस्पृश्यता निर्माण झाली. ह्या धर्माची जोपासना चार ब्राह्मणांनी वर्गहितासाठी केली, तेव्हा आता विद्रोह हा एकमेव पर्याय आहे. हीच सामाजिक जाणीव आहे. हीच सामाजिक बांधिलकी आहे. आणि हा 'विद्रोहा'चा आविष्कार जर तुमच्या साहित्यात होणार असेल, तर आणि तरच तुम्ही 'प्रागतिक' किंवा 'पुरोगामी' साहित्यिक. अन्यथा तुम्ही 'प्रतिगामी', 'बूर्ध्वा' असा हा

भयानक सापळा आहे. त्यातून पुन्हा पं. नेहरूंना समाजवादाचे जबरदस्त आकर्षण. आपले सारे अर्थसंकल्प आणि पंचवार्षिक योजना समाजवादाला प्रमाण मानून केलेल (समाजवादी आर्थिक रचनेमुळे काय चोथा झाला त्याचं विश्लेषण आणि त्याला विरोध गाडगीळांनी केला आहेच. तो विरोध करत असताना अर्थशास्त्राचा अभ्यास गाडगीळांना उपयोगी पडला). बरं पुन्हा समाजवाद म्हणजे तरी काय, तर पातळ साम्यवाद आणि अगदी दाट हिंदुत्वद्वेष यांचं मिश्रण सत्तेच्या आणि राजकृपेच्या चुलीवर खदखदत ठेवलं की समाजवाद जन्माला येतो. ह्या सगळ्या सामाजिक आणि म्हणूनच साहित्यिक कल्लोळाला एक राजकीय बाजूही अपरिहार्यपणे आहेच.

१९३७ साली सावरकरांचा भारतीय राजकारणात उदय होईपर्यंत कॉंग्रेसला अथवा गांधींना विरोध असा कोणी केलाच नव्हता. जी काही सामाजिक अथवा राजकीय चळवळ करायची ती कांग्रेसच्या वर्तुळात प्रवेश करून आणि गांधींचं नाव घेऊनच, असं तेव्हाचं वातावरण होतं. ही कोंडी प्रथम आणि यशस्वीपणे सावरकरांनी फोडली. सावरकरांमुळे हिंदुत्वाची समर्थ अशी सामाजिक आणि राजकीय जाणीव आणि शक्ती निर्माण झाली. कॉंग्रेसला पर्याय देण्याची शक्ती आणि क्षमता ह्या नव्या जाणिवेतच होती आणि आहे. १९४८ साली गांधी वधाचं निमित्त करून पं. नेहरूंनी हिंदुत्ववादी चळवळ अतिशय क्रूरपणे चिरडून काढली. शांतीची कबुतरे वगैरे ती जगासाठी. हिंदुत्ववाद दडपण्याचा प्रयत्न शासकीय पातळीवरून सतत करण्यात आला आणि येतो आहे. हिंदुत्ववाद म्हणजे प्रतिगामीपणा. हिंदुत्ववाद म्हणजे ब्राह्मणशाही. हिंदुत्ववाद म्हणजे सामाजिक विषमतेचा पुरस्कार. हिंदुत्ववाद म्हणजे छुप्या सामाजिक अन्यायाचा अंगीकार आणि समाजवाद म्हणजे सम्यक प्रगती आणि पुरोगामीपणा. ज्या हिंदुत्वापासून कॉंग्रेसच्या सत्तेलाच धोका होता (आहे) ते हिंदुत्व कसं समाजविघातक आहे आणि समाजवाद कसा प्रगत आहे हे सिद्ध करणं आणि समाजमनावर ठामपणे ठसवणं, ही शासनाची राजकीय गरज होती... अजूनही आहे. म्हणूनच भारतात सर्वत्र समाजवादी विचारवंतांचं एक पीकच फोफावलं. परिणामी ह्या अशा प्रगत समाजवादाचं प्रक्षेपण साहित्यात होणं अपरिहार्यच आहे, असा समज सर्वत्र रूढ करण्यात आला. समाजवादी असल्याशिवाय कोणी विचारवंत असूच शकत नाही, असंही वातावरण सर्वत्र निर्माण करण्यात आलं. कवी आणि लेखक राजाश्रयामुळेच विख्यात होतात, हे केवळ मध्ययुगातच घडत आहे असं नाही, तर अगदी आधुनिक काळात लोकशाहीतदेखील अगदी तसंच घडत असतं. विविध सरकारी योजना, अर्धसरकारी प्रकल्प, सांस्कृतिक मंडळं, परदेशवाऱ्या, अनेक पुरस्कार, अनुदानं इ. नानाविध माध्यमांचा उपयोग करून, शासनाला सोयीस्कर अशी पोपटपंची करणारे सरकारी विद्वान घडवता येतात, घडवले जातात, ही वस्तुस्थिती

आहे. असो.

गाडगीळांनी साम्यवादाला आणि तद्जन्य समाजवादाला अगदी प्रथमपासून स्पष्ट आणि ठाम विरोध केला आहे. जेव्हा राजकीय हिंदुत्व ही शक्ती उघडपणे प्रगट झाली नव्हती; पण समाजवादाची पेरणी आणि रुजवणी मात्र सुरू होती, तेव्हापासून गाडगीळ साम्यवादाला विरोध करत आहेत. (अर्थात सगळेच साम्यवादी लेखक 'सरकारी' होते असे नव्हे. त्यातले काही प्रामाणिकपणे साम्यवादाने प्रभावित झाले होते. शासनाने अत्यंत धूर्तपणे त्यांच्याही नकळतपणे सत्तेच्या सोयीसाठी अशा लेखकांचा उपयोग करून घेतला. अशा लेखकांपैकी खूप जणांचा साम्यवादाच्या रूपाबद्दल पुढे यथायोग्यकाळी भ्रमनिरास झाला. त्यांनी तो प्रांजळपणे मान्यही केला. अगदी सणसणीत उदाहरण प्रभाकर पाध्यांचे. आणि आता तर साऱ्या जगाचाच साम्यवादाबद्दल भ्रमनिराश झाला आहे. प्रचंड भ्रष्टाचार कल्पनातीत अत्याचार, असह्य शोषण आणि फसव्या प्रगतीचं भ्रामक चित्रण हे रशियाचं स्वरूप होतं; पण प्रसारमाध्यमांवर पूर्ण हुकमत असली आणि देशाभोवती पोलादी तटबंदी उभारलेली असली, की हवे ते चित्र प्रक्षेपित करता येते, हा रशियन साम्यवादाचा सारांश आहे. असो.) हा जो विरोध गाडगीळांनी केला, त्याला राजकीय संदर्भ नाही; पण साम्यवादाशी साहित्याला बांधून घेण्यात, स्वतःच्या प्रतिभेशी कुठेतरी प्रतारणा आहे असे गाडगीळांना वाटले ह्यातच त्यांचा मोठेपणा आहे. तोच मनोज्ञ आहे. साम्यवादाची मीमांसा करताना गाडगीळ म्हणतात,

'माझं लक्ष मुख्यतः मार्क्सवाद्यांना उत्तर देण्यावर केंद्रित झालं होतं. मार्क्सवादानं सामाजिक वास्तवाचं आकलन होत नाही आणि मार्क्सची समाजजीवनाची व इतिहासाची मीमांसाच मुळी चुकीची आहे, असं मी सतत प्रतिपादन करत होतो. मार्क्सवाद व्यक्ती स्वातंत्र्य मान्य करत नाही आणि तोच माणसाला एका परीनं जंतू ठरवतो असा माझा दुसरा कोटिक्रम होता.'

साहित्य हे अपरिहार्यपणे प्रत्येक अनुभवाचं आणि व्यक्तीचं वेगळेपण व्यक्त करतं. मनुष्याचे व्यक्तिमत्त्व आणि त्याचे अनुभव संपूर्णपणे कोणत्याही सामाजिक सिद्धांताच्या अगर मीमांसेच्या चौकटीत बसत नाहीत. त्यामुळे साहित्य हे व्यक्तीच्या वेगळेपणाचा आणि त्याच्या स्वातंत्र्याचा उद्घोष करत असतं.

आपल्या काही कथांचा उल्लेख करून गाडगीळ म्हणतात,

'ह्या सगळ्या वेगवेगळ्या प्रकृतीच्या कथा; पण त्या सर्व कथांत ही अस्वस्थ करणारी जाणीव नाना स्वरूपात आहे. अमक्या एका साहित्यिकाचे एक जीवितविषयक तत्त्वज्ञान आहे, वा ते तो आपल्या साहित्यातून व्यक्त करतो आणि म्हणून तो थोर साहित्यिक आहे असं जेव्हा म्हटलं जातं, तेव्हा मला आश्चर्य वाटतं. जीवनविषयक

तत्त्वज्ञान साहित्यातून व्यक्त होतं की नाही, हा एक वेगळाच प्रश्न आहे; पण ते तसं व्यक्त होत असलं तरी एखादा लेखक ते घडवून ते बरोबर आहे, असं सतत म्हणू कसा शकतो ते मला कळत नाही. तो आंधळा तरी असावा किंवा मूर्ख तरी असावा असं वाटू लागतं.'

मी केलेल्या विवेचनाचा अर्थ असा नव्हे, की गाडगीळ छुपे हिंदुत्ववादी आहेत. सावरकरवादी आहेत. कारण नसताना आणि साम्यवादाचा धोका लक्षात येत असतानाही, साहित्याची सांगड साम्यवादाशी (समाजवादाशी) घालता कामा नये, हे समीक्षात्मक तत्त्व रुजवण्यासाठी गाडगीळांनी जी झुंज दिली ती खरोखरच अभूतपूर्व आहे.

स्वतंत्र समीक्षा उभारणे ही एक महत्त्वाची निर्मिती असते; पण प्रत्यक्ष सर्जनशील लेखनापेक्षा ती कुठेतरी कमसर असते. ज्या मुक्त प्रतिभेचा गाडगीळांनी उद्घोष केला, त्या प्रतिभेचा कस प्रगट करणाऱ्या अनेक उत्तमोत्तम कथा गाडगीळांनी लिहिल्या आहेत. समीक्षक गाडगीळ आणि लेखक गाडगीळ ही दोन्ही त्यांची रूपं परस्परपूरक आहेत. काहीतरी वेगळं आणि मोलाचं असं गाडगीळांना जाणवत होतं. आपण जे करणार आहोत ते काहीतरी अपूर्व आहे, हेही गाडगीळांना जाणवत होतं; पण ते करण्यासाठी आवश्यक ते स्वातंत्र्य समीक्षेने ठेवलेलं नव्हतं. सर्जनाच्या त्या प्रक्रियेवर अनेक साहित्यबाह्य दडपणे आपल्यावर येत आहेत, हे गाडगीळांना भेडसावत होतं. स्वतःच्या प्रतिभेच्या मोकळ्या भराऱ्यांसाठी आकाश स्वच्छ असणं आणि साऱ्या दिशा मुक्त असणं एक लेखक म्हणून गाडगीळांना फार आवश्यक वाटत होतं. एक समीक्षक ह्या नात्याने त्यांनी मोकळ्या आकाशाची आवश्यकता पोटतिडकीने प्रतिपादिली. आणि एक लेखक ह्या नात्याने त्यांनी स्वतंत्र स्वच्छंद भराऱ्याही घेऊन दाखवल्या. गाडगीळ म्हणतात,

'मी लिहिलेल्या समीक्षेचं स्वरूपच असं होतं, की तिच्यामुळे निर्मितीवर बंधनं पडू नये. ती निर्मितीला मुक्त करणारी होती. हे मी मुद्दाम विचारपूर्वक केलं नव्हतं, तर सहजच झालं होतं. त्या समीक्षेचं माझ्या निर्मितीशी नातं होतं. त्या सख्ख्या बहिणी होत्या. माझे वाद हे शुष्क तार्किक स्वरूपाचे नव्हते. साहित्यविषयक प्रचलित कल्पनांमुळे माझ्या अनुभवांच्या आविष्कारावर जी बंधनं पडत होती, त्यांच्या मार्गात जे अडथळे निर्माण होत होते ते दूर सारणं, हा आविष्कार आत्मविश्वासानं, मोकळेपणानं आणि धिटाईनं व्हावा यासाठी आवश्यक ते वातावरण निर्माण करणं हे त्या वादाचं कार्य होतं. ज्या आक्रमक पद्धतीनं मी वाद घालत होतो, ती जरी काहींना उद्धट आणि एकांतिक वाटली, तरी या मुक्त आविष्कारासाठी ती आवश्यक होती.'

'सामाजिक बांधिलकी मी मानत नाही', असं गाडगीळांनी स्पष्टपणे सांगितलं आहे.

गाडगीळांची ह्यामागची भूमिका नीटपणे समजावून न घेता, त्यांच्याविरुद्ध गहजबही करण्यात आला आहे. 'सामाजिक बांधिलकी' म्हणजे केवळ 'विद्रोह' हाच अर्थ असेल, तर तो गाडगीळांना मान्य नाही. गाडगीळ म्हणतात,

'पूर्वास्पृश्य दलित समाजातील मंडळी आता लिहू लागली आहेत, आपापले अनुभव साहित्यातून व्यक्त करू लागली आहेत, याचा अर्थातच मला फार आनंद झाला होता. मराठी साहित्य आपलंही आहे, आपल्यालाही साहित्यसृष्टीत स्थान आहे, असं त्यांनी म्हणणं ही साहित्याच्या दृष्टीनं अत्यंत उपयुक्त गोष्ट होती. एक नवा जोष, एक नवं चैतन्य, एक नव अनुभवविश्व, अनेक नवे दृष्टीकोन त्यामुळे साहित्यात येणार होते. या साऱ्या गोष्टी स्वागतार्हच होत्या. प्रथमतः या लेखकांनी आपला संताप, अन्यायाबद्दलची चीड व्यक्त करावी, जळजळीत भाषा वापरावी हेदेखील साहजिकच होतं; पण या साहित्यिकांनी अमक्याच प्रकारचं साहित्य लिहिलं पाहिजे, तसं लिहिलं तरच ते दलित साहित्यिक ठरतील अशी भूमिका घेणं हे त्या लेखकांच्या विकासाला आणि एकंदर या नव्यानं निर्माण होणाऱ्या साहित्याला विघातक होतं, तरी तशी भूमिका घेतली जात होती. फक्त दलितच दलित साहित्य निर्माण करू शकतात, असं म्हणून एक नवी अस्पृश्यता निर्माण केली जात होती. दलितांच्या अनेक प्रकारच्या अनुभवांना साहित्यातून हद्दपार केलं जात होतं. दलित साहित्यिकांनी व्यक्तिमत्त्वं कशी असावीत त्याचा एक साचा निर्माण केला होता आणि याविरुद्ध आवाज उठवायला साहित्यिक घाबरत होते. तसं केलं तर आपण प्रतिगामी ठरू, दलित साहित्यिक आपल्यावर तुटून पडतील, अशी साहित्यिकांना भीती वाटत होती. पांढरपेशा, शहरात राहणाऱ्या माणसांच्या जीवनावरचं साहित्य निकृष्टच असणार असा तर्कदृष्ट आणि विकृत सिद्धांत मांडला जात होता. या सर्व गोष्टींविरुद्ध आवाज उठवणं आणि त्याचवेळी यापूर्वी मुक्या असलेल्या माणसांच्या साहित्यांचं मनःपूर्वक स्वागत करणं आवश्यक होतं. ते अवघड काम करण्याचा मी प्रयत्न केला.'

हिंदुस्थानच्या आपल्या प्रदीर्घ इतिहासात काही चुका निश्चितच झाल्या आहेत; पण त्या महाभयानक चुकांच्या पकडीतून आपण फार मोठ्या प्रमाणात बाहेर पडत आहोत. जगातील प्रबोधनाचा विचार करता आपल्या लक्षात येईल, की हिंदू समाज ज्या गतीने, ज्या शांतपणाने आणि ज्या समजूतदारपणे बदलला, ते परिवर्तन अभूतपूर्व आहे. अभिमानास्पद आहे. ह्या अशा संक्रमण अवस्थेत पुरोगामित्वाच्या नावाखाली सामाजिक विद्रोह पेरणं, प्रगतीच्या बुरख्याआडून विद्वेष पेटवणं आणि जातिभेदाविरुद्ध आरोळ्या ठोकत, जीवनाच्या प्रत्येक क्षेत्रात जातीयता निर्माण करणं आपल्या हिताचं नाही. सामाजिक समरसतेला नख लावणं, एकात्मतेला सुरुंग लावणं आणि हे सारं

पुरोगामित्वाच्या नावाखाली करण्यात एक भयानक अशी आत्मवंचना आहे. दिशाभूल आहे. ही दिशाभूल करण्याचा प्रयत्न अमेरिकेसारखे देश सातत्याने करत असतात. स्वत:च्याही नकळत लेखक विचारवंत विकले जात असतात. अशा कल्लोळी वातावरणात सामाजिक समरसता निर्माण करणं हीच सामाजिक बांधिलकी असू शकते. ही अपेक्षा कोणाला कदाचित साहित्यबाह्य वाटू शकेल. ती क्षणभर विसरा, पण सामाजिक विद्रोह किंवा विद्वेष पेटवणं ही सामाजिक बांधिलकी असूच शकत नाही. असताच कामा नये. ही तथाकथित पुरोगामी (?) सामाजिक बांधिलकी गाडगीळ मानत नाहीत आणि जे त्यांच्या साहित्यिक भूमिकेशी सुसंगतच आहे.

गाडगीळांची शैली ह्या प्रदीर्घ आत्म-चरित्रात अगदी सोळा कलांनी बहरून आली आहे. गाडगीळांना शब्दांचा सोस नाही. भाव्यांच्या भाषेतला प्रवाह आणि आवेग त्यांच्यात नाहीच; पण असं असलं तरी त्यांच्या शैलीत हेवा वाटावा अशी सहजता आहे. शब्दांच्या ओझ्याखाली आशयाला गुदमरून न टाकता अचूकपणे व्यक्त करणं हे गाडगीळांचं वैशिष्ट्य आहे. गाडगीळांना समुद्र असा दिसतो,

'समुद्राची अनेक रूपं मला दिसायची. त्याच्या पाण्याचा रंग कधी फिकट हिरवा, कधी निळाभोर, कधी मळकट शेवाळासारखा, तर कधी काळा काळा दिसायचा. कधी त्याचं पाणी दाट जडजड वाटायचं. कधी पातळ, हलकं वाटायचं, तर कधी एखाद्या जहाल रसायनासारखं वाटायचं. त्याच्या लाटा कुठल्या तरी लिपीत लिहिताहेत असं वाटायचं. ती लिपी उलगडण्याचा माझं मन प्रयत्न करत राहायचं. त्यात चांदी-सोन्याच्या मासोळ्या सुळसुळायच्या. कधी सोन्याची वृष्टी व्हायची, तर कधी चांदीचा रसच त्याच्यावर सांडायचा. धावणाऱ्या बोटीभोवती फेसाळत्या लाटांचं एक धावणारं शिल्प सारखं उलगडत असायचं. ते तेच असायचं आणि वेगळंही असायचं. लाटांची लय कधी अशी असायची, तर कधी तशी. कधी त्या दांडग्या मस्तवाल अंगावर धावून येणाऱ्या असायच्या, तर कधी आळसावलेल्या, सुस्तावलेल्या असायच्या. एखादी चिमुकली नागमोडी लाट नजरेत पकडून ठेवायचं ठरवलं, तर पाहता पाहता ती हरवायची. हीच का ती, असा प्रश्न पडायचा. तर मी ती नजरेत पकडून ठेवायचा प्रयत्न करायचो. बोटीच्या मागे फेसाचा शुभ्र रस्ता तयार व्हायचा. वाटायचं की एक ओळ सारखी ऐकायला येत राहायची. किती प्रयत्न केला, तरी ती पुसलीच जायची नाही. कधी सूर्यबिंब क्षितिजरेषेवर टिकायचं आणि पोटात कुठेतरी त्याच्या कडेचा स्पर्श व्हायचा. माझी मन:स्थिती कधी प्रक्षुब्ध असायची, कधी भकासपणा सारं मन उजाड करायचा. कधी भीती मला पंजात पकडून दात विचकायची. कधी उल्हासाच्या लाटेवर तरंगत मी उंच कुठेतरी जायचो, तर कधी साऱ्या मनोवृत्ती एकतान होऊन मी म्हणजे एक

तुडुंब भरलेलं शांत सरोवर व्हायचो.'

तटस्थपणा, अलिप्तपणा हा गाडगीळांच्या शैलीचा मोठा गुणविशेष आहे, असं मानण्यात येते. किंबहुना ह्या अलिप्तपणा-मुळेच गाडगीळांच्या शैलीला श्रेष्ठत्व प्राप्त झालं आहे असंही सांगण्यात येतं. अर्थात मला हे मान्य नाही. एवढंच नव्हे, तर त्यांच्या काही बहुचर्चित कथांमध्ये ह्या तटस्थपणामुळे एक कोरडेपणा शिरला आहे, असं मला व्यक्तिशः वाटतं. एखाद्या मोठ्या दुकानातला विक्रेता जसा स्वस्त आणि महागड्या गोष्टी एकाच अलिप्तपणे दाखवतो, तसं गाडगीळांचं होतं, असं मला वाटतं. कथा वाचत असताना आपण कुठेतरी प्रवाहाच्या काठी बसलो आहोत असं वाटत राहतं. असं जरी असलं तरी किंचित अत्र्यांच्या शैलीत असं म्हणावंसं वाटतं, की 'लेखकाची गोष्ट', 'भागलेला चांदोबा' आणि 'तलावातले चांदणे' ह्या तीनच कथा जरी गाडगीळांनी लिहिल्या असल्या, तरी आम्ही गाडगीळांना श्रेष्ठ कथाकारच मानले असते. आणि इथं तर गाडगीळांनी अशा अनेक कथा लिहिल्या आहेत. ह्या आत्मचरित्रात गाडगीळांचा मला व्यक्तिशः डाचणारा अलिप्तपणा काही प्रमाणात दूर होऊन गाडगीळांनी खूपच रंगून 'मुंगीचे महाभारत' लिहिलं आहे.

गाडगीळांच्या साहित्यसंपदेत 'दुर्दम्य'ला अनन्यसाधारण महत्त्व आहे. ही कादंबरी लिहून चरित्रात्मक कादंबरी ह्या साहित्य प्रकारात मैलाचा दगड निर्माण केला आहे; पण त्यावरही टीका झालीच. त्या टीकेतसुद्धा पुन्हा समाजवादी वृत्ती आड आलीच. अगदी नाकारताच येत नाही म्हणून टिळकांना स्वीकारायचं; पण एकीकडे टिळक प्रतिगामी आहेत असंही चित्र रंगवत बसायचं. ह्या समाजवादी चिकित्सेला सुरुंग लावून टिळक हे पुरोगामी कसे होते, हे गाडगीळांनी सप्रमाण आणि समर्थपणे सिद्ध केल्यामुळे 'दुर्दम्य'वर टीकेचा भडिमार झाला; पण आपल्या ह्या लेखाच्या परिघात तो विषय नसल्याने ते असो.

ह्या आत्मचरित्रात गाडगीळांनी जवळपास पन्नास-एक वर्षांचा काळ चितारलेला आहे. अनेक लहान-लहान व्यक्तिचित्रे, हळूहळू बदलता काळ सुमारे चाळीस वर्षांपूर्वीचं मध्यमवर्गीय जीवन, तत्कालीन राजकारण, अनेक साहित्यिक, अनेक सभा आणि अनेक वादंग अशी असंख्य परिणामकारक चित्रणं ह्या आत्मचरित्राच्या रूपाने एकत्रित अनुभवायला मिळतात. विलक्षण प्रतिभेचा कथाकार, 'दुर्दम्य'कार आणि समाज-वादाविरुद्ध तात्त्विक अशी एकाकी झुंज देणारा समीक्षक ही गाडगीळांची मला भावलेली आणि आवडलेली रूपं आहेत.

लेखकाने काय लिहावं, हे त्याला कोणी सुचवू नये असं म्हणतात; पण गाडगीळांचं सगळंच न्यारं आहे. एखाद्याने एखादा विषय सुचवला असता त्यांची प्रतिभा त्या दिशेने

वाटचाल करू लागते, असा त्यांचा अनुभव आहे. वयाचा, ज्ञानाचा आणि कर्तृत्वाचा कोणताही अधिकार नसताना; पण रसिकपणाचा आणि आदरभावनेचा अधिकार असताना गाडगीळांना असं सुचवावंसं वाटतं, की 'दुर्दम्य'सारखी एक मोठी कादंबरी त्यांनी सावरकरांच्या जीवनावर अवश्य लिहावी. टिळकांपेक्षाही अधिक व्यापक असे सद्यकालीन संदर्भ सावरकरांच्या जीवनाला आहेत. संघर्ष, नाट्य आणि कल्पनातीत असे परस्परविरोधी प्रसंग यांची सावरकरांच्या चरित्रात एकच गर्दी उसळली आहे. त्यातून एक सर्वव्यापी असं सूत्र शोधणं हे गाडगीळांच्या प्रतिभेला मोठं आव्हान आहे. आणि होय, आणखीही एक इच्छा आहे. गाडगीळांना ज्ञानपीठ पारितोषिक अवश्य मिळावं. ह्या इच्छेसह आणि एका नितांत रमणीय आणि वाचनीय अशा प्रदीर्घ आत्मचरित्राबद्दल मन:पूर्वक अभिनंदन करून लेखनसीमा.

*****

(गाळगीळांच्या खास सूचनेवरून त्यांच्या मौज प्रकाशनने प्रकाशित केलेल्या 'गंगाधर गाळगीळ : व्यक्ती आणि सृष्टी' ह्या गौरव ग्रंथात समाविष्ट झालेला लेख.)

नाटक
॥ श्रीमंत बाजीराव पेशवे

(साधारणतः राजा कृतज्ञ नसतो. कृतज्ञता हा राजाचा गुणविशेष अजिबात नसतो; पण हा दैवी गुण शाहू महाराजांच्या मनात सदैव असायचा. बाळाजी विश्वनाथामुळे आपण छत्रपती होऊ शकलो, याची जाण त्यांच्या मनात सदैव होती. पुढे बाळाजी विश्वनाथांनी मोंगल दरबारातून सनदा आणल्या, एवढेच नव्हे, तर अनेक वर्षे मोंगलांच्या ताब्यात असलेल्या महाराणी येसूबाईंचीदेखील बाळाजींनी सुटका केली. म्हणून बाळाजी विश्वनाथांना शाहू महाराजांनी पेशवे तर केलेच; पण त्यांच्या पश्चात एका कृतज्ञ बुद्धीने शाहू महाराजांनी बाजीरावाला त्याच्या वयाच्या अवघ्या विसाव्या वर्षी पेशवेपदाची वस्त्रे बहाल केली. हा मराठ्यांच्या इतिहासातील एक अभूतपूर्व क्षण होता. यातूनच भारतव्यापी असे हिंदू साम्राज्य उभे राहिले. पेशवेपदाची वस्त्रे स्वीकारताना बाजीराव म्हणाले,

बाजीराव : महाराज, घृष्णेश्वराची आण घेऊन एकच शब्द देतो. यावतजीव हा देह आपल्या सेवेतच झिजेल. दौलत आणि हिंदवी राज्य यापलीकडे दुसरा कोणताही विचार आमच्या मनात कधीही प्रवेश करणार नाही. तसं जर कधी घडलं, तर तो माझ्या आयुष्याचा शेवटचा दिवस असेल.

आमच्या कल्पनेतही युद्धंच असतात आणि स्वप्नातही घोडेच दौडत असतात, असा अनेकांचा आक्षेप आहे. त्याबाबत आम्ही एकच गोष्ट सांगू इच्छितो, होय, आमच्या कल्पनेतही युद्धंच असतात आणि स्वप्नातही घोडे चौफेर उधळत असतात; पण आमच्या युद्धात आणि इतर युद्धांमध्ये एक महत्वाचा फरक असतो. आमच्या कल्पनेतली युद्धं ही आम्हीच निर्माण केलेली असतात आणि आमच्या स्वप्नात चौफेर उधळणाऱ्या घोड्यांवर आमचीच मांड पक्की असते. आजवर आपल्या भारतभूमीने खूप संघर्ष केले आहेत, सांडायला नको होतं इतकं रक्त आजपर्यंत आपण सांडलं आहे;

पण हे सगळे पराक्रम महाराज, दुर्दैवाने केवळ स्वसंरक्षणातच खर्ची पडले. वेळ शत्रूने निवडावी, स्थळ शत्रूने निवडावं, आक्रमण शत्रूने करावं आणि मगच... आणि मगच केवळ रक्षण करण्यासाठी आपण झुंजत राहावं. हा आजवरचा घातक प्रघात होता. तो प्रघात आम्ही बदलवून टाकणार आहोत. आता वेळ आम्ही निवडू, स्थळ आम्ही निवडू, आता आमच्या इच्छेप्रमाणे रणं बदलतील. कारण शिवप्रभूंनी स्थापन केलेलं हे हिंदवी स्वराज्य आज साम्राज्य व्हावं ही आमची आकांक्षा आहे. मोगल आता संपल्यातच जमा आहेत; पण अजून आहेत. त्यांना संपवावं लागेल. मोगलांच्या पश्चात एक पोकळी निर्माण होईल, ती कोणी भरून काढायची? ती पोकळी भगव्या ध्वजाने भरून काढायची. ती पोकळी शिवप्रभूंच्या आदर्शाने भरून काढायची. इतिहास आणि परंपरा पाहता, तार्तारस्थान, गांधार आणि अफगाणिस्थान ही भूमीदेखील हिंदभूमीच आहे. हिंदुकुश पर्वत ही आपली सीमा असली पाहिजे. कारण ती भूमी आपलीच होती. दुर्दैवाने नाही राखू शकलो आपण ती; पण अटकेच्या अलीकडचा हिंदुस्थान हा केवळ आपलाच आहे. अटकेपर्यंत छत्रपतींचाच अधिकार चालला पाहिजे; पण अशी केवळ मनीषा ठेवून तो अधिकार चालणार नाही. तो अधिकार आधी सिद्ध करावा लागेल. त्यासाठी पराक्रम करावा लागेल. तो पराक्रम करण्याची जबाबदारी शिवप्रभूंच्या हिंदवी स्वराज्यावरच आहे. आपल्याला केवळ पराक्रमच तारील महाराज, केवळ पराक्रमच तारील. कारण पराक्रम ह्या श ब्दाचा अर्थच मुळी, पर अधिक आक्रमण म्हणजे परक्यावर केलेले आक्रमण. तोच पराक्रम असा आहे.

हिंदुस्थान उभा करण्याची जबाबदारी आज मराठी भूमीवर येऊन पडली आहे. आज जर आपण स्वस्थ बसलो, तर पूर्वज हसतील आपल्याला आणि आपले वंशज दोष देतील आपल्याला. आपलं भाग्य थोर आहे महाराज, की हा पवित्र इतिहास आपल्या हस्ते घडणार आहे. हा केवळ भोसले घराण्याचा कोण्या बाजीरावाचा किंवा केवळ मराठी भूमीचा इतिहास नाहीये. हा उभ्या हिंदुस्थानचा इतिहास आहे. रायगडावर उगम पावलेला हा गंगौघ आपण उभ्या भारतवर्षात पोचवणार आहोत. आपण वृक्षाच्या मुळावरच घाव घालू या, उभा वृक्ष आपोआप धराशाही होईल. आपण दिल्लीची मसलत करू या. आपण मोगल संपवू या. आशीर्वाद द्यावेत महाराज. आपण केवळ पाठीशी उभे राहा, हा बाजीराव चमत्कार घडवून आणील. (घोडदौड, हर हर महादेवच्या घोषणा, जलद प्रवाही पार्श्वसंगीत. काळोख.)

(काळोख. काळोखात युद्धाचे आणि घोडदौडीचे संगीत.)

निवेदन : श्रीमंत बाजीराव पेशवे आपल्यावर चालून येत आहेत, हे कळताच नादीरशहा दिल्ली सोडून इराणला चालता झाला. ज्या मराठ्यांना औरंगजेबदेखील

संपवू शकला नाही, त्या मराठ्यांशी आणि त्यातून पुन्हा श्रीमंत बाजीरावांशी त्याला झुंजायचंच नव्हतं. दिल्ली लुटून बर्बाद करून तो निघून गेला.

१७३९ साल. ब्रिटिश, फ्रेंच आणि पोर्तुगीज ह्या तीन युरोपीय आक्रमकांपैकी एक पोर्तुगीज चिमाजी आप्पांनीच संपवले. अटकेपासून ते खाली कटकपर्यंत हिंदवी साम्राज्य पसरलं. रसिक हो, ह्या पराक्रमामुळे हिंदुस्थान हा हिंदूंचा आहे, केवळ धर्म म्हणून नव्हे, तर राजकीय सत्ता म्हणूनदेखील तो हिंदूंचा आहे याची जाणीव ब्रिटिशांना झाली. ह्या पराक्रमातूनच आजचा सार्वभौम भारत जन्माला आला.

रसिक हो, पाकिस्तानची पहिली मागणी १८६० साली करण्यात आली. 'हिंदूंना हारण्याची सवय आहे; पण इस्लाम हा सतत विजयी होणारा धर्म आहे. भारतावर इस्लामचीच सत्ता असली पाहिजे, भारत सोडून जाताना ब्रिटिशांनी हिंदुस्थान आमच्या हवाली करावा आणि भारत सोडून जावं. आमची शक्ती जर कमी पडली, तर सीमेपलीकडील आमचे धर्मबांधव आम्हाला मदत करतील; पण संपूर्ण भारतावर इस्लामचीच सत्ता राहील.'

शिवप्रभूंचे हिंदवी साम्राज्य जर झाले नसते, जर शिवशाहीचा इतिहास घडलाच नसता. बाजीराव नावाचा एक झंझावात सतत वीस वर्षं जर हिंदुस्थानात घोंघावला नसता, पेशव्यांची हुकमत जर हिंदुस्थानभर चाललीच नसती, सदाशिवराव भाऊंनी जर मोगली सिंहासन घणांचे घाव घालून उद्ध्वस्त केलेच नसते, महादजी शिंद्यांनी जर बादशाहीवर धूर्त नियंत्रण ठेवलेच नसते, नाना फडणीसांचे सावध कुटिल आणि धूर्त नेतृत्व जर निर्माण झालेच नसते, तर रसिक हो, आजचा भारतही स्थापन होऊ शकला नसता. लोकशाही प्राप्त झाली नसती. सर्वधर्मसमभाव आणि निधर्मी शासन ह्या संकल्पना भारतात कोणाला ऐकूदेखील आल्या नसत्या.

हिंदवी साम्राज्याच्या पराक्रम-पर्वाचा पाया जर श्रीमंत बाजीरावांनी घातला नसता, तर आज आपला भारत म्हणजे मध्यपूर्वेतील देशांप्रमाणे युरोप, अमेरिका आणि रशियाच्या आंतरराष्ट्रीय राजकारणाचा एक आखाडा झाला असता. हे नष्टचर्य आलंच नाही, याचं श्रेय श्रीमंत बाजीराव पेशव्यांना आहे. त्यांच्या पराक्रमाला आहे.

(छावणीचे सूचन.)

निवेदन : प्रत्येक माणसाचं आयुष्य ही एक कथाच असते. भावनांचा कल्लोळ नाही, मनाला पडलेले पीळ नाहीत, अशी कथा असतेच कुठे? बाजीराव... भारतभर दरारा असलेला वीरपुरुष; पण आपल्या आयुष्याचे भोग काही चुकवू शकला नाही. रावेर...

१७४०च्या एप्रिलचा सुमार. परिसर नुसता पेटून उठला आहे. बाजीराव व्याकूळ होऊन मस्तानीची वाट पाहत आहेत.

(बाजीराव. वातावरण उदास. बाजीराव खूप त्रस्त... हताश, कोंडलेले असे. कोंडलेल्या श्वापदाप्रमाणे फेऱ्या मारत आहेत. कोणाची तरी ते अत्यंत आतुरतेने वाट पाहत आहेत. बाहेरून आवाज येतो, 'श्रीमंत, बाईसाहेब येत आहेत. श्रीमंत, बाईसाहेब येत आहेत.' बाजीराव एका क्षणात प्रसन्न होतात. काशीबाई येतात.)

बाजीराव : यावं. यावं पेशवीणबाई यावं. पेशव्यांच्या ह्या छावणीत आपलं स्वागत आहे.

काशी : (बसतात. थकलेल्या.) अशी कशी हो ही भूमी? तापलेली. रखरखीत. नर्मदा एवढी समीप वाहाते पण ही भूमी मात्र... नुसती पेटलेली.

बाजीराव : (हसतात.) अशा भूमीवरच आमचं आयुष्य गेलं काशी. तंबू, घोडा, तलवार आणि भाला... अजूबाजूला सर्वत्र फक्त मरणाचा सहवास. आपण घेतो तो श्वास फक्त आपला असतो, पुढचा श्वास घेता येईल की नाही, याची शाश्वती नसतेच. काय गंमत असते काशी, जीवन फार सुंदरपणे कळावं अशी इच्छा असेल ना, तर मरणाच्या सहवासात राहावं.

काशी : (बाजीरावांच्या तोंडावर हात ठेवून) अहं, जीवन कळावं अशी मनीषा असेल ना, तर पत्नीच्या सहवासात थोडंतरी राहावं.

बाजीराव : (हसतात.) हो. आणि त्यातही पुन्हा काशी आणि मस्तानी अशा दोन पत्नी असतील, तर दुधात साखर आहे. काशी, नर्मदा काठी दिवस रखरखीत आणि तापलेले असतात; पण रात्री फार सुखद असतात. शीतल असतात. काल रात्री... अशीच अवचित जाग झाली. बोचरं वारं होतं. पौर्णिमा होती. समोर नजरेच्या टप्प्यात नर्मदामाई लखलखत वाहात होती. टिपूर चांदणं पडलं होतं. तशात रातराणीला बहर आला होता. त्या क्षणी सौंदर्य कोणतं आणि सुगंध कोणता हेच आम्हाला समजेना. त्या क्षणी... त्या क्षणी काशी सुगंधाला सौंदर्य होतं आणि सौंदर्याचा सुगंध सर्वत्र दरवळत होता. चांदणं... चांदणं... सर्वत्रात केवळ चांदणं... सुगंध. आत बाहेर, वर खाली सर्वत्र सुगंधच... तेव्हा अम्हाला मस्तानी आठवली. तहानेनं व्याकूळ झालेल्याला पाणी आठवावं ना, तशी मस्तानी आठवली... काशी... तुलाच मी सांगतोय, की मला मस्तानी आठवली... यात...

काशी : मला पूर्ण कल्पना आहे राऊ. तुमचं बाजीरावपण मस्तानीत आहे. कधी कधी वाटतं राऊ, की पत्नीत्वाची भावना खूप वाढली ना, की ती मातृत्वात विलीन होत असावी. मग आपला तळहात जसा दिसतो ना, तितक्या स्वच्छपणे आपलं लेकरू दिसू लागतं. त्याला काय हवं आणि काय नको ते असं आतून कळतं, कोणी सांगावं लागत नाही ते.

(बाजीराव प्रसन्न हसतात. काशीला जवळ घेतात. ह्या जवळ घेण्यात प्रेम किंवा प्रणयापेक्षा वेगळं असं खूप काही व्यक्त व्हावं.)

बाजीराव : काशी मस्तानी कुठे आहे? खरं म्हणजे तू मेण्यातून येणार, पण मस्तानी घोडा फेकीत येणार. ती आधी पोचली पाहिजे. मस्तानी कुठे आहे?"

काशी : मस्तानी नाही आली.

बाजीराव : का? का? (अत्यंत अनपेक्षितपणे खूप मोठ्या आवाजात. अगदी कानठळ्या बसाव्या इतक्या मोठ्या आवाजात. काशीबाई दचकतात. भेदरतात.)

काशी : मला नाही माहीत. मी खूप प्रयत्न केला. खूप प्रयत्न केला मी. आपला पहिला खलिताच पिलाजीरावांनी आम्हाला दाखवला होता. आणखी दोन खलिते आल्याचेही आम्हाला माहीत होतं. तेव्हापासूनच आम्ही पिलाजीरावांच्या संपर्कात होतो. शनिवारवाड्यावर पिलाजीरावांना भेटणं शक्यच नव्हतं. आम्ही त्यांना चतुःशृंगीच्या देवळात भेटलो. पिलाजीरावांचे हशमसुद्धा मस्तानीच्या वाड्यावर पाठवले; पण नाही आम्ही सोडवू शकलो मस्तानीला.

बाजीराव : मस्तानी पुन्हा अटकेत आहे? मस्तानीला आम्ही परत पाठवली... ते चुकलं आमचं? काशी मस्तानी अटकेत आहे का?

काशी : मस्तानीवरचा पहारा आमच्या कल्पनेपेक्षाही अधिक कडक होता. खरं म्हणजे एक प्रकारे ती अटकच आहे. मस्तानीची बदनामी शिगेला पोचली आहे. मस्तानी आपली पत्नी आहे, हे मान्य करायला कोणीही राजी नाही. आम्ही आग्रह धरला, की आमच्या समवेत मस्तानीलाही पाठवा; पण आमचं कोणी ऐकलं नाही. (हे ऐकत असताना बाजीराव हळूहळू संतापत जातात.)

बाजीराव : मस्तानीला न पाठवण्याचा निर्णय कोणाचा आहे? (दीर्घ विराम.) काशी आम्ही पुन्हा विचारत आहोत, मस्तानीला न पाठवण्याचा निर्णय कोणाचा आहे? आप्पांचा की मातोश्रींचा?

काशी : आम्हाला वाटतं सासूबाईंचा; पण आप्पांचाही विचार असाच आहे.

बाजीराव : मारा... मारा... सगळ्यांनी मिळून मारून टाका बाजीरावाला एकदाचा... म्हणजे आम्ही सुटू आणि तुम्हीदेखील सुटाल...

काशी : राऊ... काय हे? असे अभद्र शब्द शोभतात तुम्हाला?

बाजीराव : मग काय बोलू? काय करू? आप्पांचं आणि मातोश्रींचं पारिपात्य तर आम्ही नाही ना करू शकत? त्यांनी कितीही घाव घातले, तरी आम्ही काही करू शकत नाही. हे त्यांनाही माहीत आहे... आम्हालाही माहीत आहे. कधी कधी वाटतं काशी, आम्ही मनाने मोगल असतो ना तर... तर... बरं झालं असतं. हे क्लेश तरी टळले

असते. मग आम्ही मातोश्रींना सरळ अंधारकोठडीत टाकलं असतं आणि आप्पांना हत्तीच्या पायी तुडवलं असतं. कोणाच्याही मनाचा... कुठल्याही नात्याचा आम्ही मग विचारच केला नसता.

काशी : (एकदम ओरडतात.) राऊ...

बाजीराव : (किंचित वेड लागावं तशागत हसतात.) कल्पना कर काशी... कल्पना कर... आम्ही मोगल आहोत... मग आम्हाला विरोध करणाऱ्या दरबारी षंढांची आम्ही सरळ कत्तल केली असती. शनिवारवाड्याच्या शेजारी मीना बाजार भरवला असता. समस्त पुणेकरांनी उभ्या आयुष्यात पाहिले नसतील आणि कल्पनाही केली नसेल, असे विलासाचे भयंकर प्रकार आम्ही उत्तरेत याची देहा याची डोळा पाहिले आहेत. ते सगळे प्रकार आम्ही पुण्यात सुरू केले असते. मग कोणीही आम्हाला विरोध केला नसता. आमचा सगळा स्वैराचार ह्या महाभागांनी मुकाट्याने सहन केला असता; पण आम्ही प्रेम नाही करायचं... आम्ही विवाह नाही करायचा... यातला एकही दरबारी पंडित एका प्रहरासाठीही पेशवा होऊ शकत नाही. एका प्रहरासाठीसुद्धा... पण आमचे पाय ओढायला सगळे पुढे आहेत... (हसतात.) गुजराती भाषेत एक म्हण आहे... 'हुं मरूं पण तने रांड करू...' मी मरेन. मी मरेन पण तुला रंडकी करीन... ह्या असल्या गलिच्छ कृत्तीचे हे दरबारी... आमचा कोल्हापूर दरबार निझामाशी साटंलोटं करतो... कशासाठी? तर छत्रपतींना कोंडीत पकडण्यासाठी... बाजीरावाला नामोहरम करण्यासाठी... आणि त्यासाठी ते आमच्या धर्ममार्तंडाना हाताशी धरतात... आणि आणि हे वार करण्यासाठी ते मस्तानीचं हत्यार करतात... आमच्या मस्तानीचं... काशी, काशी अगं राधेची उत्कटता आणि द्रौपदीसारखी निष्ठा असणाऱ्या आमच्या मस्तानीचा उल्लेख ही ही... दीडदमडीची माणसं... यवन कांचनी म्हणून करतात... आणि आम्ही ते सहन करतो... त्यांच्या विनवण्या करत बसतो... शी... शी... काशी आम्हाला माहीत आहे, की आमच्या आचरणामुळे धर्म धोक्यात आला आहे, असा अनेकांचा प्रामाणिक आक्षेप आहे. ते मूर्ख असतील, कूपमंडूक असतील, धर्माचा सामाजिक परिणाम त्यांना समजत नसेल; पण... पण ते प्रामाणिक आहेतच ना! आमचे आप्पा हे त्यांचेच प्रतिनिधी आहेत. बेपर्वाईचा वरवंटा सत्तेच्या साहाय्याने डोक्यात घातला, की आक्षेप घेणारे कंठ एका क्षणात फुटूनच जातात, हे माहीत आहे आम्हाला; पण तसं नाही ना करू शकत आम्ही. करूच शकत नाही. विवेक नावाचा एक सावध माहूत बसला आहे ना आमच्या मनात... तो आम्हाला तडफडत ठेवतो... पण कर्तव्यात कसूर होऊ देत नाही... काशी, आम्ही मोगल असतो ना... तर तर हे झालंच नसतं...

काशी : शांत व्हा... राऊ शांत व्हा... अहो, तुम्ही मोगल असतात, तर असं दिव्य

उत्कट प्रेम करणं शक्य झालं असतं का तुम्हाला?

बाजीराव : काशी, भीमाच्या देहात कालीदासाचं मन असावं, ही आमची शोकांतिका आहे. पुण्याचे हे आमचे धर्ममार्तंड... पर्वतीच्या अलीकडे आणि मुठेच्या पलीकडे जग ज्यांनी पाहिलं नाही, असे कूपमंडूक पंडित आम्हाला धर्म शिककतात! हं.. धर्म? काय धर्म पाहिला आहे ह्यांनी? हिंदू धर्मावर होणारी कोणती आक्रमणं यांना माहीत आहेत? हजारों ब्राह्मणांचे वेदमंत्र... अगदी एकदाही सोमनाथला नाही वाचवू शकले. काशी विश्वेश्वराला किंवा रामेश्वरला नाही वाचवू शकले... पद्मिनीचं काय झालं? देवलदेवीचं काय झालं? आमच्या छत्रपतींची, संभाजी महाराजांची कशी हत्या झाली? काशी, अगं प्रत्येक यवन आक्रमकाने हजारों हिंदूंना बाटवलं... तरीही ह्या देशात हिंदू प्रजा बहुसंख्य आहे. हे कसं घडलं? हा चमत्कार नाहीये. अनेक द्रष्ट्या पूर्वजांनी शुद्धी घडवून आणल्या. म्हणून हे घडलं; पण तेव्हा आपली सत्ताच नव्हती. आज आपली सत्ता आहे, तरी आपण शुद्धी करायची नाही... आमच्या बाबतीत तर शुद्धी तरी कोणाची? कशासाठी? धर्म किंवा जात पितृसावर्ण्य असते ना... पित्याचा धर्म तो अपत्याचा धर्म हा नियम आहे ना... मग आमचा समशेर मुसलमान कसा असू शकतो? आणि छत्रसालाची कन्या मस्तानीसुद्धा यवन कशी असू शकते? आणि समजा असली तरी आम्ही म्हणतो म्हणून तुम्ही ती स्वीकारली पाहिजे.

काशी : राऊ, अहो हा अहंकार झाला. बरा नव्हे इतका अहंकार.

बाजीराव : होय, आम्ही अहंकारी आहोत. आहोत आम्ही अहंकारी. आम्ही नाही तर कोणी अहंकारी असायचं? अहंकार हे पराक्रमाचे अपत्य आहे. आणि पौरुषाचा सहोदर आहे तो. आम्ही नाही अहंकार बाळगायचा? काशी, अहंकार पाळणं सोपं असतं का गं? तो पाळावा लागतो, जोपासावा लागतो. आम्हाला एकच माहीत आहे, शंभर टक्के प्रामाणिकपणाचे दुसरे नाव म्हणजे अहंकार. मी कोण आहे, ह्या प्रश्नाचं प्रत्येक उत्तर म्हणजे अहंकार. मी पेशवा आहे, मी सेनापती आहे, मी अजिंक्य आहे, अपयश आणि बाजीराव हे शब्द जवळपास येऊच शकत नाहीत. आजवर मी लाखो मैलांची घोडदौड केली, आयुष्यात दौलतीशिवाय दुसरा कसलाही विचारच केला नाही, मी... मी तुझ्यावर आणि मस्तानीवर जिवापाड प्रेम करतो, ही सगळी विधानं म्हणजे मी आहे. अहंकार म्हणजे मीपणाची जाणीव. जितका ओमकार महत्त्वाचा तितकाच अहंकार महत्त्वाचा. हा असा मंगल अहंकार सहजपणे नाही प्राप्त होतं. ज्यांना घाणेरडी राजकारणं करायची आहेत, गलिच्छ तडजोडी करायच्या आहेत, शब्दांच्या खऱ्या आशयाचा विचार न करता केवळ शाब्दिक अर्थावरच ज्यांना समाधान मानायचं आहे, ज्यांना आपल्या बुद्धीवर झापडंच पाडून घ्यायची आहेत, असे महाभाग अहंकारी होऊ

शकत नाहीत. अहंकार पाळण्यासाठी रक्त आटवावं लागतं, जिवावर उदार होऊन झुंजावं लागतं. होय, आम्ही अहंकारी आहोत. काशी तुला माहीत आहे, की मस्तानी हे आमच्या अहंकाराचं कारण आहे. हे जे धर्मचर्चा करत आहेत ना, इथं पुण्याला सुखाने बसून हे जे चर्चा करत आहेत ना, आमची तलवार तिथं दिल्लीला तळपते आहे, बंगषापासून खाली निझामासकट ते थेट नादीरशहापर्यंत आमची दहशत आहे म्हणून. म्हणून हे चार पंडित इथं पुण्याला चर्चा करत आहेत. चर्चा करू शकतात. आम्हाला धर्म शिकवताहेत! आम्हाला...

काशी : राऊ, किती क्लेश करून घ्याल? आम्ही वचन देतो. आमची सगळी शक्ती पणाला लावू आणि मस्तानी तुम्हाला प्राप्त होईल असे काही करू; पण आपण शांत व्हा. मी वचन देते तुम्हाला.

बाजीराव : काशी, शक्य तितक्या त्वरेने जा आणि मस्तानीला घेऊन ये.

काशी : आम्ही तुम्हाला नेण्यासाठी आलो आहोत. आपण दोघांनी पुण्याला जायचं आहे.

बाजीराव : नाही. नाही. ज्या पुण्याने मस्तानीला अटकेत ठेवली, ज्या पुण्याने आमच्या मस्तानीला यवन कंचनी म्हणून हिणवलं, पत्रव्यवहारात जिचा उल्लेख श्रीमंतांचा मकार म्हणून केला, त्या पुण्याचं तोंडदेखील पाहायचं नाही आम्हाला. आधी मस्तानीला घेऊन ये. फक्त मस्तानी. काशी... कधी कधी आयुष्यात असं होतं... की... आपले प्राण आपल्या देहातून निघून जातात आणि दुसऱ्या देहात वास्तव्य करतात. अहंकाराचं जे कारण असतं, त्यावरूनच रण माजतं. 'सुगंध' म्हणता तुझी आठवण... 'सौंदर्य' म्हणता तुझी आठवण.. 'आघात' होता तुझी आठवण... 'प्रलय' होता तुझी आठवण... अशी अवस्था होते मनाची. मस्तानीची आस... तिचाच भास... श्वास पण तीच... प्राणदेखील तीच... मस्तानीच हेतू... फक्त मस्तानी... फक्त मस्तानी... जा काशी जा... आप्पांना मातोश्रींना सांगा... तुम्हाला राऊ हवा असेल, तर... तर... वृथा हट्ट सोडा... वाटल्यास नानासाहेबांना वस्त्रे द्या; पण आमची मस्तानी आम्हाला द्या... आमची मस्तानी द्या आम्हाला... आग... आग... होत्ये अंगाची... दाह होतोय अंगाचा... जीव कोंडलाय माझा... आग... आग होत्ये माझी. दत्ताऽ ए दत्ताऽ आमचा घोडा सज्ज कर. आम्हाला नदीवर जायचं आहे. प्रहरभर डुंबल्याशिवाय ही आग थांबणार नाही (तिरीमिरीत असल्याप्रमाणे बाहेर जातात. घोडा खिंकाळतो.). घोडा कुठाय आमचा? घोडा कुठाय?

काशी : श्रीमंतांच्या मागावर जा कोणीतरी. एकटे सोडू नका श्रीमंतांना...

(टापांचा आवाज. दूर दूर जाणारा. घोड्याचे खिंकाळणे. काशीबाई अवाक् होऊन

पाहत राहतात. काळोख.)

प्रसंग क्र : २

(ह्या प्रसंगानंतर नाटक संपेल.)

(मस्तानीचे दालन. विजांचा कडकडाट. अगदी मंद प्रकाश. श्रीकृष्णाची मूर्ती. समोर मस्तानी. हत्तीचे चित्कारणे. असह्य वाटावे इतक्या जोरात.

बाहेरून फक्त आवाज : बाईसाहेब 'सुंदर' हत्ती बेकाबू झाला आहे. रात्रभर चित्कारतो आहे. भिंतीवर डोकं आपटतोय. साखळदंड खेचून खेचून त्याचे पाय रक्तबंबाळ झाले आहेत.

क्षणभर एकदम शांतता. मस्तानी डोळे मिटून कृष्णासमोर बसली आहे.)

मस्तानी : माधवा आज जीव कासावीस का होतोय माझा? खरं म्हणजे ही तुझ्या आरतीची वेळ. बालपणापासून कधीच नेम चुकला नाही; पण आज... आरती कराविशीच वाटत नाहीये. माधवा... राऊंचं कुशल असेल ना? मागच्या अष्टमीला खलिता आला होता. नंतर काहीच कळलं नाही. (आरती करायला सुरुवात करते.) 'निर्गुण सगुणाकारम् संभृत भूभारम्... मुरहर नंदकुमारम् मुनिजन सुखकारम्...' (पुन्हा पुन्हा तीन-चार वेळा तेच तेच शब्द म्हणते.) श्रीरंगा हे कोणते रंग रे बाबा! माधवा आज क्षमा कर रे बाबा. आज नाही लक्ष लागत्ये.

(बाहेरून आवाज : बाईसाहेब, बाईसाहेब... सुंदर मेला. सुंदर मेला बाईसाहेब.)

"सुंदर मेला? सुंदर मेला! राऊंचा जीव की प्राण होता तो. राऊंचा... राऊ..." (डोळ्यातून पाणी वाहू लागतं.) (मागून राऊ येतात. मस्तानीचे डोळे झाकतात.)

मस्तानी : राऊ... कधी आलात?

बाजीराव : आलो नाही वेडे निघालोय.

मस्तानी : मला एकटीला टाकून?

बाजीराव : शक्य आहे का कधी? म्हणून तर आलोय. तुला न्यायला. येणार आहेस ना?

मस्तानी : आपला सरंजाम कुठे आहे? पेशवीण आहे मी.

बाजीराव : एकच सरंजाम खरा. तुझ्या आणि माझ्या ह्या जिवांचा.

मस्तानी : पण जायचं कुठे?

बाजीराव : कुठेही. विश्वास आहे ना माझ्यावर?

मस्तानी : शंका आहे? आपल्याशिवाय मला वेगळं असं जग आहेच कुठे? आता आपल्या मागे फक्त माझं नाव असेल. बाजीराव मस्तानी. बाजीराव मस्तानी. होय ना?

(बाजीराव मस्तानी हात हातात धरून हसतात. मस्तानी नृत्याची एखादी गिरकी

घेते. तेवढ्या क्षणात बाजीराव जातात. हातातून एखादी वस्तू सटकून जावी त्याप्रमाणे. एकदम पूर्ण प्रकाश.)

मस्तानी : माधवा... राऊंनी आता मला शेवटचं दर्शन दिलं? हा तुझा शेवटचा संदेश होता का रे माधवा? हं. आलं लक्षात. सगळं काही ध्यानात आलं माझ्या. (कृष्णाच्या समोर देवघरात एक कुपी आहे. त्या कुपीतलं विष पिते.) माधवा... मिरेच्या वेळी तू चमत्कार दाखवला होतास. आता नको दाखवूस चमत्कार.

(बाहेरून आवाज 'सरकार चिमाजी आप्पासाहेब येत आहेत.' काही क्षणात आप्पा येतात. मुजरा करून उभे राहतात.)

मस्तानी : या आप्पा या.

चिमाजी : बाईसाहेब, रात्रेरला जाण्याची तयारी करावी आपण. राऊंना...

मस्तानी : आप्पा, एकच विनंती आहे. माझ्या समशेरला सांभाळा. मी पेशवे घराची कधीच नव्हते; पण समशेर पेशव्यांचा आहे. भट घराण्याचा आहे. त्याला सांभाळा. यापेक्षा अधिक आम्हाला काहीच नको.

चिमाजी : अशी निरवानिरविची भाषा का करता आहात?

मस्तानी : आपण स्वतः आलात, तेव्हाच घटनेवर शिक्कामोर्तब झालं. राऊ गेले. होय ना?

चिमाजी : तुम्हाला कसं कळलं?

मस्तानी : सुंदरवर राऊंचा खूप जीव होता. सुंदरने रात्रभर आक्रोश करून प्राणत्याग केला, तेव्हाच सगळं समजून चुकलं आम्हाला. (दीर्घ विराम) आप्पा, काही क्षणांचं माझं मनोगत ऐकून घ्याल? घ्याच. कारण आता पुन्हा आपली गाठभेट होणार नाही. मी हे आपणाशी का बोलते? कारण राऊंचा आपल्यावर किती जीव आहे, हे मला माहीत आहे. आप्पा, आयुष्यात कधी कधी असा विलक्षण क्षण येतो, की त्या क्षणाच्या प्रकाशात आपलं सगळं आयुष्यच बदलून जातं. तो झगझगीत क्षण एखाद्याच्याच आयुष्यात का येतो... माहीत नाही. तो क्षण कुठून येतो, कसा येतो, का येतो, माहीत नाही मला. समागम अनेक होतात; पण संभवाचा क्षण एकच असतो. तो नाही ठरवता येत. कदाचित... कदाचित नियती आणि प्राक्तनाच्या संयोगातून असा दिव्य क्षण संभवत असावा. राऊंना छावणीत मी प्रथम पाहिलं ना, त्या दर्शनातच तो क्षण आला. त्या क्षणी प्रवास संपला माझा. मी वेगळी उरलेच नाही. एकच ध्यास... एकच आस... राऊ... केवळ राऊ. 'मेरे तो गिरीधर गोपाल, दूसरो न कोई. दूसरो न कोई.' आप्पा, राऊंना खूश करण्यासाठी पिताजींनी मला पणाला नाही लावली. माझ्या आईचा तर विरोधच होता. आप्पा, हा निर्णय माझा होता. यात राजकारण नाही. जोधला

मोगलांकडे पाठवण्यात जसं गलिच्छ राजकारण होतं, तसंही माझ्या बाबतीत नाही. राऊंच्या एका दर्शनातच माझी गती, माझी मती, माझी नीती सगळं काही अगदी ठरूनच गेलं. या गतीत कणभरही दुःख नाही, क्लेश नाही. एकदा प्रेम केलं, की दुःखाला आणि क्लेशाला अवसरच नसतो आप्पा. (दीर्घ विराम) पण आप्पा, तुम्ही सर्वांनी मिळून राऊंची जी अवस्था करून टाकलीत ना, तिचा विचार आला ना, की मग मात्र मला कापरं भरतं. तुम्ही सगळ्यांनी मिळून राऊंना शरपंजरी करून टाकलंत. 'सुली उपर सेज पिया की' अशी तुम्ही राऊंची अवस्था करून टाकलीत. काय साधलंत? सांगा ना आप्पा, काय साधलंत? मला माहीत आहे, तुम्हा सर्वांना भीती होती, की पेशवाईत दावेदार निर्माण होईल. होय ना? आप्पा, आत्ताच एक शब्द देते, माझे वंशज कधीही सत्तेत दावा सांगणार नाहीत; पण मी वादा करत्ये, माझे वंशज या हिंदुपदपादशाहीच्या रक्षणार्थच आपले प्राण वेचतील. कारण हे राऊंचं स्वप्न आहे. आणि राऊंच्या प्रत्येक श्वासावर मी माझे प्राण ओवाळून टाकले आहेत. राऊंना पाहिल्यानंतर घेतलेला प्रत्येक श्वास राऊंच्याच नावे होता, राऊंसाठीच होता. आप्पा, जोहार करणाऱ्या सतीचे नियम तिलाच माहीत असतात. जगाच्या चर्चेचा विषयच नव्हे तो. जोहार म्हणा, सती म्हणा, काहीही म्हणा माझे श्वास आता अगदी संपतच आले. आपला विश्वास बसणार नाही कदाचित, आत्ता काही क्षणांपूर्वी राऊ इथं आले होते. म्हणाले, 'तुला न्यायला आलोय. येणार आहेस ना?' (बोलता बोलता मस्तानी चिमाजी आप्पांच्या हातात विषाची कुपी ठेवते.) विष आहे हे. ह्या मार्गाने आम्ही राऊंच्या समवेत निघालो आहोत. मला माहीत आहे, तुम्ही मला सन्मानाने सतीदेखील जाऊ देणार नाही; पण आम्ही निघालो आहोत. मी आणि राऊ. राऊ आणि मी.

चिमाजी : वहिनी...

मस्तानी : काय म्हणालात? पुन्हा म्हणा...

चिमाजी : वहिनी. एकदा नाही. शतदा म्हणेन. (वाकून नमस्कार करतात.)

मस्तानी : आप्पा हे काय? मी लहान आहे तुमच्यापेक्षा.

चिमाजी : सती नेहमीच मोठी असते. सगळ्यांपेक्षा. वहिनी, केवळ ज्ञानी आणि संतच समाधीस प्राप्त होतात, असं ऐकलं होतं; पण प्रेमी जीवदेखील समाधीस प्राप्त होतात, हे आज 'याची देही याची डोळा' पाहतोय मी.

बाजीराव : (केवळ आवाज) निघतेस ना? मी वाट पाहतोय.

मस्तानी : आप्पा, तुम्हाला ऐकू आलं काही? आत्ता मी राऊंचा शब्द ऐकला. राऊंचा शब्द. आता नाही थांबू शकत आम्ही. आप्पा, या मस्तानीला क्षमा करा. राऊंनी माझ्या पदरात प्रेमाचं रत्न टाकलं; पण मी त्यांना त्या बदल्यात गारगोटीच दिली. दुसरं काही

देऊ शकले नाही. पेशवे घरात वादळं मात्र निर्माण झाली माझ्यामुळे.

चिमाजी : वहिनी, वहिनी, मला कितीही विरोध करावा लागला असू दे, लोकांनी कितीही आकांडतांडव केलं असू दे; पण बाजीराव मस्तानी हा शब्दप्रयोग चिरंजीव झाला आहे. बाजीराव-मस्तानी हा समास नाही, तो एकच शब्द आहे.

बाजीराव : (केवळ आवाज) मस्तानी, निघतेस ना? मी वाट पाहतोय.

मस्तानी : (एकदम झांज आल्यासारखं होतं.) आप्पा, आता राऊंच्या दर्शनाला काही क्षणच उरले आहेत. जिथे गेल्यावर परत येताच येत नाही, अशा घराचा प्रवास सुरू झाला. ताईसाहेबांना म्हणावं खूप केलंत माझ्यासाठी, समजून घेतलंत मला.

(काळोख. रंगमंचाच्या मध्यभागी पण मागे लेव्हल असेल, त्यावर बाजीराव आणि मस्तानी) मस्तानीच्या आवाजात भैरवी.

*****

(३ एप्रिल २०१५. लेखनास प्रारंभ. ७ मे २०१५. लेखन पूर्ण.)

(बाजीरावांची आठवण आली, की माझ्या जाणिवा अगदी आर्द्र होतात. लेखनाला सुरुवात केली तेव्हापासूनच एक संकल्प मनात अगदी ठाम होता, की कधीतरी मला बाजीरावांवर लिहायचं आहे. तो योग शेवटी २०१५ साली आला. अर्घ्यदान केल्यानंतर जी मनाची भावावस्था असते, अगदी तशीच अवस्था मी लिहीत असताना आणि लेखन पूर्ण झाल्यानंतर अनुभवली. ही कलाकृती आज श्रीमंत बाजीराव पेशव्यांना समर्पित करत आहे.)

*****

मुक्त छंद

॥ सायंघंटा

सावरकरांची कविता केवळ अद्भुत आहे. त्यांच्या अप्रतिम कविता स्वत: सावरकरांनीच रंगमंचावर सादर कराव्यात अशी संकल्पना मनाशी घेऊन २०१५ साली मी 'तिमिरातील तेजोत्सव' या नावाचं नाटक लिहिलं. त्यात 'सायंघंटा', 'मूर्ती दूजी ती', 'मरणोन्मुख शय्येकर' आणि 'माझे मृत्युपत्र' या सावरकरांच्या प्रदीर्घ कवितांचं मी वामनीकरण केलं. वामनीकरण म्हणजे केवळ सारांश नव्हे, तर मूळ अनुभवाला आणि सावरकरांच्या भाषावैभवाला धक्का लावायचाच नाही; पण त्या प्रदीर्घ कविता सात ते आठ मिनिटांत सादर व्हाव्यात, अशी माझी संकल्पना होती. सरासरी तीनशे ओळींच्या कवितांचं मला वामनीकरण करायचं होतं. हे नाटक लिहायला मला तीन महिने लागले; पण त्यातला बहुतांशी वेळ वामनीकरण करायलाच लागला. 'सायंघंटा' या अपरिचित कवितेचं वामनीकरण इथं सादर करत आहे.

अर्थातच ही कविता सावरकरांचीच आहे; पण या साहित्यिक प्रयोगावर माझाही नम्र अधिकार आहे. 'सावरकरांच्या अशा कविता आहेत, हेच आम्हाला माहीत नव्हते', प्रयोगाच्या दिवशी उपस्थित असलेल्या बहुसंख्य रसिकांनी याच शब्दात त्यांच्या भावना आणि आनंद व्यक्त केला.

'उंच माझा झोका' ह्या मालिकेमुळे प्रसिद्ध झालेल्या विक्रम गायकवाडने सावरकरांची भूमिका केवळ अप्रतिम केली. लेखकाने मनाच्या रंगमंचावर पाहिलेलं नाटक तितकंच उत्तम सादर व्हावं, असा दुर्मीळ अनुभव मला विक्रम गायकवाड, मीरा मोडक, रेश्मा मर्चंट आणि दीपाली देशपांडे (मी आणि दीपालीने निवेदन केलं होतं.) या सर्व सहकलाकारांनी दिला.

मी आणि सुनील जोशी (आम्ही दोघांनी दिग्दर्शन केलं होतं.). सुनील जोशी म्हणजे ह्या 'निवडक डॉ. गिरीश दाबके' ग्रंथाचे संपादक.

अर्थात ह्या यशाची सगळी मदार विक्रमवरच होती.

ते शिवधनुष्य त्याने लीलया पेलले.

प्रत्येक कविता सादरीकरणाला मिळालेल्या टाळ्या आणि त्यानंतर मिळालेले अभिप्राय ही माझ्या मर्मबंधातली ठेव आहे. या नाटकाचे आम्ही नंतर पाच प्रयोग केले.

सायंघंटा

घण घण घण घंटा झाली... नि:श्वास सुटले
पशूंप्रमाणे घाण्यास जुंपलेले कैदी अंगणात जमले...
दिवसभर घाणा ओढता ओढता पाय अगदी तुटून गेले
घाण्याभोवती घामाची वर्तुळे... पाय तुटले... पाय तुटले...
अचानक फर्मान सुटले,
'जोडी... जोडी... जोडी करो'
खाना डालो... खाना डालो... खाओ... खाओ...
जल्दी करो... जल्दी करो... बाप की शादी है क्या? जल्दी करो...
परस्परविरोधी फर्मानं सुटली...
घण घण घण घंटा झाली.
त्या संध्याकाळी, माझा जोडीदार, कोणी बंदी
मले जातीचा... म्हणाला मला होऊन आनंदी,
'बघा बाबूजी, आज आकाशात चांद आला.
आकाशात वर चांद आला,
असे तीन चांद झाले, की मग मी घरी जाईन,
माझ्या होडीत... आम्ही दोघं... आणि
वर आकाशात असाच चांद.'
'असे किती चांद झाले, की तुम्ही घरी जाणार?
किती चांद झाले, की तुम्ही सुटणार?
किती चांद? किती चांद?
काय सांगू? कसं सांगू तुला?
हाताची बोटं संपतील, पायाचीही संपतील...
पण असा चांद कधी येणार नाही,
बाहेर मी जाणारच नाही...
घण घण घण घंटा झाली...

अनिष्टाची शिळा बांधून मीच
सागरात उडी मारली...
आता बुडणं हाच नियम...
जगणं... बाहेर जाऊन प्रियेसंगं विहार करणं
हीच आता अपघाताची घटिका झाली,
घण घण घण घंटा झाली.
तरी हा ध्वनी प्रिय मज झाला...
मी हळूच वदलो आनंदून स्वत:शीच
एक दिवस संपला...
अहो, एक दिवस संपला...
अज्ञात काळाचे रिपूसैन्य...
धावून काळासम आले,
त्या सेनेतील एक सैनिक मेला. संपला.
अजि एक दिवस संपला. अजि एक दिवस संपला!
घण घण घण घंटा झाली.
असे किती घंटानाद...
असे किती घंटानाद... किती घंटानाद?
एका कर्तव्य यंत्रासमोर उभा राहून
मी माझ्या कृत्याचं नाणं टाकलं,
त्या यंत्राने ते नाणं स्वीकारलं,
खळकन आवाज आला,
तोच ध्वनी ह्या घंटेचा आहे.
घण घण घण घंटा झाली.
अशा अगणित घंटांचा महानाद होईल,
तो महानाद भरतभूच्या स्वातंत्र्याचा असेल,
हिंदभू जर मरते तर कोण वाचते?
आणि हिंदभू जर जगते तर कोण मरते?
तो महानाद व्हावा म्हणून...
हा क्षीण-अल्प घंटानाद असह्य पण अपरिहार्य,
घण घण घण घंटा वाजली,
चुटकी वाजवून मी आनंदे म्हटलं,

साम्राज्याच्या अंताचा घंटानाद हा...
भरतभूच्या स्वातंत्र्याचा घंटानाद हा...
घण घण घण घंटा वाजली...
घण घण घण घण घण त्रण
अहो, सायंघंटा झाली. अहो, सायंघंटा झाली.
*****

॥ मरणोन्मुख शय्येवर...

ये मृत्यो ये... ये... यायला निघालाच असशील
तर सुखाने ये, शक्य तितक्या त्वरेने ये.
मी का तुला घाबरावं?
सतत प्राशन करूनही संपणारच नाहीत,
अशा अश्रूंच्या मदिराच माझ्या आयुष्यात शेष आहेत,
त्या नैवेद्याला भुकेला असशील, तर त्वरेनं ये.
दिवस अजून तरुण आहे, पण कार्य मात्र संपली आहेत.
आशेच्या स्मशानभूमीत एका तपाची साधना झाली आहे,
रघुवीराची रणाज्ञा सुटली. रणयज्ञ धडाडून पेटला,
त्या यज्ञात माझ्या अस्थी मांस आणि इंद्रिये जळून
भस्मसात झाली आणि यौवनाची केवळ राख उरली आहे.
ये मृत्यो ये. त्वरेने ये.
माझी सगळी ऋणे मी यथाशक्ती यथामती फेडली आहेत.
दृष्टी तृप्त व्हावी इतकं जग मी पाहिलं,
शारदेच्या दरबारात मान्यताही मिळवली,
जाणलं इतकंच की,
इच्छेच्या वेलावर भोगाचं फळ येतं
आणि
भोगाच्या फळात पुन्हा इच्छेचंच बीज असतं.
एका भोजनाने होणारी तृप्ती आणि
सहस्त्र भोजनांनंतर होणारी तृप्ती एकच असते,

त्या ययातीने पूर्ण आयुष्याचं एक इच्छालयच केलं,
तरीही त्याला तृप्ती गवसली नाही.
आता एकच इच्छा...
ये मृत्यो ये...
दुसऱ्याने तुझ्याशी जसं वागावं असं तुला वाटतं,
तसंच तू दुसऱ्याशी वाग.
अशाच वृत्तीने सदैव वागलो,
कधी यशस्वी झालो, कधी नाही झालो.
कधी कधी आत्मौपम्य वृत्तीची मात्रा इतकी वाढली,
की मला वाटलं, मला वेड लागलं.
जमिनीवर पाऊल टाकावे तो वाटे,
अरे पायाखाली तृणबाळे चिरडून मरतील ना,
घास खाऊ जावे तर वाटे, अरे हा घास म्हणजे शेकडों
शीतांची भृणहत्याच नव्हे का?
मला वाटलं, मला वेड लागलं.
हे मृत्यो,
तुझ्या प्रदेशाची वेस जर दुसऱ्या नगरात उघडत असेल,
तर... तर... त्या नगरात प्रशस्त निवास प्राप्त होईल,
इतका विपुल विसार याच जन्मात मी भरून ठेवला आहे.
कर्मवंत अशा पुरुषाला शुचीवंत आणि श्रीमंत कुळात जन्म मिळतो,
असे प्रमाणपत्र साक्षात भगवान श्रीकृष्णाने आम्हाला दिलं आहे.
पण आता मात्र विसार भरण्याचीही क्षमता उरलेली नाही,
ये मृत्यो, ये...
ह्या जीवनानंतर पुढे काहीच नसेल,
पूर्ण अभावच असेल,
आणि पंचमहाभूतांनी निर्माण झालेल्या ह्या देहाचं
विघटन होऊन ते पंचमहाभूतातच विलीन होणार असेल,
तरीही तुझं स्वागतच आहे.
आकाशात काही क्षण रंगायमान होऊन
'मी' नावाचे इंद्रधनुष्य जर
विश्वाच्या विशाल 'मी'त विसर्जित होणार असेल,

तर हे मृत्यो, तू म्हणजे साक्षात मुक्तीच आहे.
पण हे मृत्यो...
आता रंगायमान होण्यासाठी माझ्यापाशी रंग उरलेच नाहीत,
अशा निरंगी जिवाचे तुला आकर्षण असेल तर ये...
शक्य त्या त्वरेने ये... पण हे निरंगी इंद्रधनुष्य पुसून टाक.
हे मृत्यो, हे अपरिहार्या,
आम्ही तुला का घाबरतो ते माहीत आहे?
आम्ही तुला नाही... तुझ्या सेनेला घाबरतो,
रोग-पीडा-वेदना ह्या तुझ्या सैन्याची भीती वाटते,
देहाच्या केसाकेसागणिक पीडा,
देहाच्या रंध्रारंध्रागणिक वेदना,
ह्या तुझ्या सेनेची भीती वाटते,
हे मृत्यो, तू ह्या सेनेचा का उपयोग करावास?
माझ्या जीर्ण शीर्ण देहाच्या तटबंदीची प्रवेशद्वारे
मी सताड उघडी टाकली आहेत.
ये... ये... तुझं स्वागतच आहे.
पण मृत्यो...
आजवर जे सुख मी अनुभवलं,
त्याचं मूल्य म्हणून हे भोग भोगायचे असतील,
तरीही मी तुझं स्वागतच करीन.
ये मृत्यो, ये...
ह्या जीवनग्रंथातील पुढील पानं म्हणजे
याच वेदनांची पुनरुक्ती असेल तर,
हा जीवनग्रंथ याच पानावर, याच वाक्यावर, याच शब्दावर
येथेच संपवून टाक. ये मृत्यो ये. ये. ये...
*****

॥ अर्थसूक्त

हे अर्था, तुला वंदन असो.
तुझा जन्म कधी झाला,
हे निश्चितपणे नाही सांगता येणार.
पण, मानवी जीवनाच्या पाऊलखुणा
जितक्या म्हणून दूर दूर जातात,
त्या प्रत्येक वळणावर तू,
अगदी लखलखीतपणे उभा असतोस.
खरं सांगायचं म्हणजे
तूच आमच्या जीवनाला 'अर्थ' दिलास.
अग्नी, चक्र आणि शून्य ह्या तीन महातत्त्वांनी
आमच्या जीवनाची त्रिमिती निश्चित केली.
ह्या त्रिमितीत, मानवी संस्कृतीचा भव्य कालपट
हे अर्था, तू निर्माण केलास.
अग्नी, चक्र आणि शून्य
ह्या तीन महातत्त्वांचा शोध,
म्हणजे मानवी प्रतिभेचा अनुपम
असा आविष्कार आहे,
आणि ह्या आविष्काराचा झगझगीत
असा सोनेरी कळस म्हणजे
हे अर्था, तूच आहेस.
तुझी निर्मिती करून आम्हा मानवांनी

आमच्या प्रतिभेला एक परिपूर्ती दिली.
आणि आमच्या प्रयत्नांना
मंगल अशा अतृप्तीचा शापही देऊन टाकला.
हे अर्था, या शोधासाठी आणि प्राप्तीसाठी
धीमंतांनी प्रयत्नांच्या पाऊलवाटा निर्माण केल्या,
त्यांचेच पुढे राजमार्ग झाले,
आणि असंख्य पिढ्या त्या राजमार्गावरून
सुखासमाधानात कालक्रमणा करून
इतिहासाच्या उदरात समाविष्ट झाल्या.
तुझ्या प्राप्तीसाठी आम्ही पाताळं धुंडाळली,
सागरतळांचे धांडोळे घेतले,
आणि अवकाशांचे काठ पालांडले.
तुझा शोध, म्हणजे प्रयत्नांची परिसीमा.
स्वप्नं आणि महत्त्वाकांक्षांचा
यशस्वी अर्क म्हणजे तू.
हे अर्था, तुझी निर्मिती करून,
आम्ही आमच्या कर्तृत्वासाठी
एक सर्वमान्य असा मापदंड निर्माण केला.
तुझी यत्किंचितही पर्वा न करता,
तुझा मापदंड मुळातच अमान्य करून किंवा
तुझ्याकडे सर्वस्वी पाठ फिरवून
काही विरळ अशा भाग्यवंतांची जीवनं,
धन्य झालीदेखील असतील; पण ते अपवादच...
नियम असा, की
तुझ्या साहचर्याशिवाय प्रपंचाचा
पसारा मांडता येत नाही.
पुरुषार्थाची चौकट उभारता येत नाही,
की संस्कृतीचं संचितही निर्माण होत नाही.
म्हणूनच,
हे अर्था,
तू आमच्या सुखाचं मूळ आहेस

आणि धर्माचा उगम आहेस.
असं त्या निर्मोही चाणक्याने सांगून ठेवलं आहे.
अर्था, तुझी गती मात्र अनाकलनीय असते.
अगम्य आणि लहरी अशा
नियतीच्या प्रवासाचा नकाशा एक वेळ काढता येईल,
किंवा तिच्या आगमन-निर्गमनाचे
वेळापत्रक ठरवता येईल,
पण तुझ्या गतीचा अदमास काही लागत नाही.
पण एक अदमास असा,
की स्वप्नांच्या उदरी तुझा वास असतो
आणि शक्यतांच्या सहवासात तू बहरून येतोस.
ज्यांना वैभवी जन्म लाभतो,
असे भाग्यवंत विरळा... अपवादात्मकच.
सर्वसिद्ध नियम असा,
की प्रयत्न, प्रतिभा आणि प्रारब्ध ह्या प्रयागतीर्थावरच,
तुझा वैभवी प्रासाद साकार होत असतो.
हे अर्था, तू जेव्हा मर्यादित असतोस,
तेव्हा एका परिवाराला सुखी करतोस.
पण जेव्हा तू अति विशाल होतोस,
तेव्हा तू, गंगेप्रमाणे दुथडी भरून वाहू लागतोस
आणि तुझ्या तीरावर हजारो परिवार सुखी होतात.
मग तुझ्यावर एका व्यक्तीचं स्वामित्व उरत नाही.
मग अर्था तू,
त्या समाजाचंच एक अंग होऊन जातोस.
आणि मग ती धनवंत व्यक्तीदेखील
केवळ 'मालक' न उरता
त्या हजारो परिवारांची विश्वस्त होते.
खरी गोष्ट अशी आहे अर्था,
की दुर्दैवाने ह्या भूमीने खऱ्या अर्थाने
अर्थसाधना केलीच नाही.
गेली काही शतकं

आमचा प्रतिकार आणि आमचं शौर्य
ह्या भूमीचा ‘अर्थ’ जतन करण्यातच
खर्ची पडलं. व्यर्थ गेलं.
झालं ते होऊन गेलं.
वाहिलं ते पाणी होतं
राहिली ती गंगा आहे.
कोरोनानंतरच्या ह्या नवीन जगात,
ह्या नवीन संक्रमणपर्वात
हे अर्था,
तुझी प्रासादचिन्हे ह्या देशी पुन्हा अवतरोत,
तुझ्या पदचिन्हांनी समृद्धी आणि समाधानाची
गोपद्मं ह्या देशी उमटोत
हे अर्था, तुझ्या ह्या स्वदेशी पदचिन्हांनी
परदेशी अर्थासुरांच्या मनात धाक निर्माण होवो.
अर्थसत्ता भूषविणारे धनवंत,
हे खऱ्या अर्थाने समाजाचे विश्वस्त असतात,
असा निर्वाळा, महामती चाणक्यांनी दिला आहे.
असे श्रेष्ठ अर्थोत्तम ह्या देशी निर्माण होवोत,
हा देश खऱ्या अर्थाने आत्मनिर्भर होवो,
आणि ‘कोरोना’ हा विषाणू
आपल्या हिंदुस्थानसाठी ‘करोना’
ह्या मंत्राचा जिवाणू ठरो
हीच प्रार्थना. एवढीच अपेक्षा...
*****

॥ भरतवाक्य

(विख्यात अभिनेते यशवंत दत्त यांनी 'लाखमोलाचे शब्द' नावाचा एक एकपात्री कार्यक्रम सादर केला होता. त्यांना भावलेल्या कविता, त्यांच्या नाटकातली काही स्वगतं, काही नकला असं ह्या कार्यक्रमाचं स्वरूप होतं. त्या कार्यक्रमाचे 'भरतवाक्य' म्हणून यशवंत दत्त ही कविता सादर करत असत.)

ललाटीचा लेख आणि विधीचा आलेख
कोणाला चुकला आहे.
तर तो मला चुकणार?
आभाळ अंकित झालेलं
आभाळ पाहात पाहात
कोण्या यशवंत दत्तात्रयाचा प्रवास सुरू झाला,
कधी?
निश्चित आठवत नाही,
कदाचित जन्मापासून
कदाचित त्याहीपूर्वी
कदाचित अभिमन्यूप्रमाणे
विद्या आत्मसात होण्याचे योग असतील.
ह्या घटाचं रूप आणि आकार कसा असावा
ते मी कुठे ठरवलं?
स्वरूपाचा घाट आणि आकार ठरवला,
त्या निराकार कुंभाराने
दृष्टी देऊनही पुन्हा समोर अंधार निर्मिण्याची

अजब किमया त्या विश्वंभराचीच
आणि हा अंधार भेदून
पलीकडे पाहण्याची ओढ,
हे दानदेखील त्याचेच...
दृष्टीसमोरील अंधार जरासा
उजळ करण्यासाठी,
यशवंताने डोळे किलकिले करून
नजर ताणून पाहिलं,
आणि रसिक हो! एक चमत्कार झाला,
त्या निबिड अंधारावर
एक फुटलाईट उजळला,
आणि शेकडो फ्लड-लाईट्सनी
रंगीबेरंगी फेर धरला,
कुठूनतरी झंकार उमटले
आणि... आणि...
नानाविध पात्रांनी
आम्हाला वाचा दे!
आम्हाला काया दे!
आम्हाला शब्द दे!
लेखकाच्या मनोभूमीतच रुजलेल्या
आमच्या अरूपाला तू रूप दे...
आमच्या निराकाराला
तू साकार कर.
असे म्हणत माझ्याभोवती रिंगण धरलं.
आणि सुरू झाला एक अथक प्रवास,
साधनदेखील मीच
साध्यदेखील मीच,
रंगदेखील मीच, चित्रदेखील मीच
अव्यक्तही मीच, व्यक्तही मीच
असा अभिनयाचा प्रवास सुरू झाला
पात्रांना काया-वाचा देता देता

त्यांची त्यांची अंतरंगं
माझ्यात कधी मिसळली
ते माझं मलाही कळलं नाही.
तुझा रंग मला,
माझा रंग तुला,
तुझा शब्द माझा,
माझा शब्द तुझा,
असा एक रंगोत्सव सुरू झाला...
मग कधी खेळकर
मदनबाधेची बाधा होऊन
त्यातूनच वात्सल्याचा
सोनचाफा दरवळला
तर कधी 'वादळ माणसाळत' असतानाच
नकळतपणे ते संसारगाधेतच गुरफटलं...
कधी भावनांचे 'गगनभेदी' आघात
सहन करूत तो रंगोत्सव
'कालचक्रा'ला शरण गेला.
तर कधी 'नटसम्राटा'ने
'राजसंन्यास'ही घेतला.
'भैरू पैलवान की जय'
असा शड्डू ठोकत ठोकत
तो 'शापित'ही झाला
रसिक हो,
ही माझ्या भूमिकांची नामावली नाही,
तर...
विविध व्यक्तिमत्त्वांचे किती सोपान
चढण्याची मला संधी मिळाली
त्याचं स्मरण आहे.
खरंच सांगतो,
एका गर्वोन्नत निसरड्या क्षणी
मला वाटलं की...

ह्या पात्रांना मी वाचा दिली,
काया दिली, शब्द दिला.
माझ्या आयुष्यातले कित्येक तास दिले,
ह्यांना मी
टाळ्या मिळवून दिल्या
दाद मिळवून दिली!
असं मी म्हटलं मात्र,
तेव्हा... तेव्हा...
ह्या सगळ्या भूमिका ही अवघी पात्रं
क्षमाशीलपणे सौम्य हसली
आणि म्हणाली,
वेडा कुठला,
अरे, तू आम्हाला काय दिलंस?
आठव... आठव जरा
अनुभवांचे नाना पदर
आम्ही तुला दाखवले
अनुभूतींच्या नाना छटा
आम्ही तुला दाखवल्या
आकलनाचे कितीतरी स्तर
आम्ही तुला दाखवले,
दुःखाचे किती प्रलय,
प्रत्यक्ष आघात न करता
आम्ही तुला दाखवले,
वेदनांचे किती वणवे
प्रत्यक्ष न जाळता
आम्ही तुला दाखवले
तू एक होतास
तुला अनेक होण्याची संधी
आम्ही दिली
तू स्थूल होतास
तुला सूक्ष्म होण्याची संधी आम्ही दिली

वेड्या,
नट येतील...
नट जातील...
पण भूमिका चिरंजीव आहेत,
कारण शब्द चिरंजीव आहेत.
शब्द आहेत म्हणून आम्ही आहोत,
शब्द आहेत म्हणून तूही आहेस.
अरे, ही रंगभूमीच काय,
पण ही सृष्टीच शब्दोद्भव आहे.
म्हणून त्या ओंकाराला वंदन करून
लाखमोलांच्या शब्दांचे आपण
भरतवाक्य म्हणू या!
आता विश्वात्मके देवे । येणे वाग्यज्ञे तोषावे
तोषोनी मज द्यावे । पसायदान हे ॥
येणे वरे ज्ञानदेवो । सुखिया झाला ।
सुखिया झाला
ॐ शांती: शांती: शांती:
*****

॥ आविष्कार

कधी मानिनी, कधी भामिनी,
तर कधी कामिनी, पण मुळात मीच ती रागिणी
कुठून तरी झणकार उमटेल
कुठून तरी रंग उधळला जाईल
प्रकाशाच्या सप्तरंगी झोतात,
शब्दब्रह्माला लाभेल अभिनयाची मोहक आकृती
कधी मानिनी, कधी भामिनी,
तर कधी कामिनी, पण मुळात मीच ती रागिणी
अभिनयाच्या मंचावर येथे शब्दाला काया लाभेल,
भावाला आविर्भाव जडेल, ऊर्मीला पदन्यास लगडेल
आणि आविष्काराला लाभेल
एक मोहक नाट्यकृती
सगळेच भाव माझे, मला आपपरच नाही
द्वेषही मीच, प्रेमही मीच
त्यागही मीच, भोगही मीच
अभिलाषाही मीच, लालसादेखील मीच
शृंगारही मीच, तृप्तीदेखील मीच
वात्सल्य मीच आणि प्रणयदेखील मीच
वैदेही मीच आणि पांचालीदेखील मीच
शब्द जिथे थबकतील, तेथे काया बोलकी होईल
आणि काया जेव्हा अशब्द होईल,

तेव्हा शब्द प्रकाशवाट दाखवतील
शब्दकायेच्या उदयास्तात येईल
आविष्काराला भरती...
कधी मानिनी, कधी भामिनी
कधी कामिनी, पण मुळात तीच मी रागिणी
राधेचं नि:शब्द प्रेम मीच
आणि मीरेचं मुक्त मोहरणं मीच
('तनया' नाटकाची नायिका सादर करते ते मुक्त काव्य.)
*****

॥ खुंट्या

खूप पाहिले तुझे देव्हारे
आणि भगतांनी काढलेले अंगारे,
खूप पाहिल्या तुझ्या सजलेल्या घुमट्या
आणि बुवांनी काढलेल्या अंगठ्या.
खूप पाहिले तुझ्यासाठी बोलले गेलेले नवस,
आणि ते फेडण्यासाठी केलेले मूर्ख सायास.
गुरुची भीती, मंगळाची भीती, शनीची भीती
अज्ञातापुढे कुंठित झालेली मानवी मती.
कदाचित हे देव्हारे, हे अंगारे,
ह्या घुमट्या, ह्या अंगठ्या
हे नवस, हे सायास, हे गुरू, हे शनी
ह्या सगळ्या खुंट्या असतील
मानवी मनाने सजविलेल्या आणि निर्मिलेल्या.
मग ह्या खुंट्यांवर,
असंख्य बोचकी टांगण्यात येतात.
अपेक्षाभंगांची, मानभंगांची आणि अपयशांची.
हे व्योमकेशा,
एकच प्रार्थना आहे,
संकटं यायची असतील तेव्हा ती येऊदेत,
पण त्या प्रलयाच्या काळातदेखील
मला कोणत्याही खुंटीची गरज न लागो

माझ्या मनाचे दु:ख मलाच पेलता येऊ दे.
खूप पाहिले देवा तुझे देव्हारे
आणि भगतांनी काढलेले अंगारे.
*****

॥ खोड

तू माझ्या बाजूने कूस वळवलीस,
की मी
तुझ्याजवळ सरकलो?
आता खरंच आठवत नाही.
तू उगाचच खुदकन हसलीस,
की मी
तुला कचकन धरून
माझ्या दिशेनं वळवली?
आता खरंच आठवत नाही.
स्पर्शाची मदत घेत घेत
शब्द मुक्कामाला पोचले,
म्हणजे नि:शब्द झाले
आता खरंच आठवत नाही,
की...
शब्दांची मदत घेत घेत
स्पर्श धीट आणि एकदम मोकळे झाले?
आता खरंच आठवत नाही.
जाऊ दे ना ती उठाठेव
आपल्या स्पर्शाचा मुक्त पारिजात
आत्ता आपल्या सर्वांगांवर बरसत असताना
त्याचं खोड कोणाच्या अंगणात आहे?

याची नसती उठाठेव हवी आहे कोणाला?
तू हसलीस,
की मी
जवळ सरकलो
आता खरंच आठवत नाही.
*****

।। ध्रुव

हे मृत्यो,
तू अमर आहेस हे मला माहीत आहे.
माझ्या जन्माबरोबरच तुझा जन्म होतो,
हेदेखील मला माहीत आहे.
माझ्या श्वासातून आणि उच्छवासातून,
मला तुझीच पावले ऐकायला येतात.
असं एकही स्थळ नाही,
की जिथे तुझा वावर नाही.
अशी एकही वेळ नाही,
की जिच्यावर तुझं सावट नाही.
पण एक स्थळ असं आहे,
की जिथे तुझा वावर नाही.
एक वेळ अशी आहे,
की जिच्यावर तुझं सावट नाही.
त्या स्थळाचा मी स्वामी आहे,
ती वेळ माझ्या अधीन आहे.
ते स्थळ म्हणजे माझ्या लेखनाचा चौरंग.
ती वेळ म्हणजे माझ्या शब्दनिर्मितीची वेळ.
ह्या स्थळी, काळी हे मृत्यो तुला प्रवेशच नाही.
तू अमरच आहेस मृत्यो...
पण मीही काही मर्त्य नव्हे.
*****

॥ राघवा...

राघवा, आज काहीतरी बोलायचं आहे,
आभाळ गच्च भरून आलंय,
सगळं कसं अंधारून आलं आहे,
पण जलधारा रुसल्या आहेत.
तसंच राघवा,
मनात अब्द अब्द दाटून आलं आहे,
नुसता कोलाहल माजला आहे काळजात
त्या कोलाहलाला शब्दांचा सूर
सापडतच नाहीये.
मेघशामा, तूच म्हणाला होतास आठवतंय?
तू म्हणाला होतास,
जानकी,
अगं रात्र सरून जाईल,
पण संवाद संपणार नाही.
मग आजच असं का झालं?
शब्दांनीच पाठ फिरवल्यावर
मी करावं तरी काय?
हे राजीव लोचना,
मी कधी प्रश्न विचारलाच नाही.
आक्षेप कधी घेतलेच नाहीत.
कारण तुझ्याविना मी वेगळी होतेच कुठे
एकदाच प्रश्न विचारला,

कैकयी मातेनं वर मागितला,
तुझा वनवास निश्चित झाला.
तू स्थिर मनाने तो स्वीकारलास
आणि माझा निरोप घ्यायला आलास,
तेव्हा मी म्हटलं,
निरोप कसला माझा घेता?
जेथे राघव तेथे सीता
ह्या मार्गी हे चरण चालती
त्या मार्गी मी त्यांच्या पुढती
वनवासाची मला न भीती
संगे आपण भाग्यविधाता
निरोप माझा कसला घेता?
एवढा एकच प्रश्न मी विचारला.
राजसा, मी वनवासात जावं
अशी कैकयी मातेची इच्छा नव्हती.
पण मी आले. तुझ्यासवे.
सुखाचा प्रकाश गेला,
की निघून जावं हा सावलीचा स्वभाव झाला,
प्रहार झाला की शरीर सोडून जावं,
हा प्राणांचा स्वभाव झाला.
पत्नीचा नाही.
प्राणांपलीकडे मी तुझी होते. आहे.
होय ना?
मग आता तू का नाही म्हणालास?
की जन हो, वैदेहीच्या पावित्र्यास
अग्नीची साक्ष आहे.
माझी दुहिता शुद्धच आहे.
नसेल समजत तुम्हाला तर
तो तुमचा दोष आहे.
आंधळ्यास दीपोत्सव कसा समजावा?
पण तुमच्या हट्टासाठी मी

जानकीचा त्याग करतोय.
राजा म्हणून पट्टराणीचा त्याग करतोय.
पण जानकीचा पती म्हणून मी पुन्हा वनवासात जातोय.
राघवा, असं जर तू म्हटलं असतंस ना?
तर... तर... माझा हा दुसरा वनवास
सुखाने मोहरून गेला असता.
पण मी बोलणार नाही.
शब्दांपेक्षा मौनातच खूप खूप अर्थ असतात.
आभाळ गच्च भरून आलंय.
सगळं अंधारून गेलं आहे.
आता मीच तुझा निरोप घेत आहे.
*****

॥ परीक्षक

कविता लिहिताना,
एक आकृती समोर असते.
धूसर असते, अस्पष्ट असते,
पण ठामपणे समोर असते.
माझ्या शब्दा शब्दावर तिचं लक्ष असतं.
तिच्या चेहऱ्यावर एक अतृप्ती सतत असते.
विनोदाची तिला आवड आहे,
पण हसण्यासाठी हसणं
या प्रकाराचं तिला वावडं आहे.
कारुण्याला ती घाबरत नाही,
पण उसन्या कारुण्याचा तिला तिटकारा आहे.
प्रास अनुप्रास उपमा उत्प्रेक्षा
हे सगळे शब्दालंकार तिला प्रिय आहेत
पण कोरड्या शब्दफुलोऱ्याची तिला घृणा आहे.
मला जे जे काही वाटतं,
ती माझी प्रचिती,
मी कशीही व्यक्त केली,
की मग मात्र तिच्या रुष्ट आणि अतृप्त चेहऱ्यावर
समाधानाची अस्पष्ट रेषा उमटते.
अशा वेळी तिला विनोद आवश्यक वाटत नाही,
कारुण्य आवश्यक नाही आणि

शब्दालंकार तर आठवतदेखील नाहीत.
एकदा वाटलं,
असंख्य अज्ञात रसिकांची ही आकृती आहे का?
पण मग रोखून पाहताना जाणवलं,
की ती दुसरी आकृती म्हणजे मीच आहे.
म्हणजे माझा कलाकार मी
आणि परीक्षकही मीच.
त्या क्षणापासून मी फार फार सावध असतो,
प्रत्येक शब्द लिहिताना अतिशय जागृत असतो,
कारण मला माहीत आहे,
स्वतःला फसवणं अवघडच नव्हे
तर अशक्य असतं.
कविता लिहिताना,
एक आकृती समोर असते,
धूसर असते, पण ठाम असते.
*****

(‘तनया’ नाटकासाठी लिहिलेला मुक्त छंद)

॥ माकड

(नाटक 'तनया'. रागिणी विख्यात अभिनेत्री आहे. पण घाटात मोटार अडवून लुटमार करणाऱ्या टोळीच्या कचाट्यात सापडते. गाडीत रागिणीला पाहून गुन्हेगार चेकाळतात आणि म्हणतात, 'पडद्यावर अनेकांना मजा करू देतेस ना? आज आम्ही मजा करणार.' नाटकात पुढे रागिणीचा तडफडात व्यक्त होतो. रागिणी म्हणते...)

माकड, माकड
फक्त झाले मी... फक्त माकड....
नाही मानिनी... नाही रागिणी...
फक्त कामिनी... फक्त कामिनी..
'चल बंदरीया नाच दिखा'
काय म्हणाले ते?
'क्या माल है! कमाल है!'
माझं नृत्य... माझा अभिनय
माझी कला... माझा परकायाप्रवेश
भूमिकेचा फील... बॉडी लँग्वेज
सगळ्या सगळ्याची फक्त माती झाली.
फक्त माती.
'चल बंदरीया नाच दिखा'
माझा अभिनय...
गप्प बस... विचार, विचार,
स्वत:च्या मनाला विचार
कधी केलात तुम्ही अभिनय?
कबूल कर, स्वत:शी तरी कबूल कर.
आपण फक्त आपल्या प्रतिमाच विकल्या.
होय विकल्या. विकतो.
मला नाचता येतं. मी नाचणार.

मला विनोद येतो. मी विनोद करणार.
माझ्याजवळ कोवळा लुशलुशीत देह आहे,
दाखवणार मी तो आणि मग...
प्रेमाच्या नावाखाली निर्लज्ज कामाचार करणार...
देहच पेरले ग आपण... देहच पेरले.
मग पेरलेल्या देहातून वासनाच माजणार,
कुठे आहे अनुभव,
कुठे आहे कला,
कुठे आहे अभिनय?
त्या बघ... त्या बघ...
तुझ्या गळ्यातल्या दोऱ्या बघ.
निर्मात्याची, लेखकाची,
सहकलाकाराची, कॅमेरामनची,
आणि सर्वात शेवटी,
पण सगळ्यात महत्त्वाची...
ज्यांनी केवळ तुझा देहच पाहिला अशा प्रेक्षकांची.
चल बंदरीया नाच दिखा...
चल बंदरीया नाच दिखा...
(शिट्या, डमरूचा कोलाहल होतो.)
शक्य असतो अभिनय?
येतो करता अभिनय?

रागिणी... रागिणी खरंच करता येतो अभिनय?
त्या भूतावळीच्या नजरेत जेव्हा
वासना ओथंबू लागली...
ते जेव्हा खदखदा हसले,
त्यांनी जेव्हा तुला फरफटत नेली...
त्यांनी जेव्हा तुझ्या तोंडावर
सिगारेटचा धूर सोडला...
त्यांनी जेव्हा तुझ्या तोंडावर
बॅटरीचा फोकस मारला...
तू जेव्हा क्रूरपणे लढलीस,
तू जेव्हा एकटी झालीस,
तुझं जेव्हा भान हरपलं,
तुझा तेव्हा कसा थरकाप झाला
तुला किती असह्य झालं,
तू कशी असाहाय्य झालीस,
ह्या भीषण अनुभवातला
एक कणतरी तू कधी व्यक्त करू शकशील?
हाच प्रसंग सिनेमात किती सोपा होईल?
किती सवंग होईल?
आधी मेक-अप होईल,
प्रकाशयोजना होईल,
कॅमेरा विविध अँगल्समधून अचूकपणे फिरेल,
देहाचा सडा पडेल,
मग क्लोज-अप्स येतील,
मग कधीतरी संकलन होईल,
संगीत नियोजन होईल,
तेव्हा खरा परिणाम साधला जाईल.
ह्या प्रक्रियेत कुठे आहे अभिनय?
कुठे आहे परकायाप्रवेश?
येतो करता अभिनय?
शक्य असतो अभिनय?

जे तू करतच नाहीस,
जे करणं तुला शक्यच नस्तं,
ते केलं म्हणून तू टाळ्या मिळवणार?
आणि स्वत: मात्र माकड होणार?
चल बंदरीया नाच दिखा...
चल बंदरीया नाच दिखा...
अभिनय शक्य नाही हे कळल्यानंतर,
आणि तुझं माकड झाल्यानंतर,
तुझ्या देहाचे पार धिंडवडे उडाल्यानंतर,
पुन्हा शूटिंग करणं शक्य आहे तुला?
खूप काही दाखवणारा,
पण काहीच न सांगणारा सिनेमा
करू शकशील तू पुन्हा?
नको... नको... तो सिनेमा
मला माकड करणारा
नको तो सिनेमा...
*****

(‘तनया’ नाटकासाठी लिहिलेला मुक्तछंद. हे नाटक २०११ साली कोल्हापूर केंद्रावर राज्य नाट्य स्पर्धेत प्रथम आले होते. दिग्दर्शक होते श्री.सतीश सलाग्रे.)

हा प्रसंग संपल्यानंतर प्रेक्षागरसुन्न झाले. आणि मग ही मूक आणि अत्यंत प्रभावी दाद संपल्यानंतर टाळ्यांचा कडकडात झाला. मेधा पाथरेने रागिणीची भूमिका केवळ अप्रतिम केली होती.)

॥ साथ...

तू म्हणालीस,
आता आयुष्यभराची साथ आहे.
त्या ओढाळ मोहाच्या क्षणी,
एक विचारायचं सालं राहूनच गेलं,
की,
साथ तुझी आहे,
की,
तुझ्या आठवणींची आहे?

****

॥ पद्यमजुरी

तुझ्यासाठी...
आणि म्हणून केवळ आपल्यासाठी
लिहिलेल्या कविता
आज मी बाजारात मांडल्या आहेत.
तुझ्या सहवासाचा सुगंध,
जो माझ्या स्मृतिकोशात अमर होता
तो आज गाण्यांच्या कुप्यांत भरून
प्रदर्शनात ठेवला आहे.
तुझ्या प्रत्येक अश्रूसाठी
जो कोवळा गहीवर
माझ्या काळजात दाटला होता,
तो आज...
'मीटर'मध्ये लिहा
हे शब्द ऐकून खजील होऊन
भकास हसतोय.
तू दूर कोपऱ्यात अंग चोरून
उभी राहावीस हेच बरं.
कारण हे वातावरण
तुला मानवणारं नाही.
अगं,
येथे प्रत्येक शब्द आणि प्रत्येक भावना

प्रत्येक जवळीक आणि प्रत्येक कोवळीक
ताल आणि स्वरांच्या ताजव्यात टाकण्यात येईल.
हे सतत वाजतं आणि म्हणूनच बाजतं वातावरण
तुला असह्य होईल.
जगात सगळे सूर लावता येतात,
पण पैशांचा नाद काही काढता येत नाही,
हे सत्य उशिरा का होईना
पण आज मला समजलंय.
म्हणून माझ्याच शब्दांचा
मी आज लिलाव मांडला आहे.
तू दूर कोपऱ्यात अंग चोरून
उभी राहावीस हेच बरं!
पण एकच विनंती आहे,
ह्या पद्यमजुरीला कंटाळून
मी पुन्हा जेव्हा तुझ्याकडे येईन,
तेव्हा आपल्या प्रेमाची आठवण
तू ठेवशील ना?
ठेवशीलच.
त्या विश्वासावर तर आज मी;
माझे शब्द बाजारात मांडले आहेत.
केवळ आपल्यासाठी लिहिलेले शब्द आज
गाणी होऊन खणखणत आहेत.
तू दूर कोपऱ्यात अंग चोरून,
आणि मी...
ताल स्वरांच्या बाजारी जगात...
*****

॥ द्वारकाधीशास...

द्वारकाधीशा...
आज तुझ्या दगडी वास्तूत
क्वचित लाभणारा निवांतपणा आहे.
भक्तांची वर्दळ नाही,
उच्च आवाजात होणारा
तुझा जय जयकार नाही.
आज केवळ तू आहेस,
मी आहे,
आणि आपला संवाद आहे.
राजसा, अगदी मनातलं सांगायचं म्हणजे
मी भक्त वगैरे नाही.
साधना, उपासना, जप जाप्य
ह्या मार्गाने मी कधी गेलोच नाही.
मी तुझा भक्त नाही, हे तुलाच सांगण्यात
खरंच सांगतो,
मला किंचितही संकोच वाटत नाही.
कारण तुझ्या साक्षेपी दृष्टीला
अगोचर असं काहीच नाही,
या जगातले पानही
तुझ्या इच्छेवाचून हलत नाही,
असं तुझ्या भक्तांचं आग्रही म्हणणं आहे.

एवढी मोठी ज्ञानी मंडळी तुझ्या भक्तीत
धन्यता मानत असतात,
की त्यांच्या ज्ञानावर शंका घ्यावी,
एवढे मूर्ख साहस माझ्यापाशी खचितच नाही.
तेव्हा तुला ज्ञात नाही,
असं काही आहे का? नाही ना!
पण तरीही मी बोलणार आहे,
कारण, हे सर्वेशा, हवा सर्वत्र असते,
पण माझ्या शरीरातून संचार करते,
तेवढीच हवा खऱ्या अर्थाने माझी असते.
त्याप्रमाणे अनेक ज्ञानियांनी
तुझ्याविषयी अब्द अब्द सांगितले,
पण मी बोलणार आहे.
ते माझे आहे. केवळ माझे आहे.
माझ्या प्राणांप्रमाणे... माझ्या श्वासांप्रमाणे.
माधवा, हे तुला नवीन निश्चितच नाही.
पण मी बोलणार आहे.
ऐकशील ना?
मोहना, असं आपलं उगाच वाटतं,
की तुझ्याशी संवाद होऊ शकतो.
प्रभू रामचंद्र सरळसोट
उंच वृक्षाप्रमाणे वाटतात.
मन दडपून जातं त्यांच्याकडे पाहता पाहता!
पण तू मात्र एखाद्या
भव्य प्रासादाप्रमाणे वाटतोस.
विस्तीर्ण वटवृक्षाप्रमाणे वाटतोस.
तुझ्या दालना-दालनातून
हुंदडता येईल असं वाटतं.
आणि तुझ्या अंगाखांद्यावर
सूरपारंब्या खेळता येईल असं वाटतं.
हे बहुरूप्या, तू नाहीस,

तुझी एखादी कथा नाही,
तुझं एखादं गीत नाही,
तुझं एखादं वचन नाही,
असा एकतरी क्षण आमच्या
आयुष्यात आहेच कुठे?
आमचं बालपण तुझ्या कथा ऐकत ऐकतच
तारुण्यात प्रवेश करतं.
यौवनात तुझं आकर्षण वाटत नाही,
तो खरा तरुण असतो का रे?
मनमोहना, तुझ्या असंख्य
गोपी आणि त्या रासक्रीडा
लीलाधरा पौरुषाचा असा आविष्कार...
जगातले अवघे रंग त्यात रंगायमान होतात.
पण ह्यातच राधाही असते.
निरपेक्ष प्रेमाचं, वासनाशून्य प्रेमाचं...
ते एक काळजात कालवाकालव
करणारं रूप असतं...
त्या रूपाच्या छायेत मग...
सगळी रासक्रीडा भक्तीचा
आविष्कार होऊन जाते.
आणि दैहिक आकर्षणांची किल्मीषं
गळूनच पडतात.
'ये रुक्मिणी, रथात बस. तुझ्यासाठी आलोय.
तुझ्या भावाची ही सेना किंवा वृथाच मला आव्हान देणारे हे वीर,
आपल्याला काहीही करू शकणार नाहीत,
कारण मी तुझ्याबरोबर आहे. ये, रथात बस.'
प्रेमाचा हा उन्मेष आम्हाला
नित्य मोहवीत असतो.
रुक्मिणी आणि सत्यभामा ह्या दुहेरी
संसारात होणारी तुझी तारांबळ,
अनेक प्रापंचिकांना सुखावीत असते.

तू आणि द्रौपदी...
स्त्री-पुरुष नात्याचं एक विलक्षण रूप!
सखी!
असे निर्मळ संबंध आम्ही
कधी पाहिलेच नाहीत.
अनुभवले तर नाहीतच नाहीत.
ह्या क्षणापर्यंत हृषीकेशा,
तू आमच्या कवेत असतोस...
पण मग महाभारत सुरू होतं.
आणि मग मात्र आमची तारांबळ उडते.
कशाचाच काही अर्थ लागत नाही.
तू...
पाहता पाहता आकाशापेक्षाही मोठा होतोस.
'या जन्मात उत्तम कर्म केल्यास
पुढील जन्म श्रेष्ठ कुळात लाभतो.'
आमच्या हातात तुझ्या ह्या
वचनाचं एक फळकूट असतं...
आणि त्या आधारे आम्हाला
हा भवसागर पार करायचा असतो.
'परित्राणाय साधूनाम विनाशायच दुष्कृताम,
धर्मसंस्थापनार्थाय संभवामि युगे युगे.'
आमच्या मनात तुझ्या
वचनाचं सांत्वन असतं...
तुझ्या आश्वासनांची मोहिनी असते.
तुझ्या ह्या वचनांच्या आधारे आमच्या,
हजारो पिढ्या एका चिवट आशेवर
सुखाने कालक्रमणा करतात.
आमच्या वीरांना आणि आमच्या ज्ञानियांना,
आमच्या विचारवंतांना,
आणि आमच्या योगियांना,
आमच्या भक्तांना आणि आमच्या प्रापंचिकांना,

आमच्या अवघ्या जीवनालाच
केवळ तू प्रेरणा देतोस.
धीर देतोस, आमचं सांत्वन करतोस.
आणि असंख्य रंगांची उधळण
हे श्रीरंगा तू करतोस.
तू नसतास, तर आमचं जीवन
नीरंगी आणि शुष्क झालं असतं.
महाभारतपर्वात तुझी कुटिलता पाहून
आम्ही स्तंभित होतो.
हबकूनही जातो. तलवारीच्या एखाद्या पात्याप्रमाणे निर्मम होऊन,
तू संहार घडवून आणतोस.
तरीही एक शंका मनात घोंघावतेच,
सज्जनांच्या रक्षणासाठी वारंवार
तुलाच का जन्म घ्यावा लागतो?
साधूपणा नेहमी दुर्बळच का असावा?
पुढचा आणखी एक प्रश्न
मनात थैमान घालतो,
सज्जन तरी कोणास म्हणावे आणि
दुर्जनाची व्याख्या काय?
परंपरा सांगते,
की धर्माचं पालन करतो तो सज्जन.
आणि धर्माचे पालन करत नाही तो दुर्जन.
पण धर्म तरी निश्चित आहे का?
नाही ना.
धर्म हा अति गहन आहे,
त्याची गतीच समजत नाही,
असं तूच अनेकदा म्हणून ठेवलं आहेस.
मग धर्मच जर निश्चित नसेल,
तर सज्जन आणि दुर्जन तरी ठरवायचे कसे?
सज्जनपणा हा अनेकदा निरुपयोगी असतो, निष्प्रभ असतो.
आणि दुर्जनांच्या ठायी अनेक लखलखीत गुण

तेजस्वीपणे वास करत असतात
त्यांचं काय करायचं?
महाभारतात तुझी गीता तू सांगतोस,
विश्वरूपदर्शन दाखवतोस...
मग मात्र आमचा संभ्रम पराकोटीला पोचतो.
तुझं विश्वरूप पाहून आम्हीदेखील अर्जुनाप्रमाणेच भोवंडून जातो.
मुळातच मानवी जीवन अति अति अति क्षुद्र,
ह्या अति क्षुद्र जीवनात
कर्तव्यपालनातही काय अर्थ?
आणि किंकर्तव्यमूढपणामुळेदेखील
असा काय फरक पडणार आहे?
पण तू म्हणतोस,
धनंजया तू कर्तव्य केलंच पाहिजेस.
बरं, हे कर्तव्य असं करायचं,
की फळाची आशा ठेवायचीच नाही.
पुढं जाऊन तू असंही सांगतोस,
की होणाऱ्या प्रत्येक कर्मात पाच घटक महत्त्वाचे.
त्यातल्या दैवावर आमचं नियंत्रणच नाही.
याही पुढे जाऊन तू असंदेखील सांगतोस,
की मी जरी 'नाही' म्हटलं तरी,
माझी प्रकृती कर्म करवून घेईल.
आणि माझी प्रकृती कशी असावी,
हे ठरविण्याचा मला मुळीच अधिकार नाही.
माधवा काय हे?
आधीच मानवी जीवन नगण्य,
तरीही आम्ही कर्माला सज्ज व्हायचे,
पण यशावर अधिकार नाही,
की प्रकृतीवर स्वामित्व नाही,
फळावर आशा ठेवायची नाही,
कारण आमच्या करवी
तूच सगळं घडवून आणणार,

हे विश्व म्हणजे तुझीच लीला.
खरं म्हणजे तू म्हणजेच विश्व!
म्हणून कर्म करायचं, तुला अर्पण करायचं
आणि नामानिराळं व्हायचं
हाच आमच्या जीवनाचा अर्थ, होय ना?
श्रीरंगा, तुझ्या प्रत्येक कालखंडात तू मन:पूत डुंबतोस,
पण दुसऱ्या क्षणी ते रंग पुसून तू वेगळ्या लिलेत रंगून जातोस.
जुन्या रंगांचे कुठलेही ठसे हे रंगनाथा तुझ्या चेहऱ्यावर पुन्हा दिसत नाहीत.
जीवनात प्रत्येक क्षणी मी ही भूमिका करतोय हे भान असावं,
भूमिका म्हणजे खरा 'मी' नव्हे,
आणि अभिनय म्हणजे खरा अनुभव नव्हे,
हे भान माझ्या मनात सदैव राहो.
हाच ना जीवनाचा अर्थ?
माझी भूमिका मी नाही ठरवत,
ती ठरवणारा 'तो' कोणी वेगळाच आहे,
ही जाणीव माझ्या मनात सदैव राहो.
अधिक काही नको राजसा,
पण एवढे तरी देच श्रीरंगा.
*****

॥ चार्वाकाय नमः

महर्षी,
का कोणास ठाऊक,
पण आज सकाळपासून असे
आतून आपले स्मरण होत आहे.
हे बोलणे फारसे खरे नाही,
कारण,
आपले स्मरण झाले नाही,
आपले एखादे तत्त्व मनात
लखलखून गेले नाही,
असा एकही दिवस,
जाणतेपणाच्या गेल्या
पन्नास वर्षांत गेलेला नाही.
अर्थात आमचा जाणतेपणा,
केवळ शब्दार्थानेच घ्यायचा.
प्रज्ञेच्या गाभाऱ्यातून उमललेला जाणतेपणा,
जसा आपल्याला लाभला,
तसा जाणतेपणा आम्हाला
लाभण्याचा संभव फारच कमी.
जवळ जवळ नाहीच.
आमचा जाणतेपणा,
केवळ वयाच्या हिशोबाने ठरवलेला,

आम्हीच गृहीत धरलेला.
महर्षी,
आपला कुठेही मठ नाही,
आश्रम नाही, की देऊळ नाही.
अर्थात देऊळ बांधणे किंवा मठाधीश होणे,
अथवा आश्रमाची सत्ता उपभोगणे,
हे आपल्या तत्त्वात बसतच नाही.
आम्ही असे चलाख,
की मूर्तीपूजेला विरोध करणाऱ्या तथागतांच्याच आम्ही भव्य मूर्त्या उभारल्या.
पण,
तुम्ही असे एकमेव तर्ककठोर,
की असल्या वावदूकपणाला
आपण स्थानच ठेवले नाहीत.
कारण,
कोणतीही प्रार्थना कधीही निरामीश नसते,
आणि कोणतीही पूजा कधीही
अभिलाषाशून्य नसते,
हे सत्य आपण
फार बारकाईने जाणले आहे.
प्रत्येक प्रार्थनेच्या पोटात कुठेतरी
शरणागतीच असते,
आणि प्रत्येक शरणागती
पापभावनेतून अथवा अपराधगंडातूनच जन्माला येत असते,
हे आपल्याइतकं
कोणीही कधीही जाणलं नाही.
अगदी आचार्यांनीदेखील,
'पुनरपि जननं, पुनरपि मरणं'
अशी खंत व्यक्त केलीच.
मानवी जीवन पापोद्भव आहे,
सुखी होण्याच्या मनीषेत कुठलातरी अपराधभाव आहे,
संग्रहाच्या आकांक्षेत कुठेतरी पाप आहे,

असे आपणास कधीही वाटले नाही,
हाच आपला केवढातरी वेगळेपणा आहे.
आम्ही सदा धास्तावूनच जगत असतो,
कधीही न पाहिलेल्या,
कधीही न अनुभवलेल्या मोक्षाच्या लालसेतच
आम्ही दिवाभीतासारखे जगत असतो.
महर्षी,
आपण कोणत्या काळात होऊन गेलात,
आपले जन्मस्थान कोणते,
आपले चरित्रच उपलब्ध नाही.
हं, आपले 'दर्शन' मात्र उपलब्ध आहे.
पण तेदेखील भग्न स्वरूपात.
भारतीय षड्दर्शनात आपला समावेश आहे.
पण आपली सर्व सूत्रं त्यातदेखील नाहीत.
प्रत्येक 'दर्शनाने' आपले खंडनच केले आहे.
ज्या आपल्या सूत्रांचे खंडन झाले,
किंवा खंडन करणे शक्य होते.
तेवढेच दर्शन आज शेष आहे.
खंडन जेव्हा अशक्य झाले,
तेव्हा आम्ही भोगवादी म्हणून
आपली कुचेष्टा केली.
अनीतीचा पुरस्कार म्हणून,
आपणास अडगळीत भिरकावून दिले.
'पारलौकिकाच्या कसोट्या सांगून,
आमचं ऐहिक नियंत्रित करू नका'
हे आपलं सूत्र जेव्हा मनात एखाद्या विजेप्रमाणे लखलखले,
त्या क्षणी मनातले
सगळे भ्रम आणि क्षुल्लक गृहीते
धुक्याप्रमाणे सदासाठी वितळूनच गेली.
मनाचे आकाश कसे
स्वच्छ आणि निरभ्र झाले.

ऐहिकाचे प्रश्न सोडवताना आपण,
केवळ बुद्धीचाच आश्रय घेऊ या.
लौकिक समस्यांचा ऊहापोह करताना आपण
केवळ प्रज्ञाच प्रमाण मानू या.
बस, एवढा साधा तर्क रुजविण्यासाठी तुम्हाला
जिवाचं रान करावं लागलं.
आम्ही तुम्हाला अनुल्लेखाने मारले महर्षी.
अगदी जगद्गुरू व्यासदेखोल
आपल्या बाबतीत मौनच पाळतात.
महाभारताच्या महासागरात आपल्या वाट्याला
केवळ एखादी ओंजळच येते,
आणि तीसुद्धा व्यंगात्मकच आहे,
अपकीर्ती करणारीच आहे.
अगदी भगवंतदेखील विभूतीयोग अध्यायात
आपला उल्लेखही करत नाहीत.
काही सहस्त्र वर्षं उलटून गेली,
एवढ्या प्रदीर्घ काळानंतर
आपण भोगवादी नाही,
हे आम्हाला केवळ लोकमान्यांनी सांगितले.
'आपण भोगवादी असता,
तर कर्ज काढून मद्य प्यावे,
असा पुकारा आपण केला असतात.
पण आपण म्हणता,
'प्रसंगी कर्ज काढून तूप प्यावे.'
महर्षी,
खरं सांगू आम्ही जीवनाच्या
अशाश्वततेला धास्तावतो,
संघर्षाला नाही घाबरत आम्ही.
पण आम्ही अंधाराला घाबरतो.
महर्षी,
आता आपणच पाहा ना,

जन्म माहीत नाही, मृत्यू ज्ञात नाही,
कधी आणि कुठे जन्म लाभणार
ते आमच्या हातात नाही.
किती श्वास आम्हाला लाभणार
आणि आमच्या देहात कोणते गुण असणार
तेही आम्हाला माहीत नाही.
आईबाप निवडता येत नाहीत,
आणि आमच्याच संततीवर
आमचे नियंत्रण नसते.
तरीही आम्हाला जगायचे असते.
सोबतीला सतत असते ते केवळ मन!
मन नाही असा एकही क्षण नाही,
मन नाही असा एकही कण नाही.
बरं,
ह्या आमच्या मनाला
मोहाची अतोनात आवड आहे.
लोभाची मदिरा त्याला तत्काळ धुंद करते.
इंद्रियांचे बोट धरून उदंड खेळावे,
उद्दंड हीच आमची गती,
हीच आमची मती.
काही न कळण्याच्या अंधाराला आम्ही घाबरतो.
मग घाबरे आमचे मन,
काही काठ्या शोधते,
काही कुबड्या शोधते,
बंद डोळ्यांसमोर आम्ही,
भासात्मक ज्ञानाच्या विजेऱ्यांचे झोत फिरवतो.
आम्हाला वाटते आम्ही ज्ञानी झालो,
महर्षी, आपली वाट धरावी,
तर एकटेपणा पदरात येतो.
महर्षी,
आपले साहचर्य स्वीकारावे,

तर एका शून्यात जगावे लागते.
शून्यात जगण्यासाठी
प्रज्ञेचा प्राणवायू असावा लागतो,
बुद्धीचा यज्ञ मांडावा लागतो.
ती प्रज्ञा कुठे मिळते?
ती बुद्धी कुठे मिळते?
आम्ही प्रज्ञ नसतोच.
आम्ही केवळ अज्ञ असतो.
पण आम्ही असंख्य असतो.
मग आम्ही आपलीच कुचेष्टा करतो.
आपणास अपकीर्त करण्याचे साहस करतो.
महर्षी,
आपल्या प्रज्ञेचे आणि विचारांचे फार सुंदर प्रतिबिंब
आम्हाला केवळ
स्वातंत्र्यवीरांच्या विचारातच दिसून येते.
त्यांचीही आम्ही कुचेष्टाच केली.
महर्षी,
आपल्या प्रज्ञासागरातील
काही थेंब मला लाभोत,
आपल्या बुद्धी वैभवातील
काही धन मला लाभो,
एवढीच प्रार्थना, एवढीच पूजा,
महर्षी,
ही पूजा मात्र अभिलाषाशून्य आहे,
ही प्रार्थना मात्र निरामीश आहे.
एकच शंका आहे,
सामान्य माणूस फार अज्ञ असतो,
असंख्यांचा हा अज्ञपण आपणास कधी भेडसावला होता का?
महर्षी,
आज आपले खूप स्मरण होत आहे.
अर्थात ह्या स्मरणात दुःख नाहीच,

आनंद आहे, समाधान आहे.
चार्वाकाय नमः, चार्वाकाय नमः
*****

॥ वाहन...

रात्री अचानक जाग आली,
असं होत नाही कधी.
पण मन शून्य होतं,
मी कुठे आहे? आज दिनांक कोणता आहे?
उद्या काय करायचं आहे?
शून्य... सुन्न नव्हे, केवळ शून्यच...
अहेतुकपणे दार उघडून बाहेर आलो.
समोर...
माझी आवडती नवीन कार...
बुटकी, लहान, केवळ दोन प्रवाशांसाठी.
कारचा रंग मोठा विलक्षण...
सोनेरी, केसरी असे झगझगीत रंग...
त्यात मोराच्या नीळ्याभोर रंगाची मिसळण,
मी पाहातच राहिलो.
रंग झगझगीत होते,
पण बटबटीत नव्हते.
त्यात एक मोहक आकर्षकपणा होता.
"ये ना. आत ये. तुझ्यासाठीच कार आली आहे. बस ना."
"पण मला कार चालवताच येत नाही."
"ये आत, बस. ही कार अगदी प्रत्येकाला चालवता येते.
नुकतेच जन्मलेले मूलसुद्धा ही कार चालवू शकते."

एक अनामिक ईर्षा माझ्या मनात उगाचच उसळली.
'कोणालाही जमते, तर मला का नाही जमणार'
काहीतरी निश्चय करून दाराला हात लावला.
दार सताड उघडलं.
आतली रचना फारच सुखद होती.
मी बसलो थेट चालकाच्या जागेवरच.
सहज काचेतून बाहेर पाहिलं.
बायको, मुलगा, सून, मुलगी, जावई, भाऊ सगळ्यांचेच
चेहरे असे रडवे कोसळलेले का?
नातवंडं भेदरलेली.
समोर काहीच दिसत नव्हतं.
प्रकाश नव्हता, पण अंधारही नव्हता.
अंधार नसूनही दृष्टीने असहकार पुकारला.
धूसर प्रकाश असूनही दृष्टीने तिचं कार्य सोडलं.
कुठे जायचे आहे? कशासाठी जायचं आहे?
किती काळासाठी जायचं आहे? मी एकटाच का निघालो आहे?
मी पुन्हा बाहेर पाहिलं.
आता काहीच दिसेना.
ऐकूही येईना.
चुकून कुठल्यातरी कळीला माझा हात लागला.
झपकन प्रकाशाचा झोत पडला,
कारचा गुरगुराट झाला.
कधी ऐकले नव्हते असे सुमधुर सूर उमटले.
समोर प्रकाश आणि आत गाडीत संगीत... सूर...
पण जायचं कुठे आहे?
का जायचं आहे?
माझी इथली कामं कोण करणार?
कितीतरी काम शेष आहेत...
कितीतरी संकल्प अर्धवट आहेत.
पण...
एकही शेष काम मला आठवेना,

की शेष संकल्प डोळ्यासनोर येईना.
विस्मरण... म्हणजे मरणच की...
इथे का थांबायचं ते मला कळेना,
कुठेतरी जायचं आहे,
पण का? कशासाठी जायचे? ते समजेना.
उगाचच आपलं जायचं?
न बोलवता जायचं...?
छे, ते मलाच पटेना!
थांबायला कारण नाही,
जायला निमंत्रण नाही.
गाडी गुरगुरतच होती.
प्रकाशझोत सतेज होते.
सूर बहरात होते.
पण मार्ग माहीत नव्हता. रस्ता दिसत नव्हता.
दिशांना काही अर्थच नव्हता.
का जायचं ते कळत नव्हतं,
मी दार उघडण्याचा प्रयत्न केला.
पण आतून कारचा दरवाजा उघडण्याची रचनाच नव्हती.
अचानक...
मधुर आवाज आला.
'उतर खाली.'
प... पण...
मी खाडकन डोळे उघडले...
एक क्षणाच्याही क्षणात कार अदृश्य झाली.
नातू रडवेल्या आवाजात म्हणाला,
'आबा, किती वेळ झोपला होतात?
आम्ही सगळे हाका मारीत होतो ना
आपल्याला क्रिकेट खेळायचं आहे ना?
तुमची बॉलिंग आहे. मला माझा डाव हवा आहे.'
नातू बिलगला. नात मांडीवर घुसून बसली.
सगळ्यांचे चेहरे प्रसन्न झाले...

मीही हसलो.
पण ती कार कोणी आणली, कधी आणली,
माझ्या नकळत तो व्यवहार कसा झाला?
मला काहीच कळेना...
आता मला ती कार नकोच होती.
मला इथे राहायला प्रयोजन मिळालं होतं.
होय, मला नातवाबरोबर क्रिकेट खेळायचं आहे.
कार गुरगरत आहे.
गुरगुरू दे.
प्रकाशझोत सतेज आहेत.
असू देत.
गाडीत स्वर्गीय संगीत आहे,
असू दे.
पण मला तो अज्ञात प्रवास नकोच आहे.
मला नातवाबरोबर क्रिकेट खेळायचं आहे.
मला नातीबरोबर धिंगामस्ती करायची आहे.
*****

॥ आत्मजा

माझ्या खिशातली नाणी नीटपणे मोजून,
पूर्ण खात्री झाल्यानंतर,
मी माझ्या मुलीला म्हटलं,
"तुला हवं ते खेळणं घे."
मुलीने चकित होऊन
दुकानातलं महागातलं महाग खेळणं
हातात घेतलं.
मी म्हटलं,
"घे ना."
मुलीच्या चेहऱ्यावर मुलूखभर आनंद,
माझ्याबद्दलचा अभिमान आणि
निळंभोर झालेलं तिचं मन...
मी किती सुखावलो.
आजदेखील,
जगाच्या व्यवहारी विश्वात,
माझी महत्त्वाकांक्षा नावाची मुलगी
माझं बोटं धरून फिरत असते.
मी सतत धास्तावलेला असतो,
माझ्या खिशात...
शक्यतांची आणि कर्तृत्वाची नाणी खुळखुळत असतात.
ती मला कधीच मोजता येत नाहीत.

माझ्या खिशाचा आकार आणि खोली मला कळतच नाही.
मी सतत कावराबावरा...
एकच शंका मला भेडसावीत असते,
की माझ्या मुलीने माझ्या खिशात न मावणाऱ्या
खेळण्याचा हट्ट घेतला,
तर मी काय करू?
तिची समजूत कशी घालू?
तिचा हिरमूस चेहरा मला सहन होईल का?
मी आणि माझी मुलगी
जगात फिरत असतो,
मी नाणी मोजत असतो...
मुलगी मजेत असते.
तिचे स्वप्नाळू डोळे भिरभिरत असतात.
मी नाणी मोजत असतो.
*****

॥ संभवामि

अचानक प्रवास सुरू झाला
कोणताही हासभास नसताना,
कल्पना आणि अपेक्षाही नसताना.
एका अकल्पनीय अशा वेगाने,
अदम्य अशा ओढीने.
कुठे?
कशासाठी?
किती काळासाठी?
कसा असेन मी?
गुणी की अवगुणी?
यशस्वी की अयशस्वी?
सुरूप की कुरूप?
कसाही असेन,
पण मी, 'मी' असेन.
कणाला कुठे गुण असतात?
पण माझ्यातला 'मी' प्रत्येक अवस्थेत होताच की,
कुठे आणि कसा हे माहीत नाही.
पण 'मी' होताच.
माझ्याजवळ कोणत्या गुणांची शिदोरी असेल?
हं...
गुण अथवा अवगुण...

काय अर्थ आहे ह्या शब्दांना?
ती तर केवळ विशेषणं...
केवळ वर्णनं.
देहपूर्व अशा त्या अवस्थेत,
आम्ही असंख्य... अगणित...
केवळ 'होतो',
तेज:कण स्वरूपात.
पण तरीही 'मी' वेगळाच...
असे अगणित 'मी' झगडत होते.
एका ओढीने...
प्रवास सुरू झाला.
अस्तित्वासाठी, व्यक्तासाठी.
व्यक्तिरूप होऊन व्यक्त होण्यासाठी.
रूपासाठी, शब्दासाठी.
साकार होण्यासाठी.
जन्मपूर्व अशा त्या अवस्थेत,
'मी' आहे, याची कुठेतरी जाणीव होती.
त्या जाणिवेनेच गती दिली.
कधी केला नव्हता असा संघर्ष करून,
कधी कल्पनाही केली नव्हती,
अशा वेगाने,
अशा इर्षेने,
'मी' निघालो.
आता 'मी'ला केवळ कणरूप नको होतं.
'मी'ला आता देह हवा होता.
काहीही करून, कसंही करून.
प्रसंगी इतर सर्व कणांवर मात करून,
'मी'ला देह हवा होता.
ह्या 'मी'च्या सोबत कोणीतरी होतं,
दिसत नव्हतं, पण 'मी'ला माहीत होतं,
की तो एकटा नाहीये,

त्याच्याबरोबर कोणीतरी आहे.
ह्या भरवशावरच,
तो एका तेखीने झगडत होता.
एकच लक्ष्य...
एकच ध्यास...
एकच आस.
देहाची... जन्माची...
सार्वत्रिक नव्हे,
तात्त्विक अथवा वैश्विक नव्हे,
तर माझं असं काहीतरी विशेष असावं
अशा देहासाठी प्रवास.
जन्म?
जन्म, जाणिवांचा नेणिवांचा
प्रेमाचा, द्वेषाचा.
यशाचा, अपयशाचा.
गतीचा, अधोगतीचा.
त्यागाचा, भोगाचा.
जन्मोत्तरीचा हा प्रवास म्हणजे...
एका अर्थाने
देह मिळवण्यासाठी केलेल्या संघर्षाचा उत्तरार्धच...
त्याचा 'अंतिम' मुक्काम
पुन्हा प्रकाशमय होणं,
पुन्हा शून्य होणं,
पुन्हा कणमय होणं.
केवळ प्रवास...
अचानक भीषण स्फोट झाला.
मी एका कोवळ्या गच्च अंधारात कोसळलो.
कुठूनतरी आवाज आला,
'तुझे स्वागत आहे.
तुला देह लाभला आहे.
तुझा जन्म झाला आहे.

होय, तुझा जन्म झाला आहे.'
संभवामि युगे युगे.
*****

कादंबरी

गिरीशची ही पहिली कादंबरी. कथा, लेख, काही एकांकिका आणि एक नाटक लिहून झाल्यानंतर लिहिलेली. एखाद्या अनुभवाची कादंबरी करणे असेल, तर मूळ अनुभवाचा काही एक विस्तार लेखकाला करावाच लागतो. मजकुराची काही विशिष्ट पानं लिहिली तरच ती कादंबरी होते, असा माझ्या म्हणण्याचा अजिबात अर्थ नाही; पण कादंबरीचा स्वभावच मुळी काही मोठं आणि विस्तृत पाहण्याचा आहे. तिचा विषयच मुळी आकाशाचा आवाका घेऊन लेखकाला दिसलेला असतो. असो.

'लय-प्रलय' ही कादंबरी गिरीशने १९९६ साली लिहिली. ती लगेच प्रकाशितदेखील झाली. 'हिंदुत्वावर होणारी विविध आक्रमणे' हा तिचा विषय आहे. 'लय-प्रलय'च्या दोन आवृत्ती आणि एक ई-आवृत्ती प्रकाशित झाली आहे. असा गुंतागुंतीचा विषय कादंबरीसाठी सुचणे, हे मुळातच विशेष आहे. ह्या कादंबरीला विख्यात साहित्यिक ह. मो. मराठे यांनी प्रस्तावना लिहिली.

ह्या विषयाची गरज म्हणून विविध सामाजिक आणि राजकीय विचारसरणीची पात्रं रंगवणं आवश्यक होतं. हा सामाजिक/राजकीय कल्लोळ सांगताना, त्या लेखनात 'एक गोष्ट' असणंदेखील आकश्यक होतं. तशी 'गोष्ट' नसेल, तर हा मजकूर म्हणजे हिंदुत्वावरचे विविध लेख झाले असते; पण तसे ते झाले नाही. हा गिरीशच्या प्रतिभेचा प्रसाद आहे. 'लय-प्रलय'मध्ये साम्यवादी आणि समाजवादी पात्रांचं चित्रण गिरीशने अगदी मनापासून केलं आहे. हमोंनीदेखील त्यांच्या प्रस्तावनेत ह्या मुद्द्याचा आवर्जून उल्लेख केला आहे. हमो म्हणतात, 'या घटनांच्या संमिश्रतेचं आकलन दाबके हे हिंदुत्ववादी असूनही केवळ हिंदुत्ववादी चष्म्यातून करत नाहीत, हे विशेष! प्रस्तावनेच्या सुरुवातीला मी सांगितलेली दाबके यांची पूर्वग्रहदूषित नसलेली मोकळी साहित्यिकदृष्टीच त्याला कारण आहे.'

'लय-प्रलय'च्या पहिल्या अंशात आपण एका सावरकरनिष्ठ हिंदुत्ववादी व्यक्तीचं चित्रण पाहणार आहोत. एक संपूर्ण पिढी सावरकर आणि हिंदुत्व ह्या दोन संज्ञा टिकवण्यात अक्षरशः खर्ची पडली. नाव, पैसा, लौकिक, काही म्हणजे काही मिळालं नाही; पण त्या पिढीने एक सतीचं वाण समजून आपली आयुष्यं उधळून दिली आहेत. असो. एवढं प्रास्ताविक पुरेसं आहे.

*****

॥ लय-प्रलय

२८ मे १९९०!

सावरकर जयंती! सभेची वेळ साडेसहाची होती. 'जयोस्तुते श्री महनमंगले शिवास्पदे शुभदे' गाणं वाजत होतं. सभा हळूहळू भरत होती. सव्वासात वाजून गेले.

"चला आपण सभेला सुरुवात करू!" पटवर्धन हसले.

"चला, आपण सुरुवात करू या. ही एवढीच माणसं आपली आहेत. चला."

"असं म्हणता! बरं चला."

गोखल्यांनी पटवर्धनांचा परिचय करून दिला. सभेचे म्हणून काही उपचार असतात, ते पाळायलाच लागतात.

पटवर्धन बोलायला उभे राहिले. सभागृह एक दशांश भरलेलं. पहिल्या तीन-चार रांगा विखरून विखरून बसलेल्या. ह्या एवढ्याशा सभेला खरं म्हणजे माईकची गरजच नव्हती. त्याहीपेक्षा खरी गोष्ट म्हणजे भाषणाचीच गरज नव्हती. कोणी कोणाला काय सांगायचं? सभेला अगदी हाताच्या बोटावर मोजता येतील एवढीच तरुण मंडळी उपस्थित होती. सभेची उपस्थिती पन्नास ते साठ आणि सभेचं सरासरी वय सत्तर! अर्ध्या काय, पाऊणशे टक्के गोवऱ्या स्मशानात गेलेली मंडळी सभेला आली होती. एका श्रद्धेनं, एका निष्ठेनं आणि होय, कटू असलं तरी सत्य आहे... एका सवयीनं...!

कोणी कोणाला काय सांगायचं?

श्रोत्यांपैकी प्रत्येकानं सावरकरवाद कोळून पचविला आहे. त्यासाठी प्रत्येकानं काही ना काही तरी केलेलं आहे, सोसलेलं आहे, भोगलेलं आहे आणि केवळ सावरकर नावाची कास धरली म्हणून आपल्या कर्तृत्वाच्या तुलनेत नगण्य असे मानसन्मान यांना मिळाले आहेत. ह्या श्रोत्यांच्यातच अशी मोठी माणसं आहेत, की ती वस्तुतः केवळ प्रांतिकच नव्हे, तर भारतीय राजकारणही फार चातुर्यानं, कसोशीनं आणि निष्कलंक

सचोटीनं खेळू शकतील. यांच्या पासंगासही पुरणार नाहीत अशी मंडळी आज बाहेर नेतृत्व करत आहेत, मानसन्मान मिळवत आहेत, सभा गाजवत आहेत, पुढील निवडणुकांमध्ये यशाची अपेक्षा आणि खात्री बाळगून आहेत. आणि ही गुणाढ्य मंडळी मात्र सारा झगमगाट विसरून... मागे सारून... ह्या लहानशा, किंचितशा भरलेल्या सभागृहात... एका श्रद्धेनं... भक्तीनं... एका अव्यभिचारी निष्ठेनं... सावरकर विचार ऐकण्यासाठी...

कोणी कोणाला काय सांगायचं?

ज्यांनी सावरकरवाद ऐकला पाहिजे, आचरणात आणला पाहिजे असे तरुणच आत्ता नेमके...

हाकेच्या अंतरावरचं शिवाजी उद्यान तारुण्याने ओसंडून वाहात आहे...

नाट्यगृहं तडातुडुंब आहेत...

चित्रपटगृहं गर्दीनं ओथंबली...

बाजार रस्त्यावर न मावल्यानं पदपथांवर सांडले आहेत.

मठांसमोर... देवळांसमोर... हातात नारळ आणि फुलं घेऊन हजारोंच्या रांगा रांगत आहेत...

आणि इथं? ह्या सभागृहात? केवळ पन्नास-साठ माणसं? तीसुद्धा सरासरी सत्तर वयाची!

कोणी कोणाला काय सांगायचं?

सभा संपली, निरोपाची देवाणघेवाण झाली. पुढची एखादी सभा... एखाद दुसरा संकल्प... चर्चा झाली... चहा झाला. सभा पांगली... विष्णुपंत पटवर्धनांची कार सुरू झाली. सभा खूप मागे पडली; पण मनातून गेली नाही. केवळ सभाच का, सावरकर नावाचं एक भूत एकदा मनात शिरलं आणि ते ठाण मांडूनच बसलं. ते भूत मनातून हटेचना. एवढंच नव्हे तर दिवसेंदिवस त्याचं ठाण अधिकच भक्कम होऊ लागलं. सावरकर नावाचा विचार दिवसेंदिवस अधिकच महत्त्वाचा वाटू लागला.

रविवार असल्यामुळे ट्रॅफिकचा रोजचा रेटा नव्हता. साठ-सत्तरच्या वेगानं मोटार चालली होती. सुखद वारा होता.

सावरकर नावाचं हे झपाटलेलं झाड कधी बरं मनात शिरलं? खूप, खूप वर्षं झाली. जवळ जवळ चार तपं झाली.

पन्नास वर्षं! बाप रे! आयुष्याचं अर्धशतक उलटून गेलं. एका स्वप्नामागे. पन्नास वर्षं...! तेव्हाचं सगळं आता तपशिलवार आठवतही नाही. पन्नास वर्षांपूर्वीचं पुणं तर प्रयत्न करूनही डोळ्यासमोर येत नाही. कसं यावं? ह्या एवढ्या प्रदीर्घ काळात मुळेच्या

प्रवाहातून खूप पाणी वाहून गेलं. आता आठवतं एकच, की ते दिवस भारलेले होते. मंतरलेले होते. मुसमुसत्या तारुण्याने नव्हाळलेले होते.

सावरकर सुटण्यापूर्वीच त्यांच्या नावाचं डिंडीम वाजत होतं. केवढी चर्चा! केवढे वादंग! महाराष्ट्र आणि त्यातही सनातनी समजलं जाणारं पुणं हादरून निघत होतं. तलवारीच्या लखलखत्या पात्यासारखी विचारसूत्रं... धारदार... खचकन आतपर्यंत घुसणारी. रुतणारी. बरं, हे केवळ शब्दच नव्हते तर त्या शब्दांमागे शब्दकर्त्याचं पर्वताएवढं कर्तृत्व उभं होतं. त्याग होता. फाशीचे गदागदा हलवलेले वधस्तंभ उभे होते. अंदमानचा कारावास उभा होता आणि सर्वांत महत्त्वाचे म्हणजे रत्नागिरीला केलेलं सामाजिक प्रबोधन. जातीभेदाचं, स्पृश्य-अस्पृश्यतेचं कसलंही बंधन न मानत सर्व हिंदूंसाठी मुक्त प्रवेश असणारं पतितपावन मंदिर आहे. पतितपावन मंदिर! केवढी भव्य संकल्पना! केवढा प्रचंड प्रयोग! ह्या मंदिराची वेदोक्त प्राणप्रतिष्ठा झाली. कुर्तकोटी शंकराचार्य उपस्थित होते. प्रत्यक्ष शंकराचार्यांच्या उपस्थितीत चार पूर्वास्पृश्य मुलांनी वेदघोष केला. आणि पतितपावनाची प्राणप्रतिष्ठा झाली. चमत्कार! केवळ चमत्कार...! एका नवीन समानतेच्या दिशेनं जाणारा एक अभूतपूर्व चमत्कार! विनायक दामोदर सावरकर नावाचा हा महापुरुष केवळ क्रांतिकारकच नाही, केवळ कष्टभोगी नाही, केवळ वाचावीर नाही, तर तो एकीकडे कार्य करत असतानाच बोलत असतो. चालता चालता वनराजानं गर्जना करावी तशागत. अज्ञाताच्या प्रवासाला निघालेल्या यात्रेकरूनं निबिड अंधारावर विजेरीचा झोत टाकावा आणि आपल्याबरोबर इतरांचाही मार्ग प्रकाशमय करावा, तशागत. म्हणूनच त्या शब्दांत एक विलक्षण तेज होतं. त्या काळी, पन्नास वर्षांपूर्वी, त्या विचारांनी महाराष्ट्रात केवढा प्रलय माजला होता, ह्याची आज कल्पनाही येणार नाही. कारण त्यातले पुष्कळसे विचार आज आपण पचवून बसलो आहोत; पण तेव्हा? अक्षरश: हलकल्लोळ माजला होता.

"दर्शनाने वाटतो तो देवच नसतो."

"आमचे राजमुकुट आम्ही समुद्राच्या पाण्यात नाही; पण संध्येच्या पळीभर पाण्यात बुडविले."

"धर्माचे स्थान हृदय आहे, पोट नाही."

"धर्मांधतेची नांगी ठेचण्याचं सामर्थ्य केवळ विज्ञाननिष्ठेतच आहे."

"कोणत्याही धर्मग्रंथाचं योग्य स्थान वाचनालयाच्या कपाटातच असतं."

"हिंदू संघटकांनी हिंदुस्थानचा इतिहास कसा वाचावा?"

नावाचा केवळ अप्रतिम असा समन्वयवादी लेख! त्या लेखात सामंजस्याची आणि समन्वयाची एक विशाल अशी सहृदय भूमिका सावरकरांनी विषद करून सांगितली

आहे. ह्या आपल्या विशाल खंडप्राय देशाची एकात्मता निर्माण होत असताना पूर्वी कधी कोणी कृपणता दाखवली असेल, कधी नृशंस क्रौर्य उफाळून आलं असेल. आज इतिहास लिहिताना ह्या घटना टाळण्याचं काही कारण नाही. त्या घटनांवर नकली मुलामा चढवण्याची आवश्यकता नाही. अथवा त्याविषयी अगदी लेशमात्रही खंत बाळगण्याचं कारण नाही. कारण जेव्हा विविध मानवसंघ एकात्म होत असतात, तेव्हा असे संघर्ष अपरिहार्य असतात. ते संघर्ष आठवून आजची एकात्मता खोटी ठरवायची नसते; पण जुने द्वेष आज उफाळून येणार नाहीत, एवढी सावधानता बाळगून इतिहासाचा अभ्यास झाला पाहिजे. हिंदू संघटकांनी केला पाहिजे. एवढी विशाल समंजस भूमिका नि:संदिग्धपणे मांडणाऱ्या सावरकरांना आम्ही युद्धपिपासू ठरवले. जातीय ठरवले. संकुचित ठरवले. ह्या पापाला खरोखरच क्षमा नाही.

'सनातन धर्म कशाला म्हणावं?' सावरकरांचा आणखी एक विलक्षण लेख. ह्या लेखात सावरकरांनी वेगळीच एक भूमिका मांडली आहे. ती अशी :- 'आपल्या वेदांतून आणि उपनिषदांतून विश्वोत्पत्तीविषयी एक निश्चित अशी भूमिका मांडलेली आहे. ती भूमिका हाच सनातन धर्म आहे. आणि तो अक्षरश: सनातन आहे. अपरिवर्तनीय आहे. उद्या ही पृथ्वी जरी सुपारीच्या खांडासारखी काडकन फुटली किंवा मातीच्या ढेकळासारखी भसकन विरघळली, तरी नंतर विश्वात नांदणाऱ्या अथांग शांततेवरही ह्याच सनातन धर्माचं साम्राज्य नांदत राहील. एवढा तो धर्म सनातन आहे; पण ह्या व्यतिरिक्त बाकी सगळ्या रूढी आहेत. त्या त्या काळी विचारवंतांना आवश्यक असतील, तर त्या आपण बदलल्या पाहिजेत. तसा बदल आवश्यक आहे. अपरिहार्य आहे. कारण ह्या रूढी म्हणजे सनातन धर्म नव्हे.'

अस्पृश्यता हे केवळ मूठभर ब्राह्मणांचंच पाप नसून साऱ्या हिंदू समाजाचंच पाप आहे आणि त्या पापापासून आपण सर्वांनीच लवकरात लवकर मुक्त होणं आवश्यक आहे.

'अस्पृश्यता ही स्पृश्य आणि अस्पृश्य यांच्यापुरती मर्यादित आहे असं मानण्याचं कारण नाही. अस्पृश्यांतसुद्धा अस्पृश्यता आहेच. त्यांच्यातलीही अस्पृश्यता लयास गेली पाहिजे. आणि सर्व हिंदूमात्रांनी कुठल्याही तऱ्हेच्या भेदभावांना मुळीच थारा न देता काम केलं पाहिजे.'

'वेदोक्तबंदी, स्पर्शबंदी, सिंधूबंदी, शुद्धीबंदी, व्यवसायबंदी, रोटीबंदी आणि बेटीबंदी' ह्या स्वदेशी सप्तबेड्या तोडण्यासाठी सावरकरांनी केलेला प्रचंड अट्टाहास आणि ह्याच काळात लिहिलेला 'हिंदुत्व' नावाचा अद्वितीय ग्रंथ! हिंदुत्वाची विशाल भूमिका विशद करणारा अजोड ग्रंथ! ह्याच ग्रंथात दिलेली व्याख्या :

'आसिंधूसिंधू पर्यंता यस्य भारतभूमिका!

पितृभूः पुण्यभूःश्चैव स वै हिंदुरिती स्मृतः!'

(सिंधू नदीपासून सागरापर्यंत विस्तार पावलेल्या ह्या भूमीस 'पितृभू' आणि 'पुण्यभू' मानतो तो हिंदू. तोच केवळ हिंदू.)

ह्या व्याख्येत कोणत्याही तथाकथित धर्मग्रंथास कणभरही महत्त्व नाही. कारण आपला हा विशाल हिंदुधर्म कोणत्याही एका ग्रंथावर आधारित नाहीच मुळी.

ही व्याख्या व्यक्तिनिष्ठ नाही, ग्रंथनिष्ठ नाही, दैवनिष्ठ नाही, उपासनानिष्ठ नाही. तर ती केवळ भूमीनिष्ठ आहे.

ग्रंथ निर्माण होतात आणि कालबाह्यही होतात.

महापुरुष येतात आणि जातात, पण कालप्रवाह वाहातच असतो.

दैवते पूजनीय ठरतात आणि कालांतराने प्रभावहीन होतात.

उपासना पद्धती तर सतत बदलत असतात.

पण...

पण भारतभूमी मात्र नित्य आहे, सनातन आहे. म्हणूनच ह्या भूमीवरची निष्ठा हीच हिंदुत्वाची एकमेव कसोटी आहे. म्हणजे वस्तुतः सावरकर जेव्हा हिंदू धर्माविषयी बोलत असतात, तेव्हा ते राष्ट्रधर्माबद्दल बोलत असतात.

ह्याच व्याख्येने, ह्याच ग्रंथाने एक इतिहास घडवला आणि कदाचित भविष्यही...

१० मे १९३७!

सावरकर सुटले. रत्नागिरीच्या पंधरा वर्षांच्या स्थानबद्धतेतून सावरकर सुटले.

केवढा आनंद! केवढी स्फूर्ती! पसरत गेलेलं एक अनामिक चैतन्य! केवढी उत्सुकता!

सावरकर आता काय करतील? कुठे जातील? कोणत्या पक्षात? काँग्रेसमध्ये...? की... की...

'मी हिंदू हिताचा पक्ष सोडणार नाही', अशी स्पष्ट घोषणा करून सावरकर हिंदूमहासभेत गेले.

'शिळेस म्हणतील जनसिंहासन रघुकुलशेखर वरी बैसता।'

सावरकर हिंदूमहासभेत गेले आणि सभेला केवढं तरी महत्त्व प्राप्त झालं. भारतीय राजकारणात एक नवा बलाढ्य पक्ष निर्माण झाला. एक नवी दिशा. एक नवं परिमाण आणि एक नवा परिणामसुद्धा! एक नवं नेतृत्व, गांधीजींना न जुमानणारं! काँग्रेसला न मानणारं! काँग्रेसची पायवाट फाळणीच्या खाईत कोसळणार आहे हे स्पष्टपणे सांगणारं नेतृत्व! पावलोपावली अडवणूक करून वाढत्या मागण्यांचं भूत पुढे करणाऱ्या जिवांना पायबंद घालू पाहणारे युयुत्सु नेतृत्व.

'जेथे मुसलमान अल्पसंख्य असतील, तेथे पन्नास टक्के प्रतिनिधित्व आणि मुसलमान

जेथे बहुसंख्य असतील, तेथे लोकसंख्येच्या प्रमाणात प्रतिनिधित्व.'

ह्या मुस्लीम लीगच्या अवाजवी उद्दाम मागण्यांना पहिला विरोध फक्त सावरकरांनी केला.

सावरकरांना हिंदूंसाठी अधिक काही नको होतं; पण त्याचबरोबर ते हिंदूंसाठी एक कणही कमी स्वीकारायला तयार नव्हते. 'दर माणशी एक मत' ह्या लोकशाही तत्त्वानुसार प्रतिनिधित्व मिळावं एवढीच त्यांची रास्त आणि न्याय्य अपेक्षा होती.

'हिंदू-मुस्लीम ऐक्य होत नसेल, तर मला स्वातंत्र्यही नको.'

गांधीजींनी स्वातंत्र्याची सांगड हिंदू-मुस्लीम ऐक्याशी घालून एक नवा तिढा निर्माण करून ठेवला. गांधीजी मुसलमानांना कोरा चेकही देण्यास सिद्ध होते; पण ही भूमिकाच सावरकरांच्या विजिगीषू वृत्तीत बसणारी नव्हती. 'याल तर तुमच्यासह, न याल तर तुमच्याविना आणि विरोधाल तर तुम्हाला विरोधून हिंदू स्वातंत्र्य मिळवतील', अशी त्यांची स्पष्ट भूमिका होती.

त्या हजारो-लाखोंच्या सभा, सावरकरांचं ते वक्तृत्व... त्यांचं वर्णन कसं करावं! शब्दच नाहीत. ती एक प्रत्यक्ष अनुभवण्याची गोष्ट होती. ज्यांना अनुभवायला मिळाली, ती माणसं धन्य झाली. ज्यांना तो अनुभव मिळाला नाही, ती दुर्दैवी... नाही त्यांच्या नशिबात, दुसरं काय म्हणणार!

महाराष्ट्र, गुजरात, मध्य प्रदेश, राजस्थान, दिल्ली, उत्तर प्रदेश, बिहार... सारं कसं छान छान आणि वेगात चाललं होतं. सामाजिक कार्य करायचं असेल, तर संघाची दारं उघडी आहेत. संघात जावं... तन मन धन अर्पण करून संघटनात्मक कार्य करावं, माणसं घडवावीत, काही रचनात्मक कार्य उभं करावं. प्रामुख्याने माणसे उभी करावीत. एक जनसंचय साकार करावा. असा जनसंचय, की हिंदुत्वाचं कार्य कोणतं हे त्याला अंत:प्रेरणेने समजेल. त्याला आदेश द्यावाच लागणार नाही. स्वयंसेवक! सेवा कुठे आवश्यक आहे हे ज्याला आतून समजतं तो स्वयंसेवक!

तुमच्या मनात राजकीय आकांक्षा असतील तर सभेची कास धरा. तेथे सावरकरांचं नेतृत्व आहे. सभा आहेत, दौरे आहेत, संघर्ष आहे.

खरंच, ते दिवस किती छान होते. झगमगीत हाते. कोणत्या तरी सिग्नलला कार थांबली. फुटपाथच्या कडेला रिकाम्या बाकावर कोणी एक युगूल गळ्यात गळे घालून, डोळ्यात डोळे मिसळून... विष्णुपंतांना किंचित हसू आलं... ते दिवस छान होते की आपण तरुण होतो, म्हणून ते दिवस छान होते. तारुण्य मनात असलं की पर्वतीही हिमाच्छदित वाटते.

'आज चांदणं उन्हात हसले तुझ्यामुळे।

स्वप्नाहून जग सुंदर दिसले तुझ्यामुळे॥'

कोणाच्या बरं ओळी ह्या? बोरकरांच्या की पाडगांवकरांच्या? बहुतेक पाडगांवकरांच्याच. हे वर्णन प्रेयसीचं नव्हेच मुळी. हे तर वस्तुतः तारुण्याचं वर्णन आहे.

'स्वप्नाहून जग दिसले सुंदर तुझ्यामुळे॥'

सिग्नल मिळाला.

कार सुरू झाली.

१९३९! भागानगरचा निःशस्त्र प्रतिकार! हजारो कार्यकर्त्यांच्या झुंडी. अटक. दडपशाही.

भावनगर... हैद्राबाद... आजच्या तुलनेत सांगायचं म्हटलं तर असं म्हणता येईल की आज काश्मीरचा प्रश्न जेवढा गंभीर आहे, तेवढा तेव्हा हैद्राबादचा प्रश्न गंभीर होता. रझाकारांचे अत्याचार पाशवी पातळीला जाऊन पोचले होते. ह्याच हैद्राबाद संस्थाननं स्वातंत्र्यानंतर भारतीय संघराज्यात विलीन व्हायला नकार दिला होता आणि शेवटी वल्लभांना 'मिलेट्री ॲक्शन' घ्यावी लागली. ते हैद्राबाद!

कार्यकर्त्यांच्या हजारो झुंडी! सारे तुरुंग भरून गेले. मुसलमान निझामाशी संघर्ष केला तर आपल्या हिंदू-मुस्लीम ऐक्याचं काय ह्या प्रतिक्रियेतून गांधींचा भागानगर संघर्षाला विरोध.

'मी हिंदू-मुसलमानांचा नेता आहे.'

ह्या राक्षसी आकांक्षेने गांधीजी आयुष्यभर पछाडलेले होते; पण मुसलमानांनी शेवटपर्यंत त्यांना काही आपला नेता मानलंच नाही.

भागानागर संघर्ष यशस्वी! निझाम नमला!

१९४०! दुसरं महायुद्ध! जर्मनी... हिटलर... जगाचे नकाशेच हादरू लागले.

ब्रिटिशांना पाठिंबा द्यावा की विरोध करावा, ह्या मुद्द्यावर भारतीय राजकारणात प्रचंड मतभेद झाले. मतामतांचा गलबला झाला. 'शत्रूची अडचण, ती आपली पर्वणी' हे साधं व्यावहारिक सूत्र आहे. ह्या सूत्राच्याच प्रभावाखाली कॉंग्रेसने युद्धाला विरोध केला. ब्रिटिशांना अडचणीत आणण्याचा प्रयत्न केला. अगदी सहज आणि स्वाभाविक प्रतिक्रिया.

पण...

सावरकरांनी वेगळाच पवित्रा घेतला.

सावरकरांनी सैन्यभरतीचा आदेश दिला. संशयाचा आणि टीकेचा डोंब उसळला. लोकांच्या डोक्यात 'शत्रूची अडचण ती आपली पर्वणी!' एवढंच सूत्र; पण सावरकरांना जागतिक राजकारणाचा पट दिसत होता. ह्या महायुद्धानंतर ब्रिटिश विकलांग होतील

आणि त्यांची इच्छा असो वा नसो त्यांना भारताला स्वातंत्र्य द्यावंच लागेल; पण ते स्वातंत्र्य स्वीकारण्यासाठी आपण समर्थ असलं पाहिजे, म्हणून आत्ता सैन्यभरती!

आणि अक्षरशः असंच झालं.

द्रष्टा राजकारणी!

१९४२! 'भारत छोडो' आंदोलन. महाराष्ट्रात अनेक ठिकाणी क्रांतीचे स्फोट.

'भारत छोडो!' आकर्षक घोषणा.

पण पुन्हा सावरकरांचा विरोध.

पुन्हा टीका. पुन्हा आरोप.

पण सावरकर ठाम. अविचल.

'भारत छोडो, या चळवळीचं पर्यवसान भारत तोडो ह्या मागणीत होईल.'

पुन्हा अक्षरशः तसंच घडलं.

सावरकर - सुभाष भेट.

सावरकरांच्या सूचनेप्रमाणे सुभाषबाबूंचं जपानला प्रयाण. आझाद हिंद सेनेची स्थापना.

'तुम मुझे खून दो, मै तुम्हें आजादी दूंगा', 'चलो दिल्ली! चलो दिल्ली!'

१९४५!

निवडणुका! सर्वात महत्त्वाच्या! भारताचे भाग्यविधान ठरविणाऱ्या!

काहीतरी अशुभ घडलं! 'नियती नियती' म्हणतात ती हीच असावी.

कुठेतरी चाव्या फिरल्या. कोणी फिरवल्या, कशा फिरवल्या, का फिरवल्या, कळलं नाही. कधीच कळणार नाही; पण फिरल्या.

काँग्रेसचा वचननामा, 'फाळणी स्वीकारणार नाही!' गांधींची घोषणा, 'आधी माझ्या देहाचे तुकडे होतील मग देशाचे!'

संघाचं नेतृत्व गांधींवर विसंबून राहिलं. का? का?

नियती. दुसरं काय म्हणणार!

'मी तर मतदानदेखील करणार नाही!' संघनेत्यांची घोषणा.

पुन्हा सिग्नल पडला. गार वारा भसाभसा वाहात असूनही विष्णुपंतांना कोंडल्यासारखं झालं.

एका बाजूला काँग्रेसच्या घोषणा, गांधींचं वचन... दुसऱ्या बाजूला संघाचा अनाकलनीय असा तत्त्वशून्य असहकार...

परिणाम?

हिंदूमहासभेचा दारुण पराभव!

विष्णुपंतांच्या वडिलांचे डिपॉझिट जप्त!

सर्वत्र भयाण शांतता!

हिंदुत्वाचं राजकीय व्यासपीठच संपलं.

१५ ऑगस्ट १९४७!

स्वातंत्र्य... स्वातंत्र्य! 'ह्याचसाठी केला होता अट्टाहास!'

अमानुष अत्याचार... पाशवी प्रहार... कौर्याचा नंगानाच...!

वैफल्य... वैफल्य... वैफल्य....

३० जानेवारी १९४८.

गांधीवध... जाळपोळ... अटक... सुमारे लाखभर लोक अटकेत...

सावरकरांना अटक...! राजकीय सूडबुद्धीने अधमपणाची नीचतम पायरी गाठली.

होलपट. होरपळ. परवड. संशय. द्वेष. निंदा. उपहास... हिंदुत्वनिष्ठ असणं म्हणजे पंचमहापातकांपैकी एक पातक केल्यागत समाज पाहू लागला.

अवहेलना...!

अनुल्लेख...!

उपहास...!

१९४९ - सावरकर गांधी खून खटल्यातून निष्कलंक सुटले.

१९४९ - संघावर बंदी! प्रचंड सत्याग्रह. भारतभर खळबळ. सत्याग्रह! लाखो स्वयंसेवक तुरुंगात गेले.

ही संघशक्ती पाहून विष्णुपंतांना खूप बरं वाटलं आणि खंतही वाटली. हीच शक्ती केवळ चार वर्षांपूर्वी सावरकरांच्या मागं उभी राहिली असती, तर! तर...! ...? नियती...

१९५२ - जनसंघाची स्थापना. संघपरिवाराची राजकीय आघाडी. मनात हिंदुत्व, पण जाहीरपणे भारतीयत्व ही भूमिका घेऊन राजकारण करणारा पक्ष. विष्णुपंतांना आशा वाटली. आता तरी राजकीय हिंदुत्वाला चांगले दिवस येतील.

१९५२ - पुणे... अभिनय भारत सांगता समारंभ! सावरकरांचे अभूतपूर्व भाषण! भाषण कसलं, दीर्घ कविताच ती. भाषण कसलं, मूर्तिमंत महत्त्वाकांक्षाच ती.

'हे स्तोत्रस्वीनं सिंधू, हा एकटा महाराष्ट्र उठून तुला विमुक्त केल्याशिवाय राहणार नाही!'

हा माणूस कोणत्या मातीचा घडला नाही? मोडणं याला माहीतच नाही. झाकोळून येणं याला ठाऊकच नाही.

पुढची जवळ जवळ चाळीस वर्षं केवळ भयंकर गेली. ज्या जनसंघाबाबत मोठ्या

आशा लावल्या होत्या, त्या जनसंघाने आशा पार फोल ठरविल्या. ह्या एवढ्या प्रदीर्घ कालप्रवाहात राजकीय हिंदुत्व नामशेष होतं की काय अशी दारुण अवस्था निर्माण झाली.

काँग्रेसचा तर राजकीय हिंदुत्वाला जन्मजात विरोध होताच. गांधीहत्येचं निमित्त करून नेहरूंनी हिंदुत्वनिष्ठ चळवळ निर्घृणपणे चिरडून टाकली. शांतीची कबुतरे आणि पंचशीलचा उद्घोष जगासाठी; पण हिंदुत्वाच्या नशिबी मात्र सूडच आला.

समाजवाद! समाजवाद म्हणजे नक्की काय ते कधी कोणाला समजलं नाही. ही विचारांची चौकट म्हणजे समाजवाद. ही आमची ध्येयधोरणं असं स्पष्ट चित्र कोणी कधी मांडलं नाही. कदाचित ते नसावंच; पण व्यवहारात मात्र, पातळ कम्युनिझम आणि दाट हिंदुत्वद्वेष याचं द्रावण राजकृपेच्या चुलीवर रटरटत ठेवलं, की समाजवाद जन्माला येतो. भारतात प्रांतोप्रांती समाजवादी विचारवंतांचं एक पीकच आलं. समाजवादी असल्याशिवाय कोणी विचारवंत म्हणून विख्यात होऊच शकत नाही, अशी भक्कम चौकट उभारण्यात आली. त्यात पुन्हा भरीस भर म्हणून हिंदुत्ववाद म्हणजे ब्राह्मणशाही, हिंदुत्ववाद म्हणजे ब्राह्मणी वर्चस्व, हिंदुत्व म्हणजे सामाजिक अन्यायाकडे केवळ डोळेझाकच नव्हे, तर सामाजिक अन्यायाचं समर्थन, हिंदुत्ववाद म्हणजे पददलितांची पिळवणूक, हिंदुत्व म्हणजे युद्धपिपासूपणा, हिंदुत्व म्हणजे संकुचितपणा असे नानाविध आक्षेप सतत एका राक्षसी आवेशाने घेण्यात आले. आणि ह्या आक्षेपांना उत्तर देण्यासाठी कोणतंही व्यासपीठ हिंदुत्वनिष्ठांसाठी शिल्लकच ठेवण्यात आलं नाही. सरकारी, अर्धसरकारी प्रचारमाध्यमं आणि प्रेसने तर हिंदुत्वावर अलिखित असा बहिष्कारच घातला.

कम्युनिस्टांचा तर हिंदुत्वाला उघड विरोध होताच.

विष्णुपंतांनी कारला कचकन ब्रेक लावला. रात्री नऊ वाजताही ट्रॅफिक जाम झालं होतं. धूर, आवाज, पंतांचा जीव कोंडला. जीव घाबरा झाल्यासारखं वाटलं. ट्रॅफिक जाम! किती वेळ लागेल तेच मुळी पंतांना समजेना!

कार थांबली.

पण विचारचक्र थांबलं नाही.

राजकीय हिंदुत्वाला होणाऱ्या विरोधाचं नष्टचर्य एवढ्यावरच संपलं नाही.

जनसंघाने राजकीय हिंदुत्वाकडे पाठ फिरवली. मनात हिंदुत्व पण जनात भारतीयत्व अशी दुहेरी भूमिका घेऊन जनसंघाचा राजकीय प्रवास सुरू झाला. संघ स्वयंसेवकांची शिस्तबद्ध आणि समर्पित फळी पाठीशी असूनही जनसंघाला घवघवीत यशदेखील कधी लाभलं नाही.

कारण?

विष्णुपंतांना वाटलं, की जनसंघाच्या मूळ रचनेत कुठेतरी संशय होता. एक तात्त्विक दोलायमानता होती. स्वयंसेवक म्हणून हृदयाची, आत्म्याची ओढ वेगळी आणि जनसंघ म्हणून राजकीय परिभाषा वेगळी. संशयातूनच सुरू झालेला जनसंघाचा राजकीय प्रवास शेवटी 'जनता' नावाच्या लाटेत संपला.

विष्णुपंतांना वाटलं, की गांधी हत्येनंतर हिंदुत्वनिष्ठांची जी ससेहोलपट झाली, त्यामुळेच जणू राजकीय हिंदुत्वच नको अशी विचित्र भावना हिंदुत्वनिष्ठांच्या मनात निर्माण झाली.

आम्ही सामाजिक आणि सांस्कृतिक पातळीवर हिंदुत्वावर बोलू, हिंदू संघटन करू; पण राजकीय सत्तासंघर्षात मात्र हिंदुत्वावर बोलणार नाही, असा दुहेरी पवित्रा राजकारणात चालत नाही. आणखी दुर्दैव म्हणजे आम्ही मारे हिंदुत्व मानत नाही. असे आवर्जून सांगत होतो; पण इतर सगळेजण आम्हाला जातीय समजत होते. आणि नेमक्या ह्याच मुद्द्यावर शेवटी 'जनता' पक्ष फुटला. ही घसरण एवढ्यावरच थांबली नाही. ह्या घसरणीत पुढे मग 'गांधीवाद समाजवाद' नावाचं एक जिवावरचं वळण येऊन गेले. गांधीवादी समाजवादाची जनसंघाने घोषणा केली आणि एखाद्या राक्षशीणीने जादूची कांडी फिरवावी तशागत जनसंघ खाडकन पंधरा वर्षं मागे हटला.

ट्रॅफिक अजून जामच होतं.

हॉर्न कर्कशपणे किंचाळत होते.

विष्णुपंत कावले. कार सरकेना आणि विचार थांबेनात.

राजकीय हिंदुत्व नाकारण्याची ही प्रक्रिया एवढ्यावरच थांबली नाही. पुढचा कळस म्हणजे, अगदी संघपरिवारानेच सावरकरांवर अलिखित असा बहिष्कार पुकारला. प्रत्यक्ष विरोध केला नाही; पण अनुल्लेख केला. पन्नास सालानंतरच्या स्वयंसेवकांना सावरकर समजलेच नाहीत. सांगण्यात आलेच नाहीत. सावरकरांबद्दल जो काही आदर होता, तो स्वयंसेवकांच्या मनात व्यक्तिगत पातळीवर होता; पण त्याचे संघटनात्मक प्रक्षेपण कधी झालं नाही. ज्यांच्याबद्दल सर्वात जास्त अपेक्षा होत्या, खात्री होती, त्यांनीच पाठ फिरवली. ह्यात सामान्य स्वयंसेवकांचा दोष नाही. ते एक उमाळ्याने... ओढीने... समर्पित वृत्तीने काम करत असतात... पण त्यांना इतिहास सांगण्यात आलाच नाही. दोष त्यांचा नाही; पण नेते? ब्रुट्स तू... तू... सुद्धा?

अगदी मोठ्यातले मोठे वनवाससुद्धा बारा वर्षांत संपतात; पण राजकीय हिंदुत्वाला भोगावा लागलेला वनवास मात्र तब्बल चव्वेचाळीस वर्षं चालू राहिला. ह्या वनवासाला जणू अंतच नव्हता.

ह्या अरण्यपर्वात हिंदूमहासभेने काय केलं? 'यश' ही एकमेव कसोटी प्रमाण मानली, तर असं म्हणता येईल की ह्या सुमारे चार तपांच्या प्रदीर्घ काळात सभेनं काहीही केलं नाही; पण लौकिक यशापलीकडेही काही तत्त्वं असतात, काही कसोट्या असतात. जेव्हा अवघा समाजच्या समाज एखाद्या तत्त्वाला विरोध करत असतो किंवा सहकार्य देत नसतो, तेव्हा ते तत्त्व जिवंत ठेवणं हेच एक ऐतिहासिक कार्य असतं. तेच कार्य ह्या तमसपर्वात हिंदूमहासभेने केलं.

ह्या प्रदीर्घ काळात हिंदूमहासभेने एका चिवटपणे, अव्यभिचारी निष्ठेने...

युकॅरिस्ट कॉंग्रेसला विरोध करण्यापासून ते मीनाक्षीपूरमला लाखोंचं धर्मांतर झाल्यावर सर्वप्रथम आवाज उठवण्यापर्यंत अनेक लहानमोठी आंदोलनं केली.

समान नागरी संहितेसाठी सतत न्यायालयीन संघर्ष केला.

महाराष्ट्रात शिवजयंती उत्सवासाठी आंदोलने केली.

प्रांतोप्रांती सभेची अधिवेशने भरत राहिली.

सभेचे उमेदवार निवडणुका लढवत राहिले. पराभव? केवळ अपेक्षितच नव्हे, तर निश्चित होता; पण... 'वेडात दौडले वीर मराठे सात' अशा एका अदम्य प्रेरणेने... सभेने ही हारती लढाई झुंजत ठेवली.

आणि सर्वात महत्त्वाचं म्हणजे अगदी एकोणपन्नास सालापासून रामजन्मभूमीसाठी प्रयत्न सुरू ठेवले. न्यायालयाचे दरवाजे ठोठावून झाले. सत्याग्रह झाले. काही डोकी त्या तिथे प्रभू रामचंद्रांच्या चरणी रक्तबंबाळ झाली आहेत.

२६ फेब्रुवारी १९६६. सावरकर गेले.

'ही दोन पावलावर चालणारी अणुशक्ती, छे. हा नसे मानव!'

असा एक महामानव कालवश झाला.

'ह्या जगात मानाचे, हिंदुत्वाचे राष्ट्र म्हणून आपणास जगायचे असेल, तर तसा तो आपला अधिकार आहे आणि ते राष्ट्र हिंदू ध्वजाखालीच स्थापन झालं पाहिजे. ह्या, नाहीतर पुढल्या पिढीत माझी वल्गना खरी ठरेल. माझी ही वल्गना खरी ठरली, तर द्रष्टा ठरेन मी. माझी ही वल्गना खोटी ठरली, तर वेडा ठरेन मी. माझा हा वारसा तुम्हास देत आहे मी!'

अशी भव्य दिव्य मंत्रमय घोषणा करून, हजारो-लाखो माणसांच्या अर्थहीन जगण्याला एका महत्त्वाकांक्षेच्या प्रयोजनाचा सुगंध अर्पण करून एक युगपुरुष अनंतयात्रेस निघून गेला.

सावरकर धन्य झाले.

पण आम्ही...?

सावरकर कृतकृत्य झाले.

पण आम्ही...?

१९६६ - शिवाजी उद्यान. मुंबई. शिवसेनेची स्थापना.

संघर्ष. सतत संघर्ष.

शिवसेना सतत वाढतेच आहे. हिंदूंच्या बाजूने इतक्या स्पष्टपणे आणि रोखठोक बोलणारा नेता सध्यातरी कोणीच नाही.

पण अजून शिवसेनेची शक्ती मुंबईपुरतीच मर्यादित आहे.

अचानक सिग्नल मिळाला. तुंबलेली, अडकलेली, वैतागलेली, हतबुद्ध झालेली रहदारी पुन्हा सुरू झाली.

पुढची अनेक वर्षं सामाजिक, राजकीय पातळीवर विशेष काहीच घडलं नाही. मधेच कधीतरी आणीबाणी आली आणि गेली. आविष्कार स्वातंत्र्यावर जराशी बंधने आली आणि कोण गदारोळ झाला! विष्णुपंतांना कडवट हसू आलं. वा रे वा... म्हणे वैचारिक कोंडी! आम्ही गेली तीस वर्ष ह्याहीपेक्षा भयानक कोंडी सहन करतो आहोत, तेव्हा नाही ती कोणाला जाग आली.

जनता नावाची लाट आली आणि गेली. 'दुहेरी निष्ठा' ह्या मुद्द्यावर पुन्हा जनसंघाला म्हणजेच हिंदुत्वनिष्ठांना कोंडीत पकडण्यात आलं.

जनता पार्टी फुटली.

जनसंघ नामशेष झाला.

बाकी विशेष लक्षणीय असं काहीही घडलं नाही. पुढची वर्षं... मागील पानावरून पुढे चालू, अशीच गेली.

१९८८ - वातावरण बदलू लागलं, तापू लागलं.

रामजन्मभूमी...!

अयोध्या...!

कारसेवा...! गावागावातून अयोध्येच्या दिशेने विटा निघू लागल्या. विष्णुपंत आंतरबाह्य थरारले. भव्य संकल्पना! उत्कृष्ट संयोजन! गावागावातून आलेल्या विटांनी राममंदिर उभारायचं! अवघ्या हिंदुस्थानाने राममंदिर पुन्हा बांधून काढायचं. होय. 'पुन्हा बांधून काढायचं' हे शब्द अतिशय महत्त्वाचे आहेत. रामजन्मभूमीवर उन्नतपणे उभी असणारी बाबरी मशीद नष्ट होणं आवश्यक आहे. अचानक रवींद्रनाथांचे शब्द आठवले,

'ये, आज आपण आधी मोडण्याचाच खेळ खेळू या आणि मग ह्याच मोडण्यातून काही नवीन घडवू या.'

जुनं काही मोडण्यासाठी आणि नवीन काही घडवण्यासाठी प्रभू रामरायांचंच नाम कारणीभूत ठरत आहे.

सावरकरांचे शब्द आठवले,

'मूठभर वाळूप्रमाणे आपणास जरी दशदिशास उधळून टाकले, तरी केवळ राम आणि कृष्ण हे दोनच शब्द आपणास पुनरपि एकजाती म्हणून एकजीव करू शकतील.'

अवघा भारतवर्ष राममय होऊ लागला.

विटा... लाखो तेजोभारित पेशी हृदयग्रस्थ रघुवीराच्या दिशेने वाहू लागल्या.

रथयात्रा...! सभा... भाषणं... टीका... आक्षेप... ते अपेक्षित होतं.

पण... ही रथयात्रा अडवणं आता कोणाला शक्य नव्हतं.

१९८९! भारतीय राजकारणाला एक वेगळीच दिशा.

विलेपार्ल्याची निवडणूक!

'हिंदुत्व हेच राष्ट्रीयत्व' ही घोषणा पुन्हा उच्चाराने आणि ठाम आग्रहाने भारतीय राजकारणात घुमू लागली. 'हिंदुत्व' ह्याच राजकीय मुद्द्यावर ही निवडणूक लढवली.

बाळासाहेब ठाकऱ्यांची स्पष्ट आणि रोकठोक भूमिका. ही भूमिका स्वीकारली आणि शिवसेना एकदम महत्त्वाची ठरली. तिला एक व्यापक पाया मिळाला.

सावरकर गेले त्या वर्षी शिवसेनेची स्थापना झाली. ह्या योगायोगात काही संकेत आहेत का? हिंदुहृदयसम्राट ही सावरकरांचीच लोकपदवी आज बाळासाहेब भूषवित आहेत. ह्यातही काही संकेत, काही संगती आहे का? राजकीय हिंदुत्व सेनेमुळे पुन्हा तेजस्वी होणार का?

एक नवीन दिशा...

नवे परिमाण... नवा परिणाम...

पंत घरी पोचले. घरी कोणीच नव्हतं. मुलगा नगरसेवकांच्या सभेला गेला होता. बायको पुण्याला गेली आहे. मुलीच्या दुसऱ्या बाळंतपणासाठी... कधीची बरं तारीख दिली आहे मुलीला? १५ जून. म्हणजे अजून बरेच दिवस आहेत.

पंत सुखवस्तू आहेत. मोठा मुलगा शिवसेनेचा नगरसेवक आहे. मुलगी पुण्याला असते. ती आणि जावई दोघंही डॉक्टर आहेत. एक नातू आहे.

मुलगा... प्रशांत. आर्किटेक्ट आहे. कन्स्ट्रक्शन्सदेखील करतो. कदाचित पुढच्या निवडणुकीत आमदारही होईल. सून ॲडव्होकेट आहे.

३० ऑक्टोबर १९९०!

कारसेवा... 'तलवार निकली है म्यानसे, रामजन्मभूमी मुक्त होगी शानसे।'

"प्रशांत, मी कारसेवेला जाणार आहे."

"काय?"

"का? तुला एवढा धक्का का बसला?"

प्रशांत क्षणभर गप्प बसला. बोलावं की न बोलावं असा संभ्रम त्याच्या चेहऱ्यावर तरळून गेला; पण क्षणभरानंतर तो निर्धारानं म्हणाला,

"अण्णा, माझं मत काही वेगळंच आहे."

"म्हणजे?"

"अण्णा तुम्ही कारसेवेला जाऊ नका."

"का?"

"का? अण्णा हे तुम्ही विचारता आहात! तुमचा अधिकार खूप मोठा आहे. तुमचा त्याग मोठा आहे. केवळ सामान्य कारसेवक म्हणून अयोध्येला तुम्ही जाऊ नका. तुमचं ते वयही नाही आणि तुमचा मान याहून मोठा आहे."

"अरे, पण.."

"थांबा अण्णा, मला बोलू द्या. क्रांती आपल्याच पिल्लांना खाऊन जगते असं म्हणतात. मला पूर्वी ते खोटं वाटायचं. वाटायचं कसं शक्य आहे ते? पण तुमच्या पिढीकडे पाहिलं की वाटतं, होय ते शक्य आहे. क्रांती आपल्याच पिल्लांना खाते. हे अगदी सत्य आहे."

"मला काही समजत नाहीये."

"सांगतो, सावरकरांनी 'हिंदू राष्ट्र' नावाची एक क्रांतिकारक संकल्पना मांडली. सांस्कृतिकदृष्ट्या एकात्म असलेला हा विशाल देश राजकीय दृष्टीनेही संघटित झाला, तरच हा देश टिकेल. ही संस्कृती टिकेल. ही क्रांतिकारक संकल्पना सावरकरांनी सांगितली. ती संकल्पना जिवंत ठेवण्याचं कार्य तुम्ही केलंत. तुमच्या पिढीनं केलं. आज राजकीय हिंदुत्व ही एक मोठी शक्ती होत आहे. आणि ह्याच वेळी तुमच्यापैकी कोणीही अगदी कोणीही ह्या पटावर कुठेही नाही."

प्रशांत क्षणभर गप्प बसला. त्याने उद्वेगाने मान झटकली.

"वा अण्णा वा! काय न्याय आहे? व्हॉट अ आयरनी ऑफ फेथ! आज हिंदुत्वाचा जय जयकार चालला आहे आणि ज्यांनी हिंदुत्वासाठी अपार उपहास सहन केला, तीच माणसं आज पुन्हा एकदा उपेक्षेच्या अंधारात. व्हॉट अ क्रुएल जोक?"

"प्रशांत खरंच सांगतो. आमची अपेक्षाच नाही. अरे सावरकरांचा नाही झाला योग्य तो गौरव तर आम्ही कोण?"

"अण्णा, दुःखाचं उदात्तीकरण केलं म्हणून काही ती वेदना सौम्य होत नाही. काही एका कृतज्ञ गौरवावर तुमचा निश्चित अधिकार आहे. आज ह्या कारसेवेचं

नेतृत्व करणाऱ्यांना हा अधिकार निश्चित माहीत आहे; पण कोणीही आज बोलत नाहीये. कारण प्रश्न श्रेयाचा आहे. नेतृत्वाचा आहे आणि कदाचित येऊ घातलेल्या सत्तापालटाचा आहे. अशा कृतघ्न नेतृत्वासाठी तुम्ही नम्र होण्याची काही गरज नाही."

"पण..."

"आणि मी जातोय ना कारसेवक म्हणून. पण तुम्ही जाऊ नका. एका वेगळ्या अर्थाने हा प्रश्न तत्त्वाचा आहे."

"ठीक आहे."

२५ ऑक्टोबर १९९०!

संध्याकाळी सात वाजता कारसेवकांची तुकडी निघाली. प्रशांतचं भाषण झालं. जळजळीत. स्पष्ट. परखड. सेनेच्या नगरसेवकाला साजेल असं. प्रशांत म्हणाला,

"हिंदुत्वाचा वारसा ही माझ्या वडिलांची मिराशी आहे आणि माझ्याच देशात जर माझ्या वडिलांची मिराशी मला उपभोगता येत नसेल, तर त्याला कारण आजचं हे नादान सरकार. कारसेवेचा हेतू राजकीय नाही; पण ही कारसेवा अडविण्याचा कोणी प्रयत्न केला, तर ते सरकार धुळीस मिळाल्यावाचून राहणार नाही. 'रामा अडवितो कोण। जळी तरले पाषाण।' अशी ही रामसेवा आहे. चलो अयोध्या। चलो अयोध्या।"

टाळ्यांचा कडकडाट.

बुलंद घोषणा झाल्या.

प्रशांतच्या घशात आवंढा घुसमटला. एक अनामिक औदासिन्य मनात भरून गेलं. ज्यांचा या हिंदुत्वाच्या जयघोषावर अधिकार आहे. असे असंख्य... हजारो... विष्णुपंत आज एकटे... दूर फेकले गेले आहेत. लौकिक ही कर्तृत्वाची खरी कसोटी नसतेच मुळी; पण आत्ता, आज या घडीला तरी हिंदुत्वाच्या बाजूने लौकिक उभा आहे. म्हणून अनेक हवशे नवशे गवशे... आज... पुन्हा घोषणा झाल्या; पण ह्या लौकिकाची कणभरही शक्यता नसताना जे हजारो सावरकरभक्त व्रतस्थपणे झिजत राहिले, तेच आज नेमके उपेक्षेच्या अंधारात... सर्वत्र वणवा सुटलेला असताना वसंताची अपेक्षाच नाही; पण आज वसंत बहरात असतानाही पुन्हा ह्याच्या नशिबी मात्र वणवाच असावा. व्हॉट अ क्रुएल जोक? व्हॉट अ आयरनी ऑफ फेथ! क्रांती तिच्या पिल्लांनाच खाते हेच खरे.

प्रशांतनं क्षणभर वर पंतांकडे पाहिलं.

आणि कारसेवकांची तुकडी निघाली. त्या घोषणांच्या शब्दावर मात करून सावरकरांचे शब्द पंतांच्या मनात घुमत राहिले :-

"सारथी जिचा अभिमानी। कृष्णजी आणि राम सेनानी।

अशी कोटी कोटी तव सेना। ही आम्हाविना थांबेना॥"

*****

सावरकरांनी रत्नागिरीत केलेलं प्रबोधन आणि पतितपावन मंदिर हा एक चमत्कार आहे. पोलीस इन्स्पेक्टर प्रकाश गोरेच्या माध्यमातून हे प्रबोधन सांगितलं जातं. पतितपावन मंदिर हा एक सामाजिक चमत्कार आहे. कोणत्याही जातीचा हिंदू ह्या देवळात प्रवेश करून, दर्शन घेऊन स्वतः देवाची पूजा करू शकतो. हे ह्या देवळाचं वैशिष्ट्य आहे. उभ्या हिंदुस्थानातलं हे एकमेव देऊळ आहे. ह्या देवळाची स्थापना १९३२ साली झाली. हा इतिहास आहे. असो.

*****

प्रमोशन मिळालं. अपेक्षा आणि खात्री होती, त्याप्रमाणे प्रमोशन मिळालं; पण किती खेंगटी या एका लहानशा यशाच्या आड आली. किती चर्चा झाल्या! मनस्ताप! किती आक्षेप! नसती स्पष्टीकरणं देत बसावं लागलं. सानपाडा प्रकरण असं पायात गुंतेल, असं मात्र वाटलं नव्हतं.

सानपाड्यावर ॲक्शन घ्यायला जाताना प्रकाश पूर्णपणे सावध होता. ही मोहीम अवघड आहे, याचीही त्याला स्पष्टपणे जाणीव होती. कारण प्रश्न अक्षरशः जीवनमरणाचा होता. मांडलेले संसार टाकून जायला सुखासुखी कोण तयार होईल!

त्यातून पुन्हा मुसलमान वस्ती...

कोण घुसखोर आहे आणि कोण घुसखोर नाही, हे ठरवणं तर केवळ अशक्य असतं. या मोहिमेतला अवघडपणा राजनने समजावून सांगितला.

"प्रकाश, सानपाड्याची ॲक्शन कधी घेणार आहेस?"

"परवा सकाळी."

"तुला कल्पना आहेच, पण पुन्हा सांगतो. मित्र म्हणून सांगतो. अतिशय सावध राहा. कुठल्याही क्षणी काहीही होऊ शकतं. अनेक सीनिअर्सनीसुद्धा ही कार्यवाही टाळलेली आहे, हे लक्षात घे. तुझ्यासारख्या ज्युनिअरवर ही मोहीम सोपवण्यातदेखील निश्चित असा एक विचार आहे, हे लक्षात ठेव."

"म्हणजे?"

राजनने घसा खाकरला. सिगारेट पेटवली. पाकीट प्रकाशच्या पुढे सारलं.

"प्रकाश, ही मोहीम म्हणजे एखाद्या गुन्ह्याचा शोध नव्हे. हा धोरणात्मक प्रश्न आहे. बरं, हाच प्रकार पूर्वी आसाममध्ये झाला होता; पण नाही यशस्वी झाला. सहा-सात

महिन्यांपूर्वी अयोध्येचं आंदोलन झालं आहे. रामाला विरोध करून बहुसंख्य समाजाला तुम्ही नाराज नाही करू शकत. अल्पसंख्य समाजाभोवती आपल्या देशाचं राजकारण आणि समाजकारण फिरत असतं. असं जगात कुठेही घडत नाही. अल्पसंख्य समाज देशाच्या राजकारणाची दिशा ठरवतो, हा दळभद्री प्रकार फक्त भारतातच घडू शकतो. अल्पसंख्य समाजाबाबत तुमचं धोरण काय, यावरून तुमची राष्ट्रीयता ठरते, हा तर निव्वळ भीषण विनोद आहे; पण तो आपल्या देशात घडतोय. तुला महाराष्ट्रातला जातीय घोळ माहीत आहेच. ब्राह्मण माणसावर ही मोहीम सोपवणं शक्यच नव्हतं."

"का?"

"अरे का काय? मुळातच ही मोहीम अशी की मुसलमानांच्या विरुद्धच ॲक्शन घ्यावी लागणार. हिंदुत्व म्हणजे ब्राह्मणांची मिरासदारी, हे समीकरण आहे. म्हणून ब्राह्मण नको."

प्रकाशचा क्षणभर विश्वासच बसला नाही.

"पण मग मीच का?"

"मीच का?"

राजन क्षणभर गप्प बसला.

"हे बघ, हा माझा तर्क आहे. मुसलमानांविरुद्ध ॲक्शन घ्यायची आहे. अधिकारी दलित असला की कोणावर टेपर यायला नको आणि समजा वेळ आलीच तर... अधिकारी नवखा असल्यामुळे चुका झाल्या, अशी सबब तरी सांगता येते."

बस तो संवाद तेवढ्यावरच संपला.

प्रकाश सावध होता; पण एवढी वेळ येईल असं त्याला खरंच वाटलं नव्हतं.

पण ती वेळ आलीच.

कल्पनेपेक्षा भयंकर स्वरूपात आली.

सानपाड्यावर त्या क्षणी नेमकं काय झालं, हे प्रकाशलाही खरं म्हणजे कळलं नाही. तो खूप दूर उभा होता. सगळं काही घडलं ते फार झपकन घडलं. एकदम लाठीचार्ज सुरू झाला आणि मग गोंधळच माजला.

शिंदे, कदम आणि अन्वर या तिन्ही हवालदारांच्या साक्षी अगदी तंतोतंत जुळणाऱ्या होत्या. मशिदीच्या मागून सोडावॉटरच्या बाटल्या आल्या. पेट्रोलबॉम्ब आले. तळहाताच्या आकाराचे पत्र्याचे तुकडे मारण्यात आले. तो एक हल्लाच होता.

लाठीचार्ज. गोंधळ.

पेपरातल्या पंडितांची पोपटपंची.

प्रकाश गोरे म्हणजे ब्राह्मण. तिथला नगरसेवक पटवर्धन; तोही ब्राह्मण.

राज्यात जरी काँग्रेस सत्तेवर असली, तरी मुंबईत सेनाच महत्त्वाची. एखाद-दुसरा अपवाद वगळता पत्रकारांनी वेगळंच चित्र उभं केलं.

सानपाड्यावरची पोलिसी ॲक्शन ही मुळातच एक राजकीय चाल आहे. सानपाडा विभागातली काँग्रेसची पकड खिळखिळी करणं हा तिचा प्राथमिक हेतू आहे. या चालीमुळे पहिला फायदा शिवसेनेचा होईल; पण परिणामी त्यामुळे जातीय भावनेला खतपाणी घातलं जाईल. अयोध्येच्या अयशस्वी आंदोलनामुळे एक विचित्र ताण सध्या सर्वत्र पसरला आहे. त्यावर मार्ग म्हणून आणि बहुसंख्य हिंदू समाजाला सुखावण्यासाठी ही कार्यवाही करण्यात आली आहे, असाही एक प्रवाद आहे. तो जर खरा असेल, तर अवस्था अधिकच गंभीर आहे. निधर्मी अशा भारतीय राजकारणात धर्म आणून, राम आणून भारतीय जनता पक्षाने आपलं राजकारण मध्ययुगात नेऊन ठेवलं आहे. अशा या अवघड काळात निधर्मी शक्तींनी अतिशय सावध राहणं आवश्यक आहे. भाजपला तोंड देण्याच्या नादात आपण पुन्हा वेगळी जातीयता निर्माण करत नाही ना, याबाबत शासनाने अगदी डोळ्यात तेल घालून सतर्क राहिलं पाहिजे. सानपाडा विभागातले शाखाप्रमुख पटवर्धन आणि या मोहिमेचा प्रमुख अधिकारी गोरे हा निव्वळ योगायोग आहे, की यात काही सामाजिक संकेत आहे, याचा वाचकांनीच विचार करावा. ब्राह्मण समाजाची आणि हिंदुत्वाची जवळीक विख्यात आहे. बहुजन समाजावर राजकीय आणि सामाजिक सत्ता गाजवण्यासाठीच हिंदुत्वाचा घोष करण्यात येतो, हेदेखील एक उघड गुपित आहे. सामाजिक संक्रमणाच्या या संधिकाळी सानपाडा प्रकरणाचा जेवढा निषेध करावा तेवढा कमीच आहे.

या अशा पार्श्वभूमीवर प्रमोशन अडकून पडले. चौकशी सुरू झाली.

"गोरे म्हणजे तुम्ही ब्राह्मण का?"

"नाही."

"मग तुम्ही?"

"या प्रश्नाचं उत्तर आवश्यकच आहे का?"

"हो. म्हणून तर विचारला ना?"

"मी महार आहे."

"म्हणजे नवबौद्ध ना?"

"नाही. मी हिंदू महार आहे. आम्ही धर्मांतर केलं नाही."

"का?"

"मला माहीत नाही. हा प्रश्न तुम्हाला माझ्या वडिलांनाच विचारावा लागेल."

"हं! त्या दिवशी नक्की काय झालं?"

“साहेब... किमान पंचवीस वेळा मी या प्रश्नाचं उत्तर दिलं आहे. नाऊ आय एम फेडअप. फार तर काय, डिसमिस कराल एवढंच ना? मला मान्य आहे ते, पण आजची चौकशी शेवटची.”

प्रकाश विटून गेला होता. त्याने अगदी निर्वाणीचा स्वर लावला.

“मि. गोरे. टेक इट लाइटली. प्रोसिजर आहे. यू मे गो नाऊ.”

“थँक यू.”

संध्याकाळी दिलीपचा फोन आला.

“प्रकाश, अभिनंदन.”

“अभिनंदन? कशाबद्दल? सस्पेंड नाही झालो म्हणजे मिळवलं.”

“प्रकाश, माझी बातमी आहे. विश्वास ठेव माझ्यावर. तुझी चौकशी संपेल. तुला प्रमोशन मिळेल.”

“कशावरून?”

“त्या दिवशीचं फुल रिपोर्टिंग मी केलं आहे. मशिदीमागून प्रथम पोलिसांवर हल्ला झाला. मग गोंधळ झाला. त्याचा फायदा घेऊन त्या भागात लपवलेली स्फोटकं बाहेर नेण्यात आली.”

“अरे, मग भोसडीच्यांनी माझी चौकशी का केली?”

“कूल डाऊन. कूल डाऊन. लोकशाही आहे. शेकडो माणसं हजार जिभांनी प्रश्न विचारत असतात. आक्षेप घेत असतात. तुमची इच्छा असो वा नसो, नाटकं करावी लागतात.”

फोन बंद झाला. मग प्रकाशने प्रमोशनची आशा सोडून दिली. तोंड असं कडूजार झालं की प्रमोशनमधला आनंद आटून गेला.

पण नाही...

प्रमोशन मिळालं. मनात पहिला विचार आला, की प्रमोशनची ही पहिली बातमी सर्वांत अगोदर कोणाला सांगावी! आई-वडील गावाला असतात. गावात फोन नाही. तार केली तरी ते नुसतं बातमी कळवणं झालं. तारेत संवाद नाही. दोन्ही भाऊ काश्मीरमध्ये आहेत. त्यांचं पोस्टिंग सतत बदलत असतं.

कोणाला सांगावं?

आपल्या यशानं कोणाला अगदी खरा निर्मळ आनंद होईल? माणूस खरंच किती एकटा असतो! दुःखाच्या प्रसंगी आणि सुखाच्या क्षणीदेखील!

प्रमोशन मिळालं. डिपार्टमेंटमध्ये, पोलीस स्टेशनवर अनेकांनी अभिनंदन केलं. त्या अभिनंदनात खोटेपणा जरी नसला, तरी एक उपचार होता. एक रिवाज होता. अर्थात

प्रमोशनची पार्टी मात्र दणक्यात झाली. ती सगळी व्यवस्था मोहित्यांनी केली. पिण्याची व्यवस्था परस्परच झाली. प्रकाशने फक्त खाण्याचं बिल दिलं; पण तेसुद्धा सतराशे रुपयांचं झालं.

सेलिब्रेशन दणक्यात! पण एवढं होऊनही प्रकाशच्या मनाचा एक कोपरा कोरडाच राहिला. त्याला सतत जाणवत होतं, की या उत्साहात केवळ उपचार आहे. प्यायला मिळतंय, पिऊन घ्या. कारण काहीही का असेना! फुकट पिणं कसं पदरात पडतंय त्याचा सतत वास घेणारे हुंगे डिपार्टमेंटमध्ये अनेक होते. चार-पाच पेग पोटात गेले, की मग जिभा सैल सुटतात आणि मग ज्या गप्पा सुरू होतात... प्रकाशच्या अंगावर काटा आला. जस्ट हॉरिबल! आपण कायद्याच्या रक्षकांच्या तुकडीत बसलो आहोत, की लुटारूंच्या टोळीत बसलो आहोत, याचाच संभ्रम पडावा अशा गप्पा सुरू होतात. कायदा, सुव्यवस्था, नीती, न्याय, विवेक, सौजन्य, ऋजुता सारे-सारे शब्द मग भ्रष्टाचाराच्या बासनात गुंडाळले जातात. प्रकाशचा जीव घाबरा होतो. तो काहीच बोलत नाही. गप्प बसतो. त्याच्या गप्प बसण्याचाही मग विपरीत अर्थ लावला जातो.

"गोऱ्या, तू साल्या गप्पच बस. तुला प्रमोशन मिळवायचं आहे. तू एसीपी होशील, पण आमचं काय? आम्ही फक्त..."

राणे वैतागून म्हणायचे. त्यांचे डोळे गुंजेसारखे लालभडक व्हायचे. अगदी एसी हॉटेलातही त्यांच्या रुंद, घवघवीत चेहऱ्यावर घामाचे शेदव दिसायचे.

"ओत. ओत. आणखी लार्ज पेग ओत."

राणे गपगप रम सीप करायचे.

"आयला पंधरा वर्षं झाली; पण प्रमोशन नाही. फक्त रात्रपाळ्या करायच्या. बंदोबस्ताला जायचं. गस्त घालायची आणि... आणि काल-परवा आलेली पोरं साहेब होऊन आमच्या उरावर बसायची."

राण्यांचे शब्द गजबजलेल्या हॉटेलात भयाणपणे पोरके व्हायचे. अशा वेळी गोरे अवाक् व्हायचा. तो काय बोलणार! राणे त्याला खूप सीनियर. डिपार्टमेंटमधल्या अनेक खाचाखोचा राण्यांनीच प्रकाशला सांगितल्या. मग राणे अचानक म्हणायचे,

"गोरे, मला वाटलं होतं, निदान तू तरी आमच्या आड येणार नाहीस."

"म्हणजे?"

"मला वाटायचं, तू बामण. म्हणजे तूपण आमच्यासारखा सडणार; पण नंतर कळलं की तू..." राणे पुढे बोलले नाहीत.

"मी महार आहे", प्रकाश मोकळ्या निर्लेपपणे म्हणाला.

"ऑऽ..."

"हो. तुम्ही विचारलं असतं तर मी सांगितलं असतं."

प्रकाश हसला.

"राणेसाहेब, आपण मोकळेपणाने विचारत नाही; पण आडून-आडून चौकशी मात्र करतो."

राणे खजील होऊन गप्प बसले. काय बोलावं ते न सुचून राण्यांनी विल्स पेटवली आणि वेटरकडे पाहून उगीचच खेकसले,

"देखते क्या हो? रीपिट!"

राण्यांच्या बोलण्याचा टोन बदलला,

"गोऱ्या, साल्या, तुला पाच वर्षांत प्रमोशन मिळणार. तुझं क्वॉलिफिकेशन सॉलिड आहे आणि परत तू एससी आहेचस. मग काय?"

राणे आणि गोरे आतापर्यंत मनाने खूप जवळ आले होते. या बोलण्यात एक मोकळेपणा होताच; पण कुठेतरी एक विषादही होता. सल होती. असूयादेखील होती.

"राणे, आजपर्यंत मी कधीही सवलती घेतलेल्या नाहीत. माझे दोन भाऊ मेजर आहेत. एक भाऊ बँकेत ऑफिसर आहे; पण सवलती न घेता."

"ऑ? पण का?"

पण का? पण का?

राण्यांचा प्रश्न कितीतरी वेळ मनात घुमत राहिला.

"सांग ना. तू सवलती का नाकारतोस? अरे, अनेकजण सवलती मिळवण्यासाठी धडपडत असतात. आमचाही समावेश अनुसूचित जाती-जमातीत करा, म्हणून आंदोलनं करत असतात. आणि तू त्या सवलती नाकारतोस? तुमचा हक्कच आहे तो."

"नाही."

प्रकाश स्थिर हसला.

"राणे, सवलत ही सवलतच असते. ती कधीही हक्क होऊ शकत नाही. हा विषय इतका गंभीर आहे, की मला वाटतं दारूच्या पार्टीत त्याच्यावर चर्चा करता येणार नाही."

"काहीतरीच काय! अरे, अशा पार्टीतच खरी गंभीर चर्चा होऊ शकते. दारूचं पेट्रोल एकदा पोटात गेलं, की डोकं फास्ट धाऊ लागतं. बोल तू, मी ऐकतोय."

प्रकाश हसला.

"नको. आज, आत्ता नको. आपण पुन्हा कधीतरी बोलू."

"चालेल. पुन्हा कधी बसायचं?"

"राणे, मी बोलू असं म्हटलं. बसू असं नाही म्हटलं."

राणे हसले,

"गोऱ्या, बोलू म्हणजेच बसू."

"ठीक आहे."

ती बैठक तिथेच संपली; पण नंतर खूप वेळ राण्यांचा विषादभरला सूर आणि असूया दडवण्याचा अयशस्वी प्रयत्न करणारी नजर आठवत राहिली.

असूया, द्वेष, संताप, धुसफूस आणि एखादा संतप्त कटाक्ष. नाइलाज...

बाहेर मोकळेपणी बोलणारी माणसं आपल्या घरी गेली, की किती बदलतात!

शिंदे साहेबांच्या घरी आलेला अनुभव प्रकाशच्या अगदी ठामपणे लक्षात राहिला.

साहेब स्वतः चहा घेऊन आले. प्रकाशचा कप भलताच महागडा होता. साहेबांचा कप अगदी साधा. प्रकाशचं लक्ष होतं. तो काही बोलला नाही; पण काय ते समजून चुकला. प्रकाशच्या वाट्याला आलेला कप महागडा होता, पण वेगळा होता. तो नेहमीचा घरातला कप नव्हता. चटकन लक्षात यावा इतका वेगळा होता. 'राखीव' होता. मान देऊन जागा दाखवून देण्यातला तो संभावित प्रकार होता; पण प्रकाश काही बोलला नाही. क्षणभर वाटलं, की चहाच नाकारावा. कप फेकून शिंद्यांच्या तोंडावर मारावा; पण प्रकाशनं मुकाट्यानं चहा संपवला.

किती-कितीजणांच्या म्हणून तोंडावर आणि काय-काय फेकून मारायचं!

एक जीवघेणी गुदमर भोवती घोंघावू लागली. होंडा भर वेगात धावत असतानाही जीव घुसमटला. आपण कुठून कुठे निघालो आहोत!

प्रकाशाकडे...?

तेजाकडे...?

सिद्धिविनायकाला उजवी घालून प्रकाश पुढे निघाला. आज मंगळवार. केवढीतरी मोठी रांग लागली होती. अठरापगड जातीची माणसं नम्र होऊन... एका चिरंजीव श्रद्धेनं...

काळ किती बदलला!

पाहता-पाहता बदलला... त्या मानाने खूप शांतपणे बदलला.

पन्नास वर्षांपूर्वी... हे शक्यच नव्हतं. प्रकाशचे आजोबा... सैन्यात लान्सनाईक होते. केवढा रुबाब होता; पण त्यांनाही देवदर्शन कधी घेता आलं नाही. पूजा तर दूरच राहिली; पण साधं दर्शनही कधी मिळालं नाही. प्रकाशला आश्चर्य वाटतं; पण आजोबांची श्रद्धा कधी ओसरली नाही, की पंढरीचा नेम कधी चुकला नाही. प्रकाशला वाटायचं, की ज्या देवाने दर्शनदेखील देण्याचं नाकारलं त्या देवाबद्दल प्रेम वाटूच कसं शकतं?

पण नाही. हा विचारच मुळी नवीन आहे. १९९० सालच्या कल्पना मनात ठेवून

आपण सत्तर वर्षांपूर्वीच्या माणसांचा नाही विचार करू शकत. करताच कामा नये. तो तेव्हाचा रिवाज होता. ती तेव्हाची रूढी होती. याच रुढींपायी आम्ही किती गाढवपणा केला. सवर्ण अस्पृश्यता पाळत होते. अस्पृश्यांमध्ये पुन्हा अस्पृश्यता होतीच. याच रुढीपायी ब्राह्मणांनी विधवा विवाह नाकारले. वपनं केली. दहा-बारा वर्षांच्या कोवळ्या मुलींना विद्रूप करून त्यांना सारी सुखं नाकारून... रूढी... भले-भले थकले... हताश झाले...

मिलेट्रीत पेंशन घेऊन आजोबा चाळीसाव्या वर्षीच शिरगावला परत आले.

सरकारी पेंशन, थोडेफार माड, काही पोफळी... तो काळ लक्षात घेता केवढं तरी स्वास्थ्य होतं. इतरांच्या तुलनेत सुबत्ता होती. प्रकाशचा जन्म मुंबईतला. त्यानं शिरपूर पाहिले ते मे महिन्यात आणि दिवाळीच्या सुट्टीतच.

पण वडील सांगायचे, तो वडिलांना भाऊ म्हणतो. ते जुने दिवस आठवले, की भाऊ एकदम तरुण झाल्यासारखे दिसतात. त्यांचा आवाज खणखणीत होतो. सांधेदुखी, बीपी, गॅसेस या सगळ्यांचा विसर पडतो. डोळ्यात एक वेगळीच चमक येते.

वडील बोलायला सुरुवात करायचे. प्रकाशला पुष्कळदा वाटायचे, की आपण ब्राह्मण असतो तर भाऊ नक्की कीर्तनकार झाले असते. भाऊ रंगून बोलतात. स्वतः रंगतात. ऐकणाऱ्याला रंगवतात.

"मी तेव्हा पंधरा वर्षांचा होतो. आपल्या घरी काय-काय जगावेगळ्या गोष्टी होत्या. डबलबारी बंदूक होती. पिस्तूल होतं. एक खुर्ची होती. फोल्डिंग खुर्ची. चामड्याची ती खुर्ची बाबांना एका गोऱ्या साहेबानं दिली होती. बाबांचा मिलेट्रीतला ड्रेस होता. कधी लहर आली, की तो ड्रेस घालून बाबा मोठ्या झोकात गावात फिरायचे. बाबांचा आवाज असा घोगरा आणि मोठा होता. वाघ बोलायला लागला, तर जसा बोलेल तसा त्यांचा आवाज होता. पूर्वी ते खूप दारू प्यायचे; पण नंतर एकदा मला देवी आल्या होत्या. खरं म्हणजे मरायचोच मी; पण चुकून वाचलो, तेव्हा बाबांनी माळ घातली. वारीचा नेम घेतला आणि तेव्हापासून मात्र त्यांनी दारूच्या थेंबालाही हात लावला नाही. आणि हो, आपल्या घरी एक घोडा होता. गावातच काय, पार रत्नागिरीलाही कोणाच्या घरी घोडा नव्हता. कधी लहर आली, की बाबा घोड्यावरून फिरायचे.

आज तुला रत्नागिरीपासून शिरगाव खूप जवळ वाटतं; पण तेव्हा... आम्हाला रत्नागिरी खूप दूर वाटायची. तासभर चालावं तेव्हा कुठे रत्नागिरीचे विठोबाचे देऊळ यायचे.

एका रात्री आपल्या कोंडावर केवढीतरी धावपळ उडाली. पंधरा-वीस कंदील हेलकावत-हेलकावत कोंडाकडे येऊ लागले. मधेच एखादा पेट्रोमॅक्स चमकत होता.

ती मंडळी पाहिली आणि कुणाला तरी आठवलं, की दुपारी दामल्यांचा विष्णू निरोप सांगून गेला होता. तो निरोप परश्याने ऐकला होता; पण तोच पार लाऽस होऊन कुठेतरी पडला होता.

अख्ख्या कोंडावर फक्त आपल्याच घराला अंगण होतं. पेट्रोमॅक्सच्या प्रकाशात पंधरा-वीस सावल्या झपाझप वावरू लागल्या. बाबा मोठमोठ्याने ओरडू लागले. कोंडावर कोणाकडे खुर्चीच नव्हती.

केवढा मोठा माणूस आपल्या अंगणात निमूटपणे बसून आहे, याची आम्हाला कल्पनाच नव्हती. अच्युत जोशी म्हणाले,

"पाव्हणे कोण आहेत ते माहीत आहे का?"

"नाय बा. तुमचे पाव्हणे मोठेच असणार!"

"पाव्हणे बॅरिस्टर आहेत."

"ऑ? काय सांगताय काय?"

बाबा झटकन आत गेले आणि आतून खुर्ची घेऊन आले.

"जोशीबुवा पाव्हण्यांना म्हणावं बसा. आमच्या गोऱ्या सायबाची खुर्ची आहे."

पाहुणे हसले. पेट्रोमॅक्सच्या प्रकाशात डोळे काय लक्खन चमकले. असा लखलखीत गोरेपणा अख्ख्या रत्नागिरीत नव्हता. बसता-बसता म्हणाले,

"साहेब काही माझी पाठ सोडायला तयार नाही."

आणि हसले. कसं प्रसन्न हास्य. जणू या माणसाने आयुष्यात काही दुःखं पाहिलीच नव्हती. अच्युत जोशी हसले. पाहुणे हसले म्हणून बाबाही हसले; पण पाहुण्यांच्या शब्दांचा खरा अर्थ काही तेव्हा समजला नव्हता.

थोडा वेळ कालवा झाला.

'याला बोलाव', 'त्याला बोलाव', 'हा कुठे गेला', 'तो कुठे गेला' अशी आरडाओरड झाली. पाहता-पाहता वीस-पंचवीस माणसं जमली. कोणी गडग्यावरच बसले. कोणी दूरदूरच राहिले. कोणी विड्या पेटवल्या. कोणी तंबाखूचे बार गालफडात ठेवले. कशापायी एवढी मानसं जमलीत हेच समजेना.

पेट्रोमॅक्सच्या उजेडात अच्युत जोशी बोलू लागले. जोशी म्हणाले,

"आज मी पाहुण्यांची ओळख करून देणार आहे. खरं म्हणजे ते आता पाहुणे नाहीत. ते आता इथंच राहणार आहेत."

जोशी बोलत होते.

आम्ही 'आ' वासून ऐकत होतो.

माणूस एवढा मोठा असू शकतो!

पाहुणे बॅरिस्टर होते. पाहुणे विलायतला जाऊन आले होते. पाहुणे तेरा वर्षं अंदमानात होते आणि त्यांनी बोटीतून उडी मारून...

आम्ही पाहतच राहिलो. डोळ्यांवर विश्वासच बसेना. अनेकांच्या ओठातून विड्या गळून पडल्या. पुन्हा मग कोणी विडी पेटवली नाही की तंबाखूचा बार भरला नाही.

असं, आम्ही आपल्या अंगणात सावरकरांना पाहिलं. सावरकर बोलू लागले. शाळेत मास्तरने शिकवावं तसं. घरात बापानं समजूत घालावी... आईनं पोरांना भरवावं तसं.

सावरकर थांबले.

सगळा कोंड गपगार झाला. असं कोणी आजवर कधी ऐकलंच नव्हतं. असं कोणी कधी आजवर बोललंच नव्हतं.

मग रत्नागिरीत एक नवीन वादळ सुरू झालं. अस्पृश्यता दूर करायची? बापरे! भटाबामणांना शिवायचं?

त्यांच्या ओटीवर, माच्यावर बसायचं?

खोताच्या हातचा चहा प्यायचा?

छे. छे! भलतंच! आम्ही हजारदा म्हणू, की आम्ही शिवतो तुम्हाला, तुमच्या संगती च्या-पाणी पितो. पण ते ऐकणार होय!

एवढा मोठा, रुबाबदार आणि धीराचा बाप माझा; पण तो दचकला आणि तोंडातल्या तोंडात काहीतरी पुटपुटू लागला.

माझा बापच का, सारी रत्नागिरी दचकली.

बामणं खवळली.

मराठे संतापले.

वाणी शिव्याशाप घालू लागले.

एक एक बोलू लागला आणि मग सारीच भुंकू लागली.

सहभोजन...!

एकत्र जेवायचं...?

मांडीला मांडी लावून...?

कोंडावरच्या कुणाचाही विश्वास बसेना.

असं होऊ शकतं? असं होईल?

प्रथम कोणी येईच ना!

बाबा म्हणाले,

"मी... मी आलो असतो; पण मी सरकारी माणूस!"

सावरकर हसले,

"म्हणूनच तर म्हणतोय की तुम्ही या. तुम्ही अंमलदार! तुम्ही असलात की सरकारची खात्री पटेल, की इथे फक्त जेवणं झाली, इतर राजकीय कामं काही झाली नाहीत!"

'हो'-'नाही' करता-करता बाबा तयार झाले. सारा कोंड तयार झाला.

सहभोजन झालं. सगळ्यांना वाटलं,

'सुटलो!'

पण नाही. दोन-तीन दिवसांनी पेपरात सगळ्यांची नावं. मग पुन्हा गोंधळ माजला. घरा-घरात भांडणं पेटली. कित्येकांच्या घरात बहिष्कार पडले. कितीजण वाळीत पडले. ठरलेली किती लग्नं मोडली.

आम्ही गावोगावी फिरायचो. घोंगड्या-सतरंज्या बरोबर घेऊन. माणसं बिचकायची. बावरायची; पण सावरकर बोलू लागले, की धीर यायचा. वाटायचं, ही सगळी बंधनं तडातड तोडून टाकावीत.

आपला देव एक आहे...

आपला धर्म एक आहे...

आपला देश एक आहे...

आपलं रक्त एक आहे...

मग हा भेदाभेद कशासाठी?

आपण मांजराला खांद्यावर घेतो...

कुत्र्याला मांडीवर घेतो.

ढोरांच्या गळ्यात गळा घालतो... पण आपल्याच धर्माच्या बांधवाला मात्र शिवत नाही. पाप. पाप आहे. सगळेच पापी आहोत आपण. शी. माणूस म्हणवून घ्यायची लायकी नाही आपली.

किती सभा झाल्या.

दौरे झाले. वाद झाले.

शिव्याशाप देणारे थकले; पण आम्ही थकलो नाही. बोलणारे थांबले; पण आम्ही थांबलो नाही. एक नवीन स्वप्न सावरकरांनी पाहिलं.

पतितपावन मंदिर!

पतितांना पावन करणारा जगन्नाथ! अस्पृश्यता मानणारा प्रत्येकजण पतितच. या साऱ्या पतितांना पावन करणारा... सर्व भक्तांना मुक्त दर्शन देणारा... भक्तांची पूजा स्वीकारणारा... तो पतितपावन. तोच पतितपावन!

आजपर्यंत आम्ही फक्त कळसच पहिला होता; पण आता प्रत्यक्ष देव पाहणार होतो. आमचा देव. आपला देव. आजवर ज्याची आम्ही करुणाच भाकली तो देव.

पुन्हा वादळं माजली. आमच्या पायांना जणू चाकंच बसली.

सावरकर म्हणायचे,

"मला हे परिवर्तन हवं आहे; पण मला या क्षेत्रात क्रांती नकोय. उत्पात नकोय. अनेक शतकांचा अंधार आहे हा. इतक्या गतीने तो नष्ट होणार नाही. थोडी वाट पाहावी लागेल. अपार श्रम करावे लागतील. थोडी दांडगाई करावी लागेल; पण या परिवर्तनातून पुन्हा नवे कलह होणार नाहीत, याची आपण काळजी घेतली पाहिजे. कारण -

'ब्राह्मण वा क्षत्रिय, चांग जरी झाला।

कसलेही रूप वा रंग जरी ल्याला।

तो महार अथवा मांग सकलाला।

ही एकची आई हिंदुजाती आम्हास, तिला वंदू।'

पूर्वी आमच्या हातून चुका झाल्या; पण आज त्या चुका आपण सोडणार आहोत की नाही, हा प्रश्न आहे. हा प्रश्न प्रेमाचा आहे. न्यायाचा आहे. समतेचा आहे. हा प्रवाह आता कोणीही थांबवू शकणार नाही. देवदर्शनासाठी आज अट्टाहास करणारे आपले बांधव उद्या कदाचित याच देवाचं भंजन करू पाहतील. न्यायाला पर्यायच नसतो आणि एकच सांगतो, दर्शनाने बाटतो तो देवच नसतो. अरे पतितांना पावन करणारा तो व्योमकेश बाटेलच कसा? तो विश्वनाथ प्रकाशमयच आहे; पण आपण दरवाजे बंद करून बसलो आहोत. ते अडसर आपण सर करू या आणि ममतेचं आणि समतेचं एक नवं साम्राज्य उभारू या. ही विनंती आहे. हा अधिकार आहे. चला आपण विसरून जाऊ या. या शब्दांसरशी अनेक कलह संपले आहेत.

'उभयांनी दोष उभयांचे सोडावेत।

द्वेषासी दुष्ट रुढीसी सोडावे।

सख्यासी आईच्यासाठी जोडावे।

आम्ही अपराधांसी विसरूनी, प्रेमा पुन्हा पुन्हा सांधू।'

किती सभा झाल्या, वादंग झाले; पण सावरकर ठाम होते.

पतितपावन मंदिर होणारच. ते मंदिर सर्व हिंदूंसाठी मुक्त असेल. एवढंच नव्हे तर या मंदिराची प्रतिष्ठापना वेदोक्त पद्धतीनेच होईल आणि तो वेदघोष अस्पृश्य मुलंच करतील.

वेदमंत्र म्हणायचे या नुसत्या कल्पनेनंच आम्ही घाबरून गेलो. आमची बोबडीच वळली. इथे आमची रामरक्षा म्हणायची बोंब होती आणि आता आम्हाला वेदमंत्र म्हणायचे होते.

रोज पहाटे अच्युतराव आम्हाला शिकवायचे. ते शब्द ऐकून आम्ही खो-खो

हसायचो. वाटायचं, या संस्कृत शिव्या आहेत की काय! कधी-कधी सावरकर स्वतः मंत्र म्हणून दाखवायचे. कसं छान वाटायचं! वाटायचं, की आम्ही नदीकाठी बसलो आहोत आणि नदी खळखळ वाहते आहे.

खरी मजा यायची ती सोवळं नेसताना! आम्ही सगळेच लंगोटीत असायचो. काही केल्या कासोटा बसत नसे. आमचं लक्ष आपलं सारखं सोवळ्यावर. मग शब्द चुकायचे. हशा पिकायचा.

मग हळूहळू सगळंच जमायला लागलं.

मंत्र पण आणि कासोटा पण!

किती बरं वाटायचं! मोठं झाल्यासारखं वाटायचं. बामणांना जमतं ते आपल्यालाही जमतं. मीदेखील कोणीतरी आहे, असं वाटायचं.

पण तेव्हा कसे-कसे शब्द ऐकावे लागायचे. बामण म्हणायचे,

"चालले. चालले हे सावरकरी भट, चालले."

"मराठीची बोंब आणि वेद म्हणताहेत भोसडीचे."

"त्या सावरकराला म्हणावं, साहेबाला हाकलणं सोपं; गोळ्या घालता येतात; पण सनातन धर्माला कसं घालवणार? बोटीतून उडी मारणं सोपं; पण या पापातून कसा सुटणार?"

कोणी म्हणायचं,

"साहेबानं करणी केली या विनायकरावांवर, म्हणून मती फिरली."

महाजनांकडची माणसं तर सावरकर रस्त्यावरून गेले, की लगेच रस्ता सारवून घ्यायची.

दामल्यांनी किती सोसलं सावरकरांसाठी. स्वतः दामले अगदी सनातनी. त्यांना हे काहीच पटत नसे. हा सगळा 'अधर्मच' चालला होता त्यांच्या मते; पण ते सहन करायचे. संतापायचे. आकांडतांडव करायचे; पण शेवटी म्हणायचे,

"तात्या, आम्ही जुनी माणसं. आमच्याकडे लक्ष देऊ नका तुम्ही. माझा विश्वास आहे. तुम्ही देशाचं भलंच कराल; पण मला व्यक्तिशः काही करायला सांगू नका आणि तुम्ही सांगितलंत तरी मी करणार नाही."

तीन महिने... दोन महिने... महिना... पंधरवडा... पुढचाच सोमवार... तीनच दिवस... शंकराचार्य आले. केवढी गर्दी उसळली. एकच रेटारेटी झाली. शंकराचार्य म्हणाले,

"सावरकरांना आशीर्वाद देण्याचा माझा अधिकार नाही, हे मला माहीत आहे. खरं म्हणजे माझं भाग्य थोर, की आज मी या समारंभास उपस्थित आहे. गंगेचा प्रवाह

महत्त्वाचा असतोच; पण गंगोत्री पावन पवित्र आणि पूजनीय असते. आधुनिक काळात समतेचा जो प्रवाह या भारतवर्षात वाहणार आहे, त्या गंगोत्रीच्या काठी आज आपण सारे उभे आहोत.”

अखेर तो दिवस उजाडला.

इतकी वर्षं झाली; पण आजही तो दिवस अगदी लख्खपणे आठवतो.

आमच्या उजव्या हाताला शंकराचार्य. त्यांच्याजवळ सावरकर.

होमहवन सुरू झालं.

छाती धडधडली. अच्युतरावांनी खूण केली. क्षणभर वाटलं, काही आठवणारच नाही. डोळ्यांसमोर अंधारी आली; पण सुरुवात झाली आणि धडाधडा सगळं आठवलं. हजारो नजरा आमच्यावर रोखलेल्या. काही कुत्सित.

“या पोरांना काय जमणार?”

अशा हेटाळणीने माखलेल्या, पण आमचा वेदघोष सुरू झाला. अस्खलितपणे. शुद्धपणे आणि मग मात्र कुत्सितपणा आणि हेटाळणी मावळत गेली आणि तिची जागा आश्चर्य, कौतुक आणि आनंदाने घेतली. टाळ्यांचा कडकडाट झाला. जय जयकार झाला.

त्या ऐतिहासिक प्रसंगी तिथे कोण-कोण होतं?... कोण नव्हतं?

स्वतः जगद्गुरू शंकराचार्य होते, सावरकर होते, ब्राह्मण होते, मराठे होते, वाणी होते, कुणबी होते, पाचकळशी होते, सोनार होते, लोहार होते, भंडारी होते, चांभार होते, माळी होते, कोळी होते, न्हावी होते, महार होते, मांग होते... कोण नव्हतं तिथे! सारे-सारे होते. जणू अवघा हिंदू समाज तिथे होता. अवघा भारतवर्ष होता. अवघ्यांची मनं तरल झाली होती. भारावली होती. युगांचे जीवघेणे सूतक फिटले म्हणून ओलीचिंब झाली होती आणि आपल्या मनावरचा सर्वात मोठा कलंक धुतला गेला म्हणून सर्वांचीच मनं अगदी कोरडी ठक्क झाली होती. अवघ्यांच्या मनात एकाच संवेदनेची तार छेडली जात होती.

‘एक देव, एक धर्म, एक आशा, एक भाषा.’

“माझं भाग्य थोर, की या मंगलक्षणी मी तिथे होतो. त्याप्रसंगी वेदघोष करण्याचं भाग्य मला लाभलं.”

भाऊ असं काही बोलायला लागले, की प्रकाशला वाटतं ऐकतच राहावं.

ऐकत राहावं?

ऐकत राहावं, असं वाटावं असे शब्द तरी कुठे आहेत! सर्वत्रात फक्त संशय उसळले आहेत.

बालपणी कधीतरी माधवराव परांजपे घरी आले आणि बोट धरून शाखेत घेऊन गेले.

शाखेत व्हायचं काहीच नाही. मनसोक्त खेळ व्हायचे. अंग घामेघूम व्हायचं. मग 'मंडल'ची आज्ञा व्हायची. उपविश होऊन सगळेजण खाली बसायचे. माधवराव काही गोष्टी सांगायचे. त्या संध्याकाळी धपापणारी लहानथोर शरीरं आणि माधवरावांच्या गोष्टी. माधवराव किंचित घोगऱ्या आवाजात बोलायचे. आज त्यातली एकही गोष्ट आठवत नाही; पण आठवत नाही, असं तरी कसं म्हणायचं? आज आपण जे काही घडलो, त्या घडण्यात त्या गोष्टींचा फार मोठा सहभाग आहे.

माधवराव किती मोठे आहेत, हे तेव्हा समजत नव्हतं. माधवरावांचा मोठेपणा नंतर समजला.

माधवराव केमिकल इंजिनिअर होते. गोल्ड मेडलिस्ट होते. मातृभाषेत जर्मन बोलायचे. व्यक्तिगत सुखाची लयलूट त्यांना मिळवता आली असती; पण धाकटा भाऊ कमावता होईपर्यंतच त्यांनी बायर कंपनीत नोकरी केली. भाऊ नोकरीला लागला आणि माधवरावांनी नोकरी सोडली. पूर्ण वेळ प्रचारक झाले. काही वर्षं मुंबईत होते.

नंतर सात वर्षं आसाममध्ये...

नंतर केरळमध्ये...

आणि केरळमध्येच माधवराव मारले गेले.

केरळमधल्या अनेकांना माधवराव मराठी आहेत, याची कल्पनाच नव्हती. दाक्षिणात्य पद्धतीप्रमाणे तिथेच ते पी. माधवन झाले. उत्कृष्ट मल्याळम बोलायचे. बासरी वाजवायचे. कधी-कधी म्हणायचे,

"संघाचा हा सूर लावला म्हणून, नाहीतर मी पन्नालाल घोष किंवा हरिप्रसाद चौरसिया झालो असतो. असो. बासरी वाजवणारे खूप आहेत. खूप होतीलही, पण माझे काम सगळ्यांना नाही जमणार. बासरी मी पुढल्या जन्मासाठी राखून ठेवली आहे."

माधवराव गेल्याचं कळलं, तेव्हा प्रकाश तणावग्रस्त विभागात बंदोबस्तावर होता.

सुन्न झाला.

अशी किती गुणी मोठी माणसं 'हिंदू राष्ट्र' नावाच्या एका स्वप्नासाठी आयुष्यभर वणवणत राहिली. नावाचाही मोह न बाळगता, भारतभर श्रमत राहिली. 'हम करे राष्ट्र आराधन... हम करे राष्ट्र आराधन' टोपी काढून प्रकाशने मनोमन श्रद्धांजली वाहिली.

माधवरावांची आठवण मनात तरळत असतानाच रात्री पोलीस स्टेशनवर फिरोज नकवी प्रथम भेटला.

फिरोज रात्री आला.

पांढऱ्या शुभ्र मारुतीतून आला.

प्रकाश पाहत होता.

फिरोज हसला. शेकहॅण्डसाठी हात पुढे करत म्हणाला,

"मैं फिरोज नकवी."

ओह... हा फिरोज नकवी तर! खूप जणांकडून नाव ऐकलं होतं. त्याला एकदा सवडीनं भेटायचं होतंच.

"बसा."

सरळ ताठ उंच बांधा. सोनसर केस उलटे फिरवलेले. दाढी व्यवस्थित कोरलेली आणि खोल गंभीर आवाज.

"बहुत कोशिश की आपको मिलने की. आखिर आज आ ही गया हूँ..."

"बोला."

"अभी जो बंबईमें हादसे हो रहे है, उससे मुझे बडी फिक्र हो रही हैं."

"हं."

"मैं यह चाहता हूँ की, मायनॉरिटी लोगों को कोई तकलीफ न हो."

"मि. नकवी, मायनॉरिटी समाज भारतात कधीच असुरक्षित नव्हता. एवढंच नव्हे, तर बहुतेक वेळा मायनॉरिटी समाजच प्रॉब्लेम सुरू करतात, असेच रिपोर्ट्स आहेत."

"रिपोर्ट्स!"

नकवी हसला. त्याने खांदे उडवले.

"लेकिन रिपोर्ट्स बनवाए किसने? रिपोर्ट्स तो उन्होंने बनवाएं..."

"उन्होंने याने?"

"उन्होंने... साफ बात है हिंदूओंने. काँग्रेस सरकार हो, या दुसरी कोई, राज तो आखिर हिंदूही करते हैं ना! जाहीर है, वे अपने गुन्हाओं को छिपाना चाहते है. लेकिन अपनी बात अलग है..."

"अपनी याने...?"

"क्यूं बनते हो यार?"

"..."

"यह सभी बाते दफ्तर में नही हो सकती. चलो हम बाहर कही बैठते हैं."

'बैठते है' या शब्दांवर फिरोजने विशेष जोर दिला. त्यातली खोच प्रकाशला बरोब्बर समजली.

"बसू या ना, पण पैसे मी देईन."

"वो सब बाद में देखेंगे."

"चला."

प्रकाशने होंडाची चावी घेतली.

"चाबी क्यू लेते हो? मेरी कार किस लिए है फिर?"

"असं म्हणता? ठीक आहे. मी गणवेश बदलतो. मग आपण निघू या."

प्रकाश आणि फिरोज पोलीस स्टेशनमधून बाहेर पडले, तेव्हा रात्रीचे अकरा वाजले होते.

*****

भारतात अत्याचाराचा आतंक माजवण्याची जबाबदारी फिरोज नकवी या पाकिस्तानी एजंटवर आहे. फिरोज अत्यंत धूर्त आहे. खूप वरपर्यंत त्याचे धागेदोरे जुळलेले आहेत. तो प्रकाश गोरे या इन्स्पेक्टरला अस्वस्थ करून आपल्या जाळ्यात ओढण्याचा प्रयत्न करतो.

*****

पांढरी स्वच्छ मारुती सुळकन सुरू झाली. काही क्षणातच एसीमुळे गार सुखद झाली.

"कहाँ बैठते है?"

"अं... कुठेही चालेल."

"नीलायम में जाते है. विल डू?"

"नो प्रॉब्लेम."

फेडर रोड मागे टाकून मारुती मलबार हिलच्या दिशेने धावू लागली. नारायणदास दाभोळकर मार्ग मागे राहिला.

नीलायम!

समोर अथांग सागर, दिसत काहीच नाही. मिट्ट अंधार आहे. वर आकाशात फिकट चांदणे. सागराची गाज गंभीरपणे ऐकू येते.

पार्किंग लॉटमध्ये जागा मिळाली. वॉचमनने अदबीने सलाम केला. थ्री-पीस सूटमध्ये सजलेल्या दरवानाने व्यावसायिक नम्रता प्रदर्शित करून नम्रपणे दरवाजा उघडला.

सुगंधी हवेचा सुखद झोत जिवाला सुखावून गेला.

प्रकाशने सर्वत्र नजर फिरवली.

मंद हलक्या आवाजात संभाषणं चालली होती. बहुतेक सगळी टेबलं भरलेली होती. अशी प्रशस्त हॉटेलं फार क्वचितच पाहायला मिळतात.

फिरोजला पाहताच मॅनेजर स्वतः पुढे झाले आणि फिरोजला घेऊन रिझर्व्ह टेबलापर्यंत आले.

"थँक यू व्हेरी मच."

“इट्स माय प्लेजर.”

“बैठीये. इन्सपेक्टर साब बैठीये. नाऊ इट्स माय प्लेजर.”

“इन्सपेक्टर साब नाही. साहेब फक्त पोलीस स्टेशनमध्ये. इथे बाहेर फक्त प्रकाश गोरे.”

फिरोज हसला आणि त्याने डनहिलचं पाकीट प्रकाशकडे सरकावलं.

डनहिल पेटवत, धुराचा लोट सोडत फिरोज म्हणाला,

“हां, तो मैं कह रहा था, की हमारी बात कुछ अलग है.”

“हमारी याने?”

“कहता हूँ.”

तेवढ्यात वेटर आला.

“तो प्रकाशजी, व्हॉट विल यू प्रिफर?”

“रम.”

“वाह वा! इस चॉइस में भी हम एक है. दो लार्ज रम. क्वीक. अँड देन डोन्ट डिस्टर्ब् अस.”

ऑर्डर सर्व्ह झाली.

“हां. तो अब हमारी अलग बात समझाता हूँ.” फिरोज बोलू लागला.

प्रकाश थरारून हादरून ऐकत होता.

फिरोज काही वेगळ्याच गोष्टी त्याच्या विलक्षण प्रभावी आणि हिपनोटाईज करणाऱ्या आवाजात सांगू लागला.

काय दिलं तुम्हाला या हिंदू समाजाने?

हजारो वर्षांचे अन्याय, अत्याचार आणि अन्याय.

स्पर्शही नाकारला तुम्हाला या हिंदू समाजाने.

अनेक प्रकारचे अत्याचार असतात जगात; पण या हरामखोरपणाला तोडच नाही.

आणि दुर्दैवाची गोष्ट म्हणजे हा केवळ इतिहास नाहीये. आजदेखील अगदी तसाच भयानक द्वेष सवर्णांच्या मनात आहे.

शिंदेसाहेबांच्या घरी आपल्याला देण्यात आलेला महागडा, पण वेगळा कप प्रकाशला आठवला. फिरोज पुढे बोलतच होता.

आजदेखील दलितांवरच नेमके अत्याचार का होतात?

दलित स्त्रियांची अब्रू वेशीवर का टांगण्यात येते? विद्यापीठाचे साधे नामांतर करण्यासाठी रक्तपात का होतो?

कुणालाही दलितांबद्दल खरा कळवळा नाही.

सवलती, सोयी या गोष्टी केवळ बोलण्यापुरत्या, मतं मिळवण्यापुरत्या. वर्षानुवर्षं बॅक-लॉग का भरण्यात येत नाहीत? नोबडी रियली वॉन्टस यू. बट नोबडी स्पीक. काँग्रेसवाले काही करणार नाहीत. समानता हा केवळ बुरखा आहे. मंडल आयोगाला एवढा भयानक विरोध का झाला? भाजप ओह शीट. इट इज टोटली कम्युनल पार्टी. चार ब्राह्मणांचे एक रूप म्हणजे संघ आणि दुसरं रूप म्हणजे बीजेपी. फर्गेट अबाऊट शिवसेना. बाळ ठाकरे इज हॉरिबल.

अशा या भयानक काळात विद्रोह हा एकच उपाय आहे.

प्रकाश सुन्न होऊन ऐकत होता.

पोलीस खात्यातली अस्वस्थता त्याला माहीत होती. काही बेजबाबदार अधिकारी आणि अंडरवर्ल्डचं संगनमत त्याला माहीत होतं.

प्रकाश एससी आहे, हे समजल्यावर राणेंच्या बोलण्यात पडलेला फरक त्याला आठवला. राणेंच्या चेहऱ्यावर पसरलेली असूया त्याला आठवली.

वेटरकडे पाहत प्रकाश अभावितपणे जरा मोठ्यानेच म्हणाला,

"रिपीट."

पुन्हा ऑर्डर सर्व्ह झाली.

फिरोजचं बोलणंही सुरू झालं.

इस्लामने या देशाला संस्कृती दिली. खरी सामाजिक समानता काय असते, ती इस्लामने शिकवली. दाखवली.

"यह बात सही है की कभी थोडी ज्यादती हो गई होगी. मैं इनकार नहीं कर सकता, नहीं करूंगा. हमारी पुरखे भी आखिर इन्सान थी. गलतीयाँ हो सकती हैं. लेकिन हमारी गलतीयाँ भी तुम्हारे महजब से कई गुना अच्छी थी."

म्हणून तर भारतातल्या हजारो-लाखों दलित बांधवांनी इस्लामचा स्वीकार केला. इतक्या करोडो माणसांवर तर कोणी अत्याचार नाही ना करू शकत?

इस्लामने भारताला संगीत दिलं.

इस्लामने भारताला राज्यव्यवस्था दिली.

इस्लामने भारताला कला दिल्या. स्थापत्यशास्त्र दिलं.

"१८५७ की जंग में इस्लाम ने पानी की तरह खून बहाया आझादी के लिए."

प्रकाश ऐकत होता.

'नवीन जाणीव', 'नवा विचार', 'प्रबोधन' या नावाखाली हे विचार त्याने कैक वेळा ऐकले होते.

अचानक सावरकर आठवले. 'मानवतेसाठी, न्यायासाठी बदलत्या काळाची पावले

लक्षात घेऊन अस्पृश्यता सोडा आणि या मोठ्या गोष्टी समजत नसतील, तर निदान स्वार्थासाठी तरी अस्पृश्यता सोडा. आज देवभजनासाठी आटापिटा करणारे आपले हेच बांधव देवभंजनासाठी मुठी वळू लागतील, हे लक्षात ठेवा.'

आपलं रक्त एक आहे.

वंश एक आहे.

धर्म एक आहे.

देव एक आहे.

हे सगळं समजून ध्यानात घेऊन अस्पृश्यता सोडा. नेवाशाला ज्ञानेश्वरांच्या भिंतीची मशीद करू पाहणारे आजचे मुसलमान हे पूर्वीचे हिंदूच होते, हे विसरू नका.

शीरा ताणून दिलेल्या समानतेच्या घोषणा ऐकताना त्यामागची दडलेली 'जातीयता' दिसली, ती पुढील आयुष्यात. संघात नव्हे. जातीची खरी शक्ती जाणवली ती नोकरीच्या वेळी.

बाबासाहेबांचं 'थॉट्स ऑन पाकिस्तान' हे पुस्तक आठवलं. मुसलमानी आक्रमणाचं त्यांनी केलेलं भीषण वर्णन आठवलं. पाकिस्तान निर्मितीनंतर लोकसंख्येची अदलाबदल करावी, ही सूचना आठवली.

एक आठवण आठवली.

धर्मांतर करण्याअगोदर बाबासाहेब गाडगेबाबांना भेटले होते. तेव्हा गाडगेबाबा म्हणाले,

'मी अडाणी माणूस. मला काय कळतं. पण एक सांगतो, ख्रिश्चन होऊ नका, मुसलमान होऊ नका. बाकी मग काय हवं असेल ते व्हा.'

किती अचूक सल्ला!

सावरकरांचे शब्द आठवले,

'डॉ. आंबेडकरांची उडी हिंदुत्वाच्या रिंगणातच पडली!'

खरंच काय फरक पडला धर्मांतराने! सुधारणा होतच होत्या. झाल्याही असत्या; पण त्यासाठी वेगळी चूल मांडण्याची काय गरज होती.

अचानक एक विदारक किस्सा आठवला.

वाघमारे म्हणाले,

"गोऱ्या, मला आंबेडकरांची थोडी माहिती सांग रे."

"कशासाठी?"

"सोमवारी माझा इन्टरव्ह्यू आहे. डॉक्टरांबद्दल एखाददुसरा प्रश्न मला नक्कीच विचारतील."

"सांगतो ना. बरं आधी मला सांग तुला काय माहीत आहे?"

"प्रामाणिकपणे सांगतो. मला काहीच माहीत नाही."

"ऑ?"

"मी कशाला त्यांची माहिती मिळवू? मी काही नवबौद्ध नाहीये."

प्रकाश अवाक् झाला.

डॉक्टरांबद्दल बोलण्यातला सगळा आवेग आणि उमाळाच या एका वाक्याने खलास झाला.

आंबेडकर हवे आहेत केवळ घोषणा देण्यासाठी. सवलती मिळवण्यासाठी, सध्या दुसरा मार्गच नाही म्हणून! पण त्यात खरा उमाळा नाही, ओढ नाही, काही काऽही नाही.

नवबौद्ध...!

बौद्धपंथच भारतातून का नामशेष झाला?

वेदांपलीकडे काहीच नाही असं मानणारा आर्य समाज भारतात भरीव कार्य करू शकतो आणि वेद नाकारणारा जैनपंथही भारतात सुखेनैव नांदू शकतो. मग बौद्धांवरच एवढा राग का?

की... की बौद्धांनी बौद्धपंथीय परदेशी आक्रमकांना साहाय्य केलं म्हणून मग उर्वरित समाजाने संधी मिळताच सूड उगवला आणि परिणामी बौद्धपंथच नामशेष झाला.

पण क्रूर आक्रमकांनी नंतर बौद्धांनाही सोडलं नाही. शांतीचा आग्रह धरणारे आणि तप:साधनेत मग्न राहणारे हजारो भिख्खू अक्षरश: शेळ्या-मेंढ्यांप्रमाणे कापले गेले. प्रतिकारही न करता कापले गेले.

विहार ओस पडले. भ्रष्ट झाले. भग्न झाले. तिथे रानं माजली. 'तृष्णानाश' ही एकमेव तृष्णा मनाशी बाळगून शांतपणे जगू पाहणारे संघच्या संघ आक्रमकांच्या पाशवी सत्तातृष्णेत जळून भस्मसात झाले.

आणि आज इथे फिरोज शांतपणे सांगत होता,

"हिंदुत्व यह तो एक बहाना है. ब्राह्मणराज का नया नाम है."

विद्रोहाने धगधगणाऱ्या या आजच्या काळात फिरोज म्हणत होता,

"इसलिये हमारी बात अलग है."

'हमारी' याने दलितांची आणि मुसलमानांची.

वाऽ...

कुठलं तत्त्वज्ञान(?) मला सांगतोस?

प्रकाश मनातल्या मनात हसला; पण त्याला माहीत होतं, की या विचारांना पोलीस खात्यातून प्रचंड दाद मिळण्याचा संभव आहे आणि पोलीस खात्यातूनच या असल्या

विचारांना सहकार्य किंवा मूकसंमती म्हणजे... म्हणजे भावी यादवीची ही चाहूल तर नव्हे.

प्रकाशच्या जाणिवा शहारल्या.

या कोलाहलात भर म्हणून की काय, पुन्हा साम्यवादाची भर पडली. त्यांनीही हिंदुत्वावर आघातच केले. कारणं वेगळी असतील, आघातांच्या जागा वेगळ्या असतील, पण हिंदुत्वावर आघात होतच राहिले.

"यह एक जंग है प्रकाशजी. कहीए अमन के लिए जंग है. और इस जंग में हम अकेले नहीं है. पुरा कम्युनिझम हमारे साथ है. केरल स्टेट में हमने हमारी ताकद दिखा दी है."

"हा सगळा फार मोठा विषय आहे. मला त्यातलं काऽही कळत नाही. इफ यू डोन्ट माईंड, लेट अस हॅव सम पर्सनल टॉक."

"शुअर. व्हाय नॉट? मेरी जिंदगी तो खुली किताब हैं."

"वा! तुमचं गाव कुठलं? तुम्ही मुंबईचे तर वाटत नाही."

फिरोजने नवी डनहिल पेटविली. एक क्षणभर विचार केला.

"जूनागढ़ स्टेट का नाम सुना है आपने प्रकाशजी?"

"हो."

"मैं जूनागढ़ स्टेट का वतनी हूँ."

फिरोजचे वडील सय्यद खान नकवी जूनागढ़ स्टेटमध्ये फौजदार होते. फौजदार या शब्दामुळे कदाचित घोटाळा होईल; पण स्टेटमध्ये फौजदार हा फार मोठा हुद्दा होता. शहराचा बंदोबस्त आणि शांतता ही प्रामुख्याने सय्यद खानसाहेबांची अखत्यारी होती. मोठा रसिक आणि शौकीन मिजाज माणूस होता तो!

पण त्यांचे सगळे शौक सूर्यास्तानंतर रात्रीला साक्षी ठेवून व्हायचे. दिवसाचं त्यांचं रूप आणि रात्रीचे रंग यांत अक्षरशः जमीन-अस्मानाचं अंतर होतं. ती जणू अगदी वेगळी-वेगळी माणसं होती.

दिवसाचे सय्यद खान विलक्षण कठोर होते. कर्तव्यदक्ष होते. या कठोरपणामुळे त्यांच्या रात्री कधी कडवट झाल्या नाहीत किंवा रसिल्या रात्रींमुळे त्यांचे दिवस कधी ढिसाळ झाले नाहीत. अत्यंत ठाम मतं आणि निश्चित आग्रह हे त्यांचं वैशिष्ट्य होतं. त्यांनी दोन गोष्टींचा अगदी मनापासून द्वेष केला. त्या दोन गोष्टी म्हणजे काँग्रेस आणि ब्रिटिश.

संस्थानाचे जबाबदार नोकर असल्यामुळे ब्रिटिशांबद्दल त्यांनी कधी द्वेष व्यक्त केला नाही. करणं शक्यच नव्हतं.

पण काँग्रेसचा द्वेष करणं त्यांना अगदी सहजशक्य होतं. अगदी प्रकटपणे काँग्रेसचा

द्वेष करणं हे त्यांचं धोरण होतं. सय्यद खानच्या कारकीर्दीत काँग्रेस जूनागढ़मध्ये फारशी रुजू शकली नाही.

महायुद्धाच्या वेळी ब्रिटिशांना विरोध करायचा की सहकार्य करायचं, या मुद्द्यावरून एकच सुंदोपसुंदी माजली. वेगवेगळे मुद्दे आवेशाने मांडण्यात येऊ लागले; पण ते सगळे बाहेर... दूर ब्रिटिश इंडियात...

जूनागढ़ स्टेट तसं अगदी शांत होतं.

सय्यद खानांनी आवेश तर मोठ्ठा प्रेक्षणीय आणला; पण प्रत्यक्ष भरीव असं काहीही केलं नाही. जूनागढ़ स्टेटमधून लक्षणीय अशी सैन्यभरती झाली नाही.

"दोन युरोपियन देश आपापली साम्राज्यं टिकवण्यासाठी लढत आहेत. कोणीतरी एक जिंकेल, कोणीतरी एक हरेल. त्यांची-त्यांची साम्राज्यं जातील अथवा राहतील. हम क्यों हमारा खून जाया करें?" हा सय्यद खानांचा रोकडा सवाल होता.

आणि तो एका परीने फार खरा होता. माझा फायदा काय? हीच प्रत्येक संघर्षाची खरी कसोटी असते. तत्त्वासाठी युद्ध हा प्रकार साधारणतः अस्तित्वात नसतो. स्वार्थ हेच कोणत्याही युद्धाचं एकमेव तत्त्व असतं. ते काही असो, पण या युद्धामुळे सय्यद खान मनोमन सुखावले होते. हे युद्ध संपल्यावर ब्रिटिश कदाचित दुबळे होतील, भारताला आझादी मिळेल. पुन्हा इस्लामला चांगले दिवस येतील. ब्रिटिशांनी आमच्याकडून सत्ता घेतली होती, पुन्हा आपली सत्ता येईल. इस्लामचा चांद हिंदुस्थानभर पुन्हा लहरू लागेल. केवढी भव्य स्वप्नं सय्यद खानांच्या नजरेसमोर तरळत होती.

युद्ध ऐन भरात होतं.

१९४२ - भारत छोडो. गांधीजींची अद्वितीय घोषणा.

युद्ध ऐन मध्यावर असताना ब्रिटिश पुन्हा कोंडीत सापडले.

'भारत छोडो'च्या चळवळीमुळे भारतभर एकच आकांत उसळला. ठिकठिकाणी घातपाती कृत्यांचा आगडोंब उसळला. 'म. गांधीजी की जय' अशा घोषणा करत लोकांनी हिंसक कृत्यं केली. आगी लावल्या. लुटालूट केली. जाळपोळ केली. सरकारी मालमत्तेची धूळधांड केली. बॉम्बस्फोट केले.

गांधीजी... हिंदू-मुस्लीम ऐक्य...!

गांधीजी... हिंदू-मुसलमानांचे एकमेव पुढारी...

सय्यद खान मनातल्या मनात खदखदा हसले.

"गांधीजी आमचे पुढारी! वा! भई वा! इस्लाम इतना दुबला कबसे हुवा, की अपनी हिफाजत के लिए एक काफिर का हाथ थाम ले? नहीं, हरगिज नहीं. गांधीजी जो कुछ है, हम उस बारे में कुछ नहीं कहेंगे. लेकिन वे हमारे नहीं हो सकते. हम अपना नसीब

किसी ऐरे-गैरे के हाथ नहीं सौंप सकते.

गांधीजी तर शक्यच नाही.

गांधीजी नाहीत तर मग कोण? जीना?

जीना!

जीनांचं नुसतं नाव काढलं, तरी सय्यद खानांच्या कपाळात संतापाची तिडीक जात असे.

जीना तर एव्हाना खूप मोठे होऊन बसले होते.

हिंदू-मुस्लीम प्रश्न आता गांधी-जीना यांच्या इच्छेनेच सुटू शकणार होता.

जीनांना पाकिस्तानची स्वप्नं पडू लागली होती. पावलोपावली संघर्ष उभे राहत होते. चर्चा होत होत्या. गांधीजी झुकत होते. जीना वाढत होते. डायरेक्ट ॲक्शनच्या धमक्या देत होते.

पण जीनांचे पाकिस्तान ही कल्पनाच मुळी सय्यद खानांना मान्य नव्हती.

का, का म्हणून आम्ही फक्त सिंध प्रांतावर आणि पूर्व बंगालवर समाधान मानायचं? का?

जीनांना वाटतं म्हणून?

डॉ. आंबेडकरांनी लोकसंख्येची अदला-बदल करावी, अशी सूचना केली. त्या सूचनेवर गंभीरपणे विचार होऊ लागला तर? सय्यद खानांचा जीव खाली-वर होऊ लागला.

तर...

सोडून जायचं?

हे सुख, हा रुबाब, ही संपत्ती सगळं-सगळं सोडून जायचं?

'मुस्लीम है हम, सारा जहाँ हमारा बसेरा' हे म्हणायला, सभेत टाळ्या मिळवायला ठीक आहे; पण प्रत्यक्षात कसं शक्य आहे ते?

जूनागढ़ सोडून जायचं ही कल्पनाच असह्य होती.

सय्यद खानांचा नुसता पेट झाला. त्यांना वाटलं, पाकिस्तान मागून आपण साऱ्या भारतावरचा हक्क सोडत आहोत. खरं म्हणजे ब्रिटिशांनी इस्लामच्या हाती सत्ता सोपवली पाहिजे. 'क्यों की हम बरसों से यहां हुकूमत कर रहे हैं.' सय्यद खानांना समजत होतं, माहीत होतं, की येणारा जमाना लोकशाहीचा असेल. केवळ बारा टक्के समाज, बाकीच्या अठ्ठ्याऐंशी टक्के समाजावर राज्य करू शकत नाही. म्हणूनच त्यांचा जीव खाली-वर होत होता.

सय्यद खानांना कधी-कधी वाटायचं, की जीनांमध्ये खरं तर 'पाक' इस्लामचा खूनच

नाहीये, म्हणूनच ते असे बुझदिल आहेत. जीनांचे परदादा तर चक्क काफरच होते.

जीनांचे परदादा काफरच होते.

आणि सय्यद खानांचे?

सय्यद खानांचे खापरपणजोबा वैजनाथशास्त्री जोशी. शास्त्रीबुवा काशीला महालिंगेश्वराचे पुजारी होते. ते देऊळच त्यांचं होतं. संपत्ती होती. मान होता. सावकारी होती. जमीन-जुमला होता. अष्टौप्रहर गर्जत असणारी वेदशाळा होती.

थोरल्या बाजीराव साहेबांच्या आईसाहेब काशीयात्रेसाठी आल्या, तेव्हा कोण धावपळ उडाली होती.

सरकारी हुकूम सुटले.

खास जामानिमा झाला.

बंदोबस्त आणि सुखसोयी तर नामी होत्या.

या साऱ्या यात्रापर्वाची जबाबदारी वैजनाथशास्त्रींनी पार पाडली. त्यांनी अनुष्टुभात बाजीराव प्रशस्ताही रचून राधाबाईसाहेबांना ऐकवली. बाईंनी प्रसन्न होऊन शास्त्रीबुवांना पालखीचा मान आणि भरघोस दक्षिणा दिली.

१७६१ - पानिपत... पानिपत...

एक लाख बांगडी फुटली.

प्रलय... पुन्हा प्रलय...

पुन्हा यवन मातले.

आणि पंचवीस वर्षांपूर्वीचा खदखदणारा सूड अचानक जागा झाला.

"अब कौन बाजीराव तुम्हें बचाता हैं?"

असं म्हणत हुसेन खानाने महालिंगेश्वर उद्ध्वस्त केला. देवळाला आणि शास्त्रीबुवांच्या घराला खणती लावली आणि घरादारावरून गाढवाचा नांगर फिरवला.

शारीरिक यातना जेव्हा असह्य झाल्या, तेव्हा शास्त्रीबुवांनी इस्लामचा स्वीकार केला.

तासलेलं डोकं, भादरलेल्या मिशा आणि वाढलेली कोरीव दाढी... आपलं हे अभद्र रूप घेऊन शास्त्रीबुवांना काशीत राहवेना. मुलाबाळांना घेऊन ते कसेबसे नवज्योतपुरला आले. आपला भूतकाळ विसरून अनाम जगू लागले आणि एक दिवस भ्रमाचा कडेलोट झाला, तेव्हा त्यांनी नदीत शरीर झोकून दिलं.

पण त्यांच्या मुलाने मात्र नशीब काढलं. वैद्यकी केली. पैसा मिळवला. दरबारी मान मिळवला आणि मग यशाची ती कमान वाढतच राहिली. सय्यद खान तर फौजदारच झाले.

पण...

या आपल्या इतिहासाबद्दल सय्यद खान बोलत नसत.

सय्यद खानांना अजूनही एक आशा होती. कदाचित आपलं स्टेट स्वतंत्र राहू शकेल किंवा इतमामाने पाकिस्तानमध्ये जाता येईल.

पण...

हैदराबादसारखं मोठं स्टेट जिथं चोवीस तासांत विलीन झालं, तिथं जूनागढ़ला कोण विचारतो?

कराराच्या एका फटक्यात सगळं संपलं.

१५ ऑगस्ट १९४७

राजवाड्यावर तिरंगा फडकू लागला.

आणि आयुष्यात प्रथमच सय्यद खानांनी भर दुपारी व्हिस्कीची बाटली तोंडाला लावली.

नंतरचं सगळं आयुष्यच बिनचेहऱ्याचं गेलं.

ज्या दिवशी सय्यद खान पैगंबरवासी झाले, तेव्हा फिरोज दूर लंडनला होता.

फिरोजला वाईट जरूर वाटलं; पण आपल्या आयुष्यातला फार मोठा कपळा ढासळून पडला, असं मात्र वाटलं नाही.

फिरोजला सय्यद खान फारसे आठवत नव्हते.

फिरोजचा जन्म झाला, तेव्हा सय्यद खान पार उद्‌ध्वस्त झाले होते. वैभवाला तसा तोटा नव्हता; पण सामाजिक आणि राजकीय पातळीवर ते कमालीचे निराश झाले होते. जूनागढ़चा फौजदार म्हणून एका दिमाखात आणि मग्रुरीत आयुष्य व्यतित केल्यानंतर एकदम आलेला सामान्यपणा आणि नगण्यपणा त्यांना सहन होईना. काही दिवसांपूर्वी ते खूप खूप महत्त्वाचे होते आणि आता? अक्षरशः कोणीच नव्हते. ही पोकळी त्यांना खायला येई.

मग ती पोकळी भरून काढण्यासाठी नानाविध व्यसने चिकटली. पोकळी तशीच राहिली; पण व्यसने मात्र दिवसेंदिवस वाढतच गेली.

फिरोजच्या आधी आणि नंतर एकंदर सात भावंडं होती; पण कोणी जगलं नाही. फिरोज एकटाच.

सगळं बालपण तीन आयांच्या लाडात, नोकर-चाकरांच्या सहवासात आणि तीन अवाढव्य हवेल्यांमध्ये हुंदडण्यात कधी आणि कसं गेलं ते समजलंच नाही.

तारुण्य...

कॉलेजात... अहमदाबादला...

स्पोर्ट्स... पिकनिक... म्युझिक... नाटकांमध्ये गेलं.

आपला बाप किती मोठा आणि जबरदस्त असामी होता, हे खूप मोठेपणी फिरोजला कळलं; पण तोपर्यंत वेळ निघून गेली होती. आता संवाद शक्यच नव्हता. कारण उतार वयातले सय्यद खान म्हणजे केवळ भग्न अवशेष होते. केवढी मोठी चुकामूक झाली.

सय्यद खान गेले.

पुढे काही दिवसांनी फिरोजचं शिक्षण पूर्ण झालं.

पुढची दहा-बारा वर्षं फिरोज लंडनलाच होता. या काळात त्याचा इम्पोर्ट-एक्सपोर्टचा व्यवसाय सुरू झाला. स्थिर झाला. भरभराटीस आला.

*****

पंजाब प्रश्नाचा भयानक उद्रेक. खलिस्तानची मागणी कळसास पोहोचली. पंजाब अक्षरश: धगधगू लागला.

अतिरेकाचा आणि दहशतीचा उच्चांक झाला.

बॉम्बस्फोट...

खून...

लूट...

मूठभर अतिरेक्यांना पाकिस्तानमधून मदत मिळू लागली. प्रशिक्षण मिळू लागलं. पाकिस्तानच्या पाठिंब्यावर पोसलेले अतिरेकी धुमाकूळ घालू लागले. शीख हा एक वेगळा धर्म आहे, हा जो एक फसवा प्रचार सातत्याने करण्यात आला, त्या प्रचाराचा जहरी वृक्ष तरारून आला आणि त्या वृक्षाला द्वेषाची, विध्वंसाची आणि फुटीरतेची फळं लागली.

ब्ल्यू स्टार ऑपरेशन...!

अमृतसरच्या सुवर्ण मंदिरावर भारतीय सेनेने चाल केली.

रक्तपात...

मनं पार दुभंगली...

पंजाबमधील उद्रेक थोडाफार आटोक्यात आला, पण पूर्ण शमला नाही. भेगाळलेली मनं पुन्हा काही जुळली नाहीत.

३१ ऑक्टोबर १९८४ - इंदिरा गांधींची भयानक हत्या.

मारेकरी पुन्हा शीखच. दिल्ली, पंजाबात हिंसाचाराचा पाशवी उद्रेक. शीखांचं शिरकाण. आजपर्यंत शीखांनी जे केलं, त्याचाच जणू सामूहिक सूड घेतला गेला.

फिरोजचं भारतीय राजकारणावर बारीक लक्ष होतं. जैसा करोंगे वैसा भरोंगे. दहा-

बारा वर्षांपूर्वी 'मुक्तिवाहिनी'च्या नावाखाली भारतीय सेना बंगालमध्ये घुसली होती. आज शीख अतिरेकी या नावाखाली पाकिस्तान आक्रमण करत आहे. यू आर पेड इन सेम कॉईन्स.

राजीव गांधी अक्षरशः बिनविरोध, थंपिंग मेजॉरिटी मिळवून निवडून आले. पंतप्रधान झाले. मि. क्लीन म्हणून गाजू लागले. आनंदपूर येथे शीख नेत्यांबरोबर महत्त्वाचा करार झाला. हळूहळू पुन्हा दिलजमाई होऊ लागली. नेमका त्याच सुमारास कधीतरी फिरोजला लंडन मुक्कामी सरफराज भेटला. वारंवार भेटतच राहिला. सरफराज काही वेगळंच बोलायचा. काही वेगळी स्वप्नं... वेगळी क्षितिजं... वेगळं आकाश...

सरफराज सय्यद खानांबद्दल भरभरून बोलायचा. सय्यद खानांचं इस्लामचं स्वप्न. इस्लामची तवारिख. आज भारतात कोट्यवधी मुसलमान हिंदूंच्या कृपेवर जगत आहेत, याची खंत. इस्लामने कभी गुलामी देखीही नहीं हैं. हिंदुओं को तो गुलाम रहने की आदत है.

फिरोजने सरफराजला लगेच दाद दिली नाही; पण तो अंतर्यामी कुठेतरी हलला होता. बेचैन झाला होता. कुठली तरी अनाम प्रेरणा त्याला सारखी ढोसत होती. टोचणी लावत होती.

"लेकिन इन सब बातों में मैं क्या कर सकता हूँ?"

"बहुत कुछ. सबकुछ. तुम वापस हिन्दोस्ताँ चले जाना. मैं तुम्हे कॉन्टॅक्ट करता रहूँगा. तुम मुझे कॉन्टॅक्ट नहीं करना."

"मैं... क्या करू पाऊँगा?"

"व्हेअर देअर इज अ विल, देअर इज अ वे."

"हं. लेकिन ऐसे कामों में बहुत पैसों की जरुरत होती हैं."

"तू पैसोकी फिकर मत करना. बँक में एनआरई अकाउंट खोल लेना."

"पैसो का हिसाब मैं बराबर रखूँगा."

सरफराज हसला.

"तुम पैसोंका हिसाब नहीं रखोंगे. हम कोई बँक नहीं चला रहे हैं की हम रोज बॅलन्सशीट टॅली करे. हमें काम चाहिये काम. मैं कोशिशोंका हिसाब नहीं रखता. मैं सिर्फ फतेह मानता हूँ."

सरफराजच्या बोलण्यात अचानक एक अधिकाराची छटा आली. नेहमीचा मैत्रीचा स्वर कुठेतरी बदलला; पण फिरोजनं दुर्लक्ष केलं.

आठच दिवसांनी फिरोज मुंबईत आला, तेव्हा पंतप्रधान मुंबईच्या दौऱ्यावर होते. सर्वत्र तीच धावपळ होती. पंतप्रधानपदाची धुरा सांभाळल्यानंतर राजीव गांधी प्रथमच

मुंबईला आले होते. सर्वत्र उत्साहाचं वातावरण होतं.

अंधेरी-वर्सोवा रोडवर अगदी समुद्रकिनाऱ्याजवळ 'सिल्व्हर हेवन' नावाच्या दहा मजली अपार्टमेंटमध्ये आठव्या मजल्यावर फिरोजसाठी प्रशस्त फ्लॅट बुक झालेला होता. चांदीचा चुरा उधळला आहे, असा आभास निर्माण व्हावा, अशी पुळण आणि मग अरबी समुद्राची अथांग निळाई. पलीकडे अगदी कराचीला भिडलेली. मागल्या गॅलरीत बसावं, सोबतीला 'रम' असावी आणि वाचायला एखादं नाटक असावं... ऑथेलो, लीअर किंवा कॉमेडी ऑफ एरर. बस. मग आणखी काही नसावं.

स्टेट बँक ऑफ इंडिया, बँक ऑफ इंडियामध्ये अकाउंट्स उघडून झालं. मोठं अकाउंट अचानक मिळालं म्हणून दोन्ही ब्रँच मॅनेजर्स खूश झाले. 'परदेशातील भारतीय उद्योजक' यानिमित्ताने फिरोजच्या मुलाखती प्रसिद्ध झाल्या. टीव्ही, प्रेस, जाहीर सभा, ह्युमन राईट्सचे परिसंवाद. फिरोजचं वर्तुळ हळूहळू वाढत होतं. गॅट योजनेला फिरोजने जोरदार पाठिंबा दिला. प्रत्येक सभेत, मुलाखतीत तो एक गोष्ट आवर्जून सांगायचा,

"अब जमाना बदल गया हैं. दुनिया पास आने लगी हैं. वो चाहे कॉमर्स हो या ह्युमन राईट्स की मांग हो, मजहब या देश के नाम से अलगता पैदा करनेवाले लोग रेत की तरह बह जाएंगे."

कधी-कधी फिरोजला आश्चर्य वाटायचं, की सरफराजचे हात कुठ-कुठपर्यंत पोहोचले आहेत? मोठे-मोठे राजकीय नेते, संपादक, पोलीस खात्यातले उच्चपदस्थ, सामाजिक संघटना, फिल्म स्टार्स, उद्योगपती, कामगार नेते. अँड व्हाय नॉट? सरफराजचा सर्वत्र मुक्त संचार होता.

रात्री फोन आला.

"हेलो, फिरोज. सरफराज हीअर."

"जी."

"मैं जानता हूँ तुम अब अच्छी तरह से एस्टॅब्लिश हो चुके हो. लेकिन अब यह रवैया कुछ कम करो."

"मैं समझा नहीं."

"समझाता हूँ. तुम्हारे काम के लिए एस्टॅब्लिशमेंट जरुरी थी. जो हमने कर दी. लेकिन अब हम यह नहीं चाहते की तुम पब्लिक फिगर बनो."

"समझ गया मैं."

"तुम्हारे जो कॉन्टॅक्ट्स पैदा हुए है उनके जरिये तुम्हे काम करना होगा. और याद रहें, हम कोशिशोंका हिसाब नहीं रखते, हम सिर्फ फतेह जानते हैं. बेस्ट ऑफ लक."

'आयएसआय'चा एजंट म्हणून आपली कधी नेमणूक झाली, हे फिरोज्ला कळलंच

नाही. एक न परतीचा प्रवास सुरू झाला. फिरोजला ज्या प्रकरणांची सूतराम कल्पना नव्हती अशा काही प्रकरणांना फिरोजच जबाबदार आहे, असे पुरावे अगोदरच निर्माण करून ठेवण्यात आले होते. त्या पुराव्यांची पिस्तूल रोखून फिरोजकडून काहीही करवून घेणं अगदी सहजशक्य होतं.

'प्रकाशजी मेरी जिंदगी तो खुली किताब हैं', असं म्हणून फिरोज खूप काही बोलला; पण त्याने अनेक गोष्टी सांगितल्या नाहीत.

"यह एक जंग है कहिये. अमन कें लिए ही. लेकिन फिलहाल तो यह जंग हैं."

"मी काय करू शकतो? मी एक लहानसा पोलीस इन्सपेक्टर आहे. ज्युनिअर आहे. आत्ता कुठे मला प्रमोशन मिळालं आहे."

फिरोज हसला,

"प्रकाशजी क्यो अपने आपको इतना ओछा मानते हो? मैं जानता हूँ डिपार्टमेंटमें आपका नाम बड़ी इज्जतसें लिया जाता हैं."

प्रकाश नुसताच हसला.

"और मैं यह भी जानता हूँ, की आप आरएसएफ (रॉयल सिक्युरिटी फोर्स) में भी शामिल हों."

प्रकाश एकदम सावध झाला. केवळ अठ्ठेचाळीस तासांपूर्वी 'आरएसएफ'ची स्थापना झाली होती. काही निवडक अधिकारी, इन्स्पेक्टर्स आणि सीनियर हवालदारांचा त्यात समावेश होता. काही विशेष अधिकार 'आरएसएफ'ला देण्यात आले होते. 'आरएसएफ' ही अगदी तात्पुरती रचना होती. गोपनीय होती. 'आरएसएफ'मध्ये झालेला समावेश हा प्रकाशच्या कर्तृत्वामुळे झाला होता, यात शंकाच नव्हती; पण त्या समावेशासाठी प्रकाशची जातदेखील फार महत्त्वाची ठरली होती. ओह माय गॉड! प्रत्येक वळणावर, प्रत्येक समस्येवर विचार करताना आम्ही जातीचा विचार सोडत नव्हतो. 'जात' या एका गोष्टीमुळे असंख्य ओरखडे उठलेल्या चष्म्यातूनच आपण प्रत्येक गोष्टीचा विचार करणार आहोत का?

पण 'आरएसएफ'ची बातमी फिरोजला कशी कळली? याचे हात कुठपर्यंत पोहोचले आहेत?

"हो. 'आरएसएफ'मध्ये मी आहे, पण तुम्हाला कसं कळलं?"

फिरोज हसला.

"कॉन्टॅक्ट्स हैं यार अपने."

"मी काय करावं अशी अपेक्षा आहे?"

"पहिली बात यह है कि जो कम्युनल लोग है, उनपे कड़ी निगरानी रखनी होगी. और

हो सके तो उन्हे अरेस्ट करना होगा. यह देखो. मेरे पास ऐसे कुछ नटोरियस लोगों के नाम हैं."

"बघू मला."

फिरोजने यादी दाखवली. यादीत पहिलं नाव ब्रह्मचारी नरेंद्रनाथ. मग काही शिवसेनेचे शाखाप्रमुख, आनंद दिघे, मधुकर सरपोतदार. काही संघ-भाजपचे कार्यकर्ते आणि मुजफ्फर हुसेनसारखा एखादा पत्रकार.

"बाय द वे, कौनसा मॉडेल आप पसंत करते हैं?"

"मॉडेल ऑफ व्हॉट?"

"कार का भई. मारुती या फियाट?"

"फियाट."

"वाह वा! मेरा अंदाजा सही निकला."

"म्हणजे?"

"चलते हैं? रात काफी हुई हैं."

"चला."

फिरोजने सिटी बँकेचं क्रेडिट कार्ड दाखवलं. सही झाली. पेमेंट झालं. दोघंही बाहेर आले. पार्किंग लॉटमध्ये दोनच कार उभ्या होत्या. एक फिरोजची मारुती आणि दुसरी फियाट.

"प्रकाशजी यह चाबी. आपके फियाटकी."

"व्हॉट?"

फिरोजनं चावी प्रकाशकडे उडवली आणि स्वत: मारुतीत बसून निघूनही गेला. हे सगळं इतक्या झटकन घडलं, की विचार करायलादेखील वेळ मिळाला नाही. क्षणभर विचार करून प्रकाश फियाटमध्ये बसला. समाधानाने हसला. फिरोजने दिलेली यादी आठवली. पहिलंच नाव होतं... ब्र. नरेंद्रनाथ. कार सुरू झाली, तेव्हा रात्रीचे दोन वाजले होते.

दुसऱ्याच दिवशी ब्रह्मचारींना गाठण्याचा प्रकाशने निर्णय घेतला आणि फिरोजने दिलेली डनहिल पेटवली.

*****

॥ कोडिंग-डिकोडिंग

ही कथा कोण्या एका मनस्वी संगणकतज्ज्ञाची, डॉ. राघव आचार्य यांची.

गेली वीस वर्षं आचार्य अमेरिकेत आहेत, संगणकतज्ज्ञ म्हणून लौकिक आहे. प्रियासारखी पत्नी आहे. सुख, सुख ते आणखी काय असतं? पण नाही, आयुष्य असं साधं सोपं आणि सरळ नसतं.

अमेरिकेत आचार्य काही शंका उपस्थित करतात, मग मात्र एरव्ही लिबरल वाटणाऱ्या अमेरिकन सरकारचा नूर एका क्षणात बदलतो. क्रूर होतो. आचार्यांना सरळ डीपोर्ट करण्यात येतं आणि ते भारतात आल्यानंतरही त्यांच्याकर चोवीस तास नजर ठेवण्यात येते.

संरक्षित संगणक निर्माण करायचाच, ह्या ध्येयाने डॉक्टर आता प्रेरित झाले आहेत. आपण संग्रहित केलेली माहिती अथवा आपल्या प्रणालीने केलेली कुठलीही कृती डीकोड होणार नाही, होऊ शकणार नाही. आत्ता होतं असं की आपण सॉफ्टवेअर्स आणतो आणि जशीच्या तशी इथं भारतात वापरतो. पण त्यांचं खरं नियंत्रण मात्र परदेशात असतं, म्हणून तर आज 'डेटा कलेक्शन' हा कळीचा शब्द ठरला आहे. असो.

भारतात डॉक्टर प्रवेश करतात त्या क्षणापासून संघर्षाला सुरुवात होते. खटपट करून आचार्य मुख्यमंत्र्यांना भेटतात. 'हा संरक्षणाचा प्रश्न आहे, तो सेंट्रलचा आहे, मी स्टेटचा प्रमुख आहे. हा प्रश्न माझ्या अखत्यारीत येत नाही. सॉरी.' असं म्हणून सीएम आचार्यांना निराश करतात; पण रात्री भेटायला येऊन एका मोठ्या उद्योगपतींचं नाव सुचवतात.

कोलारवर मोठे उद्योगपती आहेत. ते आचार्यांना मदत करतात.

सुबोध, तल्लख जाणिवांचा पत्रकार आहे. एका मोठ्या दैनिकात उपसंपादक आहे.

जयदीप एका मोठ्या आणि लोकप्रिय वाहिनीचा वृत्तनिवेदक आहे. 'सर्वत्र' नावाच्या

कार्यक्रमाचा निर्माता आहे.

विहंग थत्ते दक्ष एसिपी आहेत.

सर्वात महत्त्वाची सुझान, ती अमेरिकन आहे; पण तिचा जन्म रत्नागिरीचा आहे. संत साहित्याचा अभ्यास हा तिचा ध्यास आहे. ती स्वत:ला 'गोरी मराठी' म्हणवते. अशा विविध पात्रांच्या माध्यनातून विलक्षण नाट्य उभे राहते. पुढे एक अवघड वळण असं येतं, की डॉ. आचार्य हो व्यक्ती तरी खरी आहे का, प्रामाणिक आहे का, शुद्ध आहे का, असा संभ्रम निर्माण होतो. डॉक्टरांचं एक लैंगिक प्रकरण उघडकीस येतं. सगळे हतबुद्ध होतात. सुबोध डॉ. आचार्यांवर सडकून टीका करतो; पण एक दिवस सुबोधला डॉक्टरांचा फोन येतो... आणि आता पुढे...

*****

"हॅलो, कोण सुबोध का?"

"बोलतोय."

"मी डॉ. राघव आचार्य बोलतोय. मला माहीत आहे, की माझ्याबद्दल तुमच्या मनात आता आदर उरलेला नाही. असलाच तर... फक्त धिक्कार आणि तिरस्कार आहे; पण तुमच्या पत्रकारितेबद्दल मला मात्र आदरच आहे. पत्रकारितेत राहूनही बोथट आणि थंड न झालेली अशी फार थोडी माणसं असतात. त्यातलेच एक तुम्ही आहात."

काहीही प्रतिक्रिया व्यक्त न करता सुबोध ऐकत होता. ह्या फोनचं प्रयोजनच त्याला कळेना. हा पुढचा एखादा डाव तर नाही ना, अशीही शंका त्याच्या मनाला चाटून गेली. पण तो बोलला नाही. 'शतायुषी'वर झालेला आगडोंब जसा सुबोधला कधी कळला नाही, तसाच राघवाचार्य हा माणूसही सुबोधला कधी कळला नाही. आपल्याला माणूस नावाचा प्राणी समजू लागला, असा अहंकार सुबोधच्या मनात निर्माण झाला होता. तो अहंकार राघवाचार्यांनी पार धुळीस मिळवला; पण तरीही तो काही बोलला नाही.

"हॅलो. ऐकता आहात ना तुम्ही?"

"ऐकतोय. ऐकतोय. बोला."

"आज रात्री माझ्या घरी याल का?"

राघवाचार्यांचा प्रश्न ऐकून सुबोधच्या मनात एक कडवट शंका सळसळली. ती यत्किंचितही न लपवता त्याने विचारलं,

"कशासाठी? आता उरलंय काय?"

"एवढंच सांगतो, की ही सुरुवात आहे. माझी विनंती आहे. नक्की या. एक पत्रकार म्हणून काही वेगळे संघर्ष आणि आयुष्याचे काही वेगळे पैलू तुम्हाला पाहायला

मिळतील. प्रत्येक घटनेकडे केवळ एक बातमी एवढ्याच दृष्टीने तुम्ही पाहत नाही, याची मला कल्पना आहे."

"किती वाजता येऊ? आणखी कोणी येणार आहे?"

"आठ वाजता या. नक्की या. तुमचे, म्हणजे 'घोष'चे मालक फ्लेक्स येणार आहेत."

"क... काय म्हणालात?"

"या. मी वाट पाहतोय."

सुबोधने पुढे काही विचारण्याच्या आतच डॉक्टरांनी फोन बंद केला.

*****

रात्री आठ वाजता सुबोध डॉक्टरांच्या बंगल्यावर पोहोचला. काय सुंदर लोकेशन होतं. बंगल्याच्या समोर बऱ्यापैकी मोठं म्हणता येईल असं तळं होतं. बंगल्यालाच लागून लॉन होतं. लॉनची मशागत खूपच सुंदर होती. सुखद अशी प्रकाशयोजना होती. कुठेही एकही कोपरा अंधारलेला नव्हता; पण दिवे अंगावर धावून येत नव्हते. अंधाराचं अस्तित्व फार कलात्मकपणे जपत प्रकाशयोजना केलेली होती. सगळीकडे लखलखाट करणं, म्हणजे प्रकाशयोजना नव्हे.

"या. या."

सुबोधने बंगल्यात प्रवेश केला. हॉल छानपैकी प्रशस्त होता. समोरच ॐकार होता. निळसर छटा असलेल्या शेंदरी रंगाचा असा ॐ सुबोध प्रथमच पाहत होता. सुबोध सर्वत्र रसिक बारकाईने पाहत होता. हॉल वैभवसंपन्न होता; पण कुठेही चकचकाट नव्हता. तीन भिंतींवर कोण्या ऋषींची पोर्ट्रेट्स! तो प्रकारच सुबोधला फार आवडला. ऋषींची पौराणिक पद्धतीची चित्रं असतात, तशी ती चित्रं नव्हती. ती मुद्दाम काढून घेतलेली चित्रं होती. पेंटिंग्ज होती. एक होतं पाणिनी, एक होतं पतंजली आणि एक चाणक्य.

ती ती व्यक्तिमत्त्वं त्या त्या पेंटिंगमध्ये काय बहारीने उतरली होती!

"वा! क्या बात है! ही चित्रं कुठे मिळाली डॉक्टरसाहेब?"

"ती बाहेर कुठे मिळणार नाहीत. ती मी काढलेली आहेत."

"तुम्ही चित्रकारदेखील आहात?"

"नाही. पण माझ्या मनातली चित्रं रंगांच्या साहाय्याने कॅनव्हासवर उमटवायला थोडंफार जमतं मला."

"हा तुमचा नम्रपणा झाला डॉक्टर."

"नाही. नम्रपणा नाही. वस्तुस्थिती आहे. कारण इतकी श्रेष्ठ पोर्ट्रेट्स पाहिली आहे ना,

की मला माहीत आहेत, माझी ही चित्रं बाळबोध आहेत; पण त्यामुळे माझं समाधान होतं. या आपण वरच जाऊ या. विहंग थत्ते पण आले आहेत. तुमची वाटच पाहत आहेत. मुख्यमंत्री, विश्वनाथराव कोलारकर, मंगेश राजाध्यक्ष आणि त्यांचा भाऊ श्रीनिवास एवढी सगळी मंडळी अगोदरच जमलेली आहेत. तुमचीच वाट पाहत आहेत."

एवढ्या मोठ्या माणसांच्यात माझं काय काम, असा प्रश्न सुबोधच्या मनात चमकून गेला. पण त्याने विचारलं,

"आज काय आहे तरी काय?"

"उद्या रामनवमी आहे. आज काही थोडं धर्मकृत्य करू या ना."

डॉक्टर प्रसन्न हसले; पण त्या हास्याचा अथवा त्या शब्दांचा अर्थ सुबोधला त्याक्षणी लागला नाही.

दुसऱ्या मजल्यावर खालच्या हॉलपेक्षाही प्रशस्त हॉल होता. सुबोधने हॉलमध्ये प्रवेश केला, तेव्हा आत हास्यकल्लोळ उसळला होता. मुख्यमंत्री उभे राहून काहीतरी सांगत होते आणि सगळे जण हसत होते. पांढरी स्वच्छ पँट आणि वर लग्नसमारंभात शोभावा असा शर्ट, अशा पोशाखात मुख्यमंत्र्यांना सुबोध प्रथमच पाहत होता. गेली पाचेक वर्षं तो मुख्यमंत्र्यांना नेहमीच सफारी सूटमध्ये पाहत आला होता. आजचा दिवसच काही वेगळा, आयुष्यात विसरताच येणार नाही, असा होणार आहे याबद्दल सुबोधची खात्री पटली.

"अरे, मलादेखील सांगा, काय झालं ते."

"सांगतो ना."

असं म्हणून तो सगळा किस्सा मुख्यमंत्र्यांनी पुन्हा सांगितला.

पुन्हा एकदा हास्याचा स्फोट झाला.

तेवढ्यात डॉक्टरांचा सहध्वनी शंखनादाच्या आवाजात बोलता झाला.

"बोलतोय. हो. हो. किती वेळ लागेल अजून? पंधरा मिनिटं? ओ.के."

"डॉक्टर, मी तयार आहे."

श्रीनिवास म्हणाला. त्याच्यासमोर एक कॉम्प्युटर होता. तो एका क्षणात सुरू झाला. डाव्या हाताच्या भिंतीवर भिंतभर पडदा लावलेला होता. तो कार्यरत झाला. डॉक्टरांच्या बंगल्यापासून सुमारे तीन किलोमीटरचा रस्ता, असा समोर पाहिल्याप्रमाणे स्वच्छ दिसू लागला. काही मिनिटं काहीच न होता गेली आणि अचानक फ्लेक्ससाहेबांची ऑलिव्ह रंगाची मर्सिडीज दिसू लागली. ती कार सुबोधने झटकन ओळखली. कारची नेमप्लेट नीटपणे वाचता येत होती. एवढं ते चित्रण व्यावसायिक पद्धतीने केलेलं होतं.

"आणखी फारतर सात मिनिटं."

"डॉक्टर यशस्वी व्हा."

मुख्यमंत्री म्हणाले.

डॉक्टर हसले.

"निश्चितच. आज यशाला पर्याय नाहीये." एवढं बोलून डॉक्टर खाली गेले.

हे काय चाललंय तेच सुबोधला समजेना. काही कळेनासं झालं, की गप्प बसावं, मनात शंका न आणता साक्षेपाने पाहत बसावं, हळूहळू समजू लागतं. एका फार मोठ्या ऐतिहासिक प्रसंगाचे आपण साक्षीदार होत आहोत, एवढं मात्र सुबोधच्या ध्यानात येऊ लागलं होतं. 'उद्याच्या 'घोष'मध्ये ही महत्त्वाची पंचलाईन ठरेल का?' असा एक विचार सुबोधच्या मनात चमकून गेला.

पण गेले दोन दिवस 'घोष'ची प्रेस बंद होती. सर्व्हरचा काहीतरी प्रॉब्लेम आहे, एवढंच त्याला कळलं; पण सर्व्हरचा प्रॉब्लेम म्हणजे काय? ते उत्तर त्याच्या आकलनाच्या बाहेरचं होतं. कोणतातरी फार विचित्र प्रकारचा व्हायरस आला आहे, तो दूर केल्याशिवाय 'घोष' पुन्हा निनादू शकणार नव्हता. गेल्या दोन दिवसांत 'घोष'चा एकही पीसी सुरू झाला नव्हता. कॉम्प्युटर सुरू केला, की क्षणभर सुरेख बासरी वाजायची, बाल गोपालकृष्ण दिसायचा, तो लाघवी हसायचा, डावा डोळा मिचकावायचा, पुन्हा हसायचा. 'यद्गत्वा न निवर्तन्ते तद्धाम परमं मम' हा श्लोक दिसायचा आणि पीसी बंद व्हायचा. जी गोष्ट 'घोष'ची, तीच 'सी थ्रू' वाहिनीची. त्या वाहिनीचा एकही कार्यक्रम प्रक्षेपित होऊ शकला नाही. इतर वाहिन्यांची मदत घेऊन ही बातमी सांगावी लागली. तज्ज्ञ मंडळींची तुकडी गेले पन्नास तास व्हायरसचा पाडाव करण्यासाठी झटत होती; पण कोणालाही काही उपाय सापडला नव्हता. सर्व्हरचा प्रॉब्लेम आणि हा व्हायरस ही एकच समस्या आहे, की वेगळी वेगळी? हेदेखील सुबोधला नीटसं कळलं नव्हतं. व्हायरस हे खरं आव्हान असावं आणि सर्व्हर फेल्युअर हे सांगितलेलं कारण असावं, असा सुबोधचा तर्क होता; पण त्याने त्यावर कणभरही विचार केला नव्हता. कारण ते त्याचं क्षेत्रच नव्हतं.

'घोष'चा सर्व्हर, 'सी थ्रू' वाहिनीचं न झालेलं प्रक्षेपण, हे सगळे विषय सुबोधने मनातून हाकलून दिले. भरकटणाऱ्या मनाला त्याने केवळ त्या हॉलवरच एककेंद्रित केलं.

हा संपूर्ण अनुभव, केवळ एखाद दुसऱ्या बातमीचा नव्हे, तर एका आख्ख्या कादंबरीचा विषय आहे, हेदेखील सुबोधला जाणवू लागलं होतं. कधीतरी कादंबरी लिहायची, हा संकल्प त्याने फार वर्षांपूर्वी केला होता. तो असा झपकन जागा होऊन समोर ठाण मांडून बसला; पण त्या संकल्पांचंदेखील ओझं न बाळगता, स्वच्छ मनाने

ह्या अनुभवाला सामोरे जाण्याचा त्याने निर्धार केला. आपल्याला काही लिहायचं आहे, असं म्हटलं की अभावितपणे अनुभवाची मांडणी सुरू होते. काय घ्यावं, काय टाळावं, याची चाळणी सुरू होते. ही प्रक्रिया महत्त्वाची असेलही कदाचित; पण आज आपल्यासमोर जे घडू पाहतंय... ते ह्या प्रक्रियेच्या पलीकडचं असावं, अशी चाहूल सुबोधला लागली.

सहा मिनिटं झाली.

बंगल्यासमोर गेटच्या समोर सुळकन येऊन मर्सिडीज थांबली.

गेट झटकन उघडलं गेलं नाही. वॉचमन संथ चालीने त्याच्या चौकीतून बाहेर आला. हातातली सिगारेट त्याने दोन झुरके मारून विझवली. गेटच्या दिंडी दरवाजातून वॉचमन बाहेर आला. अजूनही त्याने मुख्य गेट उघडलंच नव्हतं.

मागच्या सीटवरून सुझानने विचारलं,

"काय झालं रे?"

"मॅडम, वॉचमनने दरवाजा उघडला नाहीये अजून?"

"का? आपण येत आहेत ते डॉक्टरांना माहीत आहे."

"कोण आपण?"

खास बेपर्वा आवाजात वॉचमनने विचारलं. डोक्यात संतापाची तिडीक जावी असा तो स्वर होता. सुझान झपकन बाहेर आली.

"डॉक्टर आहेत ना?"

"तुम्ही डॉक्टरसाहेबांना भेटायला आलात. साहेब आहेतच. तुम्ही कोण ते सांगा. मी साहेबांना फोन करून विचारतो. त्यांनी 'हो' म्हटलं, तर दरवाजा उघडीन."

"ओह... शीट."

"सर. तो म्हणतोय ते बरोबर आहे. प्लीज. वुई हॅव टू वेट."

"हं. बाई काय नाव आपलं?"

सुझानने कार्ड दिलं.

"नाव सांगा. इंग्रजी वाचता येत नाही मला."

"मि. फ्लेक्स आणि सुझान. नावं राहतील ना लक्षात? की मी बोलू डॉक्टरांशी."

"गुमान बसा मोटरीत. मी बघतो काय करायचं ते."

वॉचमनने पुन्हा दिंडी दरवाजा बंद केला. संथपणे तो आत गेला आणि त्याने फोन फिरवला. नंतर त्याच गतीनं तो बाहेर आला. त्याने मुख्य दरवाजा उघडला.

"जा, साहेबांनी बोलावलंय."

श्वासही न सोडता दुसऱ्या मजल्यावर सगळे जण हे पाहत होते.

आता काही क्षणच...

"नमस्कार डॉक्टर. मी सुझान."

"नमस्कार. या."

"हे मि. फ्लेक्स. 'व्ह्यू' कंपनीचे मॅनेजिंग डिरेक्टर."

"घोष'च्या प्रकाशनाच्या दिवशी आमची भेट झाली होती."

"आपली भेट तेव्हा झाली हे बरोबर आहे; पण आपले संबंध त्याही पूर्वीचे आहेत."

"कसे?"

डॉक्टरांच्या मनात किंचित शंका आणि गोंधळ.

फ्लेक्स क्षणभर थांबले.

"आज आत्ता आपण सगळंच अगदी स्वच्छ बोलू या. अमेरिकेत असताना तुम्ही एड्सच्या संशोधनाच्या विरोधात अभियान उभारण्याचा प्रयत्न केला होतात. बरोबर आहे?"

"अर्धसत्य आहे ते. संशोधनाला माझा विरोध नव्हता. असणं शक्यच नाही. तो एक रोग आहे. हे सत्यच आहे. ओजलोप ह्या नावाने अगदी चरकानेही त्याचा विचार केला आहे; पण तो इतका अत्यल्प आहे, की त्याचा विचारही करण्याचं कारण नाही. पण ज्या पद्धतीने एड्सच्या विरोधात मोहीम उघडण्यात आली, हजारो एनजीओ निर्माण करण्यात आल्या, त्या निमित्ताने कोट्यवधी रुपये भारतात असामाजिक हेतूने पेरण्यात आले. दहा लाखांत एक, या प्रमाणात ह्या रोगाचा प्रादुर्भाव होऊ शकतो; पण चित्र असं उभं करण्यात आलं, की भारतात जणू एड्सच्या साथी आल्या आहेत. लैंगिक शुद्धता ही संकल्पना निदान भारतात तरी फार महत्त्वाची आणि मंगल मानली जाते. तीच तुम्ही उद्ध्वस्त करण्याचा प्रयत्न केलात. हा अधमपणा एवढ्यावरच थांबला नाही. एड्सविरोधी औषधं भारतात खपवण्याच्या नावाखाली तुम्ही ते विष भारतात पसरविण्याचं एक षडयंत्र रचलंत. हजारो लाखों घरांच्या मनात संशय पेरलात. दोनशे वर्षांपूर्वी अगदी ह्याच पद्धतीने युरोपने चीनला अफूचं व्यसन लावलं होतं. हा सगळा प्रकार संशोधनाचा नव्हता, तर औषधी कंपनीच्या मार्केटिंगचा होता. म्हणून त्याला माझा विरोध होता."

"पण कोणीही तुमच्यावर विश्वास ठेवला नाही. होय ना? आता पुढचं सांगतो, ती कंपनी माझीच आहे... गेल्या पाच वर्षांत आमचा टर्नओव्हर तिप्पट झाला आहे. जग तर सोडाच, तुमचे भारतीयदेखील यावर विश्वास ठेवणार नाहीत. कारण तुम्ही आमचे मिंधे आहात."

'च... मायला आयझवाडा साला.' दुसऱ्या मजल्यावर मुख्यमंत्र्यांनी अस्सल

गावरान भाषेत जळजळीतपणे प्रतिक्रिया व्यक्त केली.

सुबोध आणि विहंग डोळे त्रिस्फारून हा संवाद ऐकत होते.

श्रीने मनातल्या मनात लाख वेळा आबांची क्षमा मागितली. असल्या नतद्रष्टांच्या बोलण्याला भुलून मी.. मी आबाला बदनाम केलं? मी...? देवा... क्षमा तरी करशील ना? त्याने आबांच्या पायाला हात लावला.

"दादा."

"ए... वेडा... डोळे पूस. तू आत्ता फार महत्त्वाचा माणूस आहेस. ह्या तंत्रातलं आम्हाला काय कळतं? जे झालं ते बरंच झालं."

"डॉक्टर, तुमच्या एका महिला सहकाऱ्याला श्वसनाचा त्रास होता, ही वस्तुस्थिती आहे."

खालच्या हॉलमध्ये सुझान बोलू लागली.

"तुम्ही तिला कृत्रिम श्वासोच्छ्वास दिलात हेदेखील खरंच आहे. अंतर्गत कॅमेऱ्याने तो प्रसंग चित्रित झाला. ते दृश्य संकलित करून तुम्ही तिच्यावर बलात्कार करत आहात, असा पुरावा आम्ही निर्माण केला. 'तिला कोणताही श्वसनविकार नाही' असं प्रमाणपत्र विख्यात डॉक्टरांनी दिलं. मग तुमच्या प्रतिवादाला न्यायालयात काही अर्थच उरला नाही. हे झालं अमेरिकेत आणि भारतात? तुमच्या विरोधात कठोर लेख लिहायला मीच सुबोधला प्रवृत्त केलं. राजाध्यक्षांच्या विरोधात 'घोष'ने आघाडी उघडली. कोलारकर बदनाम झाले. आम्ही केले. त्यांच्या भावाने त्यांचा आयडी आणि पासवर्ड हॅक केला आणि आम्ही त्यांच्या खात्यात दहा कोटी रुपये जमा केले."

"राजाध्यक्ष, सॉरी."

विश्वनाथरावांनी आबांच्या खांद्यावर हात ठेवला.

एखाद्या मखमली म्यानातून नागवं पातं बाहेर पडावं, तशागत थंडपणे सुझान बोलत होती. सुबोधने दातओठ चावले.

"पुढे ऐका. पोलीस डिपार्टमेंटला जो डेटा जातो, त्यात आवश्यक - म्हणजे आमच्या दृष्टीने आवश्यक असे बदल करून साहिल नावाचा लोकप्रिय कलावंत आतंकवादी आहे, असं चित्र विनायक सरंजाम्यांसमोर उभं करण्यात आलं. त्यांनी त्यांच्या स्वभावानुसार कठोर चौकशी केली. हे करत असताना विनायक सरंजाम्यांच्या स्वभावाचा आम्ही बारकाईने विचार केला होता. साहिल मुसलमान आहे ह्याचा आम्ही साहजिकच फायदा घेतला आणि महाराष्ट्र शासन जातीय होत चाललं आहे, असा प्रचार आम्ही सुरू केला. कारण आमचे आणि मुख्यमंत्र्यांचे संबंध जरी चांगले होते, तरी..."

"तरी काय?"

"तरी आमच्या लेखी ते आम्हाला मदत करणारे नव्हते."

"कशावरून?"

"तुम्हाला मदत करा, अशी गळ त्यांनीच कोलारकरांना घातली."

"विहंग, पिस्तूल आहे ना बरोबर? भोसला मिलिट्री स्कूलमध्ये मीदेखील नेमबाजी शिकलो आहे आणि अजूनही ती विसरलो नाहीये."

सीएम साहेबांना इतकं प्रक्षुब्ध विहंगने कधीच पाहिलं नव्हतं.

"पण कोलारकरांच्यावर एवढा राग का? माझ्यावरचा राग मी समजू शकतो; पण कोलारकरांशी तुमचं शत्रुत्व का?" डॉक्टरांनी विचारलं.

एक क्षण शांतता. सुझान आणि फ्लेक्सनी एकमेकांकडे पाहिलं. सुझान हसली. सुबोध पाहात होता. सुझानच्या ह्याच हसण्याचा आपल्याला एका प्रसंगी मोह पडला होता. नाना तर्कटं त्याच्या मनाने पाहिली होती. शी. शी. सुबोधला स्वतःची लाज लाज वाटली. तिला हसताना पाहून त्याला वाटलं, याक्षणी जगातली सर्वात कुरूप आणि घृणास्पद व्यक्ती सुझान आहे.

"मी सांगत्ये. सुमारे दहा वर्षांपूर्वी अशाच एका दुसऱ्या प्रकल्पाला कोलारकरांनी अर्थसाहाय्य केलं होतं."

मुख्यमंत्र्यांनी कोलारकरांकडे पाहिलं.

"मला माहीतच नव्हतं. म्हणजे माझी निवड अचूक होती तर. कसला प्रकल्प होता तो?"

खाली सुझान बोलत होती.

"भारतीय सेनेच्या गुप्तचर विभागाला (मिलिट्री इंटेलिजेंस) एक लाडू करायचा होता."

"लाडू? लाडू कसला?" डॉक्टरांनी आश्चर्याने विचारलं.

"तो साधा लाडू नव्हता. चाणक्यांनी 'अर्थशास्त्रात' सांगितल्याप्रमाणे तो लाडू होता. तो लहानसा लाडू खाल्ला, की एकवीस दिवस तहान-भूक लागत नाही आणि शक्तिपातही होत नाही. ते सगळं संशोधन कोलारकरांनी शतायुषीवर ठेवलं आहे, अशी आमची माहिती होती."

"ते मिळवण्यासाठी तुम्ही शतायुषी उद्ध्वस्त केलंत? सव्वाशे रुग्णांचा बळी घेतलात? लाज नाही वाटत?"

"कूल डाऊन डॉक्टर. भारतात मरण खूप स्वस्त आहे. दरवर्षी हजारो शेतकरी आत्महत्या करतात. कूल डाऊन." फ्लेक्सने शांतपणे सिगारेट पेटवली आणि धुराचा लोट सोडला.

"विहंग जा आणि त्याला गोळ्या घाल. येस. इट्स माय ऑर्डर."

"साहेब, ते काम मी आनंदाने करीन; पण अजून वेळ आलेली नाही. प्लीज. थोडा धीर धरा."

त्या धुराच्या लोटातून फ्लेक्सचे शब्द ऐकू येऊ लागले.

"पण, तो थत्ते आमच्या अपेक्षेपेक्षा जास्त हुशार निघाला. त्याला सुझानचा संशय आला. त्याने तिला अटकही केली. अर्थात सुझान बारा तासांपेक्षा अधिक काळ तुरुंगात राहूच शकत नव्हती. सीएम शहाणे. त्यांनी आमचा शब्द ऐकला. न ऐकून सांगतात कोणाला? सीएम म्हणून राहायचं आहे ना त्यांना?"

"विहंग ह्यांच्या पापाचे घडे भरले. मी सोडणार नाही ह्यांना. ज्यांचा तपासही होत नाही, असे अनेक अपघात होत असतात मुंबईत."

"हे सगळं ठीक आहे, पण ह्या सगळ्याचा माझ्याशी काय संबंध? जे संशोधन मी करायला घेतलं होतं, तेही पूर्ण झालेलं नाही." डॉक्टर पडेल आवाजात म्हणाले.

सुझान फक्त हसली.

फ्लेक्स म्हणाले,

"प्लीज, मी सगळं स्वच्छ बोलतो आहे. ज्या क्षणी तुम्ही कोलारकरांना तो बातमी सांगितली, त्याच्या दुसऱ्या दिवशी ते आम्हाला कळलं होतं."

"ते कसं?"

"आदित्य कोलारकरांबरोबर प्रेम करणं हा सुझानच्या कामगिरीचा एक भाग होता."

सुझानने खांदे उडवले. ती हसली आणि तिने सराईतपणे सिगारेट लाईट केली.

"कोलारकरांच्या औषधी कंपनीच्या फॅक्टरीत फॉर्म्युले बदलवून सदोष औषधांचे प्रॉडक्शन घडवणं, हे आम्हाला फारच सोपं होतं. आमची प्रेस आणि आमची वाहिनी... काय छापायचं ते आम्ही ठरवणार आणि काय दाखवायचं तेही आम्हीच ठरवणार."

"डॉक्टरसाहेब", सुझान हसत हसत म्हणाली,

"कोलारकरांना आणि तुम्हाला प्रसिद्ध आम्हीच केलं. तसं नसतं केलं तर अपकीर्तीला काय अर्थ होता? आणि मग तुम्ही आमच्या हातात एक मशालच दिलीत."

सुझान थंडपणे बोलत होती.

डॉक्टर खाली मान घालून ऐकत होते.

"अमेरिकेतला बलात्कार आणि भारतातली ती सीडी, तुमच्या शब्दावर आता कोण विश्वास ठेवील? मुख्यमंत्र्यांनी तर कानावर हातच ठेवले आहेत. राजकारणी माणूस आहे तो. कधीही शब्द फिरवू शकतो. कोलारकरांनीही तुमच्याशी असलेले सगळे संबंध नाकारले आहेत."

सीएम आणि कोलारकरांकडे सुबोध रोखून पाहत होता. दोघांच्याही चेहऱ्यावरचे भाव त्याला कळलेच नाहीत. चेहरे असे आणि इतके कोरे, भावशून्य ठेवता येतात? मघाशी दोनदा सुबोधने मुख्यमंत्र्यांचा संताप पाहिला होता. मग आत्ताच हे इतके शांत कसे? इतके गप्प कसे? म्हणशील पुन्हा मला माणूस कळला म्हणून? म्हणशील?

हा बंगलाही तुम्हाला कोलारकरांनी दिलेला. हाही तुम्हाला तीन-चार दिवसांत सोडावा लागेल. कुठे जाल? कुठे राहाल? तुमचा भूतकाळ तुम्हाला सतत छळत राहील. एवढी भीषण बदनामी झाल्यानंतर... तुम्हाला आता भारतात राहणं शक्य नाही."

"मी काय करावं अशी तुमची अपेक्षा आहे?"

"हा एकमेव हुशार प्रश्न तुम्ही विचारलात!" खदखदा हसत फ्लेक्स पुढे म्हणाले,

"तुमचं संशोधन तुम्ही आम्हाला द्या. भारताला त्याची गरज नाही. कारण भारतात अजून चार टक्केही कॉम्प्युटर आलेला नाही. ह्या संशोधनाची तुम्हाला गरज नाही, त्याची खरी गरज आम्हाला आहे. आमच्यापासून भारताला भीती नाही, जेवढी जपानपासून अमेरिकेला भीती आहे. भारतात स्वदेशीचा प्रचार काही संघटना करत असतात; पण तुम्ही आमच्यावर जितके अवलंबून आहात, की 'बी इंडियन बाय इंडियन' ह्या स्लोगनला एका स्वप्नरंजनापलीकडे काहीही अर्थच नाहीये. आम्ही अमेरिकन्स कधीच दिवास्वप्नं पाहत नाही. तुमचं अन्न ते अणू-ज्ञान, प्रत्येक बाबतीत तुम्ही आमच्यावर अवलंबून आहात. यू कॅन नॉट अॅफोर्ड स्वदेशी.

"मी ते संशोधन तुम्हाला का द्यावं? माझा फायदा काय?"

"हे पाहायला आणि ऐकवायला डॉक्टरांनी आपल्याला इथे बोलावलं? गोंधळ. नुसतं धुकं. प्रकाशाचे काही कवडसे, पण त्यांनी धुकंच दाट होणार. न दिसणंच अधिक स्पष्टपणे दिसू लागणार."

"वाह, अमेरिकेत राहून थोडेतरी प्रॅक्टिकल झालात वाटतं? मला वाटलं होतं, की 'ते संशोधन माझा आत्मा आहे, तो मी विकणार नाही', वगैरे मूर्ख गोष्टी तुम्ही बोलणार आणि तुम्हाला कन्व्हिन्स करण्यात आमची शक्ती वाया जाणार. डॉक्टर आता एखादा इंग्लिश शब्द बोलण्यात आला, तर मला माफ करा. कारण ज्ञानेश्वरभक्तीचं आणि मराठी प्रेमाचं 'कव्हर' मी फेकून दिलं आहे. त्याची आता मला गरज नाही. नाऊ दॅट जॉब इज ओव्हर."

"तुझ्या जॉबशी मला काहीच देणं-घेणं नाही. पण सौदा अजून ठरलाय कुठे? माझ्या संशोधनाची किंमत कुठे ठरली आहे?"

"ओह! धीस इज द स्पिरिट कम ऑन. किंमत सांगा."

"किंमत तुम्ही सांगायची. मी माझं संशोधन विकायला काढलेलंच नाही. तुम्हाला

ते विकत हवं आहे. सौदा नाही पटला, तर मी दुसऱ्या कोणालाही विचारू शकतो."

"ओह...! मार्व्हलस पीस ऑफ मार्केटिंग. गुड. शंभर कोटी डॉलर्स. जगात कुठेही राहण्याची सोय. मग तुम्ही तुम्चे ते पाणिनी किंवा पतंजलीवर खुशाल संशोधन करा. तीन-चार वर्षांनी आम्ही देऊ एखादा पुरस्कार. मग आपली संस्कृत कशी प्रगत होते ह्याचं मूर्ख समाधान काही म्हातार्‍यांना वाटेल.. ते खूश, तुम्ही खूश, आम्हीही खूश. तुम्ही तुमच्या संशोधनात मग्न. आम्ही आमच्या साम्राज्य स्थापनेत मग्न."

माउलीनीच म्हटलं आहे ना,

"जो जे वांछील ते तो लाहो" सुझान हसली.

"अं... अजून एक अडचण आहे. माझी बदनामी जाहीर झाली होती. तिचं काय करायचं?"

"ओह, दॅट्स नॉट अ प्रॉब्लेम ॲट ऑल. वुई विल मेक अ कन्हव्हिसिंग स्टोरी वुई आर मास्टर्स अन स्टोरी मेकिंग."

"ती स्टोरी मी क्रिएट करीन."

"मला मान्य आहे; पण तरीही थोड्या शंका आहेत."

वर दुसऱ्या मजल्यावर सगळे जण श्वास रोखून हा जगावेगळा संवाद ऐकत होते. एक वेगळा सौदा पाहात होते. ह्या प्रसंगातला प्रत्येक क्षण चित्रित होत होता. सोडलेले निःश्वास आणि केलेले हातवारे चित्रित होत होते. पाच कॅमेरे चित्रीकरण करत होते. ध्वनिमुद्रण अत्यंत संवेदनक्षम होतं, बोलण्याच्या भरात एकदा फ्लेक्सने सिगारेट पेटवली तेव्हा, त्या लायटरचा आवाजही स्वच्छपणे टिपला गेला होता. आपल्याच घरात हे चित्रीकरण करून डॉक्टर काय साधणार होते. याचा मात्र सुबोधला अदमास बांधता येईना.

"सो... तुम्हाला माझं संशोधन विकत हवं आहे? मि. फ्लेक्स, ते संशोधन मी तुम्हालाच विकावं म्हणून तुम्ही सतत प्रयत्न केलेत. कोलारकरांना नाना प्रकारे बदनाम केलंत, माझ्या लैंगिक संबंधाची एक सीडी तुम्हाला मिळाली. ती तुम्ही मला पूर्वसूचनाही न देता तुमच्या सीथू वाहिनीवरून प्रक्षेपित केलीत. मला अत्यंत क्रूर पद्धतीनं बदनाम करण्यात आले. ते सहन न होऊन मी उभ्या महाराष्ट्राची क्षमा मागितली. तुमचं आणि कोलारकरांचं जुनं काही वैर होतं...."

"डॉक्टरसाहेब, झालं ते झालं. बट नाऊ अवर डील इज फायनल. सो जस्ट फर्गेट इट."

"मि. फ्लेक्स, एक शंका आहे, ज्या सीडीमुळे मी बदनाम झालो. ती सीडीच खोटी असेल तर?"

"असेलही, पण तुमचं संशोधन तर खरं आहे ना? आपलं डील त्या संशोधनाबद्दल आहे. सीडीबद्दल नाही."

थंडपणे फ्लेक्स म्हणाला.

"ओह, व्हेरी स्मार्ट आन्सर, पण चेक कुठे आहे?"

सुझान हसली.

"डॉक्टर, तुम्ही आमचे सगळे अंदाज चुकवलेत. चेक तयार आहे."

फ्लेक्सनी सही केली. डॉक्टरांनी चेक घेतला. समाधानाने हसले.

फ्लेक्सनी एकदा डॉक्टरांकडे गंभीरपणे पाहिले आणि कठोर स्वरात ते म्हणाले, "एक गोष्ट मी आत्ताच स्पष्टपणे सांगतो, खरं म्हणजे मी बोलणार नव्हतो; पण तुम्ही म्हणालात ना, 'नाहीतर मी दुसऱ्या कोणाला विचारेन', दॅट स्टेटमेंट मेड मी अलर्ट लक्षात ठेवा. मी डबल क्रॉस सहन करणार नाही. आमचं राजकारण पूर्ण करण्यासाठी आम्ही काहीही करू शकतो आणि आम्ही वाटेल ते करतो. वुई डोन्ट स्पेअर एनीबडी, सो नो डबल गेम. आम्ही काय काय करू शकतो आणि किती सफाईने करतो, त्याचा अनुभव तुम्ही गेल्या सहा महिन्यांत घेतला आहे. बी अवर फ्रेंड अँड एंजॉय युवर लाइफ बट फॉर युवर सेक, प्लीज, डोंट बी अवर एनिमी."

डॉक्टर थंड चेहऱ्याने ऐकत होते. सुबोधला वाटलं, त्यांच्या चेहऱ्यावर एक सूक्ष्म छद्मी हास्य होतं.

"मि. फ्लेक्स तुमच्याकडून सुसंस्कृतपणाची अपेक्षा मी कधी ठेवलीच नव्हती. ज्या क्षणी संगणकाबाबत जगावेगळं संशोधन करण्याचा मी निश्चय केला, तेव्हाच मला माहीत होतं, की हे संशोधन विकत घेण्यासाठी किंवा चोरण्यासाठी जिवाचं रान केलं जाईल. संशोधनाच्या नावाखाली अमेरिकेत जो नंगा नाच चालतो, तो मी जवळून पाहिलेला आहे. तुमची जवळजवळ सगळी सोकॉल्ड संशोधनं, ही खरी म्हणजे कमर्शियल व्हेंचर्स असतात. पैशाने सगळं काही विकत घेता येतं, तुमचा अनुभव आहे. ती तुमची पॉलिसी आहे. तोच प्रकार माझ्याही संशोधनाबाबत होईल ही माझी खात्री होती. एकच केलं, मी स्वतःला गळाला लावलं, मी स्वतःच स्वतः ला बदनाम करून घेतलं. तुमच्याच 'घोष'मधून आणि 'सी थ्रू वाहिनीवरून मी उभ्या महाराष्ट्राची क्षमा मागितली. तीन महिने विजनवास सहन केला. माझी खात्री होती, की मला विकत घेऊ पाहणारा ह्याच क्षणाची वाट पाहत असेल."

सुझान आणि फ्लेक्स अवाक् होऊन डोळे विस्फारून ऐकत होते.

"जेव्हा माझ्या बंगल्यावर चोरी झाली आणि चोरांनी फक्त माझ्या संडासचे पाईप पळवले, तेव्हाच माझी खात्री झाली, की सीआयए ह्या प्रकरणात हस्तक्षेप करत आहे.

कारण राजकीय नेत्यांची उत्तम व्यवस्था ठेवायची. तो पाहुणचाराने दिपून जाईल अशा प्रकारे त्याची बडदास्त ठेवायची; पण संडासच्या पाईपची व्यवस्था मात्र सीआयओने करायची. त्याच्या मलमूत्राचा अभ्यास करून त्याच्या प्रकृतीचा आढावा घ्यायचा, ही खास सीआयओची कार्यपद्धती आहे. त्याच सुमारास मला विहंग थत्त्यांकडून सुझानचं खरं रूप कळलं."

"पण विहंग थत्ते तर निलंबित झाले आहेत. विधानभवनात त्यांच्यावर कारवाई करण्यात आली होती."

डॉक्टर हसले,

"सुझान, ते सगळं नाटक होतं. संतसाहित्याचा अभ्यास हे तुझं 'कव्हर' आहे, हे थत्त्यांनी ओळखलं होतं. तुझं अमेरिकेतलं जन्मगाव, तुझे आई-वडील, तुझी शाळा, तुझा बॉयफ्रेंड... तुझी सगळी माहिती आम्ही मिळवलेली आहे. तुझा आयडी आणि पासवर्ड हॅक करण्याचं काम श्रीनिवासनेच केलं. काही वेगळे फोटोदेखील आमच्याकडे आहेत."

'श्रीनिवास'... डॉक्टरांनी हाक मारली.

दुसऱ्याच क्षणी अमेरिकेतले सुझानचे फोटो दिसू लागले.

सुझान आणि फ्लेक्सचे गोरे चेहरे काळेठिक्कर पडताना पाहणं हा एक सुखद अनुभव होता.

मधे एक क्षण गेला आणि...

सुझान आणि फ्लेक्सचा उत्तान रोमान्स समोर पडद्यावर दिसू लागला.

"यू सन ऑफ अ बोच. आय विल किल यू..."

"तुम्ही माझा आणि प्रियाचा प्रणय शूट करू शकता. ही सुझान आदित्यबरोबरचा तिचा रोमान्स प्रक्षेपित व्हावा असा आग्रह धरू शकते, तर मग ह्याच रोमान्सने काय पाप केलंय? लोकांना तोही पाहू दे की. आणखी एक गोष्ट, तुम्ही दिलेलं घड्याळ हा एक ट्रान्समीटर आहे, हे मला माहीत होतं. म्हणून मी मुख्यमंत्र्यांना आणि कोलारकरांना 'माझा प्रकल्प पूर्ण झाला' एवढंच सांगितलं. बाकी तपशील सांगितले नाहीत. तुमचा 'घोष' परिवार आणि 'सी थ्रू' वाहिनी आत्ता बंद आहे. होय ना? तो अप्रतिम 'व्हायरस' श्रीनिवासनेच केलेला आहे."

सुबोध डोळे विस्फारून पाहत होता. ऐकत होता. हे असं सत्य, हा असा जीवघेणा संघर्ष, ही अशी पात्रं, हे असं सामाजिक आक्रमण...

राजकारण वेगळं आणि समाजकारण वेगळं... वगैरे बालिश वाक्यांची पोपटपंची त्याने स्वतः अनेक वेळा केली होती; पण राजकारण आणि समाजकारण अधिक

संशोधन आणि शस्त्र म्हणून वापरलेली वैज्ञानिक प्रगती ह्या सगळ्यांचा एक भीषणगुंता सुबोध समोर पाहत होता. हा असा प्लॉट आपल्याला बापजन्मात सुचला नसता; पण हे लोकांना खरं वाटेल? विश्वास बसेल वाचकांचा ? बसेल अथवा नाही; पण कादंबरी लेखनाचा निश्चय सुबोधने मनाशी करूनच टाकला.

"माझा अपेक्षित ग्राहक कोण आहे, याचा मी साधारण अंदाज बांधला; पण तरीही माझी खात्री नव्हती. म्हणून ती कुप्रसिद्ध सीडी तुमच्याकडे पोचती होईल अशी मीच व्यवस्था केली. त्या सीडीचं शूटिंग मुंबईच्या आरके स्टुडियोत झालेलं आहे. जरा डोळे उघडून सीडी पाहिली असतीत, तर तुमच्या लक्षात आलं असतं. चौथ्या फ्रेममध्ये 'आरके'चं प्रसिद्ध मानचित्र स्पष्टपणे दिसतंय; पण ते पाहायला तुम्हाला वेळच नव्हता. तुमच्या हातात जणू एक घबाडच सापडलं होतं. तुम्ही त्याचं जोरदार प्रक्षेपण सुरू केलंत. 'घोष'मधून बदनामीचे ढोल वाजू लागले. त्या दिवसापासूनच मी तुमची वाट पाहत होतो."

सुबोध सुन्न होऊन ऐकत होता.

'घोष'चा अग्रलेख आठवला आणि त्याच्या अंगावर काटा आला. किती कठोर आणि अप्रस्तुत शब्द त्याने वापरले होते. 'घोष' परिवाराने तीन परिसंवाद आयोजित केले. ते पुन्हा गाजवण्यात आले. त्या सभा 'सी थ्रू'ने अनेक वेळा प्रक्षेपित केल्या. 'डॉ. राघवाचार्य आणि त्यांचे कामाचार' या व्यतिरिक्त जगात जणू काही घडतच नव्हतं. महाराष्ट्राचं चारित्र्य धोक्यात आलं आहे, असं गृहीत धरून आपल्या पत्रकारितेने गळे काढले होते. डॉक्टरांच्या बदनामीचं ते अभियान एखाद्या मोहिमेप्रमाणे योजना आखून राबवण्यात आलं. आज कळतंय, त्यामागचे हेतू शुद्ध नव्हते. सामाजिक चारित्र्याबद्दल फ्लेक्सला जरादेखील पर्वा नव्हती. त्याला डॉक्टरांना बदनाम करायचं होतं. डॉक्टरांनी मूलभूत संशोधन केलं, हा जणू त्यांचा गुन्हाच होता. आणि आता ते संशोधन मिळवण्यासाठी हे महाभाग जिवाचं रान करणार होते. फ्लेक्सच्या हेतूचा आपल्याला संशयदेखील आला नाही. आणि त्या शिमग्यात आपणदेखील बोंब मारून घेतली. स्वतःची इतकी लाज याआधी कधी वाटली नव्हती.

फ्लेक्स कळलाच नाही आपल्याला. आणि डॉक्टर? कोणी माणूस स्वतःच स्वतःला इतका बदनाम करवून घेईल आणि तेसुद्धा एका सामाजिक प्रकल्पासाठी? मी बदनाम झालो, की माझा शत्रू पुढे येईल आणि उघडपणे संशोधन विकत घेण्याचा प्रयत्न करील, ही त्यांची अटकळ किती अक्षरशः खरी ठरली? पण यासाठी पोलादापेक्षा थंड आणि कठोर काळीज असावं लागतं. शत्रू कसा वागेल याचा निश्चित तर्क बांधण्यासाठी तलवारीच्या पात्यासारखी धारदार बुद्धीही असावी लागते. डॉक्टरांच्या दिवाणखान्यात

चाणक्यचं पोट्रेट का आहे? याचा आत्ता सुबोधला उलगडा झाला.

डॉक्टर आता पुढे काय बोलतात?

पुढे आता होणार तरी काय?

“मि. फ्लेक्स तुम्हीच मला विकत घ्यायचा प्रयत्न कराल, याबद्दल मला पूर्ण खात्री होती.”

“ओह, दॅट्स ग्रेट! मला वाटतं की आपलं डील फायनल झालं आहे.”

“नाही.”

“आता आणखी काय हवंय तुम्हाला? एवढी संपत्ती तुम्हाला सात जन्मात मिळणार नाही”, सुझान जरा त्रासून संतापून म्हणाली.

डॉक्टर किती प्रसन्न आणि शांत हसले आणि म्हणाले,

“मला पुरेल एवढा पैसा मी प्रामाणिकपणे मिळवला आहे. त्यासाठी मला तुमची गरज नाही. मी तुमची वाट पाहत होतो कारण... तुम्हाला उभ्या हिंदुस्थानाच्या पुढे उघडं पाडावं हा माझा उद्देश होता. माझं संशोधन मुख्यमंत्र्यांच्या माध्यमातून योग्य त्या ठिकाणी कधीच पोहोचलं आहे.”

सुझान आणि फ्लेक्स एकाचवेळी हसले. फ्लेक्सने बेपर्वाईने सिगारेट पेटवली.

“हू वील बिलिव्ह यू?” फ्लेक्स तिरस्काराने हसला.

“अतिशय बुद्धिमान माणूस सर्वच ठिकाणी सारखाच बुद्धिमान नसतो. ह्या सत्याचा तुम्ही पुन्हा एकदा प्रत्यय दिलात. कोण विश्वास ठेवील तुमच्यावर? कोण? कोणीही नाही. डॉक्टर, जरा जमिनीवर या. तुमचा कुविख्यात भूतकाळ आठवा. तुमच्यावर एका बलात्काराचा आरोप आहे. त्याचे पुरावे आमच्याजवळ आहेत. आणि तुमची ती भीषण सीडी! अशा माणसावर कोण विश्वास ठेवील ? तेव्हा आम्हाला उघडं पाडण्याचं स्वप्नरंजन सोडून द्या. कोणीही तुमच्यावर विश्वास ठेवणार नाही. जे मिळतंय तेच नशीब समजा आणि ते संशोधन आमच्या हवाली करा. त्यातच तुमचं भलं आहे. कोणीही तुमच्यावर विश्वास ठेवणार नाही.”

“आम्ही ठेवू.”

मुख्यमंत्र्यांच्या पाटोपाठ सगळेच दिवाणखान्यात आले. मुख्यमंत्री, विश्वनाथराव कोलारकर, श्रीनिवास, विहंग थत्ते आणि सुबोध.

“सुझान, डॉक्टरांच्या प्रत्येक शब्दावर आमच्या सगळ्यांचा विश्वास आहे. कारण त्यातलं अक्षर अन् अक्षर खरं आहे.”

“सो व्हॉट? पण पुरावा कुठे आहे?”

“पुरावे नंतर दाखवतो. आधी ह्या प्रकरणाचे काही धागेदोरे सांगतो. तुमच्या कंपनीने

दिलेलं घड्याळ हा एक शक्तिशाली ट्रान्समीटर आहे, याची कल्पना होती आम्हाला. अर्थात सुरुवातीला नव्हती. त्या ट्रान्समीटरमुळे माझी आणि डॉक्टरांची भेट झाल्याचं तुम्हाला कळलं. कोलारकरांचं आणि तुमचं वैर का आहे, ते तुम्हीच आत्ता सांगितलंत. आत्ता तुम्हाला माहीत नसलेले काही प्रसंग. अचानक तुमच्या 'वीआरजी' प्रकल्पावर गोंधळ सुरू झाला. तो झालेला नव्हता, केलेला गोंधळ होता. प्रकाश कणगुटकर हा नेता नाही. त्यानं कधीच युनियन्स चालवलेली नाही. तो आयबीचा असिस्टंट डायरेक्टर आहे. कर्तृत्ववान अधिकारी म्हणून तो विख्यात आहे. त्याचे सगळे तपशील आम्ही निर्माण केले. त्याचं 'कव्हर' आम्ही ठरवलं. तुम्ही अमेरिकेत बसून सुझानकरता 'कव्हर' निर्माण करू शकता, तर तेचं काम आम्ही भारतात नाही करू शकत? त्या मोर्चाची मी दखल घेतली. तो मोर्चा अगदी दहा माणसांचा असता ना, तरी मी त्याची दखल घेतलीच असती. तुमचा प्रकल्प मी अत्यंत आनंदाने चिरडून टाकला. 'सर्वत्र'चा तुमचा एपिसोड प्रक्षेपित झालाच नाही, ते कौशल्य श्रीनिवासचं."

"मि. फ्लेक्स, तुम्हाला त्रास देणारे सगळे संगणकीय जिवाणू (व्हायरस) मी आणि श्रीनिवासने तयार केले. ते तुमच्या एकाही तंत्रज्ञाला निकामी करता आले नाहीत आणि करता येणार नाहीत. सुझान तुझा व्यक्तिगत संगणक श्रीनिवासने फोडला. अगदी पहिल्यापासून थत्त्यांना तुझ्याबद्दल संशय होता."

"संशय नाही डॉक्टरसाहेब, खात्री होती. सुझान, 'सीआयए'च्या निवृत्त अध्यक्षाच्या भाषणाच्या वेळी मी तुला पाहिली होती. तुझे ज्ञानेश्वर माझ्या मनात रुतून बसले होते. माझ्या नेपाळ प्रवासात सीमॉन कीटस मला भेटला होता. तो अनुभव जर गाठीशी नसता, तर कदाचित मीदेखील तुझ्या संतप्रेमाच्या प्रेमात पडलो असतो. व्यावसायिक गिर्यारोहक आणि पर्यटकांना मदत करणं हे सीमॉनचं 'कव्हर' होतं. पण तो सीआयएचा अतिशय महत्त्वाचा माणूस होता. आणि आहे. त्याची आमच्या भट्टाचार्यांनी नुसती चौकशी केली, तर अठ्ठेचाळीस तासांच्या आत लोकसभेत प्रश्न विचारण्यात आला आणि अमित भट्टाचार्यांसारख्या कर्तबगार अधिकाऱ्याला धमकी देण्यात आली."

"अमितजी बहुत होशियारी नहीं करना. संभल के रहना. गाजियाबाद दंगे की फाईल आज भी फिरसे ओपन हो सकती है."

ते शब्द ऐकल्यावर मला वाटलं, मी हिजडा आहे. भारतात येणारे तथाकथित अमेरिकन आणि युरोपियन अभ्यासक हे जर खरंच प्रामाणिक असते, तर भट्टाचार्यांना कोंडीत पकडण्याचा प्रयत्न कोणी केलाच नसता. आणखी दोन चुका तू केल्यास सुझान."

फ्लेक्सने जहरी नजरेने सुझानकडे पाहिलं.

विहंग थत्ते हसले.

"मि. फ्लेक्स, अशा खाऊ की गिळू नजरेनं सुझानकडे पाहू नका. खरं म्हणजे त्या तिच्या चुका नव्हत्याच. ती तिची अंगभूत गुणवत्ता होती; पण माझा सावधपणा वरचढ ठरला. पहिली चूक, तू शिंगरेनं केलेला पाठलाग ओळखलास."

"ही चूक कशी?"

"मूर्ख मुली, सतत सावध असणं, ही हेराची गरज आहे. गुणवत्ता आहे ती त्याची. चोवीस तास सावध असणं, ही सामाजिक संशोधकाची गरजच नाही. तुला तुझ्या भूमिकेचा विसर पडला. शिंगरेने केलेला पाठलाग तू ओळखलास यातच तुला शंभरपैकी शंभर गुण आहेत. आणि इथंच तुझी गुणवत्ता सिद्ध झाली. माझा संशय अजून बळावला. तो पाठलाग तू चुकवलास, पण तू मात्र चुकलीस. विशेष प्रशिक्षण असल्याशिवाय ही गुणवत्ता येणारच नाही. आता दुसरी चूक सांगतो..."

अस्वस्थ होत सुझानने सिगारेट पेटवली.

"तू ज्या क्रमाने सुबोधला तुझं आयुष्य सांगितलंस, अगदी त्याच क्रमाने मलादेखील सांगितलंस. तोच क्रम मी नंतर आणखी एकदा ऐकला. ही तुझी चूक होती. अ पण स्वतःबद्दल बोलताना जितके ठाशीव आणि तेच ते नाही बोलत. अनेक मुद्दे नवीन येतात. महत्त्वाचे संदर्भ राहून जातात. प्रसंगांचा क्रम उलटसुलट होतो. पण तसा एक साहजिक सैलपणा तुझ्या बोलण्यात नव्हता. नाटकाची नक्कल चोख पाठ असावी, तशी तू सांगत होतीस. ठरलेल्या जागीच गहिवरत होतीस, ठरलेल्या जागीच भावनाविवश होत होतीस; पण तो अभिन्य होता. जिवंत खरंखुरं व्यक्तिमत्त्व नव्हतं. आता तिसरी चूक ऐक. तुला आलेले ई-मेल्स मलाच दिलेस तू आणि नंतर तुझ्या संगणकावरून ते ई-मेल्स नाहीसेच झाले. तुझ्याजवळ पुरावा काही उरलाच नाही. तू मला जे फोटो दाखवलेस, त्यात शेवटचा फोटो तुझा आणि सीआयच्या अध्यक्षाचा होता. तो मी लगेच ओळखला होता; पण ती प्रतिक्रिया दाखवली नव्हती. तुझा आयडी कोणी हॅक केला असेल, त्याचं नाव मी तुला सांगितलं. तेव्हा तू झटकन म्हणालीस, 'ब्लूमफिल्ड असूच शकत नाही, तो तर पीए टू....' तुला वाटलं मी हे ऐकलं नाही. तेव्हादेखील तुझ्यावर पूर्ण विश्वास ठेवण्याचा मी अभिनयच केला."

"थत्ते, तुम्ही एवढे खोल असाल असं मला वाटलंच नव्हतं. मुंबईत प्रत्येकाने माझ्यावर विश्वासच ठेवला, कोणालाही कधीच संशय आला नाही."

"मलादेखील कधीच संशय आला नाही, पहिल्यापासून माझी खात्रीच होती. मी अत्यंत प्रामाणिकपणे गोऱ्या कातडीचा द्वेष करतो. तुमचं एकही संशोधन प्रानाणिक नसतं. तुमच्या अगदी सामाजिक सेवासुद्धा शुद्ध नसतात. आख्खा आसाम ह्या तुमच्या

सोकॉल्ड सेवाकार्यांनी पोखरून काढलेला आहे आणि आज तिथे भारत द्वेष रुजला आहे. आसामच काय, पण तुमची सेवाकार्य जिथे जिथे गेली, तिथे तिथे भारतात गोंधळच निर्माण झाला. तोच तुमचा मूळ उद्देश असतो. तुमचा मी निव्वळ द्वेष करतो. तू आमच्या घरी आली होतीस, तेव्हा अत्यंत शक्तिशाली असा 'बग' (ध्वनिमुद्रण करणारे लहानसे उपकरण. याचा आकार शर्टाच्या बटणाएवढासुद्धा असू शकतो.) तुझ्या शबनममध्ये आनंदने लावून ठेवला. त्यामुळे त्यापुढचा तुझा प्रत्येक संवाद ध्वनिमुद्रित होत होता."

"अमेरिकेबद्दल थत्ते जे बोलत, ते शंभर टक्के खरं आहे; पण आज हे जाहीरपणे बोलण्याची सोय नाही. डॉ. राघव आचार्य मला जेव्हा भेटले, तेव्हा मी त्यांना हेच सांगितलं होतं, की अमेरिका हे आक्रमक राष्ट्र आहे; पण आपण हे बोलू शकत नाही. दुर्दैवाने भारतातल्या अनेक अर्थतज्ज्ञांना हे विधान मान्य होणार नाही. कारण आकड्यांवर आधारित माहिती आणि त्यातून निघणारे निष्कर्ष हेच सत्य आहे, असा त्यांचा भ्रम असतो; पण मुळात खोटी आकडेवारीच कशी निर्माण केली जाते, हे मंडळींना माहीतच नसतं. अमेरिका नावाची एक सुप्त, पण भीषण अशी प्रभावी भीती यांच्या मनावर असते. जगाला सर्वात मोठी दहशत अतिरेक्यांची नाहीये, तर खरी दहशत अमेरिकेची आहे. कारण जगातल्या नव्वद टक्के दहशतवादाची सुरुवात अमेरिकेनं केली आहे. सेवाकार्य सुरू करणं, व्यसनांचा प्रसार करणं, शस्त्रं पुरवणं, विचारवंतांना फोडणं, प्रसारमाध्यमांवर हुकूमत निर्माण करणं, नानाविध उमपक्रमांच्या माध्यमांतून चंगळवादाचा प्रसार करणं, आरोग्य दुबळं करणं अशा विविध मार्गांनी अमेरिका तिची दहशत निर्माण करत आहे. बरं, हे भ्रमजाल अशा काही चलाखीने निर्माण केलेलं असतं, की हे आक्रमण आहे, याचा पत्ताच लागत नाही. तसा संशयही कोणाला येत नाही. आणि समजा एखाद्याला आलाच, तर तो बिचारा इतका एकटा असतो, की तो हास्यास्पद आणि केविलवाणा होऊन जातो. नुसती शंका घेतली म्हणून डॉक्टरांची अमेरिकेत ससेहोलपट झाली. त्यांच्यावर अक्षरश जीवघेणे हल्ले झाले. प्रिया त्याच हल्ल्यात मरण पावली आणि डॉक्टरांना डीपोर्ट करण्यात आलं. हे अमेरिकेचं खरं रूप आहे. हा वर्तमान आहे. थोडा इतिहास... साल १९६२ नंतर हिमालयात हेरांची फार मोठी पेरणी अमेरिकेनं केली. का? तर चीनचा धोका होता. पण ही मांडणी सध्यातरी भारतात कोणी मान्य करणार नाही. म्हणून मी डॉक्टरांना सांगितलं, की तुमचा हा प्रकल्प सरकारी पातळीवर होऊच शकत नाही."

सुबोध डोळे विस्फारून ऐकत होता. मुख्यमंत्री एवढं स्वच्छ आणि रोखठोक बोलतील, हे त्याने कधी गृहीतच धरलं नव्हतं. असं मत महाराष्ट्राचा एखादा मुख्यमंत्री बोलतो, यावर कोणीही विश्वासच ठेवणार नाही. सुबोध थरारून पाहत होता. सत्तेच्या

पलीकडे एक राजकारण आहे, सत्ता म्हणजेच सगळं काही नसतं, याची जाणीव आजही महाराष्ट्रात आहे, हे पाहूनच त्याचा ऊर भरून आला. ही भावनाच महाराष्ट्राला आणि पर्यायाने भारताला तारू शकेल. ही भावना प्रत्यक्ष कृतीत अवतरत असताना आपण तिथे आहोत, या आपल्या भाग्याचा सुबोधला हेवा वाटला.

"आणखी पुढे ऐका. सुझानला अटक झाली. तिला मी लगेच सोडली. मला तुम्हाला फक्त एक धक्का द्यायचा होता. थत्ते निलंबित झाले. परागंदा झाले. नंतर प्रत्यक्ष विधानभवनात ऐतिहासिक प्रसंग घडले. ते सगळं घडवून आणलं होतं. आणखी एक सांगतो, तेदेखील लक्षात ठेवा. हे प्रसंग घडवून आणत असताना मी सगळ्या विरोधी पक्षनेत्यांना विश्वासात घेतलं होतं. मी त्यांना सांगितलं होतं,

"हा प्रश्न सत्तेचा नाहीच आहे. माझं मंत्रिमंडळ की आणखी कोणाचं मंत्रिमंडळ असा हा संघर्ष नाहीये. ती आपली सत्ताकारणं आपण खेळू या, अगदी मनापासून खेळू या; पण हा प्रश्न देशाच्या संरक्षणाचा आहे."

तुम्हाला खोटं वाटेल, ही आमची मीटिंग चार मिनिटांत संपली. मि. फ्लेक्स, महाराष्ट्राला फोडणं एवढं सोपं नाही...

मी स्वतः थत्ते आणि डॉ. राघवाचार्य आणि कोलारकर सतत संपर्कात होते. या सगळ्या मोहिमेचं नेतृत्व डॉक्टरांनी केलं. हे एवढं मोठ्ठं नाटक जेव्हा बेमालूमपणे झालं, तेव्हा तुम्ही बाहेर आलात आणि डॉक्टरांशी सौदा करण्याचा प्रयत्न केला; पण ह्या मोहिमेचा कळस स्वतः डॉक्टरांनी केला. त्यांनी स्वतःलाच बदनाम करून घेतलं. आणि मग तुमची खात्री पटली, की हीच वेळ आहे. आता डॉक्टर कुठे जातात? त्यांना संशोधन विकावंच लागेल. असा जगावेगळा त्याग मी उभ्या आयुष्यात पाहिला नाही. माणसं पापं करतात आणि मग दानधर्म करतात; पण डॉक्टरांनी दानधर्म करण्यासाठी, आपण स्वतःच पापी आहोत अशी दवंडी स्वतःच पिटली. डॉक्टर थोर आहात. माझं नशीब थोर, की माझ्या सत्तेचा मी काही उपयोग करू शकलो."

मुख्यमंत्र्यांनी अक्षरशः हात जोडले..

"सुझान, तू मघाशी पुराव्याची मागणी केलीस ना."

थत्ते गंभीरपणे बोलू लागले.

"तुमची कार ह्या कॉम्प्लेक्समध्ये आली, तेव्हापासून प्रत्येक क्षण चित्रित झालेला आहे. आणखी एका तासानंतर तो जगात सर्वत्र सगळ्या वाहिन्यांवरून प्रक्षेपित होईल."

"आमचं कोर्ट ह्या शूटिंगवर विश्वास ठेवणार नाही."

"तुम्ही तुमच्या कोर्टापर्यंत पोचलात तर ना?"

फ्लेक्सच्या नजरेत क्षणभर भीती तरळून गेली.

"महाराष्ट्राचा मुख्यमंत्री म्हणून मी तुम्हाला सांगतो, जास्त कायदेशीर गुंत्यात शिरायचं नाही. कायद्याचं कोणतंही संरक्षण तुम्हाला मिळणार नाही. आजच्या रात्रीच्या फ्लाईटने सरळ अमेरिका गाठायची. तुमची तिकिटं बुक केलेली आहेत. ती तुम्हाला विमानतळावर मिळतील. सुझान मघाशी तू माउलींचा उल्लेख केलास ना? 'जो जे वांच्छिल तो ते लाहो' तो अर्धवट उल्लेख होता. मन निर्मळ आणि पवित्र झाल्यानंतर 'जो जे वांच्छिल तो ते लाहो', असा तो खरा उल्लेख आहे. आधी मन स्वच्छ आणि पवित्र करा. मगच वांच्छेप्रमाणे मिळण्याची स्वप्नं पाहा. आणखी एक करायचं. तुम्ही जे काही केलंत, ते आत्ता इथे तुमच्या आवाजात रेकॉर्ड करायचं. 'घोष' आणि 'सी थ्रू' वाहिनी बंद करायची."

"पण..."

"एकही दुसरा पर्याय नाही."

फ्लेक्सनी केवळ दोन मिनिटांत आपल्या पापांचा पाढा वाचला.

सुबोधने मुख्यमंत्र्यांना विचारलं,

"एक प्रसिद्ध वर्तमानपत्र आणि एक वाहिनी अचानक बंद होत आहे, त्यावर आपली प्रतिक्रिया काय आहे?"

"माझ्या सरकारने मि. फ्लेक्स यांना आवश्यक त्या सगळ्या सुविधा पुरविल्या; पण मला असं वाटतं, की पत्रकारिता हा केवळ धंदा नाहीये. तो एक धर्म आहे. समाजसुधारणेची ती एक वृत्ती आहे. तिचा अभाव असल्यामुळे मि. फ्लेक्स यांना भारतात अपेक्षित असं यश मिळालं नसावं. काही चांगले उपक्रम घेऊन जर ते मुंबईत पुन्हा आले, तर त्यांचं स्वागतच आहे."

"आजच रात्री मि. फ्लेक्स आणि सुझान त्यांच्या मायेदशी प्रयाण करत आहेत."

ते लहानसं बातमीपत्र तिथंच संपलं.

फ्लेक्स आणि सुझान विमानतळाच्या दिशेने रवाना झाले.

ऑलिव्ह रंगाची मर्सिडिज विमानतळावर पोचण्यापूर्वीच फ्लेक्स आणि सुझानने आत्महत्या केल्या. पोलिसांनी दोघांच्या बॉडीज ताब्यात घेतल्या.

पण ह्या सगळ्या कोलाहलाशी डॉक्टरांचा आता काही संबंध नव्हता.

'प्रिय रेणू' हा बंगला आता पुन्हा नेहमीप्रमाणे शांतनिवांत झाला होता.

बंगल्यासमोरच्या तलावात अष्टमीची चंद्रकोर राजस गौरवात विसावली होती.

प्रियाचे शब्द आठवले,

"राघव, आपण प्रत्येक वेळी आक्रमणच सहन करायचं का रे? आपण प्रत्याघात

कधीच करणार नाही का रे?"

"प्रिया मी... आपण प्रत्याघात केला. मी केला. तू आत्ता नाहीस; पण तू नाहीस असा क्षण कधी उजाडलाच नव्हता. तू आहेसच!"

डॉक्टरांना रेणूचं पत्र आठवलं.

"माझ्या विठोबाला, राघव बाप्पाला गोड गोड पापा... तो म्हणतो ना, की ताई चंद्रासारखी गोरी आहे. त्याला म्हणावं, त्या चांदण्यासारखा मोठा हो..."

डॉक्टरांच्या गळ्यात आवंढा अडकला.

"ताई, झालो ना मी चांदण्याएवढा मोठा? झालो ना?"

सुबोध थरारून पाहात होता. सुमारे वर्षभर तो राघव आचार्य ह्या प्रकरणात गुंतला होता. गुंतायची त्याची इच्छा नव्हती. तो त्याचा स्वभावही नव्हता; पण तो गुंतत गेला आणि मग मात्र त्या घटनाप्रवाहात गरगरू लागला.

राघव आचार्य प्रकरणात एक कादंबरीच दडलेली आहे, याची जाणीव सुबोधला उशिराच झाली.

घटना झपाट्याने घडत होत्या. सुबोध पाहात होता. पत्रकारितेत मुरलेल्या सुबोधला घटनांचं वावडं नव्हतं किंवा त्याला घटना नवीनही नव्हत्या. केवळ घटना पाहून थरारून जाण्याचं वय सुबोधने कधीच मागे टाकलं होतं. बाहेर दिसणाऱ्या घटना ह्या नेहमीच बर्फाच्या शिखराप्रमाणे असतात, हेदेखील त्याला नीटपणे माहीत होतं. वरचा केवळ एक सप्तमांश भागच आपल्याला दिसतो. बाकीचा भाग कळतच नाही, हेदेखील त्याला माहीत होतं. तरीदेखील तो हबकून गेला, कारण माहीत असणं आणि प्रत्यक्ष दिसणं यात जमीन-अस्मानाचं अंतर असतं.

जयदीपच्या स्टुडिओत विहंगने जेव्हा 'शतायुषी' प्रकरणाची वेगळी संगती सांगितली, तेव्हा सुबोध शहारला होता. 'शतायुषी'वर झालेला प्रलय हा मानवी क्रौर्याचा एक नागडाउघडा असा भीषण विस्फोट आहे, हीच त्याची पहिली प्रतिक्रिया होती. तो संतापलाही होता; पण विहंग म्हणाला,

"नाही, हा मानवी मनाचा स्फोट नाही. हा थंड काळजाने आयोजित केलेला घातपात आहे. ही योजना आहे. त्यांचे हेतू आपल्याला माहीत नाहीत. हे कोणी केलं हेदेखील आत्ता आपल्याला माहीत नाही; पण एक गोष्ट निश्चित, कोणीतरी कोलारकरांच्या जिवावर उठलं आहे. हाडवैर आहे त्याचं कोलारकरांच्या बरोबर."

"पण त्यासाठी हॉस्पिटलचा विध्वंस? शेकडो जणांचा बळी?"

"येस. जगात काहीही होत असतं. काहीही. तू पत्रकार आहेस, म्हणजे तुला काही फार कळतं किंवा समजतं, अशा भ्रमात राहू नकोस. पत्रकारांना जेवढ्या बातम्या

कळाव्यात अशी सरकारची इच्छा असते, तेवढ्या आणि तेवढ्याच बातम्या तुम्हाला कळत असतात. गळाला आमिष लावावं आणि मासा पकडावा असाच तो प्रकार असतो."

"पण..."

"शत्रुत्व जेव्हा उघड नसतं, तेव्हाच ते फार क्रूर आणि भीषण असतं."

विहंगने एक सुस्कारा सोडला. निराशेनं मान झटकली आणि सिगारेट पेटवली.

ह्या क्षणी सुबोधच्या मनात वीज तेजाळली होती.

"अरे, ही कादंबरी आहे. गेले अनेक दिवस तिचा आपण शोध घेत होतो,तीच ही कलाकृती आहे."

अर्थात कादंबरी लेखन लगेच झालं नाही. कादंबरी म्हणजे एक स्वतंत्र रचना असते. त्या माध्यमाची सुबोधला फारशी सवय नव्हती. वृत्तपत्रीय लेखन तुलनेने खूप सोपे असते; पण कादंबरी लिहिताना अनेक व्यवधानं सुबोधला सांभाळायची होती. कादंबरी पूर्ण व्हायला सहा महिने लागलेच.

ह्या सहा महिन्यांत खूप काही घडलं.

सुधीर सावंत महाराष्ट्रातून केंद्रात गेले. अधिक महत्त्वाचे झाले. हे परिवर्तन अचानक झालं, की त्यामागेही राघव आचार्य प्रकरण कारणीभूत होतं, याची सुबोधला अजिबात कल्पना नाही.

'व्ह्यू' कंपनीचे सगळे उद्योग विश्वनाथरावांनी टेकओव्हर केले. त्यासाठी आवश्यक त्या कायदेशीर कारवाया त्यांनी अगदी काटेकोरपणे पूर्ण केल्या. ह्या टेकओव्हरमुळे थोडीशी खळबळ माजली; पण ती केवळ शेअरबाजारापुरतीच मर्यादित होती. ह्या टेकओव्हरच्या आधी वादळांचा झंझावात आला होता, याचा कोणाला संशयदेखील आला नाही. ठाणे जिल्ह्यातील वादग्रस्त जमीन मात्र कोलारकरांनी नाकारली. त्या जमिनीच्या विकासावर ज्यांनी आपल्या आशा लावल्या होत्या, त्यांची ह्या निर्णयामुळे खूप निराशा झाली. अनेकांनी प्रयत्न करून पाहिले; पण कोलारकरांनी त्यांचा निर्णय फिरवला नाही.

जयदीप एका इंग्लिश वाहिनीत वृत्तसंपादक म्हणून मोठ्या पदावर गेला आणि मुंबईहून पुण्याला जावं, इतक्या सहजपणे परदेशवाऱ्या करू लागला. आताशा जयदीपच्या फारशा भेटीही होत नाहीत. कधीतरी सहध्वनीवर बोलणं होतं, वाढदिवसाला बोलणं होतं किंवा एसएमएसची देवाणघेवाण होते. त्यापलीकडे काही घडतच नाही. सुबोध आणि जयदीपच्या मैत्रीला आता फारच औपचारिक स्वरूप आलं आहे. कधी कधी

सुबोधला असंही वाटतं, की जणू कोण्या अज्ञात शक्तीने किंवा नियतीने म्हणा एक महानाट्य घडवलं. त्या नाटकात आवश्यकता होती, म्हणून केवळ ही सगळी पात्रं त्या त्या वेळी एकत्र आली. आणि नंतर....

'दोन ओंडक्यांची होते सागरात भेट, एक लाट तोडी दोघा पुन्हा नाही गाठ' हेच खरं असतं. आपण उगाच जीव गुंतवून घेतो.

विहंग थत्तेनं स्वेच्छानिवृत्ती स्वीकारली आणि तो एका शासकीय प्रकल्पावर सिक्युरिटी इन्चार्ज म्हणून गेला. जाण्यापूर्वी त्याची आणि सुबोधची भेट झाली. विहंग म्हणाला,

"एक फार मोठी जबाबदारी स्वीकारतो आहे. कामाचं स्वरूप सिक्युरिटी हेच आहे; पण तो प्रकल्प काय आहे, याची मात्र मला सुतराम कल्पना नाही."

मग नुसत्याच गप्पा झाल्या. सेलिब्रेशन झालं; पण बोलणं काही झालं नाही. सुबोधने विहंगला शुभेच्छा दिल्या आणि रात्री उशिरा तो निघाला. राघव आचार्यांच्या संशोधनाप्रमाणे मोठा शासकीय प्रकल्प उभा राहात असावा, असा सुबोधचा अंदाज आहे; पण त्याने काही विचारलं नाही, विहंगने सांगितलं नाही.

पण राघव आचार्यांचे संशोधन कुठेतरी साकार होत आहे, अशी आशा ठेवायला मात्र नक्कीच अवसर होता. त्याचाच सुबोधला मनापासून आनंद झाला.

जे काही घडलं, त्याच्यावर वृत्तपत्रीय लेखन शक्यच नव्हतं. कारण पुरावे काहीच नव्हते. आचार्यांना डीपोर्ट केले त्याचे फोटो आणि अमेरिकेतील त्यांच्यावर ठेवण्यात आलेले आरोप उपलब्ध आहेत; पण ते आरोप पूर्णपणे खोटे आहेत, हे सिद्ध झाल्याचे पुरावे मात्र नष्ट झाले. राघव आचार्यांच्या कामाचाराची सीडी शिल्लक आहे; पण ती सीडी म्हणजे केवळ खोटे खोटे शूटिंग आहे, हे सिद्ध झाल्याचे पुरावे मात्र आज उपलब्ध नाहीत.

त्या दिवशी संध्याकाळी राघव आचार्यांच्या बंगल्यावर जो प्रलय झाला, त्याचं चित्रीकरण प्रक्षेपित झालं नाही. सुधीर सावंतांनी जीवतोड प्रयत्न केला; पण ती गोष्ट त्यांच्या मर्यादांच्या खूप बाहेरची होती. 'काही तांत्रिक अडचणींमुळे भारतातील सगळी प्रक्षेपणं पाच तास बंद होती' एवढीच शासकीय नोंद आज उपलब्ध आहे. बंगल्यावर जे जे काही घडलं, त्याचं फुटेज केंद्र शासनाने ताब्यात घेतलं आहे. पुढची तीस वर्षं ते फुटेज अभिलेखागृहाच्या काळोखात पडून राहील. तीस वर्षांनंतर ते कोणाच्या लक्षातही नसेल. काळाच्या भीषण रेट्यापुढे तीस वर्षांचा कालखंड खूप मोठा असतो. लोकांच्या काही म्हणजे काही लक्षात नसतं. जे पुरावे आज आहेत, ते सगळे कोलारकरांच्या आणि राघव आचार्यांच्या विरोधात आहेत. सुबोधने आकाशपाताळ एक केलं, तरी

त्याच्यावर कोणी विश्वास ठेवणार नाही, तेव्हा वृत्तपत्रीय लेखमाला हा पर्यायच बाद झाला. 'शतायुषी' हॉस्पिटलवर जो अमानुष प्रकार झाला, त्याची कोणतीही अधिकृत कारणपरंपरा शासनाने जाहीर केलीच नाही. काही समाजकंटकांना फुटकळ शिक्षा झाल्या; पण सुसंगत आणि ठोस मांडणी करणारा खटला उभा राहिलाच नाही. सुनील म्हात्र्यांच्या मरणामुळे लोकप्रक्षोभ उसळला एवढीच संगती सांगण्यात आली आणि लोकांनीही त्यावर विश्वास ठेवला. काही दिवसांतच ते प्रकरण विस्मरणात गेलं. त्या प्रकरणातल्या आपत्तीग्रस्तांनी भरपाई मिळवण्यासाठी जिवाचं रान केलं. ज्यांच्या नशिबात होती त्यांना भरपाई मिळाली. ज्यांच्या नशिबात भरपाई नव्हती, ती माणसं बिचारी नशिबाला दोष देत गप्प बसली आणि आपापली आयुष्य पुन्हा जगू लागली. सदोष औषधांमुळे जे दगावले, त्यांना कोलारकरांनी व्यवस्थित भरपाई दिली. तेही प्रकरण कालप्रवाहात वाहून गेलं.

काळाचा हा वरवंटा निर्घृणपणे फिरत असताना सुबोधने त्याची कादंबरी पूर्ण केली.

सरपोतदार म्हणाले,

"राजकीय वातावरणाची डूब असलेली एक विज्ञान काल्पनिका म्हणून ही कादंबरी ठीकच आहे, पण त्या पलीकडे विशेष काही नाही."

"सरपोतदार, पण तुम्हाला माहीत आहे, की ही केवळ कल्पना नाही. हे सगळं मी पाहिलेलं आहे, तेव्हा तिथे मुख्यमंत्री होते. विहंग थत्ते होते. राजाध्यक्ष होते." सुबोध तळतळून म्हणाला...

"असतील..."

"असतील नाही. होते."

"हो रे बाबा, माझा विश्वास आहे तुझ्यावर; पण ह्या मंडळींना विचार, कोणीही साक्ष द्यायला पुढे येणार नाही आणि तू कादंबरी लिहितो आहेस, असं एकदा म्हटल्यावर साक्षीपुराव्यांचा प्रश्न येतोच कुठे? जीव तोडून तू कितीही म्हटलंस, तरी वाचक त्याला कल्पनाच मानणार. तू कादंबरी लिहितोस, असं म्हटलं तरी वाचक असंच म्हणणार, की लेखकाचा कॉम्प्युटर सायन्सचा काय अभ्यास आहे? त्याला काय कळतं कॉम्प्युटरमधलं?"

"सरपोतदार, अहो अतिरेक्यांनी एके-४७ घेऊन हल्ला केला असं आपण जेव्हा म्हणतो, तेव्हा आपल्याला शस्त्र शास्त्रातलं काय कळत असतं? एके-४७ आणि मशीनगन ह्यात काय फरक आहे, हे सांगणं लेखकाचं कामच नाही. अमेरिकेच्या नियंत्रणाखाली असलेली संगणक व्यवस्था हे एक शस्त्र आहे आणि त्यापासून आपण सावध राहिलं पाहिजे, त्यावर आपण ताबा मिळवला पाहिजे, हे सांगण्यासाठी

कॉम्प्युटरतज्ज्ञ असणं आवश्यक आहे का? मला नाही वाटत तसं. अहो, कॉम्प्युटर हा जितक्या वेगाने वाढत असतो, की मला सगळा संगणक कळला असं कोणीही म्हणू नये; पण तो माझा विषयच नाही. भारताला जर मोठं व्हायचं असेल, तर आपल्याला संगणकशास्त्रावर हुकूमत मिळवावी लागेल, हा आणि एवढाच माझा आक्रोश आहे. तो मला कळलाच नसता; पण माझं भाग्य थोर की तो मला आचार्यांमुळे दिसला. तो मी मांडायचा नाही का?"

"मांड ना. नाही कोण म्हणतंय? पण कादंबरी ह्या माध्यमाची ती मर्यादा आहे. तो वाचकांना खरा वाटणार नाही आणि तो खरा आहे हे तू सिद्ध करू शकणार नाहीस. अर्थात तुझी मतं मला मान्यच नाहीत."

हे भरतवाक्य उच्चारून सरपोतदारांनी त्या संवादावर पडदा टाकला.

ती भेट तिथेच संपली. सरपोतदार 'इंडिया टुडे'च्या दिल्ली आवृत्तीचे संपादक म्हणून दिल्लीला गेले..

सुबोध अगदीच कोंडला गेला.

कधी कधी त्यालाच प्रश्न पडतो, राघव आचार्य तरी प्रत्यक्षात होते, की आपल्याला भ्रम झाला?

असा माणूस असू शकतो? असलाच पाहिजे, कारण असं पात्र आपण कितीही प्रयत्न केला असता, तरी आपल्याला कधीच सुचलं नसतं. सत्य हे कल्पनेपेक्षा नेहमीच मोठं असतं, हे सुबोधला टामपणाने माहीत होतं. प्रकाशित न झालेली आपली पहिली लिहिलेली कादंबरी सुबोध वाचत होता.

अचानक फोन वाजला.

"हॅलो. सुबोध बोलतोय."

"नमस्कार, सुधीर सावंत."

"नमस्कार, आहात कुठे?"

"मुंबईत आलो की एकदा मुद्दाम भेटू या; पण आज वेगळ्याच कामासाठी फोन केलाय. तुमच्याकडून एक वचन हवं आहे."

"वचन?"

"एक विनंती आहे. राघव आचार्य प्रकरणावर काही लिहू नका. प्लीज."

"पण का?"

"दुर्दैव आपलं. आपण सामाजिक सूड कधी उगवतच नाही आणि कधी उगवला तर ते गौरवाने सांगण्याचं धाडस आपल्याजवळ नसतं. एका लोकविलक्षण संघर्षात आपल्याला सहभागी होता आलं, हे आपलं भाग्य. पण एकच सांगतो, राघव आचार्यांचे

स्वप्न वांझ ठरणार नाही, अशी रचना साकार होत आहे. यापेक्षा जास्त आता मी काहीच सांगू शकणार नाही. मला काही विचारू नका.”

फोन बंद झाला.

काही कल्पना नसताना एक जाडजूड पाकीट घरी आलं. पाकिटावर पाठवणाऱ्याचा पत्ता नव्हता. जरा साशंक मनानेच सुबोधने पाकीट उघडलं. पहिली नजर खिळली ती अत्यंत ठसठशीत आणि वळणदार अशा मोठ्या अक्षरांवर. उत्सुकतेने सुबोधने स्वाक्षरी पाहिली. आपला स्नेहांकित, राघव आचार्य. सगळी कामं बाजूला सारून सुबोध ते सविस्तर पत्र वाचू लागला.

“आज थोडं आत्मचिंतन करावं असा विचार आहे. मी आत्ता कुठे आहे, ते मी सांगणार नाही, सांगू शकणार नाही. पण मला वाटतं, की त्यामुळे या माझ्या चिंतनाला काहीच बाधा येणार नाही अथवा ते अप्रामाणिकदेखील ठरणार नाही. कधी एकटा असलो की... प्रिया गेली त्या क्षणापासून मी एकटाच असतो. मी माझ्याच आयुष्याकडे जेव्हा अलिप्तपणे पाहतो, तेव्हा खरं सांगू? मला त्यात नियतीचा हात दिसतो. अगदी मनापासून सांगतो, हे सगळं कोणीतरी माझ्याकडून करवून घेतलं. कारण ह्या आघातापूर्वीचा मी आणि आजचा मी ही दोन अगदी वेगळी व्यक्तिमत्त्वं आहेत.

मी दोनदा हादरलो. आंतर्बाह्य बदललो.

त्या दुर्दैवी बापाचा ई-मेल पाहिला. मला रेणू आठवली. मनात काय सललं, कोसळलं... मला नाही सांगता येणार. कारण मी लेखक नाही तुमच्यासारखा; पण एक मात्र खरं, त्या क्षणापासून मी मला विसरूनच गेलो. सतत मनात एकच विचार, या प्रश्नाला तोंड कसं फोडायचं? काय करता येईल? अशा वेळी प्रिया नसती... तर... मी काही करूच शकलो नसतो.

आणि नंतर... प्रियाच गेली. मारली गेली. तिला तडफडताना समोर पाहिली.

त्या क्षणापासून माझं मन... जणू तलवारीचं एक पातं झालं. धारदार, प्रभावी पण निर्मम. एकच उद्देश डोळ्यासमोर होता. तो म्हणजे, यांना मी धडा शिकवीन. इतक्या सहजासहजी मी हरणार नाही... मरणार तर नाहीच नाही. व्यक्तिगत परिणामांची अथवा बदनामीची भीतीच गेली. या पुढच्या सगळ्या प्रवासात आणि कोलाहलात अनेक वेळा मी थकलो; पण निराश कधीच झालो नाही. नाही म्हणायला एकदा... अगदी प्रथमच जेव्हा सुधीर सावंतांनी माझ्या योजनेला थंडपणे नकार दिला, तेव्हा निराश झालो होतो. मी डोळे मिटून घेतले. डोळे भरून आले. त्या मिटलेल्या डोळ्यांसमोर प्रिया दिसली. ती गधडी खळकन हसली. उजव्या गालावर खळी मिरवत हसली. म्हणाली,

“हत तुझी!एक साधा ओरखडा उठला तर हादरलास! मग पुढे लढणार कसा तू!”

तो एक क्षण, बस ती एक वेळ. नंतर कधीही निराश झालो नाही. असो.

तुम्हाला आज हे सगळं लिहिण्याचं कारण असं, की तुमच्या पत्रकारितेबद्दल माझ्या मनात खूप आदर आहे. तुमची लेखणी सकस आहेच; पण त्याहीपेक्षा तुमची वृत्ती अतिशय निरोगी आहे. खूप काही पाहूनही आणि कळूनही असा निर्लेप भाव असणं आणि तो जपणं ही एक मोठी गोष्ट आहे. म्हणून तुमच्याशी बोलावंसं वाटलं.

या प्रकारातल्या अनेक घटना तुम्हाला माहीत आहेतच; पण काही मी सांगतो. मी, कोलारकर आणि सावंत सतत संपर्कात होतो.

कंपनीने दिलेली घड्याळं ही ट्रान्समीटर आहेत, हे मला लगेचच कळलं होतं.

कोलारकरांच्या कंपनीत औषधांची निर्मिती सूत्रं बदलण्यात आली होती. सोपं उदाहरण सांगतो, समजा कॅलक्युलेटरवर ५ गुणिले ३ करायचे आहेत. तुम्ही बटणं बरोबरच दाबता; पण ५ आणि ३ ही बटण दाबल्यानंतर आत ही घडामोड होते, ती जर बदलवून ठेवली असेल, तर तुमचं उत्तर कितीही आणि काहीही येऊ शकतं; पण १५ मात्र येणारच नाही. बटणाच्या आतल्या आज्ञा बदलल्या, की बरोबर उत्तर येऊच शकत नाही. प्रत्येक उत्तर चूकच. फक्त किती फरकानं चूक तेच पाहायचं. सतत सहा महिने काम करून मी कोलारकरांचा संगणक पूर्णपणे संरक्षित केला. ह्या गोष्टी बाहेर कोणालाही कळणं शक्यच नव्हतं; पण ज्यांनी कोलारकरांचा संगणक फोडला (हॅक) होता, त्यांच्या मात्र ही गोष्ट लगेच लक्षात आली. त्यांच्या दृष्टीने हा त्यांचा पराभव होता. त्यांच्यावर झालेलं आक्रमण होतं. आणि सुबोधजी, अमेरिकी वृत्तीला पराभव आणि आक्रमण सहन करताच येत नाही. ज्या पद्धतीने कोलारकरांचा संगणक फोडण्यात आला, त्याच पद्धतीने पोलिसांच्या नोंदी करणारा संगणक फोडण्यात आला होता. एका लोकप्रिय बोहरी कलाकाराच्या नावावर खोटी माहिती भरण्यात आली. ती विनायक सरंजाम्यांपर्यंत पोचवण्यात आली. ती केस अगदी जाणूनबुजून सरंजाम्यांना देण्यात आली. त्यांनी कडक कारवाई केली. त्याचाच उपयोग करून जातीय तेढ वाढवण्यात आली.

तुम्ही संगणकतज्ज्ञ नाही. 'मी संगणकतज्ज्ञ आहे' असा टेंभा कोणीही मिरवू नये. इतक्या वेगानं हे शास्त्र वाढत आहे. कालची तर सोडा, आज सकाळची माहिती या क्षेत्रात दुपारी जुनी होते आणि संध्याकाळी कालबाह्य होते. असा झपाटा आणि गती या क्षेत्राची आहे. मी जे केलं किंवा मला जे सुचलं, ते दुसऱ्या कुणाला सुचणारच नाही, अशा भ्रमात मी नाही; पण पुढील काही काळ तरी मी शोधलेली संगणक पद्धत संरक्षित राहील अशी आशा आहे.

शून्य आणि एक ह्या दोन चिन्हांवर आजची संगणक पद्धत आधारित आहे, हे तुम्हाला

माहीत असेलच. या पद्धतीत काही बदल करता येईल का? या दिशेनं मी विचार केला. एका कोणत्या तरी अज्ञात क्षणी जाणवलं, की शून्य आणि एक यांच्यामध्ये काहीतरी असतं की ! दशांश चिन्ह असतं. हे सुचायला आणखी एक वेगळं कारण घडलं. केवळ संस्कृतमध्येच विसर्ग आहे. विसर्ग म्हणजे तरी काय? तर तो एक बिंदू आहे. दशांश चिन्ह हा एक बिंदू आणि विसर्ग हादेखील बिंदूच. मग या दोघांचा उपयोग करून काही करता येईल का? असा विचार आला. मनात नुसता लखलखाट झाला. हा विचार मनात आला आणि न्यूटनच्या समोर पडलं होतं, अगदी तसंच सफरचंद माझ्यासमोरदेखील पडलं. या एका बिंदूमुळे माझा विस्तार एकदम दुप्पट झाला. शून्य ते दशांश चिन्ह, दशांश चिन्ह ते एक आणि एक, असे टप्पे माझ्यासमोर उलगडत गेले. कोणत्याही दोन अंकांत केवळ एका अंकाचा फरक नसतो, तर त्या मधल्या अंतरात मानवाला ज्ञात असलेली सगळी अंकसंख्या असते. दोन अंकांच्या मधे अनंत अंतर असतं. एक 'इन्फिनिटी' असते. या दिशेनं माझा प्रवास सुरू झाला. त्याचा शेवट? प्रायोगिक तत्त्वावर मी कोलारकरांचा संगणक पूर्णपणे संरक्षित केला. पोलिसांचा संगणक खूपसा स्वच्छ केला.

पण एवढ्याने माझं समाधान होणार नव्हतं. या प्रकारामागचा सूत्रधार मला शोधायचा होता.

मी जर्मनीतील एका कंपनीला एक ई-मेल केला. अर्थात एकदा ई-मेल केल्यानंतर अंतर या शब्दाला काही अर्थच नाही, हे तुम्हाला माहीत आहेच. तो ई-मेल वाचला जाईल याची मला पूर्ण कल्पना होती. किंबहुना तो वाचला जावा आणि डिकोड व्हावा म्हणूनच मी सोडलेला होता. माझं संशोधन पूर्ण झालं असून मी कधीही दुसऱ्या देशांना ते देऊ शकतो, एवढंच मला प्रदर्शित करायचं होतं. जो ई-मेल फोडला गेला, तो ई-मेल पुढीलप्रमाणे होता,

'ज्याचा वेग मनापेक्षाही अधिक आहे, शब्द आणि प्रकाश अशा दोन्ही माध्यमांवर ज्याचे स्वामित्व आहे, ज्याच्या ज्ञानाची तुलना व्यासांशीच होऊ शकते आणि ज्याच्या कुटिलतेची तुलना केवळ महामती चाणक्यांशीच होऊ शकते, असा एक अद्भुत चाकर मानवाने निर्माण केला आहे. जीवनाच्या प्रत्येक क्षेत्रात ज्याचा लीलया संचार होतो, असा हा चाकर मी आज कूटस्थ केला आहे. आता हा सेवक ज्ञान अवश्य मिळवील; पण ते केवळ मलाच उपयोगी होईल. ह्याची दृष्टी सदैव उघडी असेल; पण याने अंतर्भूत केलेले ज्ञान इतर कोणालाही दिसणार नाही. अशा ह्या ज्ञानी सेवकाला, जो माझा गुरुदेखील आहे, त्याला माझे वंदन असो, तो आमचे कल्याण करो, तो ह्या भरतभूमीचे रक्षण करो. हीच प्रार्थना आहे.' हा ई-मेल मी बुद्ध्या संस्कृतमध्ये लिहिला होता.

त्याचा योग्य तो अर्थ त्या महाभागांपर्यंत पोचला, त्यांची हातघाई सुरू झाली आणि त्याच वेळी माझ्या कामाचाराच्या बातम्या प्रक्षेपित झाल्या.

पुढील सर्व घटना तुम्हाला माहीत आहेतच.

आणखी दोन घटना घडल्या. त्या सांगून ठेवतो. 'व्ह्यू' कंपनीचा सीईओ एका अपघातात मारला गेला. मुंबई-पुणे एक्स्प्रेस हायवेवर पहाटे अपघात झाला. कारचा चक्काचूर झाला. ड्रायव्हरचा आणि मागे बसलेल्या व्यक्तीचा अक्षरशः लगदा झाला. पुढे काहीच घडलं नाही. चौकशी झाली नाही. 'भीषण अपघात' एवढीच नोंद झाली. 'एक्स्प्रेस हायवेच्या सुरक्षिततेसाठी काय करता येईल?' अशा आशयाचे परिसंवाद विविध वाहिन्यांवर झाले. त्यात मान्यवरांनी त्यांची मतं नोंदवली. ते प्रकरण वाऱ्यावर विरून गेलं. आणि ब्लूमफिल्ड म्हणजे सुझानचा बॉस. कसं झालं ते कळलं नाही; पण तो एका गगनचुंबी इमारतीच्या सत्तराव्या मजल्यावरून खाली फेकला गेला. ती आत्महत्या होती, खून होता, की 'सीआयए'नेच त्याला संपवला, यावर खूप खल झाला; पण काही समजलं नाही. अशी अनेक रहस्य काळाच्या उदरात लीलया नांदत असतात. असो.

अधिक काय लिहू?

आपली पुन्हा भेट होईल का?

शंका आहे. पण समजा झालीच, तर मला नक्कीच आनंद होईल.

तोपर्यंत... असाच स्नेह मनात राहू दे.

आपला,

राघव आचार्य.

सुबोधने अतीव आनंदाने डोळे मिटून घेतले.

माणसाचं मन पण किती विचित्र असतं! मिटलेल्या डोळ्यांसमोर पुस्तक प्रकाशनाचा कार्यक्रम एक क्षण तरळून गेला. सुझान अशी समोर होती, तिचे ते विलक्षण निळेशार डोळे! आणि तिच्या दाट केसांच्या सोनसर ज्वाळा सुबोधच्या हातावर घरंगळल्या होत्या.

सुबोधने डोळे उघडले.

राघव आचार्यांचे शब्द त्याला पुन्हा आठवले,

"ताई, झालो ना मी चांदण्याएवढा मोठा? झालो ना?"

*****

लेखक परिचय

डॉ. गिरीश दाबके
हरिद्वार सोसायटी, दफ्तरी मार्ग, स्कूल लेन, मालाड (पूर्व), मुंबई ४०००९७.
सहध्वनी - ९९२०५५७८५९ / ९७६८०२१८४५
girishdabke@gmail.com

युनियन बँकेच्या ३७ वर्षांच्या सेवेनंतर मॅनेजर या पदावरून निवृत्त

- प्रकाशित साहित्य -

कादंबऱ्या

१. लय-प्रलय, २. क्षण क्षण संघर्षाचा, ३. तुजसाठी जनन तेचि जनन (डॉ. हेडगेवारांच्या जीवनावर आधारित), ४. कोडिंग-डिकोडिंग

कथासंग्रह

१. छाया अदृष्टाच्या, २. तनया, ३. षड्ज अनाहताचा, ४. तोल

लेखसंग्रह

१. अंतस्थ कोणी, २. शब्देविण गती नाही

चरित्र

१. पुरुषार्थाची प्रतिमा
(धीरूभाई अंबानी यांच्यावर आधारित । मूळ गुजराती ग्रंथाचा अनुवाद)
२. नरेंद्रायण - व्यक्ती ते समष्टी एक आकलन (नरेंद्र मोदी यांचे चरित्र)

नाटके

१. अग्निपरीक्षा, २. विदूषक, ३. तनया, ४. गेले लिहायचे राहून, ५. तुझ्याचसाठी, ६. बोल्ड ॲण्ड ब्यूटिफूल, ७. तिमिरातील तेजोत्सव, ८. श्रीमंत बाजीराव पेशवे ९. क्षण क्षण संघर्षाचा १०. सूर माझा, ११. थांब मी आलोच, ११. अरे पलट

मालिका

१. स्मरण.. विस्मरण, २. हॅलो चंपकलाल (गुजराती)
३. गुप्तहेर कथा
(अहमदाबाद दूरदर्शनसाठी)

वेबसीरिज

१. फिर सुबह, २. सूर माझा, ३. कोडिंग-डिकोडिंग

अनुवाद

१. गुड नाईट डॅडी

(विख्यात गुजराती साहित्यिक चंद्रकांत बक्षी यांच्या निवडक कथा)

२. डेरेदार ज्ञानवृक्ष

(विख्यात इतिहासकार धर्मपाल यांच्या 'ब्यूटिफुल ट्री' या खंडाचा अनुवाद)

भाषणे

छत्रपती शिवाजीमहाराज, धर्मवीर संभाजी महाराज, स्वातंत्र्यवीर सावरकर, आर्य चाणक्य, बाजीराव, जी. ए. कुळकर्णी-एक महानाट्य, गोनीदा-एक आस्वाद, कानेटकरांच्या नायिका, आता विश्वात्मके देवे, धर्मपालांचे इतिहास संशोधन अशा विविध विषयांवर हजारहून अधिक भाषणे.

चर्चा

एबीपी माझा, आयबीएन लोकमत, झी २४ तास यासह विविध वाहिन्यांवरिल चर्चांमध्ये अनेकवेळा सहभाग

मुलाखती

ह. मो. मराठे, मिलिंद गाडगीळ, यशवंत दत्त, सुहास शिरवळकर, चंद्रकांत गोखले, डॉ. गिरीश ओक, अरुण नलावडे, वि. श्री. जोशी, पु. ना. ओक, अरविंद कुळकर्णी यासह अन्य मान्यवरांच्या मुलाखती

सूत्रसंचालन

अनेक सभा आणि वाद्यवृंदाचे सूत्रसंचालन

अभिनय

विविध मालिकांतून साठ भागामध्ये अभिनय

गुजराती लेखन

'चांदनी' नावाच्या गुजराती कथा पाक्षिकात तेहतीस कथा प्रकाशित

www.ingramcontent.com/pod-product-compliance
Lightning Source LLC
LaVergne TN
LVHW011110300926
849160LV00008B/330
* 9 7 8 9 3 9 5 1 3 9 9 1 5 *